नो नॉट नेव्हर

बाबाराव मुसळे

मेहता पब्लिशिंग हाऊस

All rights reserved along with e-books & layout. No part of this publication may be reproduced, stored in a retrieval system or transmitted, in any form or by any means, without the prior written consent of the Publisher and the licence holder. Please contact us at **Mehta Publishing House, Pune.**
Email : production@mehtapublishinghouse.com
Website : www.mehtapublishinghouse.com

- या पुस्तकातील लेखकाची मते, घटना, वर्णने ही त्या लेखकाची असून, त्याच्याशी प्रकाशक सहमत असतीलच असे नाही.

NO NOT NEVER by Babarao Musale

© बाबाराव मुसळे

नो नॉट नेव्हर : बाबाराव मुसळे / कादंबरी

author@mehtapublishinghouse.com

प्रकाशक : सुनील अनिल मेहता, मेहता पब्लिशिंग हाऊस, १९४१, सदाशिव पेठ, माडीवाले कॉलनी, पुणे - ३०.

मुखपृष्ठ : सतीश भावसार
प्रथमावृत्ती : डिसेंबर, २०२०

P Book ISBN 9789353174873
E Book ISBN 9789353174880
E Books available on : play.google.com/store/books
www.amazon.in

राणीसारख्या गावाकडच्या
शहाण्या, समंजस मुलींना ....
— लेखक

वाचायला सुरुवात करण्यापूर्वी...

ग्रामीण भागातल्या, त्यातही पुण्यापासून दूर वऱ्हाड-विदर्भातल्या दोन मुली बारावी सायन्स अन् नंतरची सी.ई.टी. पास झाल्या. अन् एका विशिष्ट परिस्थितीत पुण्याला बी.ई. शिकायला आल्या. त्यातली एक अत्यंत हुशार, आर्थिकदृष्ट्या हलाखीच्या अवस्थेतली. तिचं नाव राणी, दुसरी खूप अवखळ, स्वच्छंदी, श्रीमंत बापाची. तिचं नाव मंकी. मंकी हे तिचं टोपणनाव. त्या टोपणनावावरून तिचा स्वभाव लक्षात यावा. राणीचा बाप मोलमजुरी करणारा, आपल्या मुलीचं पुढचं शिक्षण होणं अशक्य बाब, ही त्याची धारणा. मंकीचा बाप मंकीची – ती मुलगी असूनही – फारशी चिंता न करणारा म्हणजे शिकायला त्याची हरकत नाही, पण त्याच्या अटीनुसार– तो म्हणेल तेथे. मंकीला ते मान्य नाही. शिकायचं तर पुण्यालाच. हा तिचा हट्ट. त्यासाठी बापाची अट – ''जर राणी तेथे तुझ्याबरोबर शिकणार असेल – ती ज्या कॉलेजात ॲडमिशन घेईल, त्याच कॉलेजात तुलाही ॲडमिशन घ्यावी लागेल. ती ज्या ठिकाणी – हॉस्टेल वगैरे – राहील त्याच ठिकाणी तुला राहावं लागेल. राणी हुशार असल्याने तिने पुढे शिकावे, यासाठी धडपड करणारे भांगे सर – मंकी या राणीला आणि भांगे सरांना ब्लॅकमेल करून कह्यात घेते. आणि पुण्याला शिकायला जायचा आपला मार्ग निष्कंटक करते. अर्थात मंकीसाठी तिचा बाप राणीचाही खर्च (फायनलपर्यंत) झेलायला तयार होतो; हा त्याचा मोठेपणा.

कॉलेज सुरू झाल्यावर कॉलेजात आणि त्या जिथं राहतात त्या ठिकाणी त्यांना कसले-कसले अनुभव येतात. अभ्यासापेक्षा इतर भानगडी, उचापती करत मंकीचे वाहवत जाणे आणि ती तसं करते त्यातून होणारी तगमग. शेवट काय होतो? मंकी बिघडते ती कायमचीच का? राणी तिला सावरते का? मंकीनं सुरुवातीलाच शब्द

दिलेला असतो – 'पुण्यात गेल्यावर मी तुला अजिबात त्रास देणार नाही.' ती आपला शब्द पाळते का? विदर्भ-वऱ्हाडातल्या मुली पुण्या-मुंबईसारख्या महानगरात कोणत्याही आधाराशिवाय शिकायला ठेवाव्यात का? त्यांच्या पालकांनी त्यांच्याबद्दल किती अन् कशी दक्षता बाळगावी? एवढ्या दुरून त्यांना कॉलेजमध्ये, त्या राहतात त्या ठिकाणी येऊन संबंधितांना भेटणे शक्य आहे का? की त्यांनी 'सारे काही' आपल्या मुलींवरच सोडावे? मुली चांगल्या असो वा वाईट वागण्याने आणि स्वभावाने– त्यांना गुंड, मवाली, टपोरी मुलांचा त्रास होणार नाही का? अलीकडे अपवादात्मक अशा मुलामुलींची अनेक प्रकरणे घडताना दिसतात. मुली मुलांच्या नादी लागतात किंवा मुलं मुलींना नादी लावतात. ज्या करिअरसाठी त्यांनी घर सोडले, ते सारे, विसरून नको त्या मार्गाला लागतात. आपल्या मुलींच्या बाबतीतही तसं काही होईल का? असे काही घडले तर आपल्या, भलेही आपण गरीब असू वा श्रीमंत- घरंदाजपणाला धक्का लागेल का? समाजात नाचक्की होईल का? असं काही घडण्यापेक्षा बारावीनंतर मुलींना – त्यातही पुण्या-मुंबईसारख्या दूरच्या महानगरात– शिकवणेच नको... असे अनेक प्रश्न आजही गावाकडे चर्चिले जात असतात. राणी, मंकीही याला कशा अपवाद असू शकतात? 'माय राणी, मले ही पोरगी सुदी वाटत नाही' असं राणीची आई मंकीबाबत राणीला म्हणते... एवढ्या विषम परिस्थितीतही राणी, मंकीसोबत शिकायला तयार होते, ती कशी? या सगळ्या प्रश्नांची ही कादंबरी वाचताना तड लागेल, असा विश्वास वाटतो.

हे झालं पालकांच्या पातळीवरचं. या टीन एजर्सचं काय? भलेही मग ते महानगरी असोत वा ग्रामीण भागातले. व्हॉट्सॲप, फेसबुकच्या या काळात एकमेकांशी प्रत्यक्ष ओळख नसतानाही संपर्क करणे, त्यातून प्रेमभावना व्यक्त करणे, किंवा डेटिंगसारख्या गोष्टींसाठी प्रवृत्त करणे... या गोष्टी किती भयावह असू शकतात. मंकी त्यात वाहवून जाते का? मग राणीचं काय? राणी संयत, तर मंकी चंचल... कोण किती अन् कशा कशा भानगडीत गुरफटतात...? त्यातून बाहेर पडावयाचे काही मार्ग तरी असतात काय? असतील तर ते कोणते? या प्रश्नांची सोडवणूक ही कादंबरी करते.

लेखक म्हणून (माझे वय ६५ वर्षे पूर्ण) या त्यातही पुण्यातल्या– महाविद्यालयीन मुला-मुलींची भाषा, भावना, वागणे, जीवनाबद्दलचे स्वतःचे दृष्टिकोन, टुकारपणा, गांभीर्य, अभ्यास, क्लास, कॉलेज, स्टाफ, जेथे राहतो त्या ठिकाणचे वातावरण, तेथील सहचारी-सहचारिणी... हे त्या वयाच्या मुलामुलींच्या पातळीवर येऊन लिहिणे हे माझ्यासाठी फार मोठेच आव्हान होते. त्यात मी कितपत यशस्वी झालो? हे वाचकांनी ठरवायचे.

हे कथानक सिद्ध करण्यासाठी हनुमान बोबडे या अमरावतीला बी. ई. सेकंड

इअरला शिकणाऱ्या तरुण मित्राची फार मदत झाली. तसेच पुणे विद्यापीठासंदर्भातल्या किंवा महाविद्यालयीन प्रशासनासंदर्भातल्या काही बाबी माझा पुतण्या- पुणे येथील एका नामवंत इंजिनिअरिंग महाविद्यालयात प्राध्यापक असणाऱ्या चि. संदीपकडून समजून घेता आल्या. सगळ्यात महत्त्वाचे हे हस्तलिखित सिद्ध झाल्यावर हनुमान बोबडेने वाचले. दुरुस्त्या सुचवल्या. माझे मित्र– आमचे वाशीमचे ज्येष्ठ कवी मोहन शिरसाट यांनी कु. राणी सरकटे हिची भेट घडवून आणली. राणी ही पुण्यालाच एका महाविद्यालयात बी.ई. करते. तेथे हॉस्टेलवर राहते. ती वाशीमची, म्हणजे तशी ग्रामीण भागातलीच. यामुळे माझ्या कादंबरीतल्या दोन्ही- राणी अन् मंकी यांची मानसिकता जाणू शकते. भेटीत असे ठरले की हे हस्तलिखित शिरसाट सर आणि राणी या दोघांनी वाचायचे. मग एका बैठकीत आम्ही तिघांनी एकत्र चर्चा करायची.

त्याप्रमाणे एक दिवस आम्ही तिघे एकत्र बसलो. 'अगदी निःसंकोचपणे अभिप्राय दे. नाही आवडलं म्हणशील तर अजिबात छापायला पाठविणार नाही. आवडलं म्हणशील तर पुढं पाऊल टाकीन' हे मी तिला आधीच सांगितलं होतं. त्यामुळं 'मला आवडलं नाही' असं ती म्हणेल का? अशी मला धाकधूक वाटे, पण अगदी सुरुवातीलाच तिनं हिरवा सिग्नल दिला. अन् मी सुटकेचा श्वास सोडला. त्यामुळे राणी, शिरसाट सर, हनुमान (संदीप घरचाच) यांचे आभार मानावे तेवढे थोडेच.

खरंतर ही कादंबरी महाविद्यालयीन युवा वाचकांसाठीच आहे. तेच या कादंबरीचं मर्म समजू शकतील. या कादंबरीतून त्यांना काय प्रेरणा मिळेल हा भाग वेगळा ....

ज्येष्ठ वाचकांना मात्र विनंती की ही कादंबरी वाचताना आपण राणी आणि मंकीच्या मानसिक पातळीवर उतरून मगच वाचायला सुरुवात करावी.

बाकी माझ्या इतर कादंबऱ्यांप्रमाणे आव्हान म्हणून मी या कादंबरीचे केलेले लेखन कितपत यशस्वी झाले, ते काळच ठरवेल...

– बाबाराव मुसळे

ब्रह्मा गावचं पाणीच वेगळं हे राणीच्या यशानं पुन्हा एकदा सिद्ध झालं. आधी तिचा बारावी सायन्सचा निकाल लागला. त्यात तिनं अठ्ठ्याहत्तर टक्के गुण मिळवले. तर काल लागलेल्या सी.ई.टी.च्या निकालात ती विदर्भातून दुसरी तर महाराष्ट्रातून पाचवी आली. तिचे वडील रतन, आई मीरा, दोघंही मजूर. घरी गुंठाभर जमीन नाही. त्यामुळे राणीला शिक्षणासाठी कोणत्याच सोई-सुविधा ते पुरवू शकत नव्हते. पण राणी हुशार आहे, ती काही वेगळं करू शकते, असा विश्वास तिला विज्ञान विषय शिकवणाऱ्या भांगे सरांना होता. तसं ब्रह्मा गावच्या मातीचं वेगळेपण असं, की या गावाला आधीपासूनच शिक्षणाचं वेड. मुंबईच्या मंत्रालयापासून ते अगदी अनासिंगच्या एखाद्या कापड दुकानावर कपडा फाडण्याचं काम करण्यापर्यंत या गावची मंडळी नोकरी-धंद्यात गुंतलेली. अमुक एका जातीचीच किंवा श्रीमंताघरचीच ही मिराशी नसून सर्वच जाती-पातींच्या, गरिबागुरिबांच्या मुलामुलींच्या अंगी ही किमया ठासून भरलेली आहे. त्यामुळे गावातल्या प्रत्येक घरचे कोणी ना कोणी लहान मोठ्या नोकरी-व्यवसायात गुंतलेलं आहे. दोन हजार लोकवस्तीच्या या गावात अशांची संख्या चारशे-पाचशे तरी असावी. या गावात ही गुणवत्ता नांदते याचं कारण अंगीकारलेल्या गोष्टीत यश प्राप्त करण्यासाठी करावी लागणारी मेहनत, धडपड, कष्ट, तळमळ, सातत्य या सर्व गुणांचं वरदान या गावाला लाभलेलं. या गावच्या पण मराठी साहित्यात स्वत:चं स्थान निर्माण केलेल्या बाबाराव मुसळे नावाच्या लेखक-कवीनं आपल्या या गावच्या तरुणाईचं गुणगान 'या गावाची माती अशी की - मन, बुद्धीला मिळे चालना । युवक येथला स्वकष्टाने । पार करी एकेक दालना ।।' अशा शब्दांत केलं ते उगीच नव्हे... या गावची ही छाप फार पूर्वीपासूनच अनसिंगच्या शाळा-कनिष्ठ महाविद्यालयांवरच नव्हे तर आसपासच्या पाच-पन्नास गावांवरही ठासून पडलेली आहे. भांगे सरही या गावातील मुलामुलींकडे त्याच दृष्टीनं पाहतात. तो साक्षात्कार त्यांना राणीच्या निमित्ताने आधीच झाला होता. बारावीची परीक्षा झाल्यावर सी.ई.टी. परीक्षेच्या तयारीसाठी ट्यूशन्स लावण्याजोगी परिस्थिती नसतानाही भांगे सरांनी

'मी तुला आवश्यक त्या नोट्स आणून देतो. तू फक्त घरी वाच. तू नक्की यश मिळवशील.' असा विश्वास तिच्यात निर्माण केला अन् राणीनं तो खरा करून दाखवला.

तिच्या या यशानं भांगे सरांसारखाच सगळा गाव भारावून गेला. गावात एका वर्तमानपत्राचे २५-३० अंक येतात. त्या वर्तमानपत्रात अगदी पहिल्या पानावर फोटोसह राणीची बातमी छापून आली. अन् त्याचा परिणाम म्हणून सकाळपासून गावात 'खरी राणी' झाली. तिचं अभिनंदन करणारांनी तिचं घर, अंगण भरून गेलं. तिचा मोबाइलही सारखा खणखणत होता.

अशात भांगे सर अन् गणिताचे प्रियदर्शन सर मोटरसायकलने राणीचं प्रत्यक्ष अभिनंदन करायला ब्रह्याला आले. एका मुलाला 'राणीचं घर कुठं आहे?' असं त्यांनी विचारलं. तेव्हा त्यांना त्यानं राणीच्या घरापुढे आणून सोडलं, आणि म्हणाला 'हे राणीचं घर!' त्यानं तसं म्हणण्याआधीच घरापुढील गर्दी पाहून त्या दोन्ही सरांच्या ते लक्षात आलं होतं.

भांगे सर पायउतार होत असताना त्यांना मीडियावाल्यांची एक ओबी व्हॅन येताना दिसली. 'आता राणीला भेटायला आपण मीडियावाल्यांच्या आधीच गेलं पाहिजे' या विचारानं ते प्रियदर्शन सरांना घेऊन निघाले. राणीचं घर साधं, झोपड्याचं, वरून गवतानं शाकारलेलं. उन्हाळ्यासाठी म्हणून झोपड्यासमोर अंगणात तुऱ्हाट्यांचा छोटेखानी मांडव तयार केलेला. मांडवाखाली बरीच गर्दी. घरातही गर्दी. गर्दीला 'बाजूला व्हा' म्हणायचं कामच पडलं नाही. ओबी व्हॅन आलेली पाहून पोरंसोरं तिकडं पळाले.

'गाडी आली, गाडी आली' पोरांनी गलका केला. ते ऐकून स्वत: राणी कोणाची गाडी आली ते पाहण्यासाठी दारात आली. तर समोर भांगे सर, प्रियदर्शन सर, उभे. "सर, सर..." म्हणत ती त्यांच्याजवळ आली. वाकून तिनं त्यांचं दर्शन घेतलं. "काँग्रॅट्स राणी. शाळेचं नाव उज्ज्वल केलंस."

"सर, हे सगळं तुमच्यामुळे," राणी हसली. मागे वळून मोठ्यानं म्हणाली, "बाबा, बाहेर या. माझे सर आलेत..." मग ओबी व्हॅनच्या मागे उभ्या राहिलेल्या कारमधून उतरणाऱ्या व्यक्तीकडे पाहत ती पुटपुटली, "अरे मंकीचे बाबा?"

प्रतापराव जाधव. माजी आमदार. जिल्ह्यातलं एक बडं प्रस्थं – गाव अनसिंग. पी.टी.जे.एन. कनिष्ठ महाविद्यालय त्यांचेच. त्याशिवाय मराठी, इंग्रजी मीडिअमच्या नर्सरी ते मॅट्रिकपर्यंतच्या माध्यमिक शाळा, डी.एड्. कॉलेज- पूर्वी बी.पी.एड्. कॉलेजही होते– ते बंद पडले – असा फार मोठा व्याप. एकाच कम्पाउंडमध्ये गावाच्या बाहेर एक कि.मी. अंतरावर वाशीम रोडवर हा सगळा परिसर. त्यांच्यासोबत मंकीही... ही कशी काय? एरव्ही मंकी राणीच्या वर्गात शिकायला. अभ्यासात

सो-सो. आगाऊपणात सर्वांत पुढे. वर्गातल्या सर्व मुलींनी मी म्हणेन तसंच वागलं पाहिजे हा तिचा आग्रह. मात्र राणी तिला सदैव विरोध करायची. एकदा तर तिने मंकीची प्राचार्यांकडे तक्रारही केली होती. त्यावर प्राचार्यांनी काहीच केलं नाही हा भाग वेगळा.

"हाय राणी," राणीला पाहताच ती पुढे झाली.

"तू अन्, ब्रह्यात, माझ्या घरी?"

"का मी तुला विश करू नये?"

खरंतर राणीचं यश पाहून ती मनातल्या मनात जळफळत असेल.

"चला केतकर, तुमचं काम सुरू करा... आणि हो राणीबरोबर तिच्या बाबांचे, आईंचे बाइट्स घ्या. त्यांचं घर, अंगण, परिसर, ही गावकरी मंडळी, सगळं सगळं आलं पाहिजे.... सर्वांत शेवटी पी.टी.जे.एन.चा अध्यक्ष म्हणून माझा बाइट घ्या... कळलं...?" प्रतापरावांनी व्हॅनवाल्यांना कामाला लावलं.

भांगे सर, प्रियदर्शन सर प्रतापरावांकडे वळले. ते त्यांच्याच संस्थेत काम करत होते.

"अरे, आपल्या महाविद्यालयाच्या एका गरीब घरच्या पोरीनं एवढं यश मिळवलं तरी हे मीडियावाले तिची दखल घ्यायला तयार नाहीत म्हणजे काय? मी सरळ मुंबईच्या उपमुख्यमंत्र्यांशी संपर्क साधला. त्यांना झापलं. त्यांनी कलेक्टरांमार्फत हे सगळं जुळवून आणलं. चार चॅनेलवाले आले. दोघं मागून येणार आहेत... चार तर चार... काय?"

राणीला भेटणं, तिला विश करणं हे करण्याऐवजी प्रतापराव भांगे, प्रियदर्शन सरांना त्यांच्या नेहमीच्या सवयीप्रमाणे स्वत:चा मोठेपणा सांगत होते. हा सगळा गोंधळ पाऊणतास चालू होता. एकदाचा तो संपला. मग त्यांनी मंकीला जवळ बोलावलं. विचारलं, "काय मंकी, विचारू राणीच्या बाबांना?"

"एक मिनिट पप्पा..." असं म्हणत मंकी सरळ राणीकडे आली. राणीच्या हाताला धरून तिनं तिला चिंचेखालच्या विहिरीच्या काठावर नेलं. "बघ, माझे बाबा मला पुण्याच्या इंजिनिअरिंग कॉलेजमध्ये टाकणार आहेत. म्हणजे शिकीन तर पुण्यालाच असं मीच त्यांना सांगितलं..."

"मग?"

"एका अटीवर ते तयार झाले."

"कोणत्या?"

"त्यांचं म्हणणं मी तुझ्याबरोबरच शिकावं अन् राहावंसुद्धा."

"ते कसं शक्य आहे? माझे बाबा मजुरी करतात. ते माझ्यावर एवढा खर्च कसा करू शकतील?" खरं तर तिनंही पुढे काय करायचं याबद्दल विचारच

केला नव्हता. भांगे सरांची मात्र तिनं बी.ई. करावं अशी इच्छा होती.

गावातला सकाळपासून तिला भेटायला येणारा प्रत्येक जण "आता पुढं कसं करतं बे रतन पोरीच्या शिक्षणाचं?" असं विचारायचा.

रतनचं एकच उत्तर, "आता पस्तोर जसं जमलं तसंच पाहू काही तरी. तिच्या नशिबात शिक्षण असंल तं भेटंल... नाही तं मंग आपला इळा तं हायेच...'

"त्याची तू चिंता सोड. ते काय करायचं ते माझे पप्पा बघतील." मंकी म्हणते ते बघणं, इतकं सोपं नाही. खरंतर राणीला खूप शिकावंसं वाटतं. याबाबत भांगे सरांनी तिला मागच्या आठवड्यात वाशीमच्या इंजिनिअरिंग कॉलेजच्या प्रिन्सिपॉल मॅडमकडे नेलं होतं. ॲडमिशनची सारी प्रक्रिया मॅडमनी तिला समजावून सांगितली होती. तिला सी.ई.टी.मध्ये चांगले मार्क्स मिळाले तर पुण्या-मुंबईचं चांगलं गव्हर्नमेंट कॉलेजही मिळेल. जातीची सवलत, स्कॉलरशिपशिवाय प्रवेशासाठी बँकेचं लोनही भेटू शकते... तिनं फक्त शिकण्याची जिद्द ठेवावी.

"आणखी काही मदत लागली तर मला कॉन्टॅक्ट करा," असं म्हणून मॅडमनी आपलं कार्ड दिलं. याशिवाय भांगे सरांचे चुलत मेहुणे पुण्याच्या सर सी. व्ही. रानडे इंजिनिअरिंग कॉलेजचे प्राचार्य अन् युनिव्हर्सिटी सिनेटचे सदस्य आहेत. काही अडचण पडली तर त्यांची मदत घेता येईल. 'ॲडमिशन पाहिजे तसं होऊन जाईल' असं भांगे सर म्हणाले होते... आता राणी म्हणते, तिचे पप्पा सारं काही करतील. कशाला तिच्या पप्पांच्या उपकारांच्या ओझ्याखाली दबून राहायचं? पुन्हा मंकी म्हणजे साक्षात माकडच. नुसत्या उचापती. तिला पुण्याला शिकायला जायचं ते शिकून फार मोठं काही बनण्यासाठी नव्हे, तर ऐश करण्यासाठी. त्यासाठी ती आपला ढालीसारखा वापर करणार... छट् !...

पुन:पुन्हा मंकी पप्पापुराण लावत होती. राणी गप्प ऐकून घेऊ लागली. पण शेवटी तिला असह्य झालं अन् ती रोखठोकपणे म्हणाली, "मी तुझ्यासोबत राहावं, शिकावं असं तुझ्या पप्पांना वाटत असेल तरी माझी तुझ्यासोबत राहायची, शिकायची अजिबात इच्छा नाही...."

एवढं बोलून ती तडक भांगे सरांकडे निघाली. पण मंकीनं चपळाईनं तिला अडवलं. आता तिच्या डोळ्यांत अंगार फुलला होता. ती फूत्कारली, "अपग्रेडमध्ये आलीस म्हणून शेफारू नकोस. माझं नाव मंकी आहे. जी गोष्ट मला हवी ती मी केल्याशिवाय राहत नाही. पुन्हा येईन तेव्हा तू माझे पाय धरत पायाशी लोळण घेशील. याद राख." एवढं बोलून ती तरातरा चालत तिच्या कारकडे गेली. पप्पांना गाडीत ओढत पाहता पाहता कार डोळ्यांआड झाली... राणी नुसतीच कारकडे पाहत उभी राहिली.

◆

बरोबर चौथ्या दिवशी मंकी सकाळी सकाळी कार घेऊन राणीच्या दारी हजर. खरंतर आज राणीला भांगे सरांसोबत वाशीमला एआरसी सेंटरवर जाऊन ऑनलाइन फॉर्म भरावयाचा होता. ऑप्शन फॉर्ममध्ये पुण्याच्या किंवा मुंबईच्या गव्हर्नमेंट कॉलेजेसचा पर्याय टाकायचं त्या दोघांचं ठरलं होतं. आजपासून ऑनलाइन फॉर्म भरणे सुरू होणार होते. त्यामुळे राणी घाईत होती. तिची अंघोळ सुरू होती. अंघोळीची न्हाणी अंगणात एका बाजूला. तुऱ्हाट्यांच्या कुडापासून बनविलेली.

मंकीनं तिच्या आईला ''राणी कुठं आहे?' असं विचारल्यावर ती बाजूच्या न्हाणीत अंघोळ करते हे तिच्या आईकडून कळलं. मंकी न्हाणीकडे आली. राणीच्या न्हाणीतल्या काळ्या अवताराला अन् न्हाणीला पाहून मंकीला कसंसंच झालं. जमिनीवर एकाला लागून एक असे तीन चार चापट दगड मांडलेले. एका दगडावर प्लास्टिकची अर्धवट फुटकी, कळकट बकेट ठेवलेली. राणीनं अंगाला लावून दुसऱ्या एका दगडावर ठेवलेलं कसलंतरी साबन ... आपल्याला इथं उभं राहणं अशक्य व्हायलं, तिथं ही अंघोळ करते? मंकीला मळमळलं.

''अगं मंकी? इतक्या सकाळी?'' खरंतर राणीला तिचं असं अचानक न्हाणीपर्यंत येणं– तसं गावी येणंही– आवडलं नाही; पण तिनं तसं काही दाखवलं नाही.

''का? तुझी अपॉइन्टमेंट घ्यावी लागत होती आधी?''

''नाही तसं नाही. तू बस घरात. मी येतेच,'' राणीनं आईला आवाज दिला.

''असू दे, राहते मी उभी दारातच. तू आटप तुझं लौकर.''

अशा दारिद्र्यात राणीसारखी स्कॉलर का जन्माला आली असेल? राणीनं आपल्या पप्पासारख्या श्रीमंत माणसाच्या घरीच जन्माला यायला पाहिजे होतं. हिच्या टॅलेंटचं या फाटक्या माणसांना काय कौतुक? आपल्याला सी.ई.टी.त २०० पैकी १२० मार्क्स पडूनही पप्पांना केवढा आनंद झाला? त्यांनी ''तुला नागपूरला काकांकडे ठेवतो, तिथं तू शीक,'' असं म्हटलं. तेव्हा आपण पुण्याचा आग्रह धरला. ''तुला एकटीला अन् पुण्याला? नको.'' असा त्यांचा ठाम सूर.. मग मंकीचा आग्रह पाहून त्यांनी जरा अवघडच अट घातली. अट अशी –

"तुझ्यासोबत जर ती राणी शिकायला, राहायला येत असेल तर पाठवीन."

राणी अन् मंकी एकाच वर्गात शिकत होत्या, तरी दोघींचा काही मेळ नव्हता. राणीचा ग्रूप वेगळा... गरीब घरच्या मुलींचा... मंकीचा ग्रूप श्रीमंत घरच्या मुलींचा... दोघींच्या मध्ये कधी न मिटणारी दरी... वर्गात, वर्गाबाहेर राणी सिरिअस. उलट मंकी कुठेच, कशीच सिरिअस होऊ शकत नव्हती. ती म्हणजे भलतीच स्वच्छंदी... वर्गात यायचं? ये. जायचं? जाय. कोणतेच सर तिला काही म्हणत नसत... वर्गात असली तरी गप्प बसणार नाही. काही ना काही चालूच. एकदा सोनल मॅडम मराठीचा पिरिअड घेत असताना हिनं कंडोमचा फुगा फुगवला अन् वर्गात उडवला. केवढा गोंधळ उडाला त्या वेळी वर्गात? या उलट राणी वर्गात असून नसल्यासारखी. तरी शिकवताना एकाग्रचित्त. तिच्या राहणीमानात, वागण्यात, बोलण्यात दारिद्र्य प्रकट व्हायचं... मंकीला तेच कळेना... एवढी दरिद्री तरी राणीचा केवढा तोरा? आपल्या पप्पांची ऑफर नाकारते म्हणजे काय? आज बघा कशी वठणीवर आणते ते!

राणी न्हाणीतूनच कपडे नेसून आली. मंकीनं पाहिलं, केवढं समाधान आहे हिच्या चेहऱ्यावर! नाहीतर आपण! पप्पांनी नव्या बंगल्यात सर्व सोयी-सुविधांनी युक्त मोठीच्या मोठी संगमरवरी दगडांनी सुशोभित केलेली बाथरूम बांधूनही आपली पप्पांकडे तक्रार असतेच... अमुक असं नाही, तमुक तसं नाही.

"काय ठरवलंस?" अंघोळ कपडे असं सगळं करून राणी बाहेर आल्यावर मंकीनं विचारलं.

"कशाचं?"

"पुण्याला माझ्यासोबत शिकायचं अन् राहायचं? हे बघ, तू जर माझ्यासोबत शिकलीस, राहिलीस तर मी तुला चुकूनही त्रास देणार नाही. म्हणजे माझा तुझ्याशी कुठलाच संबंध नसेल. तू तुझी स्वतंत्र असशील. मीही तशीच. माझ्या पप्पांनी माझ्याबद्दल कधी काही चौकशी केली तर "गुड गुड; असं सांगायचं... त्यासाठी माझे पप्पा तुझा सारा खर्च..."

"मी त्या दिवशीच नाही म्हटलं होतं ना. आता पुन्हा तोच विषय का काढतेस?"

"अगं..." ती बोलायला लागली तोपर्यंत राणी घरातदेखील पोचली. मंकीचा राणीला पोटातून राग आला; पण तरी तिने संयम पाळला.

"शेवटी ठेवणीतलं अस्त्र काढावं लागणार असं दिसतं," मंकीनं हातातल्या मोबाइकलडे पाहत त्याची बटणं दाबायला सुरुवात केली. तिनं तिच्या मोबाइलमध्ये मुद्दाम तयार केलेली क्लिप ओपन केली. ती ध्यानानं पाहू लागली. शाळेसमोरच्या गुलमोहराच्या झाडाला खेटून राणी उभी. भांगे सर ऑफिसातून बाहेर पडून तिच्याकडे

जाताना दिसताहेत. ती त्यांच्याकडे पाहून गालात हसते. भांगे सरही हसतात. ते तिच्याजवळ येतात. तिच्याशी काहीतरी बोलतात अन्... अन् सरळ तिला किस करत मिठीत घेतात. राणीही त्यांना प्रतिसाद देते... ग्राउंडवर, व्हरांड्यात उभे मुलं-मुली, शिक्षक-शिक्षकेतर कर्मचारी हे पाहून अवाक् होतात. इथं क्लिप संपते... हे सारं बनवणाऱ्या प्रवेशची तिला कमाल वाटली. त्याला सांगितलं की तो कॉम्प्युटरवर सारं काही बनवून देतो. तिनं ही क्लिप पुन्हा पाहिली. ही क्लिप दाखवून राणी तयार झाली नाही तर मग पुढची क्लिप... तिनं ती क्लिप पाहायला सुरुवात केली. राणी एका बेडवर पडलेली. बाजूला मंकीचा आवडता कुत्रा टॉमी... राणीच्या जवळ तो जातो.. अन् एकाएकी राणी त्याच्या मागच्या पायात हात घालते. अन् त्याला उत्तेजित करते...

''राणी?'' मंकी मोठ्यानं आवाज देते. तरी राणी प्रतिसाद देत नाही. उलट तिची आई दरवाजात येऊन मंकीकडे पाहत राणीला म्हणते,

''राणी, तुही सोबतीण बलवायली बाहीर...''

''तिला सांग, निघून जा म्हणावं.''

''थांबा मावशी, मीच भेटते तिला,'' म्हणत मंकी घरात शिरली. राणीचं घरही तिच्या बाथरूमसारखं अडचणीचं. चूल, मडक्यांची उतरंड, भांडी, अंथराय-पांघरायचे कपडे, दोरणीवरचे नेसायचे कपडे, कोनाड्यांतले बाचके-बोचके असं सगळं अंगावर येणारं, घरात चुलीचा दाटलेला धूर. चुरचुरणाऱ्या डोळ्यांनी मंकीनं हे सारं पाहिलं. मधल्या खांबाला खिळ्याला अडकविलेल्या अर्ध्या फुटक्या आरशासमोर उभी राहून राणी तोंडावरून दोन्ही हात फिरवायलेली.

''राणी, एकदा माझ्या मोबाइलमधली ही क्लिप बघ. मग तुला काय निर्णय घ्यायचा तो घे.''

''मला नाही बघायची.''

''आपल्या वर्गातल्या सर्वांच्या मोबाइल्सवर डाउनलोड करणार आहे मी. मग मी तुझी बदनामी केली असं म्हणू नको.''

'म्हणजे असं काय शूट केलं हिनं?' राणीला शंका आली. मंकी किती बदमाश आहे हे तिला माहीत होतं.

धुरकटलेल्या घरात तिनं मंकीकडे रोखून पाहिलं अन् म्हणाली,''दाखव.''

राणीनं क्लिप पाहिली. अन् ती पाहताच राणीचा श्वास वाढला. तिनं मंकीच्या हातचा मोबाइल हिसकावण्याचा प्रयत्न केला; पण त्यात तिला यश आलं नाही. मंकीही घरात न थांबता पट्कन बाहेर आली. तर ''मंकी, थांब, थांब,'' म्हणत राणी तिच्यामागं तरातरा आली. मंकी विहिरीच्या काठावर जाऊन उभी राहिली. तिनं विहिरीत वाकून पाहिलं. विहीर कोरडी ठण्ण होती.

"मंकी, हा काय आगाऊपणा? तुझा मोबाइल दे माझ्याजवळ..."

"देईन; पण सध्याच नाही. आपण पुण्याला जाऊन सारं काही सेटल झाल्यावर. आता तू माझ्यासोबत येतेस की टाकू सगळ्यांच्या मोबाइलवर?"

काय करावं? हिच्यासोबत राहावं तर एक फायदा. पैसा हिचा बाप लावेल; पण त्यापेक्षा होणारा तोटा फार भयानक. हिच्यासोबत राहिल्यानं आपलं झालं तर अकल्याणच होईल. हिच्यासोबत राहण्यापेक्षा न शिकलेलं बरं.

"मला तुझा नंबर दे. मी संध्याकाळी तुझ्या मोबाइलवर माझा निर्णय कळवते."

"सांग तुझा नंबर. मी तुला मिसकॉल देते."

मंकीनं मिसकॉल दिला. "संध्याकाळी वाट पाहते... नाही म्हणणारच नाहीस तू." बाय करत मंकी निघून गेली. राणी मात्र जागच्या जागीच दगड झाली.

◆

"माय राणी, मले तं ती पोरगी सुदी नाही वाटली. पुण्याच्या कालेजात त्या पोरीसंगं तुहा बी नंबर लागला, दोघीले राह्यासाटी तिच्या बापानं एक फलाट का काय मंतात ते भाड्यानं घेतला. हे सगळं काही मले बरं नाही वाटायलं. तू हुशार हायेस. त्या पोरीसंगं राहून तुझ्या शिक्षणाचा खराबा ना व्हवावं. तेवढंच ध्यानात ठेव तू."

आज राणीला रात्रीच्या ट्रॅव्हल्सने पुण्याला मंकीसोबत जायचं होतं. त्यामुळे राणीची सतत चिंता करणारी तिची आई– मीरा सकाळपासून हीच वाक्ये चार-पाच वेळा तरी बोलली.

"आई, तू नाहाक चिंता करतंस. तुले वाटते तसं काही व्हणार नाही. माह्यावर तुव्हा भरुसा हाये ना?" असं विचारल्यावर मीरा होकारार्थी मान हलवायची.

"मंग ह्या गोष्टी तू मनातून काढून टाक. अन् समजा तुले वाटते तसंच काही व्हयालं तं पुणं सोडून सरळ मी घरी येईन. मंग तं झालं?" ती असं बोलल्यावर मीराचं समाधान व्हायचं, पण काही वेळच. पुन्हा तिचं मन अस्वस्थ व्हायचं. अन् ती विषय काढायची.

"अवं, तिचे ते भांगे सर हायेत ना मधात्री! ते पाह्यतील काय ते?" राणीचा बाप– रतन मीराची समजूत घालायचा. पण त्यानं असं म्हटलं की राणीला भांगे सरांच्या वागण्याचंच नवल वाटू लागलं. सी.ई.टी.चा अभ्यास, बारावीची परीक्षा झाल्यावर राणीला करता यावा म्हणून त्यांनी केवढा आटापिटा केला? "राणी, तू दोन महिन्यात सी.ई.टी.चा अभ्यास करून पास होऊ शकतेस. तू एकपाठी आहेस. कोणतीही गोष्ट तू एकदा वाचली वा ऐकली की ती तुला पाठ होते. त्यामुळं तू चिंता करू नको. तू फक्त अभ्यास कर." असं म्हणून त्यांनी तिच्यासाठी सी.ई.टी.च्या नोट्स स्वत:च्या पैशानं आणून दिल्या. अधून-मधून तिला भेटायला आले. राणीनंही मन लावून अभ्यास केला. अन् तिनं कुणाच्याही डोळ्यांत भरेल असं यश मिळविलं. "ॲडमिशनची, खर्चाच्या पैशाची तू चिंता करू नको. मी बघतो कसं करता येईल ते." असं केवळ आश्वासनच त्यांनी दिलं नाही तर ते

खरंही करून दाखवलं. राणीचं आणि मंकीचं असं दोघींचंही अॅडमिशन त्यांनी पुण्याच्या मोहोळ इंजिनिअरिंग इन्स्टिट्यूटच्या अरिहंत महाविद्यालयात करून घेतलं. त्या दोघींसाठी कॉलेजच्या जवळच एक फ्लॅटही एका महिन्यांचं सहा हजार रुपये आगाऊ भाडे देऊन बुक केला. राणीला भांगे सरांनी तिच्यासाठी जे काही केलं, त्याचं नवल वाटलं नाही. मात्र मंकीसाठी त्यांनी एवढा इंटरेस्ट का घेतला ते तिला कळेना. तसा मंकीबद्दल शाळेतल्या कोणत्याच शिक्षक-शिक्षिकांचं मत चांगलं नव्हतं. मंकीचे बाबा कॉलेजचे अध्यक्ष. त्यांनी म्हटलं असेल म्हणून... की मंकीनं जसं आपल्याला तिच्या मोबाइलमधली क्लिप दाखवून ब्लॅकमेल केलं, तसं तीच क्लिप दाखवून तर तिनं त्यांना ब्लॅकमेल केलं नसेल? तेवढ्याला ती कमी करणार नाही. नक्कीच तसंच काहीतरी असेल. नाहीतर एरव्ही आपल्यासाठी मुंबई किंवा पुण्याच्या गव्हर्नमेंट कॉलेजचा आग्रह धरणाऱ्या भांगे सरांनी मंकीसोबत आपल्यालाही ऑप्शन फॉर्ममध्ये पुण्याच्या खासगी कॉलेजचा पर्याय का निवडावा? ते एक बरं की.. त्यांनी पुण्याच्या ज्या अरिहंत इंजिनिअरिंग कॉलेजचा पर्याय निवडला तो त्यांच्या पुण्याच्या चुलत मेहुण्यांच्या सोबत चर्चा करून.

इतकंच नव्हे तर राणी आणि मंकीसाठी आय.टी. ब्रँचही भांगे सरांनी त्यांच्या मेहुण्यांच्या सल्ल्यानेच निवडली. त्यांच्या मेहुण्यांच्या मते ते पुण्यातल्या खासगी कॉलेजांपैकी एक चांगलं कॉलेज आहे. विशेष म्हणजे तेथे प्राचार्य असणारे गृहस्थ त्यांचे चांगले मित्र आहेत. काही अडचण आल्यास ती सहज निस्तरता येईल. हे सगळं घडताना आपण त्यांना "सर, गव्हर्नमेंट कॉलेजचं काय?" असं विचारू शकलो नाही. तेही काही बोलले नाहीत. योगायोग असेल कदाचित. पहिल्याच ऑप्शनमध्ये आपल्याला अन् मंकीलाही अरिहंत इंजिनिअरिंग कॉलेज मिळालं. तरीपण प्रश्न उरतो तो असा की, सरांनी हे सारं मान्य का केलं? का?

किती त्रास घेतला सरांनी? वाशीम जिल्ह्यासाठी ऑनलाइन रजिस्ट्रेशन फॉर्म भरण्यासाठी सौमित्र इंजिनिअरिंग कॉलेज हे ए.आर.सी. सेंटर होतं. जिल्ह्यातल्या फॉर्म भरू इच्छिणाऱ्या मुलामुलींची केवढी गर्दी होती सेंटरवर! तीन दिवस तर दोघींचा नंबरच लागला नाही. चौथ्या दिवशी लागला. तेही त्या दोघींचं नशीब की रजिस्ट्रेशन फॉर्म भरण्यासाठी आवश्यक असणारं कास्ट व्हॅलिडिटी सर्टिफिकेट त्या दोघींजवळ होतं. ज्यांच्याजवळ नव्हतं त्यांनी १०० रुपयांच्या बाँडवर तीन महिन्यांत सादर करतो असं लिहून दिलं. बऱ्याच जणांनी आधीच तसे बाँड तयार करून आणले होते. ज्यांनी आणले नव्हते त्यांना परत जावं लागलं. तसे बाँड पेपर लिहून देऊनही जर ते विद्यार्थी तीन महिन्यांत कास्ट व्हॅलिडिटी सर्टिफिकेट सादर करू शकले नाहीत तर त्यांना ओपनमधून अॅडमिशन घ्यावी लागते. कास्टसाठी साठ हजारांपर्यंत फी असते तर ओपनसाठी ८५ हजारांपर्यंत. खासगी

कॉलेजेस याबाबत मनमानी करतात. तो सारा पैशांचा खेळ असतो. असंही कळलं की या खेळात एजंट म्हणून कित्येक कॉलेजातले कॉलेजशी संबंधित असणारे लोक सहभागी होतात. कॉलेजेसमधल्या चपराशांपासून ते मॅनेजमेंटच्या डायरेक्टरांच्या जवळ-दूरच्या नातेवाइकांपर्यंत या वाहत्या गंगेत मनसोक्त हात धुऊन घेतात. भांगे सरांच्या मेहुण्यांनी त्या दोघींचं काम तसंच केलं. या नंतरच्या गोष्टी. मात्र त्याआधी ए.आर.सी. केंद्रावर ऑनलाइन रजिस्ट्रेशन करणे ही बाब अत्यंत क्लिष्ट आणि दगदगीची. एकदा रजिस्ट्रेशन झालं की दुसऱ्या दिवशी ऑप्शन फॉर्म भरून तो ए.आर.सी. सेंटरवर आणून देणं– त्यासाठी पुन्हा लाइनमध्ये लागणं– हे सारं असह्य होतं. त्यात हे सारं करताना रांगेमध्ये मंकीच्या मागे उभं राहणं राणीला जिवावर येई. एक-दोनदा तिनं मंकीच्या पुढे उभं राहायचा प्रयत्न केला. तर तिनं राणीला मागे ढकललं. तेव्हा तर राणीला नको ते रजिस्ट्रेशन करणं अन् नको ते बी.ई. होणं. असा वैताग आला! राणीचं काही असो, पण सरांचं? राणी आणि मंकी सोबत ताटकळत उभं राहण्याचा, फॉर्म भरताना तो बरोबर भरला किंवा नाही हे पाहण्याचा, ऑप्शन फॉर्म भरताना, तो ए.आर.सी. केंद्रावर देताना, पुण्याच्या अरिहंत कॉलेजात प्रवेश घेताना... केवढा केवढा मनस्ताप सहन केला सरांनी! पण मग का? का सहन केला एवढा त्रास त्यांनी? कोण होतो आपण त्यांचे? फक्त एक विद्यार्थी... मंकीचं ठीक होतं. मंकीच्या पप्पांच्या ज्युनिअर कॉलेजात ते नोकरी करतात. तरी पण?... एवढ्या सहजासहजी तिच्यासाठीही ते हा त्रास सहन करतील असं वाटत नाही.

भांगे सरांसोबत तिनं आपली जी क्लिप बनवली, ती खरी नव्हती. आपण स्वप्नातही भांगे सरांच्या सोबत तसं कधी वागलो नाही. ना तसं कधी मनात आलं. शिवाय आपल्या अंगावर जे कपडे त्या क्लिपमध्ये दाखवले तसे आपल्याला कधी नव्हते, आताही नाहीत. ते सारं खोटं खोटं आहे, हे कळत असूनही मंकीनं 'हे सारं मी आपल्या वर्गातल्या मुलांच्या मोबाइलवर डाउनलोड करते,' अशी धमकी दिल्यानं आपण दुबळे पडलो. आपण आईला म्हटलं, 'पुणं सोडून सरळ मी घरी येईन;' पण शक्य होईल ते? मंकी आपल्याला एकाएकी मोकळीक देईल? त्या क्लिपसारख्या आणखी काही उचापती करणार नाही कशावरून?

हे सारं आपण भांगे सरांना सांगायला पाहिजे होतं? जर मंकीनं त्यांना आपल्यासारखं ब्लॅकमेल केलं नसेल तर, त्यांनी तरी आपली जोड मंकीसोबत का घालावी? तिच्या बाबांनी त्यांच्यावर तसं काही दडपण आणलं असेल का? की कसंही करून आपलं शिक्षण व्हावं या सदिच्छेपोटी त्यांनी हे काम केलं? किंवा कदाचित स्वत:हून त्यांनीच मंकीच्या बाबांकडे आपल्या शिक्षणासाठी मदत करण्याचा प्रस्ताव टाकला असेल... ती विचारात गुंग असताना तिचा मोबाइल

वाजला. स्क्रीनवर भांगे सरांचं नाव आलं.

तिनं पट्‌कन मोबाइल उचलला. "सर...?"

"राणी तुझी सगळी तयारी झाली?"

"हो सर."

"तू मग सहा वाजेपर्यंत सामान घेऊन तुमच्या फाट्यावर ये. आपल्याला मंकीचे बाबा त्यांच्या कारनं वाशीमला ट्रॅव्हल्सवर पोचविणार आहेत."

या वेळी सर पुण्याला येणार नाहीत. ते त्या दोघींना ट्रॅव्हल्समध्ये बसवून देऊन मंकीच्या बाबांच्या कारनं परत अनसिंगला येणार होते.

राणी अन्‌ मंकीचं पुण्यात अरिहंत कॉलेजमध्ये ॲडमिशन करायला जायच्या वेळी मंकीच्या बाबांनी त्यांची कार व ड्रायव्हर दिला होता. मात्र तेथे गेल्यावर मंकीनं अरिहंत कॉलेजमध्ये प्रवेश घेण्याआधी तिथली इतर खासगी कॉलेजेस पाहायचा भांगे सरांकडे आग्रह धरला. सरांचे म्हणणे, आपण बाकीची कॉलेजेस पाहिली तरी ॲडमिशन अरिहंतलाच करावे लागेल. तरी मंकीनं ऐकलं नाही. तिच्या आग्रहावरून सगळी कॉलेजेस पालथी घालून ते संध्याकाळी साडेपाच वाजता अरिहंत कॉलेजमध्ये आले. बाकीच्या कॉलेजेसच्या इमारती, वातावरण या बाबतीत अरिहंत कॉलेज पाहताक्षणीच डोळ्यांत भरणारं होतं. त्यामुळं मंकीनं 'अरिहंतलाच ॲडमिशन घ्या' असं भांगे सरांना म्हटलं. पण तोपर्यंत कॉलेजमधलं कार्यालयीन कामकाज बंद झालं होतं. मग दुसऱ्या दिवशी सकाळी अकरा वाजता येऊन ॲडमिशन करावं लागलं.

त्या वेळी तिच्या बापाची कार. एरव्ही आपण अन्‌ भांगे सर असे दोघेच ॲडमिशनसाठी पुण्याला गेलो असतो तर लक्झरीने किंवा एस.टी. बसने गेलो असतो... आज पुण्याला जायचं तर वाशीमपर्यंत जायला पुन्हा तिच्या बापाची कार. अलिशान कारनं फिरणं आपल्या नशिबी यायलं खरं; पण ते नको वाटायलं. स्लिपर चप्पलमध्ये रुतून बसलेला काटा अधूनमधून तळपायाला टोचावा आणि त्याच्या वेदना असह्य व्हाव्या, अगदी तसं वाटतं हे सारं.

मंकी? मंकीचे बाबा? मंकीची कार...! मंकी, मंकी, मंकी? मंकीच्या बाबांनी दोघींची ॲडमिशन झाल्यावर एके दिवशी आपल्याला भेटायला बोलावलं. आपण भांगे सरांसोबत गेलो तेव्हा ते भांगे सरांना म्हणाले, "सर, ही राणी माझ्या मंकीसाठी जामीन आहे. केवळ तिच्यामुळे मी मंकीला पुण्याला पाठवायला तयार झालो. या राणीचे गुण – विशेषत: हुशारी – माझ्या मंकीतही उतरावी... अन्‌ ती राणीच्या सहवासात राहिली तर नक्की उतरेल, असा मला विश्वास वाटतो...."

"सर, जामीन म्हणजे मग राणीनं मंकीची सर्व जबाबदारी घ्यायची का? तुम्हाला असं तर नाही ना म्हणायचं?" भांगे सरांनी सरळच विचारलं.

"भांगे सर, मला तसं काही वाटत नाही. मंकीचं पुण्यात राहून कल्याण झालं तर मी राणीला धन्यवाद देईन; पण जर समजा मंकीचं अकल्याण झालं तर त्या बाबतीत मी राणीला दोष देणार नाही. पुण्यात राहताना राणी, मंकी दोघीही स्वतंत्र असतील. त्यांना वाटलं तर त्यांनी एकमेकींसाठी काही करावं. मी मात्र तशी अपेक्षा करणार नाही."

"सर, राणीची आणखी एक शंका आहे." भांगे सरांनी असं म्हटलं अन् राणी दचकली. तिनं भांगे सरांकडे कुठलीच शंका व्यक्त केली नव्हती. आतापर्यंत मेंढरागत खाली मान घालूनच ती वागली. तिनं भांगे सरांकडे पाहिलं. ते मंकीच्या बाबांशी संवाद साधत बोलले, "राणीला असं वाटतं, समजा दुर्दैवानं बी.ई.च्या फर्स्ट इअरला राणी पास झाली अन्.... " बोलता बोलता ते थांबले.

"मंकी नापास झाली... असंच ना?" मंकीच्या बाबांनी हसून विचारलं. भांगे सरांनी मान खाली घातली. राणी मात्र घाबरली.

"हे बघ राणी, मंकी बी.ई. झाली काय अन् नाही झाली काय, तिच्या जगण्यात काही फरक पडणार नाही. मात्र तू चांगल्या मार्कांनी बी.ई. व्हावंस असं मला वाटतं. तेव्हा तू बी.ई. होईपर्यंत मी तुला आर्थिक बळ पुरवीन. त्यातून आपण स्वत:च्या नाही तरी आपल्या कॉलेजातल्या एका होतकरू, हुशार मुलीला तिचं स्वप्न पूर्ण करण्यासाठी मदत करू शकलो याचं फार मोठं समाधान मला मिळेल..."

बोलणं झाल्यावर ते दोघं रस्त्यावर आले. तेव्हा भांगे सर म्हणाले, "राणी, तुला पुण्या-मुंबईपैकी कोणतंही एक गव्हर्नमेंट कॉलेज मिळालं असतं, पण या नालायक मंकीमुळं..." बोलता बोलता ते थांबले. ऑप्शन फॉर्म भरताना पुण्याच्या अरिहंत कॉलेजचं नाव टाकताना तिलाही खूप त्रास झाला होता. पण... "राणी, तुम्ही दोघींनी कॉलेज, राहायचा फ्लॅट पाहिला. आता मी तुमच्यासोबत येणार नाही. मंकीच्या बाबांनी मंकीच्या पुण्यातल्या चुलत मामाला कळवून तुम्हाला घ्यायला बोलाविलं. अन् तेच तुम्हाला त्या फ्लॅटवरही पोचवणार आहेत. तुला जेव्हा काही अडचण येईल तेव्हा तू मला फोन कर. स्वत:ची काळजी घे. मंकीचे टेन्शन घेऊ नको," सर कितीतरी वेळ बोलत होते. पण बोलण्यात कुठेतरी वेगळा सल होता.

मोबाइल बंद झाला. राणी रतनला म्हणाली, "बाबा, आता तीन वाजले. आपण पाच वाजता आपल्या फाट्यावर जायला निघू. सहा वाजेपर्यंत सर मंकीच्या बाबांच्या कारनं फाट्यावर येतील." तिनं मीरालाही, "आई, तू माझ्यासाठी तीन-चार पोळ्या टाक," असं म्हणून कामाला लावलं. तरीपण पुण्याला शिकायला जाण्यात एरव्ही वाटला असता तसा उत्साह तिला अजिबात वाटत नव्हता.

◆

आयुष्यात पहिल्यांदा ती स्लिपर कोच ट्रॅव्हलमध्ये प्रवास करायली. ब्रह्मयावरून शाळेत जाता-येता कधी कधी सकाळी पुणे-मुंबई-नाशिक वरून यवतमाळ-नागपूरला जाणाऱ्या स्लिपर कोच ट्रॅव्हल्स दिसत. झोपून जायची ट्रॅव्हल ही गोष्टच राणीसगट तिच्या गावातल्या सगळ्या मुलामुलींना कौतुकाची बाब होती. सिनेमात मुंबईतल्या दोन ताळांच्या गाड्या दाखवतात; पण त्यात नुसती बसायची व्यवस्था. या ट्रॅव्हल्समध्ये म्हणे बसायला सीटच नाहीत. झोपायचे कोच आहेत. एस.टी.बस किंवा इतर ट्रॅव्हल्स बसेसपेक्षा या स्लिपर कोच बसेस लांबी-उंचीला खूपच ऐसपैस वाटतात. त्या समोरून आलेल्या पाहताना किंवा जवळून जाताना मोठंच्या मोठं धूड येत आहे-जात आहे असं वाटायचं. अशा कोचमध्ये आपल्याला झोपून जायला मिळेल याची राणीनं स्वप्नातही कल्पना केली नव्हती. घरी गोधडीवर-म्हणजे जमिनीवर गोधडी अंथरून तीवर झोपायची सवय. ट्रॅव्हल्समधल्या फोमच्या गादीवर अंग टाकल्यावर तिला रूवाच्या गंजीवर अंग टाकल्यासारखं वाटलं. एवढ्या नरम गादीवर आपल्याला झोप येणं कठीणच आहे, हे तिच्या लक्षात आलं. दुसरी गोष्ट अशी की ट्रॅव्हल वेगात रोडनं निघाली की कधी उजवीकडे, कधी डावीकडे झुकायची. त्यामुळे कोचवर पडलेलं असूनही कधी उजवीकडे, तर कधी डावीकडे शरीर गडबडल्यागत व्हायचं. घरात झोपताना गोधडीवरची स्थिरता येथे क्षणभरही लाभत नव्हती. एखाद्या गुंडात खडे टाकावेत अन् तो गुंड डावी-उजवीकडे सारखा फिरवावा, तेव्हा आतल्या खड्यांची जी गत होते, ती आतल्या प्रवाशांची होत होती. अशा अवस्थेतही काही लोकांना झोप लागते म्हणे. राणीला झोप लागणं कठीणच वाटत होतं.

मनात आणखी एक भीती. राणी रात्रीच्या ट्रॅव्हलनं चालली हे शेजारच्या विलासदादाला कळलं तेव्हा तो राणीला भेटायला आला. अन् त्यानं त्याचा अनुभव सांगितला. चार वर्षांपूर्वी पुण्यावरून तो गावाकडे येत होता. सकाळी साडेतीन-चारच्या दरम्यान त्याची ट्रॅव्हल मेहकरच्या जवळपास वेगात येत असताना समोरून येणाऱ्या ट्रॅव्हलची अन् त्याच्या ट्रॅव्हलची टक्कर झाली. काय झालं हे

कोणालाच कळलं नाही. एकच हल्लकल्लोळ माजला. नशीब विलास जागा होता; त्यातही त्याला सर्वांत मागचा कोच मिळाला होता. एकदम टक्कर बसल्यानं त्याला आतल्याआत फेकल्यासारखं झालं. आरडाओरडा सुरू झाला. गाडीत अंधार पडला. त्यातच इंजिनाच्या भागात जाळ दिसू लागला. म्हणजे ट्रॅव्हलने पेट घेतला, हे त्याच्या लक्षात आलं. रात्री पुण्यातून बसताना त्यानं सहज ट्रॅव्हलचं निरीक्षण केलं होतं. तर अपघाताचे वेळी बाहेर पडावयाचा मार्ग त्याच्या कोचाला लागूनच होता. हे लक्षात राहिल्यानं त्यानं चपळाईनं ती खिडकी उघडायचा प्रयत्न केला. थोड्याच वेळात त्यात त्याला यश आलं. तो बाहेर पडला. अन् जीव वाचवण्यासाठी रोडनं धावत सुटला. त्यानं मागं परतूनही पाहिलं नाही. मागून येणारे ओरडण्याचे आवाज हळूहळू क्षीण होत गेले. तो सुलतानपूरला पोचला. एक चहाटपरी चालू होती; काही माणसं चहा घेत होती. काही शेगडीभोवती शेकत उभी होती. तो घाबरलेला, धावत-पळत आलेला पाहून टपरीवाल्यानं ''काय झालं?'' असं विचारलं. तर दमा दाटल्यामुळं त्याला एकाएकी काही सांगता येईना. त्यांनी त्याला बेंचावर बसायला लावलं. दम जाऊ दिला. पाणी दिलं. चहा दिला. मग विचारलं. मग त्यानं काय झालं ते सांगितलं. एक ट्रॅव्हल तिथं उभी होती. तिच्यातल्या खाली उतरलेल्या पॅसेंजरना चढवून त्या ट्रॅव्हलवाल्यानं ट्रॅव्हल दामटली. दुसऱ्या दिवशी विलासला कळलं, दोन ट्रॅव्हल्स जळून खाक झाल्या. त्यात एकोणतीस माणसं जागीच जळून कोळसा झाली. सात दवाखान्यात भरती केल्यावर दगावली. काही गंभीर तर काही किरकोळ जखमी झाले. सुदैवानं विलासला कुठं खरचटलंही नव्हतं; पण त्या घटनेचा फार मोठा मानसिक परिणाम त्याच्यावर झाला. पुढं सहा महिने तो पुण्याला गेलाच नाही. नंतर गेला-आला पण एस.टी.च्या रातराणीने, ''मले आदुगर माहीत असतं तू चालली मनून तं मी तुले रातराणीनंच जाय मनलं असतं. तरी आता चालली तं जाय, पण झोपू नको. जागीच राहाय. अन् माह्यासारखं काही झालं तं बहीर पडायची जागा आधीच पाहून ठेव...'' त्यानं अशी सूचना केली होती. त्यानुसार तिनंही तशी जागा पाहून ठेवली. सुदैवानं तिच्या कोचची खिडकीच तशी होती... विलासदादानं मनात जी भीती घालवून दिली, त्यामुळेच झोप येणं शक्यच नव्हतं.

त्यात शेजारी मंकी. दोघी एकाच डबलबेड कोचवर. तिनं मनात आणलं असतं तर तिच्या बाबाला तिनं स्वत:च्या कारनं पुण्याला नेऊन घालण्यास सांगितलं असतं. ते तिच्या बाबानं अमलात आणलंही असतं. तसं नाही झालं तर या ट्रॅव्हलमधला एक स्पेशल सिंगल किंवा डबल कोच एकटीसाठी तिनं बुक करायला लावला असता. तेही शक्य झालं असतं. तरीही ती या डबलकोचवर आपल्यासोबत रात्रभर प्रवास करते. म्हणजे झोपते आहे. एक नवलच आहे.

मंकीसोबत तसा एकाच बेडवर झोपायला भेटणं हाही एक नवीन अनुभव. घरी तिच्यासोबत तिचा लहान भाऊ अक्षय झोपत असतो. तो या वर्षी सहावीत गेला. उन्हाळ्याची सुटी असल्यानं दिवसभर इतर पोरांसोबत खेळत असतो. रात्री जेवला की बाजूच्या रामूकाकाच्या घरी टी.व्ही. पाहायला जातो. तिथून रात्री ११ वाजता येतो. अन् अंथरुणावर अंग टाकल्या टाकल्या झोपी जातो. पण त्याचं झोपणं असं की तो एक पाय अन् एक हात राणीच्या अंगावर टाकतो. बरं तसा तो जवळ न झोपला तर राणीलाही झोप येत नाही. ट्रॅव्हलमध्ये शेजारी मंकी झोपणार म्हटल्यावर तिला कसं म्हणावं माझ्या अंगावर एक हात, एक पाय टाक म्हणून.

आणखी एक गोष्ट घडली. मंकीनं तिच्याशेजारी अंग टाकलं तर तिच्या अंगाचा भपकन् वास आला. तिनं कोणतातरी सेंट अंगाला लावला असावा. अशा सेंटची राणीला सवय नव्हती. अक्षयच्या अंगाचा वास यायचा; पण घामाचा. मंकीला कुठून येईल घाम? ती केसांना कसले कसले शाम्पू, अंगाला वेगवेगळे महागडे साबण, डोक्याला जस्मिन, डाबरसारखं वासाचं तेल लावत असेल. शिवाय वेगवेगळे लोशन्स, क्रीम, पावडर, कपड्यांवर सेंट... तिच्या अंगा-कपड्या-केसांच्या सुटलेल्या वासानं राणीला झोप येणं आजिबातच शक्य नव्हतं. तशी मंकीही जागीच होती. वाशीमवरून ट्रॅव्हल्स सुरू झाली, तेव्हापासून ती मोबाइलशी खेळत होती. अधूनमधून कोणाकोणाला मोबाइल करत होती. दोन-तीनदा तिलाही मोबाइल-कॉल आले होते.

राणीचा मोबाइल वाजला. तिनं उशाशी ठेवलेल्या पर्समधून काढला. तिची चुलतबहीण सायली होती. ती राणीसोबत बारावी पास झाली होती. मागच्या महिन्यात दामूकाकानं तिचं लग्नही करून टाकलं. परवाच ती ब्रह्याला आली होती... "विसरू नको. आठवण ठेव," असं राणीला ती पुण्याला निघताना वारंवार म्हणाली....

"काय सायली?"

"काकू बोलते."

"दे."

"जेवलीस का राणी?"

"नाही आई. जेवतो आता गाडीत."

"जेव, अन् पाह्यटं पोचली की सायलीच्या मोबाइलवर फोन कर... ठेवू?"

"ठेव," असं राणीनं म्हटलं; पण खरंतर तिला वाटलं आईशी बोलतच राहावं. आतापर्यंत आईला सोडून ती कधीच कुठं गेली नाही. आईला कधी कुठं जायचं काम पडलं तर ती स्वत: तिच्यासोबत जात होती. आज पहिल्यांदा इतक्या दूर जाताना तिला एकतर उदासी वाटत होती. आई, बाबा, अक्षयची

आठवणही येत होती.

तिला वाटलं, मंकीला विचारावं, "जेवतेस का?"; पण तिच्या घरून निघाल्यापासून ती राणीला एका शब्दानंही बोलली नव्हती. मग आपण तरी का बोलावं तिला? अन् तिला जेवायचं असेल तर जेवेल ना ती? किंवा ती घरूनच जेवून आली असेल. आणि नसेल आली तर तिच्या आईनं का आपल्या आईसारख्या गव्हाच्या पोळ्या अन् त्यावर घट्ट बेसन थोडंच बांधून दिलं असेल. कदाचित तिच्याजवळ वेगवेगळ्या मिठाईचे किंवा सुकामेव्यांचे पॅकेट्स असतील. तिची, आपली काय बरोबरी? तिचे बाबा म्हणतात, मंकीसाठी राणी जामीन, पण आपल्याला तर मंकी म्हणजे आपल्या गळ्यात तिच्या बाबानं बांधलेलं लोढणं वाटतं. मात्र हे लोढणं जर आपण स्वीकारलं नसतं तर तिच्या बाबानं आपल्यासाठी एवढा खर्चही केला नसता. अस्वलाच्या त्या गोष्टीतल्यासारखी मंकी म्हणजे आपल्यासाठी तरी पैसे हागणारं अस्वल आहे. आपली आजी गणेश पाटलाच्या भांडकुदळ सुनेला उद्देशून म्हणायची, 'दुभत्या गाईच्या लाता गोड.' का तर गणेश पाटलाची ती सून शिक्षिका म्हणून गावातच नोकरीला होती. त्यांचा पोरगा– रमेश मात्र टुकारपणा करत होता. त्यावरून ती घरात भांडायची. तशी मंकीही आपल्यासाठी दुभती गाय आहे. तिच्याही लाथा आपण गोड मानल्याच पाहिजेत.

ट्रॅव्हलचे लाइट लागले. कंडक्टर ड्रायव्हरच्या केबिनमधून आत येऊन ओरडला, "इथल्या धाब्यावर गाडी अर्धा तास थांबते. ज्याला जेवायचं असेल ते जेवून घ्या." चला, बरं झालं. आपल्यालाही जेवायचं होतंच.

ट्रॅव्हल उभी राहिली. आधी कोचवरून मंकी उतरली. मग राणी. राणी आपली पर्स घेऊन खाली आली. तिच्या आईनं बांधून दिलेला डबा अन् पाण्याची बाटली पर्समध्ये होती. राणीला पर्सचं हसू आलं. काय काय सांभाळते बिचारी? पैसे कमी. बाकीच्या वस्तूच जास्त. जसं नेहमी त्या तीन-चार दिवसांत पर्समध्ये दोन-तीन पॅड तरी असतातच. तिच्या उमऱ्याच्या मावस बहिणीच्या पर्समध्ये तिच्या तान्ह्या पोरानं शी केलेले जांगे कॅरीबॅगमध्ये कोचलेले असतात. त्या दोघींचं बाकी सामान गाडीच्या मागच्या डिकीमध्ये टाकलेलं होतं. मंकीचा डबा कोठे असेल? पण ती धाब्यावरचंच जेवण घेईल. तिचं काय?

धाब्यासमोरचं पटांगण प्रशस्त होतं. झगमग करणारे अनेक लहान-मोठे लाइट्स लावलेले होते. समोर पाच-सहा ट्रॅव्हल्स, दोन-तीन कार उभ्या होत्या. माणसा-बायका-पोरांची वर्दळ होती. राणीनं आपल्या ट्रॅव्हलचा नंबर लक्षात ठेवला. अन् ती धाब्याकडे निघाली.

राणीचं जेवण झालं. तिनं अवताल-भोवताल पाहिलं. मंकीचा कुठंच पत्ता नव्हता. कुठं गेली ही? चहा-कॉफी घेत असेल का कुठं बसून? पण इथं तर

कुठं दिसत नाही? राणीला राहावलं नाही. तिनं उभं राहून आधी सगळीकडे पाहिलं. मग ती इकडंतिकडं फिरली. मंकी कुठंच नव्हती. तिला उगीच घाबरल्यासारखं वाटू लागलं. हिचं इथं काही कमी जास्त झालं तर? तिचे बाबा म्हणतील ... "चलो, रिया ट्रॅव्हल्सवालेऽऽऽ टाइम हो गया..." कंडक्टर ओरडला. पॅसेंजर भराभर ट्रॅव्हलजवळ जमा झाले. बसूही लागले. मंकी मात्र त्यात नव्हती. सगळ्यात शेवटी राणी चढली.

"आ गये सब?" कंडक्टरनं आवाज वाढवून विचारलं. तशी राणी म्हणाली, "भैया, मेरे साथवाली..."

तसा कंडक्टर बोलला, "वो आ रही है। चलो जल्दी।"

खरंच मंकी एका हिरोचा हात हातात धरून येत होती. त्याला पाहताच राणीच्या कपाळावर आठी पडली. 'कोण आहे हा शाहरूख खान? याची-तिची आधीचीच ओळख असेल का? की आता झाली असेल? तसं काही असलं तर या दोघांनी भलतंच काही केलं तर नसेल ना? मंकी तेवढ्याला कमी नाही....'

राणी कोचवर आपल्या जागेवर खिडकीकडून येऊन पडली. अन् मंकी? मंकी तिच्या जागेवर येऊन झोपण्याऐवजी त्या तरुणासोबत पाठीमागं गेली... राणीचा जीव धडकला. हे काय भलतंच करते आहे मंकी? 'पुण्यात राहताना राणी, मंकी दोघीही स्वतंत्र असतील,' असं मंकीचे बाबा म्हणाले होते. 'पुण्यात राहताना' म्हणजे पुण्यात गेल्यावर. मंकीनं मात्र ते स्वातंत्र्य वाशीम सुटलं की, लगेच उपभोगायला सुरुवात केली... कसं होईल हिचं? काय शिक्षण घेईल ही? बापाचा पैसा फुकट वाया घालवणार? हिला त्या गोष्टीची एवढीच आग असेल तर तिनं लग्न का करू नव्हतं...? असं इथं-तिथं घाणीत तोंड घालण्यापेक्षा ते बरं! एकाच खुंट्यावर बांधून घेऊन रवंथ करणं... तिला पुन्हा आजीची आठवण झाली. अशा बायकांबद्दल बोलताना आजी म्हणायची, 'खायाची आग अन लङ्ग्यामागं लाग,' असं कसं काहीही म्हणजे - शेण, नरकुडा - खावावासा वाटतो? घराण्याची, घराची इज्जत, माय-बापाचे चांगले संस्कार, नैतिकता नावाच्या काही गोष्टी असतात की नाही?... राणीचं डोकं तापू लागलं. तेवढ्यात मंकी चढून जागेवर आली. राणीला बरं वाटलं... राणीला वाटलं, हिच्या अंगाचा जवळून वास घ्यावा. त्या शाहरूख खानच्या अंगाचा वास हिच्या अंगाला लागला असेल, पण तसं काही नसेलही. आपल्याला उगंच तसं वाटते. तिच्याबद्दल आपल्याच मनात पाप वास करते... हॅट, सोड रे मना हा विषय..."ॐ भुर्भुवः स्वःऽऽऽ..." ती मनात गायत्री मंत्र म्हणू लागली. किती तरी वेळ म्हणतच राहिली... त्यामुळं तिचं मन स्थिर झालं... शांत झालं. मंकीलाही झोप लागली. मोबाइलवर चॅट करता करता तिचा मोबाइल तसाच राणीच्या मांडीजवळ पडला. बरं झालं.

दुसऱ्या बाजूला कोचखाली पडला नाही. राणीनं तो उचलला. तिला वाटलं, मंकीच्या मोबाइलचे इनबॉक्स आणि आउटबॉक्स उघडून पाहावेत. तिला कोणा-कोणाचे कसे अन् तिनं कोणाकोणाला कसे एस.एम.एस. पाठवलेत? पण तिनं नेटवरून चॅटिंग केलं असेल तर...? आपल्याला नेट उघडता येत नाही. आपल्या मोबाइलमध्ये ही सुविधा नाही... हं!... अरे, याच मोबाइलमध्ये तिनं आपली केलेली क्लिपही असेल... पाहावं का? पण नको. त्यापेक्षा एक करू... हा मोबाइलच फेकून देऊ ट्रॅव्हलच्या बाहेर... ना रहेगा बास ना बजेगी बासुरी... कसं? दुसऱ्याच क्षणी राणीनं खिडकीची काच सरकवली. हवेचा थंडगार झोत आत आला. राणीनं पट्कन मोबाइल बाहेर सोडला... अन् खिडकीची काच लावून घेतली...

आपण केलं ते चूक केलं, असं तिचं मन तिला म्हणत होतं. पण जे केलं त्यात काय चूक? असंही तिचं दुसरं मन म्हणत होतं... बराच वेळ हा झगडा तिच्या मनात चालू होता. तो संपायला एक कारण घडलं. मंकीनं कूस बदलली... ती राणीच्या जवळ सरकली. तिचा डावा हात राणीच्या उजव्या छातीवर येऊन स्थिरावला... अन डावा पाय तिच्या नीट बेंबीखाली... वेगळ्याच भावनेनं राणीचं मन चाळवलं गेलं. घरी अक्षयचा हात, पाय अंगावर पडल्यावर असं कधी झालं नाही. मग आताच का? त्यात मंकी म्हणजे आपल्यासारखी मुलगीच. तरीही... ट्रॅव्हल्सला बसणाऱ्या हिसक्यांमुळे राणीच्या अंगावरच्या मंकीच्या हातानं अन् पायानं तिच्या अंगाची, त्याहीपेक्षा मनाची घुसळण होऊ लागली. त्यातून एक अनामिक आनंद तिला अनुभवायला येऊ लागला. तिनं मंकीकडे फक्त मान फिरवली. मंकीचं तोंड तिच्या तोंडाजवळ आलं. मंकीचा श्वास तिचा श्वास झाला. मंकीच्या केसांच्या, चेहऱ्याच्या, तोंडाच्या सुगंधासह ती मंकीमय झाली... हा प्रवास असाच अंतापर्यंत चालू राहावा असं तिला मनोमन वाटू लागलं... पण क्षणभरच! लगेच दुसऱ्याक्षणी ती सावध झाली... हॅट, मंकीत वाहावत जायला आपण का मंकी आहोत? आपण आपण आहोत... राणी... राणी... हं ! का नाव ठेवलं असेल आपलं आपल्या आईनं हे...? तिची अपेक्षा असेल आपल्याकडून राजसपणाच्या वागण्याची. किती समजावून सांगते आई आपल्याला? "बाई गं, या मोबाइल, टी.व्ही.च्या नादानं पोरी वाया जातात. तू तुले संबाळ. आपण परिस्थितीनं गरीब हाओ; पण इज्जतीनं शिरीमंत हाओ... वाकडं... तिकडं वागून आम्हाले खाली पाह्याची येळ येऊ देणार नाहीस तू याची खात्री हाये आम्हाले..." आपण असं वाहावत जायचं? तिला आठवलं, तिची चुलतबहीण सायली लग्न झाल्यावर नांदून आली तेव्हा तिच्या अन् नवऱ्याच्या काय काय गमतीजमती सांगत होती? सगळं सगळं बारीकसारीक सांगितलं तिनं आपल्याला; पण ते

ऐकून आपल्या मनावर किंचितही परिणाम झाला नाही... अन् आता मंकीमुळं...? तिनं मंकीचा हात उचलला, तिच्या कमरेवर टाकला. पाय सरळ केला... ते करताना तरी तिच्या मनानं किंचित चावटपणा केलाच. किती मऊ लसलस अंग आहे मंकीचं ?... तिनं प्रयत्नपूर्वक पुढचे विचार झटकले. अन् कूस बदलून मंकीच्या विरुद्ध बाजूला तोंड वळवलं ...

◆

सकाळी आठ वाजता त्या दोघी संगमवाडीला उतरल्या. मंकीचा चुलत मामा त्याची कार घेऊन तिथं हजर होता. सोबत आणलेल्या सामानासह त्या दोघी कारमध्ये निघाल्या. राणी सारं काही भिरीभिरी नजरेनं पाहत होती. पंधरा दिवसांत ती दुसऱ्यांदा इथं आली. पहिल्यांदा ॲडमिशन घेण्यासाठी. किती कार रोडवर! रोडही दुहेरी वाहतुकीचे, ऐसपैस... रस्त्याच्या दोन्ही कडेला नुकत्याच बांधल्यासारख्या वाटणाऱ्या काचेच्या उंचच उंच इमारती... त्यांची संख्या तुरळक. जुन्या बंगल्यांची संख्या जास्त... तशीच झाडांची संख्याही खूप... लगेच पुढे फ्लायओव्हरवर गाडी चढली... वरून खालच्या बंगल्यांकडे पाहताना नवल वाटू लागलं. असे फ्लायओव्हर्स तिनं सिनेमा-मालिकांतून पाहिले होते. आता प्रत्यक्ष त्यावरून ती उड्डाण करते आहे... हां, यांना मराठीत उड्डाणपूल म्हणतात. फ्लायओव्हरपेक्षा उड्डाणपूल बरं वाटतं...

मंकी मामाशेजारी पुढं बसली होती. त्या दोघांच्या गप्पा सुरू होत्या. राणीनं मंकीकडं निरखून पाहिलं. आपण फेकून दिलेल्या मोबाइलची अजूनही तिला कशी आठवण आली नाही? तिच्या हातचा मोबाइल कधी सुटल्याचं वर्गात, शाळेत आपण कधीही पाहिलं नाही. तिची चांगली झोप झाल्यामुळं फ्रेश दिसत होती. ती काही राणीइतकी भिरीभिरी पाहत नव्हती. याच्याआधी ती इथं येऊन गेली असेल कदाचित... त्यामुळं! तसं नसतं तर तिला पुण्याबद्दल एवढं आकर्षण का वाटलं असतं? एखादी गोष्ट न पाहता तिच्याबद्दल आकर्षण वाटू शकतं का? शकतं! एखाद्या गोष्टीबद्दल ऐकलं तरी आकर्षण वाढते... मंकीनंही पुण्याबद्दल ऐकलंच असेल का?...

मामाच्या बंगल्यावर पोचायला वेळ लागला नाही. नोकराने डिक्कीतून सामान बाहेर काढलं. राणीनं आपलं सामान उचललं. मामा म्हणाले, ‘‘अगं, राहू दे आणतो तो...’’ तरी राणीनं मामाचं ऐकलं नाही. मंकी मात्र तशीच पाठीवरची सॅक सांभाळत निघाली.

तोंड धुणं, अंघोळी करून फ्रेश होण्यात एक तास गेला. दरम्यान तोंड

धुतल्यावर मामीनं एक एक कप चहा दोघींनाही दिला. राणीनं मामींना पाहिलं अन् तिला विद्या बालनची आठवण तीव्र झाली. नाक, नक्शा, हसणं अगदी सई सई तस्संच... वयही तेवढंच! तीन वर्षांची एकच मुलगी- जेनी तिचं नाव. हिंदू म्हणजे अन् जेनी नाव? कसं हे? राणीच्या मनानं यावर दुसरा प्रश्न केला. मंकीचं कुटुंबही हिंदूच असून तिचं नाव मंकी कसं? पण ते लाडाचं नाव... तिचं खरं नाव... मृणाल... मृणालचं मंकी थोडंच होते? तसंच या जेनीचंही असेल. तिचं खरं नाव, दुसरंच काही असेल.

मध्यंतरी व्हरांड्यात जाऊन राणीनं भांगे सरांना अन् तिच्या चुलतबहिणीला - सायलीला ती व्यवस्थित पोचल्याबद्दल फोन केला.

"मृणाल, पप्पांना पोचल्याचं कळवलं?" डायनिंग टेबलावर जेवायला बसताना मामानं विचारलं.

"मामा, आधी एक सांगू का?"

"सांग."

"मला मृणाल म्हणू नको! त्या नावानं हाक मारली की मला शिवी दिल्यासारखंच वाटतं." मामांना ती 'अरे, कारे' म्हणत होती. राणीला नवल वाटलं.

"अगं, पण ते तुझं खरं नाव..."

"ते रेकॉर्डपुरतं."

"मग काय म्हणायचं? म्हणजे कोणत्या नावानं हाक मारायची?"

"मंकी."

"हे कसलं नाव?" मामीनं आश्चर्य व्यक्त केलं.

"मला आवडतं... आवडतं म्हणजे बस्स!"

"बरं बाई."

मामींनी प्लेटी मांडल्या. जेवणाची सामग्री टेबलावर ठेवली. मंकीने उठून सॅक आणली. त्यातले मोबाइल काढले... एकामागून एक तीन... प्रत्येक तळ्हाताएवढा पसरट. अरे, हिच्याजवळ तीन मोबाइल्स? म्हणजे आपण ट्रॅव्हलबाहेर फेकला तो चौथा की काय? आणि आपण ज्या कारणासाठी फेकला ती क्लिप तरी त्यात होती का? की यांपैकी एखाद्यात असेल? राणीचं डोकं चक्रावलं. तिनं मंकीकडं पाहिले. पुन्हा ती सॅकमध्ये शोधू लागली... त्रस्त वाटली.

"काय शोधते मंकी?" मामी.

"अगं मामी, माझा आणखी एक मोबाइल नाही दिसत."

"कुठे ठेवला असेल. दुसऱ्या बॅगेत, सुटकेसमध्ये..."

"नाही मामा, रात्री माझ्या हाती होता झोपताना..." अन् तिनं राणीकडे पाहिलं... राणीनंही तिच्या नजरेला नजर भिडवली. खाली मान घातली तर

आपली चोरी पकडली जाईल, याची तिला भीती वाटली.

राणी काही बोलणार, तर मामानं चौकशी केली, ''तुम्ही उतरताना कोचवर नीट पाहिलं? तिथं पडला नाही ना?''

''मी पाहिलं. नव्हता,'' राणीनं सफाई दिली.

''मग झोपताना ट्रॅव्हलमध्ये खाली तर पडला नसेल? तसं असेल तर कोणीतरी उचलला...''

''गेला... मामी, मला नाही जेवायचं. माझा मूड गेला...'' ती उठू लागली.

''अगं अगं, उठू नको बस...'' मामानं आग्रह केला.

''माझ्या खूप आवडीचा होता तो. माझ्या वर्गातल्या वेदान्तनं तो मला बर्थडेला गिफ्ट म्हणून दिला होता. खरंतर तो मी सतत जवळ बाळगत असे. आजच असं काय झालं की सकाळी जाग आल्यापासून आतापर्यंत त्याची आठवण आली नाही, असं कधी झालं नव्हतं.''

''केवढ्याचा होता?''

''मामी, त्याचे सत्तावीस हजार रुपये मोजले होते वेदान्तनं माझ्यासमोर... सर्व पीसेसमध्ये मला तोच आवडला होता...''

राणीच्या गळ्यात श्वास अडकला.... सत्तावीस हजार? अन् बर्थडेची गिफ्ट. वेदान्तचे बाबा श्रीमंत आहेत, हे मान्य... त्यांचा अनसिंगला मोठा व्यापार आहे. कापड, किराणा, मेडिकल, जनरल, रेडिमेड, कृषि... एकाच कॅम्पसमध्ये सर्व मॉलसारखं. त्यामुळे वेदान्तला पैशांची कमी नसेल, पण तरीही वेदान्तला त्यांनी त्या कारणासाठी एवढे पैसे दिले असतील? की त्यानं त्याच्या घरातले चोरले? की त्याच्या पॉकेटमनीमधून खर्च केले?

त्या मोबाइलच्या महागडेपणाची जाणीव झाल्यावर आपण विनाकारण तो ट्रॅव्हलबाहेर फेकला, वाटल्यास त्यातले सिम अन् मेमरीकार्ड काढून फेकून द्यायला हवे होते... पण आता काय? साप गेला... जाऊ दे...! वेदान्तला काय कमी आहे? तो तिला दुसरा घेऊन देईल... अन् समजा आता वेदान्तनं नाही घेऊन दिला तर इथे पुण्यात काय अशा वेदान्तांना तोटा आहे?

पण मग प्रश्न असा की गंकीला एवढ्या महागड्या चार-चार मोबाइल्सची गरजच काय? आपण घेतला एक हजार रुपयांचा... संपर्कासाठी असावा म्हणून... त्या सत्तावीस हजारात आपल्या मोबाइलसारखे सत्तावीस मोबाइल आले असते... आता राणीचाच नर्व्हसनेस वाढू लागला. मंकीआधी तिलाच आता डायनिंग टेबलवरून उठावंसं वाटू लागलं....

''मंकी, नर्व्हस होऊ नको, आपण पोलीस स्टेशनला रिपोर्ट देऊ,'' मामाचं ते बोलणं ऐकून राणीचं काळीज उडालं. पोलीस? ते आपलीही चौकशी करतील.

दरडावतील, लेडी-पोलिसांच्या हातानं मारहाणही करतील, किंवा अंदरही करतील.

"नको मामा, पोलिसाची भानगड नको मागं लावून घेणं."

"अगं तसं कसं? तुझ्या हरवलेल्या मोबाइलमधल्या सिमकार्डचा कोणी गैरकामासाठी दुरुपयोग केला तर? ते तुझ्यावर येऊन पडेल मग."

"अरे, मामा-ते खरं. पण मग पोलीस?" मंकीलाही मनातून पोलीस म्हणजे कटकटच वाटत होती.

"शिवाय त्या मोबाइलमध्ये तुझं मेमरी कार्ड असेल? त्यात तुझे फोटो... त्यांचाही कोणी गैरवापर करू शकतो.."

बाप रे! मेमरी कार्ड? त्यात काय काय नाही? राणी, भांगे सरच्या अश्लील क्लिप्स... शिवाय आपले नको त्या अवस्थेतले कित्येक फोटो. ते आठवून ती घाबरली. म्हणाली, "आता कसं मामा?"

"तू चिंता करू नको. चतुःशृंगी पोलीस स्टेशनमध्ये एक कॉन्स्टेबल माझ्या ओळखीचा आहे. त्याला सांगतो मी. तुझ्या मोबाइलबद्दलची माहिती माझ्याजवळ लिहून दे."

मंकी 'हो' म्हणाली. अन् तेवढ्यानंच राणीचं जेवणावरचं लक्ष उडालं.

◆

एक दिवस मामाच्या घरी मुक्काम ठोकून त्या दोघी दुसऱ्या दिवशी फ्लॅटवर आल्या. अर्थात मामानंच त्यांना आणून सोडलं. 'साहिल मंझिल' असं त्या अपार्टमेंटचं नाव. तळमजल्यासह चार मजले. प्रत्येक मजल्यावर सहा फ्लॅट्स. एकूण चोवीस फ्लॅट्स, वरच्या फ्लॅट्समध्ये जाण्या-येण्यासाठी लिफ्ट, राणी, मंकीचा फ्लॅट तिसऱ्या मजल्यावर. राणीला लिफ्टमधून जाताना खूप गंमत वाटली. लिफ्ट तिनं सिनेमा, मालिकांतच पाहिली होती. आता प्रत्यक्ष तिला लिफ्टमधून जायला-यायला मिळतं आहे; पण आपण एकट्यानं जातो-येतो म्हटलं तर कसं? आपल्याला लिफ्टचं मेकॅनिझम तर माहीत नाही. मंकीला विचारलं तर ती शब्दही बोलत नाही... बघू, काय ते.

मामानं गेटमनला हाताशी धरून सारे सामान फ्लॅटमध्ये आणलं. मामानं गेटमनकडे चौकशी केली. या अपार्टमेंटमध्ये प्रत्येक मजल्यावर सहा याप्रमाणे एकूण चोवीस फ्लॅट्स. सगळे फ्लॅट्स वेगवेगळ्या महाविद्यालयांत शिकणाऱ्या मुलींनाच भाड्याने दिले जातात. काही फ्लॅटमध्ये एक-एक, दोन-दोन मुलीच राहतात. या फ्लॅट्सना सहा हजार रुपये मासिक भाडे. मात्र दोनपेक्षा अधिक मुली जर राहत असतील तर प्रत्येकी दोन हजार रुपये भाडं आकारलं जातं. अशा फ्लॅटमध्ये जास्तीत जास्त सहा मुली ठेवल्या जातात. बहुतेक फ्लॅट्समधल्या मुली राहायला आलेल्या आहेत. दर महिन्याचं भाडं महिना सुरू झाला की पाच तारखेपर्यंत भरावंच लागतं. नाही भरल्यास मॅनेजर त्या फ्लॅटमधील मुलींना आणखी दोन दिवसांची मुदत देतात. तेवढ्या काळातही भाडं भरलं गेलं नाही तर सरळ त्या फ्लॅटला लॉक लावतात. भाडं भरल्याशिवाय लॉक काढत नाहीत. फ्लॅट बुक करताना भाडेकरू व मॅनेजर यांचेमध्ये असा लेखी करार होतो. त्यामुळे भाडेकरूला कोणताही वाद घालता येत नाही. जे.ॲन्ड.के. हाउसिंग कार्पोरेशन नावाची पुण्यात एक फार मोठी कंपनी आहे. या कंपनीचे पुण्यात विविध कॉलेजच्या परिसरांत असे अठरा अपार्टमेंट्स आहेत. त्या सर्व अपार्टमेंट्समधले फ्लॅट्स फक्त विद्यार्थिनींनाच भाड्यानं दिले जातात, हे विशेष.

मुलींच्या सर्व अपार्टमेंट्समध्ये मुलींसाठी खास, कडक नियम आहेत. फ्लॅट बुक करताना या नियमांची लेखी यादी दिली जाते. मुलींच्या अपार्टमेंट्समध्ये रात्री नऊच्या आत प्रवेश. नऊनंतर गेट बंद. ते सकाळी साडेपाचलाच उघडते. एखादी मुलगी– बहुतेक तसं होत नाही; पण समजा– नऊनंतर आली, तर कुठल्याही परिस्थितीत तिच्यासाठी गेट उघडत नाही. शिवाय मुलींना आपापल्या बॉयफ्रेन्ड्सना फ्लॅट्सवर आणता येत नाही. आधी तशी बंदी नव्हती. पण दोन वर्षांपूर्वी एक भयानक प्रकरण घडले. औंधमधल्या एका अपार्टमेंटमध्ये एकाने अगदी वरच्या टेरेसवरून आपल्या गर्लफ्रेन्डला ढकलून दिले. त्यात तिचा जागीच मृत्यू झाला. तेव्हापासून बॉयफ्रेन्ड्सवर बंदी घालण्यात आली. या अपार्टमेंटच्या समोरच रामावतार स्वामीची खासगी खाणावळ. बहुतेक मुलामुलींचे डबे तेथेच लावलेले. डबेवाला माणूस सकाळी साडेनऊ आणि रात्री सात वाजता प्रत्येक फ्लॅटमधल्या मुलीचे त्यांच्या नावानिशी डबे भरून तो ऑफिसबॉयकडे जमा करतो. मुलींनी आपापले डबे उचलून न्यायचे. रिकामे झाल्यावर आणून ठेवायचे. बहुतेक पालक फ्लॅट बुक करतानाच मेसवाल्याकडेही जेवणाच्या डब्याबद्दल सांगतात.

"पण आमच्या डब्यांबद्दल पप्पा काही बोलले नाहीत," मंकीनं मध्येच म्हटलं.

"असं कसं होईल? विचारून घे पप्पांना," मामानं सुचविलं.

मंकीनं लगेच फोन लावला. तिच्या पप्पानं उचलला. मंकीनं जेवणाच्या डब्याच्या बुकिंगबद्दल विचारलं.

"भांगेला विचारून सांगतो. त्यानं काय केलं ते मला माहीत नाही," तिचे पप्पा म्हणाले. भांगे सरांनी निघताना मंकीजवळ फ्लॅटच्या बुकिंगची पावती दिली होती; पण डब्यांबद्दल काही बोलले नव्हते.

"मंकी, त्याला आठवण राहिली नाही म्हणे. तू तुमच्या दोघींचे डबे लावून टाक."

"पप्पा, पैसे?" तिनं रडकुंडी येऊन म्हटलं. तिच्याजवळ खरंच कमी पैसे असतील का?

"अगं पैशाची चिंता करू नको. मी आणखी दहा हजार रुपये तुझ्या ए.टी.एम.मध्ये टाकायला सांगतो."

मंकीनं मोबाइल बंद करताना राणीकडे पाहिलं. बोलली काहीच नाही. तिच्या पप्पानं भांगे सरांच्या हातानं राणीच्या खात्यात दहा हजार रुपये चार दिवसांआधीच टाकले होते. ती अकरावीत असताना तिचं वाशीमच्या महाराष्ट्र बँकेत वर्गातल्या इतर मागासवर्गीय मुलींसोबत खातं काढलं गेलं होतं. अकरावी, बारावीत भेटलेली नऊशे-नऊशे रुपये भारत सरकारची शिष्यवृत्ती चेकद्वारा त्या खात्यात जमा झाली

होती. शिवाय बारावीच्या परीक्षेचा तीनशे पंचवीस रुपये माफ झालेल्या फीचा चेकही राणीनं त्याच खात्यात जमा केला होता. असे दोन्ही वर्षांचे मिळून दोन हजार एकशे पंचवीस रुपये. त्यातला एक रुपयासुद्धा तिच्या आईबाबांनी काढायला लावला नाही. 'पुढं कालेजात गेल्यावर कामी येतील.' म्हणून तसेच पडू दिले. शिवाय या दोन वर्षांच्या काळात आईसोबत तिनं जी मजुरी केली, त्या मजुरीचे जवळपास दोन हजार रुपये तिच्या आईनं जमा करून ठेवले होते. ते दोन हजार अन् बाबाजवळचे साडेतीन हजार, बाबाच्या माघारी आईनं दिलेले दीड हजार असे एकूण सात हजार रुपये तिच्यासोबत आहेत. नाही म्हटलं तरी भांगे सरांनी त्यांच्याजवळचे पाच हजार रुपये तिच्या खात्यात जमा केले. वरून 'आणखी पैसे लागले तर सांग,' म्हणाले. किती काळजी करतात सर तिची? त्यांचे उपकार कसे फेडावेत? आज रोजी तिच्या खात्यात सतरा हजार पंचवीस रुपये आहेत. ते आणि जवळचे मिळून चोवीस हजार एकशे पंचवीस रुपये... एवढे पैसे? आपण स्वप्नातही पाहिले नाहीत कधी! खर्च तरी काय लागणार? गावातल्या बोबडेकाकांचा हनुमान गेल्या वर्षी अमरावतीला इंजिनिअरिंगच्या पहिल्या वर्षाला शिकत होता. उत्सुकता म्हणून कालच्या शनिवारी ती त्याला भेटली. त्याच्याशी बराच वेळ चर्चा केली. त्या ओघात त्याने कॉलेज सुरू झाल्यावर काय काय खरेदी करावी लागते ते सांगितलं. कंपासचं साहित्य, ड्रॉइंग शीट्स, स्केचबुक, ड्रॉइंग शीट्सचं कंटेनर, प्रॅक्टिकल्सचे वेगवेगळ्या विषयांचे जर्नल्स, वर्कशॉपचं जर्नल, वर्कशॉपमध्ये घालायचा ॲप्रन, नोटबुक्स अशी बरीच मोठी यादी. शिवाय फर्स्ट सेमिस्टरच्या काही सब्जेक्टचे ट्यूशन्स. अमरावतीत ट्यूशन्सचे प्रत्येकी अडीच ते तीन हजार रुपये घेतात म्हणे. पण आपल्याला ट्यूशन्स लावायचे की नाही त्याबाबत भांगे सरांना विचारावं लागेल. त्यांनी म्हटलं 'लाव' तर लावू, त्यांनी म्हटलं 'नको' तर राहिलं... गोष्ट होती मंकीजवळच्या पैशांची.

"मामा, मला हॉल पाहिजे."

हॉलमध्ये आल्यावर ती राणीला उद्देशून पण मामाला म्हणाली. लेकी बोले सुने लागे तसे. राणीच्याही ते लक्षात आलं. राणीनं आपलं सामान बेडरूममध्ये हलवलं.

"काही लागलं तर मला फोन कर," काही वेळानं जाताना मामा म्हणाला, ती "हो" म्हणाली.

बेडरूम, किचन आणि स्वतंत्र गॅलरीज होत्या. हॉलच्या गॅलरीतून बाजूच्या बिल्डिंगमधले फ्लॅट्स दिसत होते. बेडरूमच्या गॅलरीतून मात्र समोरचा रोड दिसत होता. मामा जाणार म्हणून राणी बेडरूमच्या गॅलरीत आली. गेटपाशी गेलेल्या मामाने वर पाहिले. त्याला राणी दिसली; पण मंकी दिसली नाही. राणीनं

“बाय” म्हणत हात हालवला. मामाची सॅन्ट्रो गेटच्या बाजूला उभी होती. किती आरामशीर कार...! त्या कारमध्ये बसायला मिळणं हेही राणीसाठी भाग्यच. या सगळ्यांचे भाग्यविधाता होते मंकीचे पप्पा. त्यांनी मंकीसोबत राहण्याचा आपल्याला आग्रह केला नसता, तर भांगे सरांनी कसंही करून ॲडमिशन मिळवलंच असतं; पण नेमकं पुण्यालाच नव्हे आणि समजा पुण्यातही घेतलं असतं तर एखाद्या गव्हर्नमेंट लेडीज होस्टेलमध्ये राहण्याची व्यवस्था केली असती, कमी पैशात...

हॉल अन् बेडरूममध्ये एक एक सिंगल बेड, दिवाण होता. त्यावर ना गादी ना चादर. राणीनं अन् मंकीनं सोबत आपापले बेड आणले होते. राणीचं बेड म्हणजे काय? तर तिच्या बाबानं खताच्या दोन पोत्यांची शिवलेली फारी. त्यात गुंडाळलेली एक गोधडी. त्यावर अंथरायचं एक जुनं बेडशिट, एक ब्लँकेट, एक शाल. मंकीचं बेड मात्र जाडं, मोठं होतं. सिंगलबेडची नवी जाड गादी, नवी बेडशीट, नवी जाड रग, नवी पिलो, नवी पिलोकव्हर. राणीनं आपलं बेड सोडलं अन् दिवाणावर व्यवस्थित अंथरलं. मंकीनेही बेड सोडलं. पण नीट न अंथरता नुसतं लोटलाट केलं. त्यावर अंग झोकून देऊन ती मोबाइलवरून वेदान्तशी चॅटिंग करण्यात गुंग झाली. राणी मात्र बाकीचं सामान लावण्यात गुंगली. ते करताना गरमी होते आहे असं वाटलं. तिनं छताकडं पाहिलं. छताला मध्यभागी पंखा लावलेला होता. तिनं बटण दाबलं. पंखा सुरू झाला. गावाकडच्या घरी कसला आला पंखा? तसं रात्रीचं लोडशेडिंग सुरू झालं तेव्हापासून खेड्यातली माणसं घरात झोपतही नाहीत. पावसाळ्याच्या रात्री सोडल्या तर सर्रास लोक रस्त्यावर बाजा टाकून झोपतात. राणीच्या घरी बाज नसल्याने सर्व जण अंगणात जमिनीवर झोपतात. पाऊस असला तर घरात.

तेवढ्यात मंकीचा आवाज आला. ती गॅलरीतून ओरडत होती, “गेटमन, गेटमन ऽऽऽ” ती ज्या बाजूनं हाका मारत होती त्या बाजूनं गेटमनला हाक ऐकू जाणं शक्य नव्हतं. मग तिचा आवाज किचनच्या गॅलरीतून ऐकायला येऊ लागला. ‘ही एवढी का ओरडते?’ राणीला प्रश्न पडला.

“उपर आव,” गेटमनला आवाज ऐकू गेला असावा. तो लिफ्टनं वर आला. फ्लॅटच्या हॉलमध्ये आला,“जी मॅडम?”

“या कबर्डमध्ये किती धूळ आहे? आणि हा हॉल तरी नीट झाडलेला आहे का?”

“मॅडम, इथं फ्लॅटसाठी झाडूवाल्याची व्यवस्था नाही. तुमचा फ्लॅट तुम्हालाच स्वच्छ करावा लागेल. खालच्या ऑफिसमधून झाडू मिळेल.”

“क्काय?” मंकीसाठी हा धक्काच होता. कारण गावाकडे तिनं अशा गोष्टी कधी केल्याच नव्हत्या. राणीला या सगळ्या गोष्टींची सवय होती. आपलं

सामान कबर्डमध्ये लावण्याआधी तिनं एका फडक्यानं ते नीट साफ करून घेतलं होतं. भांगे सरांकडून मुद्दाम चार-पाच जुने पेपर आणले. ते तिनं कबर्डमध्ये नीट अंथरले. त्यावर सामान ठेवलं. सामानाची मांडामांड झाल्यावरती ती बेडरूम साफ करणार होती.

"ही कामं माझ्याच्यानं होणार नाहीत."

"तुम्ही मॅनेजरच्या ऑफिसमध्ये जाऊन तक्रार करू शकता."

"चल," म्हणत ती त्याच्यासोबत ऑफिसमध्ये आली. ऑफिसबॉयला तिने आपली तक्रार सांगितली. त्यावर त्याने स्पष्ट केले. फ्लॅटमध्ये राहणाऱ्यांनीच आपापल्या फ्लॅटची झाडझूड करावी. आठ दिवसाला एकदा ऑफिसमधून पोछा मारला जाईल. प्रत्येक फ्लॅटसमोर डस्टबिन ठेवले जाते. त्यात फ्लॅट झाडल्यावर कचरा आणून टाकायचा. तो उचलायचं काम ऑफिसची माणसं करतील. शिवाय फ्लॅट बाहेरच्या गॅलरीज, जिने ऑफिसमधूनच साफसूफ केले जातील.

"हे काम मी करू शकणार नाही."

"आमचा त्याला नाइलाज आहे."

"असं कसं? फ्लॅटचं सहा हजार रुपये भाडं कशासाठी घेता मग?"

"याचा जबाब आपण मॅनेजरकडून मिळवू शकता. मला तो अधिकार नाही. आपण या आता," तो आपल्या कामात गुंग झाला. मंकी तणतणत वर आली.

"हरामखोर साले, एकेकाला गोळ्या घालायला पाहिजे. यांना आमचा पैसा हरामाचा वाटतो ..." बराच वेळ मंकी बडबडत होती. राणी नुसतीच ऐकत होती.

संध्याकाळ होत आली त्या वेळी मंकी-राणीच्या फ्लॅटमधलं चित्र वेगळं होतं. राणीनं आपलं सगळं सामान व्यवस्थित लावलं. खालून झाडू आणून बेडरूम झाडलं... मंकीचं सामान अजून बॅग्जमधून, सुटकेसमधून बाहेर आलं नाही. मंकीनं मूड आल्यावर मोबाइलमधली गाणी लावली. सगळी गाणी हिट ॲन्ड हॉट. गाण्यांसोबत तिचंही गाणी म्हणणं अन् डान्स करणं कितीतरी वेळ चाललं. मग अचानक तिनं एका सुटकेसमधल्या तीन-चार जीन्स पॅन्ट काढल्या. कैचीही तिनं सोबत आणली होती. ती सुटकेसमध्येच होती. ती काढली अन् प्रत्येक पॅन्ट कमरेला लावून हाताच्या अंगठ्याच्या टोकापर्यंत माप गृहीत धरून तिनं सर्व पॅन्ट्सचे पाय कैचीनं कचाकचा कापले. तिच्या नाजूक बोटांनी ते काही तिला व्यवस्थित कापता आले नाहीत. ते लक्षात आल्यावर मग तिने सोबत आणलेला अन् कैचीसोबत सुटकेसच्या तळाशी ठेवलेला चाकू काढून ते पाय चाकूने कापून काढले. तरीदेखील ते व्यवस्थित कापले गेले नाहीतच. मग तिनं अंगातली सलवार काढून त्या कापलेल्या जीन्स घालून कर्बडच्या पटाला असलेल्या अखंड आरशात पाहिलं. आधी अंगातलं कमीज वर करून आणि मग तो

अंगातून काढून टाकून पाहिलं. अंगातली ब्रा अन् त्या कापलेल्या जीन्स हेच कॉम्बिनेशन तिला खूपच आवडलं. अलीकडच्या नट्या अशाच तोकड्या कपड्यांत असतात. त्यांचे ते लुक्स तिला खूपच आवडतात. त्या खूपच सेक्सी वाटतात. उद्या जर समजा आपण हे घालून कॉलेजात गेलो तर? धम्मालच होईल. पण ब्रा म्हणजे खूपच झालं. त्यात आपली ब्रेस्ट फारशी तट्ट नाही. दोन्हीकडचे उभार सो-सोच आहेत. तिला मागच्या आठवड्यात एक एस.एम.एस. आला होता- 'ब्रेस्ट्स इज नथिंग बट द इसेन्स ऑफ वुमन सेक्शुॲलिटी – भरदार छाती हा स्त्रीचा फार मोठा अलंकार होय.' खरंच आहे ते. दुर्दैव आपल्या नशिबात नाही तो. राणीचे उभार मात्र आपल्यापेक्षा खूपच चांगले आहेत. तिला जर असं काही घालायला लावलं... पण ती आहे पूर्णपणे गावंढळ, काळी. तिला काय आवडणारेय असलं जगणं? त्याचीही सवय हवी ना! आपण गावाकडे असताना रात्री आपल्या बेडरूममध्ये बहुतेक वेळा ब्रा आणि जांगवरच वावरलो. आपल्या बेडरूममधल्या ग्लासमध्ये आपण स्वत:ला कितीवेळा न्याहाळत बसलो... आपल्या मोबाइलमधल्या ऑटोमेटिक कॅमेऱ्यात आपण आपले अशा अवतारातले वेगवेगळ्या मूड्समधले कितीतरी फोटो घेतले. रिमा, सोनूला ते दाखवले; तेव्हा त्यांनी तोंडच वासलं... रिमानं ते आपल्याला जबरदस्ती डिलिट करायला लावले... क्काय मज्जा आली तेव्हा...?

गावाकडे प्रत्यक्षात वावरताना खूपच बंधनं होती. आता आपण स्वतंत्र आहोत... आता कसं वागायचं ते आपण ठरवू... इथं ना आईची किरकिर, ना पप्पांचा धाक... आपल्या मनाची मर्जी... बस्स! नुसती ऐश करायची... ही राणी आपल्या गळ्यात पडली... तो पप्पांचा आग्रह म्हणून... तिला सांगावं लागेल, माझ्या भानगडीत नाक खुपसू नकोस म्हणून... तू तुझं बघ... मी माझं बघते... बस्स ! आता नुसती धम्माल करायची... कॉलेजमधला मस्त एखादा ग्रूप पाहू. सध्याच अभ्यासाचं फारसं सिरिअसली घ्यायचं नाही. ते पुढे बघता येईल... सध्या तरी त्याला वेटिंगवरच ठेवू...

एकाएकी तिला जरा वेगळंच फील झालं... तिला शंका आली. तिनं जांग चाचपून बघितला... अरे देवा...! याला नेमकी हीच वेळ होती... आता! पॅडचे दोन बंडल्स इकडे सोबत आणायचे म्हणून आपणच काढून ठेवले होते... आईनं कशात टाकले असतील...? चला, उघडा सुटकेसेस अन् बॅग्ज अन् शोधा पॅड्स... भराभर मंकीनं दोन्ही बॅग्जमधलं सामान, कपडे दिवाणावर अस्ताव्यस्त काढून फेकले. त्या दोन्ही बॅग्जमध्ये पॅड बंडल्स नव्हते... मग तिनं एकेक सुटकेस उघडून त्यातलं सामान, कपडे विस्कटून पाहिले. त्यातही बंडल्स नव्हते... माय गॉड... आता? पळा दुकानावर... पण तेही इथं कुठं जवळपास असेल का?

जवळ नसेल तर किती लांब असेल?... आयडिया! राणीजवळ असेल... नाहीतरी राणीचा फक्त जीवच तिचा आहे. बाकी तिच्याजवळचं सारं साहित्य आपल्या पप्पांच्या पैशाचं आहे. म्हणजे आपलंच आहे... पण मग तिला विचारावं लागेल. तिला कशाला विचारायचं? सरळ जाऊन शोधायचं... घ्यायचं... बस्स ! मंकी तशीच राणीच्या बेडरूममध्ये शिरली. राणी दिवाणावर अंग टाकून डोळे मिटून पडलेली होती... मंकी आत आल्याचं तिच्या लक्षात आलं. तिनं डोळे उघडून तिचा अवतार पाहिला... अन् ती चकितच झाली. हिनं तर सिनेमाच सुरू केला... हॉट ॲन्ड हिट ड्रेस.

''काय पाहिजे तुला?'' राणीनं उठून विचारलं. मात्र मंकी काही न बोलता तिचं सामान अस्ताव्यस्त करत होती. राणीनं उठून तिच्याजवळ येत विचारलं, ''अगं, पण सांगशील तर तुला काय हवं ते?'' तिनं काहीसा आवाज वाढवल्यावर मंकी बोलली, ''पॅड.''

''अस्सं सांग ना मग? थांब. मी देते...'' राणीनं दिवाणावरच्या अंथरुणाखाली उशाकडून ठेवलेलं पॅडचं बंडल तिच्यासमोर धरलं... मंकी ते हिसकावून घेतल्यासारखं करत निघून गेली...

'काय करणार आहे ही इथं राहून?' 'यापेक्षा हिच्यासोबत आपलं कसं होईल? आपल्याला हिचा गुण लागला तर...' या विचारानं राणीचं डोकं चक्रावू लागलं.

◆

जिन्याच्या पायऱ्या चढताना राणीला आपल्या भावनांवर ताबा मिळवणं कठीण जाऊ लागलं. झालं काय की, मेसचा डबा आणण्यासाठी ती खालच्या ऑफिसमध्ये गेली. ऑफिसबॉयनं तिचं नाव विचारलं... ते नाव त्याच्या म्हणजे मेसवाल्याच्या यादीत आहे की नाही ते त्यानं पाहिलं... ते त्याला दिसलं नाही म्हणून त्यानं विचारलं, ''तुमचे पैसे भरले का?'' राणीला याची कल्पना नव्हती. मामासोबत दुपारी त्या दोघी आल्या तेव्हा मोबाइलवरून बोलताना मंकीच्या पप्पानं दोघींचे जेवणाच्या डब्यांचे पैसे भर असं मंकीला म्हटलं होतं. ती तिचा डबा घेऊन गेली; अन् आपला आला नाही याचा अर्थ तिनं फक्त तिच्या डब्याचे पैसे भरले. आपल्या डब्याचे भरले नाहीत. काय हलकट आहे! राणीला मंकीचा पोटातून राग आला.

''आता भरले तर चालतील?'' राणीनं ऑफिसबॉयला विचारलं,

''आता वेळेवर नाही चालणार, आता उद्या...''

''मग आता मी उपाशी राहू की काय?''

''मी काय सांगू?'' ऑफिसबॉयनं हात झटकले.

''कोणाचा डबा शिल्लक असेल तर द्या...'' राणी काकुळतीला आली.

''नाही, शिल्लक डबा नाहीये.''

तिनं पुन्हा विनवलं तरी फरक पडला नाही. तिथं आठ-दहा डबे ठेवलेले होते... तिला वाटलं, यातला जबरदस्तीने एक उचलावा, अन्... पण ते कसं शक्य होतं?

पायऱ्या चढून परत येताना तिचा मंकीबद्दलचा राग अनावर होत होता. आता तिचा डबा हिसकावून घ्यायला पाहिजे. 'मरू दे उपाशी मेली तर,' मनातल्या मनात राणी बोलली; पण हेही शक्य नाही, हे तिला कळत होतं. कारण एवढा आक्रमक तिचा स्वभाव नव्हता.

तरी काल घरून निघण्यापूर्वी आई म्हणत होती बेसन लाडू, चिवडा करून देते म्हणून. पण आपण 'नाही' म्हटलं. तिनं सोबत बांधलेल्या जादा दोन पोळ्या

आपण काढून टाकल्या. त्या असत्या तर आता खायला कामी आल्या असत्या. आपली आजी नेहमी म्हणायची, 'भूक नसो, पण शिदोरी असो.' खरं होतं तिचं म्हणणं.

राणीनं फ्लॅटचा दरवाजा लोटला. मंकी मोबाइलवर मोठमोठ्यानं बोलत होती, "आई बघ हा मेसचा डबा," टेबलावर उघडून ठेवलेल्या डब्याकडे पाहत ती म्हणाली, "हे वरण बघ... नुसतं ढुळ्ळुक पाणी, या पोळ्या बघ, जळक्या, वातड... अन् ही भाजी गवारीच्या शेंगा... आई, तुला माहीत आहे ना मी त्या भाजीकडे ढुंकूनसुद्धा पाहत नाही म्हणून... आता तूच सांग, हे सगळं मी कसं खाऊ?"

राणीला वाटलं, तिला म्हणावं, 'तू खात नसशील तर मला दे. मी खाते...'

मंकीची आई तिकडून काहीतरी बोलली त्यावर उसळून मंकी म्हणाली, "असंच जेवण जर इथं मिळणार असेल तर मी इथं राहणार नाही... ढोरासारखं असं हे कुटार खाणं मला नको आहे... मी चक्क उपाशी झोपीन; पण यातला एक घास तोंडात टाकणार नाही. नाही, नाही... हे बघ, हा डबा मी अस्सा झिर्रर्र फेकून देते..." आणि खरंच तिनं त्या डब्यावर राग काढला. सगळा डबा फ्लोअरवर सांडला... पोळ्या इतस्तत: पसरल्या. भाजी जिकडे-तिकडे सांडली. राणीचा खूप जीव तुटला. तिला वाटलं, पोळ्या, भाजी उचलून घ्यावी... खावी. काय होते त्याला? आपण गावाकडच्या घरी नाही तसं करत? भाकरी-पोळीचा तुकडा जमिनीवर पडला तर कपाळाला लावतो अन् खातो... आणि दोन पावलं पुढं येऊन ती तसं करण्यासाठी वाकलीही. तर ते पाहून मंकी तिच्यावर खेकसली, "ए, हात लावू नकोस... चल, हो तुझ्या बेडरूममध्ये..."

आणि ती मुकाट्यानं आत जाण्याऐवजी पुन्हा बाहेर पडली. अन् वेड्यासारखी जिना उतरून कार्यालयात आली. "बाहेर जाऊन खायला काही आणते," असं तिनं त्याला म्हटलं. त्यावर त्यानं नकार दिला.

"पाच मिनिटांत गेट बंद होतं," ऑफिसबॉयनं सांगितलं. राणीनं त्याला पुन्हा विनवलं तर तो म्हणाला, "माझी हरकत नाही; पण गेट बंद झाल्यावर बाहेरच थांबावं लागेल."

नाइलाजानं राणी पुन्हा पायऱ्या चढत वर जाऊ लागली. भुकेनं ती आधीच व्याकूळ झालेली. त्यात आता पायऱ्या चढणं तिच्या फारच जिवावर आलं. मट्कन पायऱ्यांवर बसावं असं तिला वाटलं; पण ते बरं दिसलं नसतं म्हणून ती वर जायला निघाली. ती मामासोबत दुपारी आली तेव्हा ही सगळी बिल्डिंग गप्प होती. हल्लागुल्ला, बोलभाषण, रडणंभेकणं असं काही ऐकू आलं नव्हतं. ना खाली-वर जाता-येताना कोणी आढळलं. एवढ्या मोठ्या बिल्डिंगमध्ये तळमजल्यावर

सर्व मजल्यांवरच्या फ्लॅट्समध्ये मुली राहतात म्हटल्यावर एकही मुलगी आपल्याला कशी दिसली-भेटली नाही दुपारी? कुठे गेल्या असतील सर्व जणी? बहुधा कॉलेजातच का? की शहरात? दुपारच्या आणि आताच्या वातावरणात जमीन-अस्मानाचा फरक पडलेला होता. नऊ वाजत आले तरी प्रत्येक मजला गजबजलेला होता. हसीमजाक, आरडाओरडा, गाणी म्हणणं या गोष्टींना नुसता ऊत आला होता. आपण पायऱ्यांवरून खाली जाताना कितीतरी मुली आपल्यासारख्याच पायऱ्यांनी चढून-उतरून गेल्या... त्यात आपल्यासारखी एकटी कोणीच दिसली नाही. दोघी, तिघी, चौघी किंवा त्यापेक्षा अधिक मुली घोळक्यांनी गेल्या होत्या. लिफ्टही सतत खाली-वर, खाली-वर करताना दिसते आहे. आपण लिफ्टमध्ये बसून वर आलो असतो तर? तळमजल्यावर चार-पाच जणी उभ्या होत्या, लिफ्टसाठी... खरंतर आपल्याला त्यांच्यासोबत थांबायला मनातून थोडीशी धाकधूक वाटली. तसं का व्हावं? त्या मुली. आपण मुलगी... नसेनात का ओळखीच्या? पण मुलीच ना? मुलं थोडीच होती ती? तरीपण आपण मनातल्यामनात घाबरलो... का? तसे मंकीसोबत कालपासून आपण आहोत... तर तिचीही अनामिक भीती वाटते... का? कदाचित तिच्या-आपल्यामध्ये असणाऱ्या आर्थिक विषमतेपोटी तसं होत असावं? शिवाय तिचे पप्पा आपल्यासाठी खर्च करतात. त्यातूनही आपल्या मनात लाचारी येत असेल? पण मग या मुलींच्या बाबतीत तसं का व्हावं? या श्रीमंतांच्या की गरिबांच्या, उच्चवर्णीय का बहुजनवर्गीय, भांडकुदळ की सालस? यातलं काहीच आपल्याला माहिती नाही. तरी तसं झालं? बाईनं बाईला, मुलीनं मुलीला भ्यावं, असं काय असतं?...

विचार करता करता ती तिसऱ्या मजल्यावर आली. तिचा फ्लॅट नं. चार... जिन्याच्या डाव्या बाजूला पहिलाच. पाहते तर तिच्या फ्लॅटसमोर सात-आठ मुलींचा घोळका. मोठमोठ्यानं 'दरवाजा उघड' म्हणणारा. म्हणताना दारावर थापा मारणारा. राणीला ते पाहून अचंबा वाटला. काय झालं? का या मुली दारापुढे गोळा झाल्या? मंकीने काही आगाऊपण केला असेल का? की यातली कोणी मंकीच्या ओळखीची वगैरे? ती पुढे होऊन काही बोलणार तो मंकीनं दार उघडलं... भसभसा सगळ्या जणी आत गेल्या. त्यांच्यामागून राणी आत आली.

"ओय, ही तर खूपच मॉडर्न दिसतेय," एक उंच किडकिडीत, गोरी मुलगी मोठ्यानं ओरडून म्हणाली. त्याचं कारणही तसंच होतं. मंकीच्या अंगावर ब्रा अन् तिनं खालून कापलेला जीन्स होती.

"ए कुठलीयेस तू?" दुसरीनं विचारलं.

मंकीनं गावाचं नाव सांगितलं. त्यावर "ए, तुझा होमडिस्ट्रिक्ट सांग," असं विचारलं गेलं. मंकीनं 'वाशीम' म्हटल्यावर "तरीच वाशी म्हणजे ठीकच आहे..."

असं ती मुलगी म्हणाली.

"आणि हे काय गं? या पोळ्या, भात, वरण, भाजी... डबा? कोणी फेकलं हे सारं जमिनीवर?" एक जरा लठ्ठशा पण काळ्याशा मुलीनं कपाळावर आठ्या पाडून चौकशी केली.

राणीला वाटलं, आपण पुढं व्हावं, अन्...

"ए बोल ना?" दोघी तिघींनी आवाज उंचावला. त्या आवाजात राणीला वेगळीच जरब वाटली. मात्र त्यांच्यापुढे मंकीची मेंढी झाली होती... बॅ बॅ सुद्धा तिला करता येत नव्हतं. ती काहीच बोलत नव्हती.

"तुझ्या फ्लॅट-मेट्स कोण कोण आहेत?"

"मी," राणीनं मागून आवाज दिला. तशा सर्व जणी राणीकडे वळून पाहू लागल्या. राणीच्या अंगावरचा ढगळ पंजाबी ड्रेस पाहून ही काही या जीन्सवालीसारखी वाशीची नाही हे त्यांच्या लक्षात आलं... गावाकडचं मॉडेल दिसतं हे. त्या मुलींनी तिला पुढे यायला सांगितलं. तिचं नाव-गाव विचारलं. होमडिस्ट्रिक्ट वाशीम– वाशी नव्हे. या राणीच्या स्पष्टीकरणावर त्यांनी वाशीम कोठे आहे, त्याची चौकशी केली. वाशीम हे विदर्भात... अलीकडे नव्याने तयार झालेल्या जिल्ह्याचं ठिकाण. मंकीही तिथलीच... वाशीम-विदर्भ म्हटल्यावर त्या मुलींना मोठं कुतूहल वाटू लागलं.

"आणखी किती जणी राहताय या फ्लॅटमध्ये?" या प्रश्नावर "फक्त दोघीच" या उत्तरानं त्या मुली चकित झाल्या. कारण बाकीच्या फ्लॅट्समध्ये सहा-सहा मुली राहत असल्याचं त्यांच्या बोलण्यातून राणीला कळलं...

"रईसजाद्या आहात वाटतं?" एकीनं कपाळावरची बट उडवीत विचारलं.

"ही दिसतेय... ही नाही वाटत," दुसरीनं मंकी अन् राणीकडं पाहत विश्लेषण केलं.

"हा डबा कोणी फेकलाय असा जमिनीवर?" त्या लठ्ठ, काळ्या मुलीनं पुन्हा विचारलं. तिला या गोष्टीचा खूप राग आला असावा असं दिसत होतं. राणी गप्पच राहिली. मात्र तिनं मंकीकडे पाहिलं. त्यावरून हा पराक्रम या वनफोर्थ जीन्सवालीचा हे त्या गुलीच्या लक्षात आलं.

"ए, काय समजतेयस स्वत:ला? अन्न हे पूर्णब्रह्म असतं, हे शिकवलं नाहीय का तुला तुझ्या आईनं? घर सोडून इथं आलीयस ते फ्यूचर घडवायला, की जेवायला? लक्षात ठेव, इथं आल्यावर जेवण ही सेकंडरी बाब असतेय. करिअर महत्वाचं असतंय. जेवणापेक्षा लक्ष करिअरवर दे... त्यासाठी समोर येईल ते खा... त्यातून ऊर्जा मिळव.... 'उदरभरण नोहे जाणिजे यज्ञकर्म' म्हणतात... शिक्षण घेणं हा यज्ञ आहे आणि हे असलं बेचव, जळकं-कच्चं अन्न हे त्यात

टाकली जाणारी समिधा आहे... करिअर घडल्यावर मग जिभेचे चोचले पुरव... हे जमत नसेल तर पुण्याचा नाद सोड... गावाकडे जा... काही न करता नुसती खाऊन खाऊन मर...'' त्या मुलीला खूपच संताप आला होता...

तिचं नाव संजना. ती या वर्षी बी.ई. सेकंड इअरला गेली. वर्गातली ती टॉपर आहे. त्यामुळे 'साहिल मंजिल'मधल्या सर्व फ्लॅट्समधल्या मुली तिचा आदर करतात. तिला सीनिअर असणाऱ्यासुद्धा. ज्युनिअरवाल्या तिला मॅम म्हणतात.

''चल, उचल हे फेकलेलं अन्न. हे सगळं साफ करून घे...'' संजनानं दटावलं. मात्र मंकीनं तिच्या बोलण्याकडं दुर्लक्ष केलं. हा विषय उगीच ताणला जाऊ नये म्हणून राणी पुढं झाली. पोळ्या उचलण्यासाठी ती वाकली. तशी संजना कडाडली, ''ए, तू हात लावू नकोस. तिनं फेकलं, ती उचलेल.''

राणीनं मंकीकडं पाहिलं. ती अजूनही सिरिअस झाली नव्हती. उलट ती काही उलटून बोलते की काय असं राणीला वाटू लागलं. फ्लॅटमधला पहिला दिवस. अन् तो असा संघर्ष घेऊन उभा ठाकला. किमान एक वर्ष इथं या मुलींसोबत राहायचं. सोबत म्हणजे त्यांचा प्रत्यक्ष संबंध येत नसला तरी... फ्लॅटबाहेर पडलं की तोंडावर तोंड पडणारच... उगीच ताण वाढविण्यापेक्षा लहानपणा घेतलेला काय वाईट? राणीला हे पटत होतं, पण मंकीला? ती तर ताठरपणा सोडायला तयार नव्हती. तिकडे संजनाचं टेंपर वाढत होतं. अन् बाकीच्या मुलींची अस्वस्थता वाढत होती.

''मंऽऽऽकऽऽ'' राणीला राहवलं नाही. पण तिचा उच्चार अर्धवटच राहिला. मंकी पट्कन पुढं झाली. पटापटा तिनं सारं टिफिनमध्ये गोळा केलं. तिनं कापून टाकलेल्या जीन्सच्या एका पायच्यानं टाइल्स पुसल्या अन् बाजूला झाली. संजनासह सर्व मुली रिलॅक्स झाल्या. तरी मनात म्हणाल्या, 'कसली धीट आहे गं ही?'

''तुझा डबा?'' संजनानं राणीला विचारलं.

राणीनं तिच्या डब्याची काय भानगड झाली ती सांगितली. ''अगं मग, हिनं हिचा डबा फेकून देण्याऐवजी तुला का खाऊ दिला नाहीय?'' एका मुलीनं विचारलं. त्यावर राणी गप्पच झाली. त्या दोघीत असणारी दुही कशी सांगावी या मुलींना? पण ते न सांगताही त्या मुलींच्या लक्षात आलं.

''आपल्यापैकी कोण जेवायचं राहिलेय गं?''

''आम्रपाली अन् योगिता.''

संजनानं त्या दोघींना आपापले डबे आणायला सांगितलं. त्या दोघींनी पट्कन डबे आणले. संजनाच्या सूचनेनुसार त्या दोघींनी डबे उघडले. संजनानं मंकी अन् राणीला त्या दोघींसोबत जेवायला सांगितलं. राणी बसली. पण मंकी बसेना. एकतर हे अन्न खायची तिची इच्छा नव्हती. दुसरी गोष्ट तिला खटकली ती

आम्रपालीची. आम्रपाली म्हणजे?... राणीच्या अन् तिच्यासोबत अनसिंगला शिकायला सावळीची आम्रपाली कांबळे होती... तिच्यासोबत खाण्यापेक्षा रात्रभर उपाशी राहता येईल... पण तसं स्पष्ट बोलण्याची सोय नव्हती.

"ये बस गं. चल, वेळ नको लावूस. आम्हालाही भुका लागल्या," योगितानं मंकीला आग्रह केला.

"मला भूक नाही," पहिल्यांदा मंकी बोलली.

तशी संजना तिच्यावर डाफरली, "राणीसरकार, इथं तुमची काळजी घेणारं कोणी नाहीय. अमुक खावंसं वाटत नसेल तर तमुक खा म्हणायला आणि जेवणाऐवजी तुझ्याजवळ काही असेल तर ते खायला आमची हरकत नाहीय, पण इथल्या शिरस्त्यानुसार आपल्याजवळ जे काही असेल ते सगळ्यांनी- किमान आपापल्या फ्लॅटमधल्या मुलींना सोबत घेऊन खावं... नसेल तर आता दुसरं काही मिळणं कठीण आहे. आता नऊ वाजून गेलेत. बाहेरचं गेट बंद झालंय. आता ते सकाळी साडेपाच वाजता उघडेल... आणि समजा उघडं असलं तरी पिझ्झा, बर्गर मिळविण्यासाठी इथून किमान पाच किलोमीटर आणि फाइव्ह, थ्री स्टारमधलं जेवण मिळविण्यासाठी किमान नऊ किलोमीटर जावं लागेल. तुला कोणता पर्याय निवडायचाय ते तू बघ... हं, आणखी एक... आम्ही दुसऱ्या फ्लॅट्समधल्या मुली तुझ्यावर सक्ती करतो आहोत असं तुला वाटत असेल तर ते मनातून काढून टाक. आपण सगळ्या जणी आपापली घरं - कुटुंब सोडून इथं एकत्र आलोय, तर जात-पात, धर्म-पंथ, गरीब-श्रीमंत असले सारे भेद सोडून बहिणी-बहिणी म्हणून एकत्र राहू या. कोणावर कधी, कशी वेळ येईल अन् त्या वेळी कोणाची मदत घ्यावी लागेल ते सांगता येत नाहीये. त्यामुळे मनात असे काही भ्रम असतील तर काढून टाक अन् या तिघींसोबत जेवायला बस... काय?" शेवटी शेवटी संजनाचा आवाज भलताच मृदू झाला होता. राणीला वाटलं, संजनाइतकं आपल्या आईनं कधी आपल्याला समजावून सांगितलं नाही. तिला संजनाचं सारं बोलणं पटलं... पण मंकीच्या कानावरून अजूनही ऊ गेली नाही.

पुन्हा संजना मंकीचं प्रबोधन करू लागली, "इथं एकमेकींसोबत जेवणं तुला कसंतरी वाटतेय; पण उद्या कॉलेजात गेल्यावर कॅन्टीनमध्ये तू काही खायला-प्यायला लागशील तेव्हा कोणीही अनोळखी मुलगा-मुलगी तुझ्या हातचा पदार्थ घेऊन त्याचा एक घास खाऊन, एक घोट घेऊन मग तुला परत करेल. तेव्हा ते तुला फेकून देता येणार नाही. त्यासाठी आतापासून त्याची सवय कर."

"संजना, राहू दे तिची इच्छा दिसत नाहीये."

"ठीकाय. त्यातली एक पोळी अन् त्यावर थोडीशी भाजी वेगळी काढून ठेवा हिच्यासाठी. काय गं हिचं नाव?"

“मृणाल,” राणीनं मंकीचं नाव सांगितलं.

“मृणाल नाही मंकी,” मंकीनं आपल्याला आवडतं ते नाव सांगितलं.

“मंकी? नावाप्रमाणं माकडचेष्टा खूप करतेयस...” नेहा नावाची मुलगी हसून म्हणाली.

राणी, आम्रपाली, योगिता एकत्रच जेवायला लागल्या. मंकीला ते कसंसंच वाटलं.

“चल गं, आपण आलो कशासाठी अन् हे झालंय काय?”

त्या सगळ्या जणी मंकी अन् राणीचं इन्ट्रोडक्शन घ्यायला आल्या होत्या... “नंतर बघू,” म्हणून बाकीच्या निघून गेल्या.

पण जाण्यापूर्वी संजनानं राणीला समज देत म्हटलं, “राणी, तू बोलताना तुझ्या गावाकडची बोली बोलतेस. ते इथं फार काळ चालायचं नाही. कॉलेजमध्ये मुलं-मुली तुझी खिल्ली उडवतील. त्यासाठी लवकरात लवकर पुणेरी बनायचा प्रयत्न कर. वागण्यात अन् बोलण्यात. काय? माइंड वेल. ठीकाय?” एवढं बोलून संजना तेथून बाहेर पडली. आणि ती गेल्यावर आम्रपाली अन् योगिता मोठ्यानं हसल्या. त्या का हसताहेत हे राणीला कळलं नाही. तिनं आम्रपालीला विचारलं, त्यावर आम्रपाली म्हणाली, “अगं, गावाकडून आलेल्या प्रत्येक मुलीला संजना मॅम असा उपदेश नेहमीच करतात. आम्हीही त्यातून सुटलो नव्हतो.”

हे ऐकून राणीही हसली.

◆

नेटवरून वेदान्तशी चॅटिंग करताना मंकीला कंटाळा आला. त्यानं प्रेझेंट दिलेला मोबाइल हरवला हे आधी तिनं त्याला सांगितलं. तेव्हा पुण्याला आल्यावर त्यापेक्षा चांगला मोबाइल घेऊन देईन असं आश्वासन त्यानं दिलं. तो एम.बी.बी.एस.साठी पुण्यालाच प्रवेश घ्यायच्या प्रयत्नात होता. त्याच्या पप्पांनी पुण्याला त्यांच्या एका ओळखीच्या प्राध्यापकामार्फत तशी फील्डिंगही लावली होती. त्याचं नागपूर, अमरावती, अकोल्यात सहज जमलं असतं; पण त्यानं ते नाकारलं. याचं कारण त्यानं मंकीला शब्द दिला होता, 'शिकायचं तर आपण दोघंही पुण्यातच शिकू.' त्यानुसार मंकीनं पप्पांच्या मागं लागून पुण्याला ॲडमिशन घेतलं होतं.

सध्या ती पुण्यात आणि तो गावाकडे. ते दोघं एकमेकांना खूपच मिस करत होते. राणी, आम्रपाली, योगिता गप्पा मारत जेवत असताना मंकीला त्यांच्या गप्पा ऐकणं खूपच बोअर झालं. तेव्हा तिनं नेटवर वेदान्तशी कॉन्टॅक्ट केला. मिस, किस, विश सकट जोक्स, छोट्या छोट्या स्टोरीज, एकमेकांसाठी सेक्सी-नॉनसेक्सी पिक्चर्सचं डाउनलोडिंग असं करता करता रात्रीचे साडेतीन वाजले. वेदान्त आणि मंकीमधलं मानसिक अंतर शून्य होतं, तरी शारीरिक अंतर मात्र साडेसहाशे किलोमीटर एवढं होतं. चॅटिंग करताना एकमेकांच्या भावनांचे आरोह-अवरोह कळत होते. पण शारीरिक उत्तेजना शमवता येत नव्हती. कारण त्यासाठी स्पर्श आवश्यक होता आणि तो चॅटिंगद्वारा शक्य नव्हता. मग पुन्हा तेच तेच. फारतर बाकीच्या मित्र-मैत्रिणींबाबत चौकश्या, जोक्स, रिमार्क्स वगैरे वगैरे. बस्स! मानसिक अन् त्या मागोमाग शारीरिक थकवा यायला लागला. शेवटी तिनंच वेदान्तला गुडनाइट केलं. उद्या चॅटिंग करण्याचं आश्वासन देऊन मोबाइल ऑफ केला.

कॉटवर, कॉटखाली कपडे अस्ताव्यस्त पडले होते. तिनं ते बॅग्जमध्ये कोंबले. अंगावर ओढण्याची रग घेतली. ती पायथ्याशी ठेवली. टेबलवरचं पॅडचं बंडल पाहून त्यातून एक पॅड काढलं, बाथरूममध्ये जाऊन बदललं. आधीच वापरलेलं तिथंच खिडकीत टाकलं. गावाकडेही पॅडची विल्हेवाट लावणं हे तिला फार मोठं

संकट अन् म्हणून कंटाळवाणं काम वाटे. बाथरूममधलं तिचं वापरलेलं पॅड खूप कुरकुर करत तिची आई उचलून बाहेर कचराकुंडीत टाकी... इथे आता आई थोडीच येणार... पाहू, सकाळी काय करता येईल ते... असं मनात म्हणून ती हॉलमध्ये परतली... पाणी प्यावसं वाटू लागलं... पण बाहेर जाऊन वॉटर कूलरमधलं पाणी पिण्याचाही तिला कंटाळा आला. घरी सगळं कसं हाती मिळत होतं... आता इथं कोण आणून देणार आयतं? टेबलावरचा तिला मघाशी संजनानं जमिनीवर सांडलेला भरायला लावलेला डबा... बाजूला राणी, आम्रपाली, योगितानं तिच्यासाठी ठेवलेली पोळी-भाजी... तिला ते सगळं पाहून कसंसंच झालं... कसं खावं वाटलं त्या तिघींना एकत्र? वरणाच्या डब्यात, भाजीत तिघींचे घास... त्यात ती आम्रपाली, योगिता कोण आहे अन् कोण नाही देव जाणे! अन् ती लीडर- काळी-लठ्ठी आपल्याला म्हणत होती, 'आपण सगळ्या जणी जात-पात, धर्म-पंथ, गरीब-श्रीमंत असले सारे भेद सोडून बहिणी-बहिणी म्हणून एकत्र राहू...' ती अन् तिच्या ग्रूपमधल्या त्या सगळ्या जणी राणीसारख्या आर्थिकदृष्ट्या दुर्बल अन् मागासलेल्या जातींच्या असतील... त्यांना काय? आला दिवस कसा तरी ढकलायचा. आपण कधी असल्या खालच्या लेव्हलच्या मुलींसोबत राहिलो नाही, वावरलो नाही. खाण्यापिण्याची गोष्ट तर मग कोसो दूर. ही राणीच आपल्या गळ्यात लोढण्यासारखी अटकली... ती केवळ पप्पांच्या आग्रहामुळं... अन्यथा फ्लॅटमध्ये आपण एकट्याच राहिलो असतो... ते बरं, तिला बेडरूममध्ये राहायला सांगितलं. तिचा आपला तसा अर्थाअर्थी संबंध नाही. 'कोणाला कधी, कशी वेळ येईल अन् त्या वेळी कोणाची मदत घ्यावी लागेल ते सांगता येत नाही,' मघाशी संजना असं बोलली; अगं चल हट्. माझ्यावर तशीच काही वेळ आली तर मी तुमच्यापैकी कोणाचीच मदत घेणार नाही... असा विचार तिच्या मनात येताच तिच्या दुसऱ्या मनानं टोचलं, 'मंकी, तुला राणीचे पॅड घ्यावे लागले.' हं, घ्यावे लागले; पण ते विकत घ्यायला त्या भिकारणीला पैसे माझ्या पप्पांनीच दिले ना? मग ते तिचे थोडेच झाले...

तिनं दिवाणावर अंग टाकलं. झोपताना लाइट ऑफ करून झोपायची तिला सवय नव्हती... त्यामुळे लाइट चालूच होता... एरव्ही गावाकडे तिला लाइटात झोप लागते... पण आज तसं होईना... कालही मामाच्या घरी लवकर झोप लागली नव्हती... नवीन जागा म्हणून की काय? पण काल राणी मात्र ढाराढूर झोपी गेली... अन् आजही झोपली... तिचा लाइट बंद होता. अंधारात झोप कशी येते म्हणावी या लोकांना?... एकाएकी खिडकीतून पाण्याचे तुषार आले... अरे, पाऊस सुरू झाला वाटतं. ती उठली. तिनं खिडकी लावून घेतली.

राणीला संजनाचा ग्रूप मिळाला. आपलं काय होईल? आपणही संजनाच्या

ग्रूपशी जुळवून घ्यायचं का? नको, ती कशी हिटलरसारखी वागत होती मघाशी? अन् भाषणबाजीही किती करत होती? आपण खरंतर तिचं ऐकूनच घ्यायला नको होतं. गावाकडे, घरी आपण कोणाचं कधीच सुनून घेत नव्हतो, मग इथं आल्यावर असा काय बदल झाला आपल्यात? की संजनानं आपल्याला आपण जमिनीवर फेकलेला डबा उचलून फ्लोअर साफ करायला सांगितलं, अन् आपण तसं केलंही. का? का??... अगं, पण तू एकदम थोडंच मान्य केलंस? राणीनं उचलतो म्हटलं तर तिला संजनानं उचलू दिलं नाही. तिचं म्हणणं आपण फेकलं तर ते आपणच उचलायचं, साफ करायचं... केवढं टेंशन आलं होतं सगळ्या जणींना? तसं आपल्यालाही आलं होतं. शेवटी फ्लॅटवरचा पहिला दिवस म्हणून आपण माघार घेतली. अन् ते सारं साफ केलं... चुकलं का आपलं? काय वाटलं असेल संजनाला अन् तिच्या ग्रूपला आपल्याबद्दल? आपण तिला भ्यालो? खरंच भ्यालो? माय फूट! विचाराविचारात तिनं खररंच लाथ झाडली पण तिचंच तिला हसू आलं, अजूनही आपण टेन्शन घ्यायलो त्या घटनेचं. खरंच घेतो आहोत का? छट् छोड दिया. ती पट्कन उठून बसली. तहान अधिक व्याकूळ करत होती. आपण घरून येताना वॉटरबॅग, बिसलेरीची बाटली, ग्लास, जग असं काहीतरी पाण्यासाठी आणायला हवं होतं. आपल्याला वाटलं इथं घरच्यासारखीच सारी व्यवस्था असेल; पण कसचं काय! असली भिकार जागा पाहिल्यावर तिनं भांगे सरांना शिव्या घातल्या.

झोपला असेल का वेदान्त? करावी पुन्हा चॅटिंग त्याच्याशी?... पण नो. एकदा त्याचं सुरू झालं की चिकटूनच पडतो... हं, चिकटून पडतो...? तिला आठवला मॅट्रिकच्या वर्गात असतानाचा प्रसंग. वाशीमला श्रीराम टॉकिजमध्ये 'स्लमडॉग मिलेनिअर' नावाचा पिक्चर लागला होता. झोपडपट्टीतल्या एका स्कॉलर मुलाची ती गोष्ट. झोपडपट्टीत अशी स्कॉलर मुलं जन्माला येतात? हे त्या वेळी आपल्याला खरंच वाटलं नव्हतं. ही राणीही तर तशीच आहे म्हणा. तर त्या वेळी वेदान्तशी आपण या गोष्टीवर विनाकारण बहस केली. त्यानं आपल्याला तो सिनेमा पाहायचा सल्ला दिला. वाशीमला जाऊन सिनेमा टॉकीजमध्ये सिनेमा पाहणे हा काही फार मोठा आकर्षणाचा भाग नव्हता. कारण पाहिजे त्या सिनेमाच्या सी.डी. बाजारात उपलब्ध असतात. सी.डी. घरी आणायची अन् कॉम्प्युटरवर पाहायची. सोपी गोष्ट... पण 'स्लमडॉग मिलेनिअर'ची तशी गोष्ट नव्हती. मंकीनं प्रयत्न करूनही तिला त्या सिनेमाची सी.डी. उपलब्ध झाली नाही. ओरिजिनल नाही ना डुप्लिकेट. शेवटी वाशीमला जाऊन त्या टॉकीजमध्ये बसून सिनेमा पाहण्याशिवाय पर्याय नव्हता.

आणि एक दिवस शाळेच्या दिवशी ती वेदान्तसोबत त्याच्या मोटरसायकलवरून

पिक्चर पाहायला गेली. त्यांना जाताना ज्यांनी ज्यांनी पाहिलं, त्यांनी त्यांनी डोळेच विस्फारले.... पण त्या दोघांविषयी ब्र शब्द बोलायची गावात कोणाची हिंमत नव्हती. मंकीचे पप्पा राजकारणातली मोठी असामी तर वेदान्तचे पप्पा गावातले सगळ्यात श्रीमंत व्यापारी. 'मोठ्यांच्या भानगडीत आपण नाहक कशाला पडा?' असा ज्यानं त्यानं विचार केला असेल. त्यामुळे या गोष्टीची गावात दबक्या आवाजात चर्चा झाली असेल, पण ही गोष्ट ना मंकीच्या घरापर्यंत पोचली, ना वेदान्तच्या.

जाताना मंकी सुरक्षित अंतर राखून बसलेली होती; पण वेदान्तनं सिनेमा बघण्यासाठी बॉक्सचं तिकीट काढलं. अन् तिथंच सारा घोटाळा झाला... 'स्लमडॉग मिलेनिअर' बाजूलाच राहिला. त्याच्यातलाच डॉग जागा झाला. अन् त्यानं तिला सिनेमा संपेपर्यंत कुठे कुठे चावे-बोचकारे घेतले... अन् काय काय केलं ते आठवलं की.... आताही त्या आठवानं तिचा श्वास फुलला. त्या वेळी आपल्याला अशा बाबतीत कसलाच अनुभव नव्हता... पण टी.व्ही. वरच्या सिनेमा, मालिकांत अन् पुढे मोबाइल नेटवरून त्यातलं काहीच पाहणं बाकी उरलं नव्हतं. त्याकामी प्रवेशची तिला फार मदत झाली. तसा प्रवेश तिच्या जवळच्या नात्यातला. तिच्या चुलतबहिणीचा दीर... तिच्यापेक्षा दोन वर्षांनी लहान. ती मॅटिकला असताना तो आठवीत होता... पण तो कॉम्प्युटरचा खास किडा. नेट म्हणजे त्याच्या डाव्या हातचा मळ... त्याला त्यातलं काहीही सांगा. जादूगाराप्रमाणे क्षणार्धात हजर... त्यानं एकदा आपला चेहरा मेंढीच्या धडाला बेमालूमपणे लावला... त्याची चित्रफीतच तयार केली... त्या चित्रफितीत एक एडका हुंगा घेत आपल्याजवळ येतो, आपल्या ओठांचा किस घेतो... अन् मग रंगात येऊन लगट करत चक्क... हॅट, भलतंच काय आठवायलो आपण हे? ती कॉटवरून उठून बसली... पण त्यानं राणीच्या बाबतीत केवढी मदत केली आपल्याला? राणीनं आपल्या पप्पांची ऑफर नाकारल्यावर आपण प्रवेशच्या हातानं राणी अन् भांगे सरांची ती क्लिप बनवून घेतली. शिवाय ती दुसरी राणीची आपल्या घरच्या डॉगी सोबतची. ती राणीला दाखवली नव्हती. अन भांगे सर? त्यांनाही ती क्लिप वेदान्तच्या हाताने दाखवली. राणीला दिली तशीच शाळेतल्या मुलांच्या मोबाइलवर ती क्लिप डाउनलोड करायची धमकी त्यांनाही दिली. अन् त्याचा परिणाम म्हणून राणीसोबत आपलंही ॲडमिशन पुण्याला एकाच कॉलेजात करण्याबद्दल ते राजी झाले, आणि त्यांनी ते तितक्याच इमानदारीनं केलं... गुड मॅन!

पाणी पिऊन यावं काय? पण हे काय? आता पोटही तोडायला लागलं. सकाळी बारा वाजता जेवलो होतो मामाकडे... आता किती वाजले? तिनं पट्कन मोबाइल ऑन करून पाहिला. चारला पाच मिनिटं कमी... बापरे! म्हणजे काल जेवून सोळा तास झाले. सोळा तास? एवढं उपाशी आपण घरी कधीतरी राहिलो?

दिवसभर चरत असायचो. हे नाही ते. ते नाही हे... तसं आई परवा पुण्याला येताना आपल्यासोबत मिठाई, खारी देतीय म्हणे. बदाम, पिस्ते, काजू, मनुका यांचे किलो किलोंचे पॅक तिनं आपल्यासोबत द्यायला आणून ठेवले होते; पण आपण त्या सगळ्याला नकार दिला. ''मग जाताना काही- तुला जे आवडेल ते विकत घे. जवळ असू दे. कधीतरी कामी येईल...'' आई म्हणाली ते आपण ऐकलं नाही. आता त्यांपैकी काहीतरी जवळ असतं तर एवढं व्याकूळ व्हायचं काम पडलं नसतं. आता पस्तावा करून काय फायदा?

भुकेची तीव्रता वाढत जात आहे, हे तिच्या लक्षात आलं. त्यामुळे आपल्याला झोप तर येणारच नाही. पण रात्रभर जागणंही मुश्कील होईल. चुकलं का आपलं? आपण रात्रीचा तो डबा खायला पाहिजे होता का? बरं तो फेकून दिला, तर आम्रपाली, योगिता यांच्याबरोबर राणी जशी जेवली तसं आपणही जेवायला हवं होतं का? बघा, राणी कशी गाढ झोपी गेली? कारण तिचं पोट भरलेलं आहे. या क्षणाला खरी श्रीमंत ती की आपण? गावाकडे काय कमी आहे आपल्याला? अन् राणीला? आताही आपल्या सॅकमध्ये दहा हजार रुपये आहेत... राणीजवळ आपल्याएवढे नक्कीच नसतील; पण ती पोटभर जेवलेली आहे... आपण उपवासी आहोत... आपण आपल्या सॅकमधल्या नोटा खाऊ शकतो? त्या नोटांचा फायदा काय? राणी हुशार. ती संजनाच्या ग्रूपशी पट्कन जुळली. आपण अडकलो. असंच आपण वागत राहिलो तर काय होईल आपलं या फ्लॅटवर?... काय होईल म्हणजे? ही भविष्यकाळातली गोष्ट झाली... अरे, इथं तर आता, ताबडतोब आपलं काय होतं म्हणजे भुकेनं व्याकूळ होऊन कदाचित मरणही... नुसत्या विचारानं तिच्या अंगावरून सरसर काटा गेला. नाही, नाही... आपण मरायला आलो नाही इथं. आपल्याला जगायचं! ऐश करायची... अशी उपाशीपोटी राहून नव्हे... उद्या खायला पिझ्झा, बर्गर, न्यूडल्स, केक, पेस्ट्री, टोस्ट, कुरकुरे, बटाटा चिप्स, खट्टा-मिठा नमकीन, पपडी... काय काय अन् काय काय.... आणून ठेवू... पण हे झालं उद्याचं... आत्ताचं काय? आता भूक लागली... आणि पुन्हा तिचं लक्ष आम्रपालीनं टेबलावर कागदात गुंडाळून ठेवलेल्या पोळीवर गेलं... अन् अतिशय व्याकूळ होऊन क्षणाचासुद्धा विलंब न लावता तिनं त्या पोळीवर झडप मारली.

दुसऱ्याच क्षणी तिनं पोळीचा घास मोडला. त्याला भाजी लावली. अन् तो घास तोंडात घातला... तेव्हा तिला आठवलं संजनाचं बोलणं, ''राणीसरकार, इथं तुमची काळजी घेणारं कोणी नाही, अमुक खावंसं वाटत नसेल तर तमुक खा म्हणायला...'' खरं आहे तिचं... आपणच आपली काळजी घेतली पाहिजे... खरंच घेतली पाहिजे...

संजनाच्या ग्रूपसोबत पहिल्या दिवशी राणी कॉलेजला गेली. कॉलेजचा कॅम्पस फार भव्य वाटला. तिनं ॲडमिशनच्या वेळी मंकी अन् भांगे सरांसोबत पाहिलाच होता. खरंतर त्या वेळी ती कॉलेजची बिल्डिंग असावी असं तिला वाटलंच नाही. बिल्डिंग तीन मजली... बिल्डिंगच्या मध्यभागी दोन्ही टोकांवर भव्य गोलाकार घुमट, त्यावरचे मंदिरांसारखे सोनेरी कळस, कळसांवर तेवढेच भव्य गुलाबी ध्वज... बिल्डिंगच्या प्रत्येक कोपऱ्यावर घुमटाएवढाच उंच मिनार, त्यांचे वरवर छोटे छोटे होत गेलेले झरोके. त्यावरही घुमट, घुमटांवर सोनेरी कळस, कळसांवर उंच निळे भव्य ध्वज, बिल्डिंगसमोर प्रशस्त गोलाकार कारंजं, त्याचे थुईथुई उडणारे तुषार... हौदात उमललेली पांढरी, गुलाबी कमळ फुले... प्रवेशाची मुख्य कमान जमिनीपासून पंचवीसएक फुटांवर, तेथपर्यंत संगमरवरी पायऱ्या, एकावर एक, पायऱ्यांची लांबी, कमानीएवढीच... कदाचित शंभर फूट... किंवा त्याहीपेक्षा जास्त... आतून उतरायलाही तेवढ्याच अन् तशाच पायऱ्या. पायऱ्या चढताना जणू आपण ताजमहालच्या पायऱ्या चढतो आहोत असं वाटू लागलं... सयानीनं तसं म्हटलंही राणीला... राणीनं प्रत्यक्ष आगऱ्याला जाऊन ताजमहाल पाहिला नव्हता... चित्रांत किंवा टी.व्ही., सिनेमात पाहिला होता. त्यामुळे ती गप्पच राहिली; पण रेवतीनं तिला खोडलं. ती म्हणाली, ''सयानी, मी प्रत्यक्ष ताजमहाल पाहिला. ताजमहालाचं प्रवेशद्वार भव्य आहे; पण उंच नाही हं, मात्र फत्तेपूर सिक्रीचं प्रवेशद्वार आपल्या कॉलेजच्या या प्रवेशद्वारासारखंच भव्य अन् उंचही आहे... मी पहिल्यांदा या कॉलेजात आले तेव्हा मला फत्तेपूर सिक्रीच्या त्या प्रवेशद्वाराची आठवण आली... हं! या बिल्डिंगचा मधला घुमट मात्र ताजमहालाच्या घुमटासारखाच भव्य आहे.''

ही रेवती भलतीच चटपट वाटली. फ्लॅटमधून खाली आल्यावर तिनं राणीला चेहऱ्यावर स्कार्फ बांधायला सांगितला. ग्रूपमधल्या बाकीच्या मुलींनी सवयीचा भाग म्हणून आधीच आपापले स्कार्फ बांधले. राणीला गावाकडे कधी स्कार्फ बांधण्याची गरज वाटली नाही. म्हणजे ती तशी काही सुंदर वगैरे नाही. खरं म्हणजे ग्रेडमध्ये बोलायचं झालं तर ती सी ग्रेडमध्ये मॉडेल. तिचा लहान भाऊ तिच्यावर रागावला की तिला 'उंदरे, मनीमाऊ' असं म्हणतो... तसा तोही तिच्यासारखाच काळा आहे. त्याचं कारणही तसंच... तिचे आई-बाबा दोघंही काळेच. त्यामुळे चेहरा झाकून घेण्याजोगं आपल्यापाशी काही नाही, याची तिला जाणीव झालेली. अनसिंग तसं मोठं गाव. शहरातली तोंडावर स्कार्फ बांधण्याची ही बाधा वरच्या वर्गातल्या मुलींना तिथं तरी अजून लागली नव्हती. हो, मात्र एक असं की, अलीकडे ६वी, ७ वीतल्या मुली स्कार्फ बांधू लागल्या त्यांना पाहून मात्र हसायला येत होतं. रेवतीनं ''स्कार्फ बांध'' म्हटल्यावर तिनं तिला ''मला

कोण पाहते गं? असू दे,'' असं म्हटलं. तेव्हा रेवती म्हणाली, ''राणी, तू काळी की गोरी, यापेक्षा तू मादी आहेस हे विसरू नकोस... लोकांना गोऱ्या मुलींचं आकर्षण असतं हे खरंय, पण म्हणून तुझ्यासारखीला त्रासच होणार नाही या भ्रमात कधी राहू नको...'' खरंतर चेहऱ्यावर बांधण्याएवढा स्कार्फ तिच्याजवळ कधी नव्हताही. पण आईच्या आग्रहावरून तिनं पुण्याला येण्याच्या आधी जे दोन ड्रेस घेतले होते, त्यासोबत एक स्कार्फही घेतला होता. तो आता तिला कामी आला, पण सिटीबसने कॉलेज गेटसमोर उतरल्यावर त्याच रेवतीनं स्वत:च्या चेहऱ्यावरचा स्कार्फ सोडत राणीलाही सोडायला लावला.

''का गं, कॉलेजात...?'' राणीनं विचारलं.

त्यावर रेवती म्हणाली, ''कॉलेजच्या गेटमध्ये शिरलं की चेहऱ्यावर स्कार्फ बांधण्यावर बंदी आहे. म्हणून...''

मग तिनं चालता चालता तिला कॉलेजमधले काही नियम सांगू लागली. जसं प्राचार्यांनी विद्यार्थी-विद्यार्थिनींना मोबाइल वापरण्यावर बंदी घातली. कोणी मोबाइल वापरताना दिसलं तर ते चपराशी पाठवून तो जप्त करतात.

''म्हणजे मग मोबाइल वापरायचाच नाही का कॉलेजमध्ये?''

त्यावर नेहा म्हणाली, ''वापरायचा; पण जपून... आणि नेहमी सायलेंट मोडवर ठेवायचा...!''

त्या गेटमधून आत शिरत असताना नेहा गेटमेनच्या शेडकडे बोट दाखवून म्हणाली, ''बघ, त्या शेडच्या भिंतीवरच कॉलेजमध्ये प्रवेश करताना पाळायचे नियम लिहून ठेवले आहेत. मी आता चालता-चालता तुला सांगतेय. वाटल्यास तू नंतर वाचशील.'' ती सांगू लागली. राणी ऐकू लागली. ''पहिला नियम - अरिहंत महाविद्यालयाच्या परिसरात बाइक, स्कूटी, जीपचे हॉर्न वाजवण्यास सक्त बंदी आहे. दुसरा नियम - मोबाइल वापरण्यास सक्त बंदी आहे. आणि तिसरा नियम - मुलींनी कुठल्याही परिस्थितीत तोंडावर स्कार्फ बांधू नये. नियमभंग करणारांवर कडक कारवाई करण्यात येते.''

राणीला हे सारं जरा वेगळंच वाटू लागलं. असं काही अनसिंगला ज्युनिअर कॉलेजमध्ये शिकताना नव्हतं. वर्गात शिकवता शिकवता खुद्द सरांचे मोबाइल्स कितीदा वाजत. त्यामुळे मग मुलामुलींचेही वाजत. मुलामुलींचे वाजले की सर बोलत. बाहेर जायला सांगत. बस्सं तेवढंच.

कॉलेजच्या पायऱ्या चढता चढता राणीचा मोबाइल वाजला. तसं संजनाने सुचवलं, ''अगं, सायलेंट मोडवर कर तुझा मोबाइल... अन्...''

तोपर्यंत राणीनं सॅकमधला मोबाइल काढला... तिच्या चुलत बहिणीचा-सायलीचा फोन होता. तिनं उचलला. अन् म्हणाली, ''सायली, मी तुला संध्याकाळी

कॉल करते. सध्या मी कॉलेजमध्ये आहे..." एवढं बोलून तिनं बंदही केला. अन् मग त्याला सायलेंट मोडवर आणले.

पायऱ्यांवरून जाणाऱ्या-येणाऱ्या मुलामुलींची संख्या फार मोठी होती. राणी विशेषतः मुलींकडे पाहत होती... आखूड कपड्यांत एकही मुलगी तिला दिसली नाही. जीन्स-टी शर्ट्सवर असणाऱ्या मुलींची संख्या जास्त होती. सलवार कमीज घालूनही काही जणी होत्याच. राणीसारख्या पंजाबी ड्रेसवर होत्या. कॉलेजमध्ये शॉर्ट कपडे घालणाऱ्या मुली सिनेमात दाखवतात, तसं इथं प्रत्यक्ष काही नव्हतं... म्हणजे सिनेमापुरतंच ते असावं... की कपड्यांच्या बाबतीतही इथं काही नियम आहे...

तिनं आम्रपालीला विचारलं, "तू म्हणतेस तशी काही अलिखित बंधनं आहेत. या संस्थेचे जे अध्यक्ष आहेत, शिक्षणमहर्षी बाबासाहेब मोहोळ ते फार कडक शिस्तीचे भोक्ते आहेत. त्यांनी प्राचार्य व इतर स्टाफला तशा कडक सूचना दिलेल्या असतात. मग प्राचार्य त्या बाबतीत दक्ष असतात. बाकीचा स्टाफ या गोष्टींकडे फारशा गांभीर्यानं पाहत नाही, हे एक त्यातल्यात्यात बरं.

शिवाय महाविद्यालयाच्या कॅम्पसमध्ये बाबासाहेबांचाही दररोज वावर असतोय. मुलामुलींना एकमेकांशी बोलणं, एकत्र फिरणं, एकत्र बसणं इ. गोष्टींवरही बंदी घातली आहे. बहुतेक इतर कॉलेजमध्ये सर्रास घडणारे मुलामुलींबाबतचे गैरप्रकार आपल्या कॉलेजमध्ये घडू नयेत, यासाठी त्यांनी ही काळजी घेतली असेल, पण पुण्यासारख्या महानगरातील मुलामुलींना हे फारच जाचक वाटतंय. शाळा- कनिष्ठ महाविद्यालयात त्यांनी आपापसात मोकळेपणा अनुभवलेला. त्यामुळे हे वातावरण त्यांना अधिक त्रासदायक वाटू लागलं. त्यावर मुलामुलींमध्ये प्रतिक्रिया उमटू लागल्या. त्याचा परिणाम म्हणून एका वर्षी मुलामुलींचं एक शिष्टमंडळ बाबासाहेबांना भेटलं. अगोदर तर बाबासाहेबांनी त्या शिष्टमंडळाचं म्हणणं मान्यच केलं नाहीय. उलट 'कॉलेजमध्ये कुठेही मुलंमुली घोळका करून बसणार नाहीत अथवा उभं राहूनही गोष्टी करणार नाहीत... थोडक्यात म्हणजे इतर कॉलेजांमध्ये आढळणारा कट्टा हा प्रकार येथे चालणार नाही... कोठल्याही सांस्कृतिक वा इतर उपक्रमांत संमिश्र सहभाग घेता येणार नाही. कॉलेज-कॅम्पसमध्ये कुठलाही अनुचित प्रकार घडल्यास त्याची जबाबदारी संबंधित विद्यार्थी-विद्यार्थिनींवर राहील. घडलेल्या घटनेच्या तीव्रतेनुसार त्यांचेवर महाविद्यालयाच्या प्रशासनातर्फे कारवाई केली जाईल.' अशा कडक शब्दांत नोटीस बोर्डवर दरवर्षी सुरुवातीलाच नोटीस लागते. एवढं केलं तरी गेल्या वर्षी कॉलेजच्या टेरेसवर रॅगिंगचा प्रकार घडलाच. फर्स्ट इअरच्या दोन मुलांना फायनलच्या पाच मुलांनी संपूर्ण कपडे काढून दोन मिनिटं शीर्षासन करायला लावलं. त्याची मोबाइलमध्ये व्हिडीओ क्लिपिंग केलीय. 'कुणाकडे

तक्रार कराल तर याद राखा. कॉलेजच्या याच टेरेसवरून खाली फेकून देऊ.' अशी त्या मुलांना धमकी दिली. अर्थात, त्या मुलांनी कोणाकडे तक्रार केली नाहीय. पण मग ती क्लिप कॉलेजमधल्या बहुतेक मुलामुलींच्या मोबाइलवर फिरलीय. परिणामी ते दोन जण कॉलेजमधल्या मुलामुलींचे टार्गेट झालेयत. त्यातले काही जण त्यांना ती क्लिप दाखवून सतावू लागले. काही टॉन्टिंग करू लागले. शेवटी त्यातल्या एकानं स्वत:च्या घरी फाशी लावून आत्महत्या केली. दुसरा कॉलेज सोडून गावाकडे गेलाय. 'स्प्रिंग जेवढी दाबली तेवढी उसळेल' असं कॉलेजमध्ये उघड उघड बोललं जाऊ लागलं. पण बाबासाहेबांपुढे असं काही बोलायची कोणाचीच हिंमत नव्हती. म्हणजे कायद्यानं रॅगिंगला बंदी आहे तरी ती घेतली जातेच.

राणीला प्रश्न पडला मंकीचा... अरे, पण ती आली की नाही कॉलेजात? आपण संजनाच्या ग्रूपसोबत निघालो तेव्हा तिची काहीच तयारी नव्हती. मागून आली असेल का? बरं, आली असेल तर कोणत्या ड्रेसमध्ये? खालून कापलेली जीन्सची पॅन्ट तर घालून आली नसेल? की आणखी एखादा शॉर्ट ड्रेस? तिला कपड्यांना काय वाण होती? जर ती शॉर्ट्समध्ये आली असेल तर मला नाही वाटत, गेटमन तिला तशा कपड्यांत गेटमधून शिरू देईल. आठवीपासून राणी तिला पाहते. वर्गातल्या सर्व मुलींपेक्षा तिचं राहणं वेगळंच असायचं. मॅट्रिकपर्यंत मुली स्कर्टमध्ये वावरायच्या; मुलींचे स्कर्ट टोंगळ्यापर्यंत तर हिचा मांड्यांपर्यंत... पुढे अकरावी-बारावीला मुलींसाठी पंजाबी ड्रेस, चुस्त निळा पायजमा तर वरचा कमीज पांढरा... शिवाय निळी ओढणी; पण मंकीनं पंजाबी कधी घातलाच नाही. ती स्कर्टमध्येच यायची. बारावीत असताना एकदा शाळेच्या पायऱ्या उतरताना मंकी घसरली अन् सहा पायऱ्यांवरून गडबडत खाली जमिनीवर आली. सगळ्या मुलामुलींनी तो सीन पाहिला... तिचा स्कर्ट कमरेकडे सरकल्याने तिचा आतला गुलाबी जांग उघडा पडला... नशीब कोण्या टारगट पोरानं मोबाइल कॅमेऱ्यामध्ये त्याचं शूटिंग केलं नाही... पण तिला मात्र त्याचं काहीच वाटलं नाही. तिनं मुद्दाम केलं, असं बऱ्याच मुली नंतर बोलून दाखवू लागल्या... तर ज्या मुलामुलींना तो सीन पाहायला भेटला नाही ते हळहळले. आतल्या गोटातली बातमी अशी की काही नुकत्याच लागलेल्या हायस्कूल-ज्युनिअरच्या शिक्षकांनीही आपल्याला तो नजारा पाहायला भेटला नाही, म्हणून पश्चात्ताप व्यक्त केला...

संजनाच्या ग्रूपमधल्या वैदेहीनं तिच्या गावच्या प्रीतम अन् राणीला सोबत घेऊन त्यांचे क्लास ज्या वर्गखोल्यात भरतात त्या खोल्या दाखवल्या. तिकडे जाताना राणीनं चौफेर नजर फिरवली. कॉलेजमध्ये मुलामुलींना घोळक्याने जमा

होण्यावर बंदी होती तरी तळमजला आणि वरच्या सर्व मजल्यांच्या पोर्चमध्ये मुलंमुली ग्रूप करून बोलत होते. जात-येत होते. राणीनं वैदेहीला तसं विचारलं. त्यावर ती म्हणाली, "याचा अर्थ आज कॉलेजात प्रिन्सिपॉल सरही नाहीयेत अन् बाबासाहेबही नाहीयेत. ते दोघे किंवा त्या दोघांपैकी एकही जण कॉलेजात असले की मुलंमुली सगळे नियम निमूटपणे पाळतात; पण एखादे दिवशी ते दोघंही नसले की मग सारा बॅकलॉग भरून काढतात. कारण बाकीच्या स्टाफपैकी कोणीही त्या दोघांकडे मुलामुलींची कागाळी करत नाहीत.''

ते ऐकून राणीला मनातल्या मनात हसू आलं. 'काय मूर्खपणा हा?' ती मनाशीच बोलली. एका वर्गात पंचवीस-तीस मुलंमुली बसलेल्या होत्या. अन् एक लेक्चरर बोलत होते. वैदेहीनं त्या दोघींना म्हटलं... "अगं, तुमचा पिरिअड सुरू आहे... जा बसा वर्गात... आता साडेदहा झाले. लेक्चर संपलं की वर्गातच थांबा. मी तुम्हाला घ्यायला येते... ठीक.'' दोघींनी ते मान्य केलं. त्या दोघीही "मे आय कम इन सर?'' म्हणत वर्गात शिरल्या. "तुम्ही दोघी फर्स्ट इअरच्या का?'' सरांनी विचारलं. दोघींनी होकार दिला. सरांनी त्यांचा परिचय विचारला. तो त्यांनी दिल्यावर सरांनी त्यांना बसायला सांगितलं. मग सर पुढे बोलू लागले.

राणी अन् प्रीतम मुलींच्या मधल्या रांगेमध्ये साधारणत: चौथ्या-पाचव्या बेंचवर बसल्या. तिनं क्षणभर वर्गाचं मान फिरवून निरीक्षण केलं. हायस्कूल किंवा ज्युनिअर कॉलेजमध्ये तर विद्यार्थ्यांकडून वेगवेगळ्या म्हणी, आकृत्या, सूत्रे, चित्रे इ. लहान-मोठ्या कागदांवर काढून घेऊन वर्ग सजावट करवून घेतात. तसला कुठलाही प्रकार इथं वर्गात दिसत नव्हता. समोरच्या भिंतीवर लांबरुंद निळसर-हिरवा बोर्ड, डायसवर, सरांसाठी एक छोटा - टेबल, खुर्ची... बस्सं!

सर सारं काही इंग्लिशमध्ये बोलत होते. त्यातले this, that, is, was, were सारखे काही शब्द सोडले तर बाकी काहीच कळत नव्हतं. ध्यान देऊन ऐकल्यामुळे राणीच्या ध्यानात सगळं राहत होतं; पण जे कळत नाही ते ध्यानात राहून काय फायदा? सरांनी एकदमच सारं काही इंग्लिश बोलण्यापेक्षा थोडंफार मराठी-इंग्रजी असं मिश्रण करून बोललं तर? गावाकडचा हनुमानदादाही सांगत होता की सुरुवातीला कोणत्याच सरांचं कोणत्याही विषयावरचं बोलणं समजत नाही. डब्यात खडे घालून तो डबा हलविल्यावर जसा आवाज होतो तसा अनोळखी शब्दांचा खडखडाट होतो. नंतर पुढे काही अवघड टर्म लक्षात यायला लागतात. अन् मग हळूहळू कळायला लागते.

"आर यू अंडरस्टॅन्डिंग मी?'' असं मध्येच सरांनी विचारलं. मुलंमुली गप्पच. क्षण-दोन क्षण तसेच गेले. सरांनी पुन्हा तोच प्रश्न विचारला. तेव्हा राणी उभी राहिली."हं, बोला.'' आता पहिल्यांदा सर मराठीतून बोलले.

राणीही बोलली, ‘‘सर, आपण बोलता ते लक्षात राहते; पण कळत काहीच नाही.’’

काही मुलंमुली फिस्कन हसल्या. सरांनाही नवल वाटलं. लक्षात राहते; पण समजत नाही म्हणजे काय? मग लक्षात कसं अन् काय राहते? त्यांनी ‘‘काय लक्षात राहिलं?’’ असं विचारलं. अन् राणीनं धडाधडा त्यांनी म्हटलेली दहा-बारा वाक्ये जशीच्या तशी म्हणून दाखवली. आता सरांसह वर्गातल्या सर्व मुलामुलींवर चकित व्हायची पाळी आली. सरांनाही नवल याचं वाटलं की त्यांनी म्हटलेल्या वाक्यांत तिने थोडीशीही गडबड केली नाही. त्यांना हे कसं झालं? हे जाणून घेण्याची उत्सुकता लागली. त्यांनी राणीला विचारलं, तेव्हा ती म्हणाली, ‘‘सर, मला लक्षात राहते ते का राहते ते सांगता येणार नाही.’’

सरांनी तिच्याबद्दल तिला ‘डीप इन्ट्रोडक्शन सांग’, म्हटलं.

‘‘यस सर’’ म्हणत राणीनं स्वत:बद्दल सारी माहिती सांगायला सुरुवात केली. तेव्हाच मंकी वर्गात सरांना न विचारताच शिरली. सरांनीही तिच्याकडे दुर्लक्ष केले. मंकीनं राणीला एकटीला उभं राहून बोलताना पाहून ‘पहिल्याच दिवशी काय दिवा लावला हिनं वर्गात?’ असं मनाशीच म्हटलं. तर राणीनंही तिच्याकडे पाहिलं. ती जीन्स अन् टॉप घालून आली होती. म्हणजे आपला अंदाज खोटा निघाला. आपल्याला वाटलं, ती शॉर्ट्‌समध्ये येईल. पण राणीला हे काय माहीत की मंकी खरेच शॉर्ट्‌समध्येच आली होती. मात्र गेटमननं तिला गेटवरच अडवलं आणि झापलं, ‘‘अहो, मॅडम, अशा अर्ध्या उघड्यानागड्या अवतारात कॉलेजात यायला जमत नाहीय. ही थेरं बाहेर करा वाटेल तशी... जा परत अन् पूर्ण कपडे घालून या.’’

बाजूला तीन-चार सीनिअर्स उभे होते. त्यातल्या एकानं गेटकीपरला म्हटलं, ‘‘मामा, एखादं तर अपवाद म्हणून असं सेक्सी मॉडेल कॅम्पसमध्ये फिरू द्या, ज्याच्यामुळे आमच्यासारख्यांच्या वखवखलेल्या नजरांना थोडासा थंडावा मिळेल.’’

‘‘तुमचं खरंय रे बाबा हो, तुम्हाला सर्वा सर्वा नंगानाच हवाय; पण बाबासाहेब मला मागून बांबू घालून घराकडे हाकलून देतील त्याचं काय?’’

‘‘मामा, मॅडमचं घर इथून किती दूर असेल? त्यांनी कधी परत जावं अन् कधी यावं? त्यापेक्षा आजच्या दिवस मोकळीक द्या... कसं?’’ दुसऱ्या एकानं गेटमनला विनवलं.

‘‘बाबारे, तुला त्यांची एवढी काळजी वाटते तर तुझ्या बाइकवर घेऊन जा.’’

गेटमनच्या या बोलण्यावर त्यानं मंकीकडे अर्थपूर्ण नजरेनं पाहिलं. अन् मग विचारलंही, ‘‘चलतेस?’’

क्षणभर मंकीचा गोंधळ उडाला. काय करावं? ‘हो’ म्हणावं तर त्याची

आपली ओळख नाही. 'नाही' म्हणावं तर फ्लॅटवर जाऊन कपडे बदलून येण्याला वेळ लागतो... जावं त्याच्यासोबत? मात्र गेल्यावर्षीचं तिच्या मैत्रिणीच्या मावसबहिणीचं प्रकरण तिला आठवलं. ती लातूरच्या नॅशनल मेडिकल कॉलेजमध्ये नव्यानेच पहिल्या दिवशी गेली. कॉलेजगेटपाशी एकानं तिला बाइकवर 'बस' म्हटलं. गेटपासून कॉलेज बरंच आत होतं. तिलाही वाटलं. चला, तेवढाच त्रास वाचेल. अन् ती बसली. तर त्यानं बाइक पुढे नेण्याऐवजी मागे फिरवली अन् तिला घेऊन निघाला.

तिनं विचारलं, ''इकडे कुठे?''

तर म्हणाला, ''जरा गंमत करू.''

त्याची 'गंमत' काय ते आधी तिला कळलं नाही. त्यानं तिला थेट शहराबाहेर एका निर्जन स्थळी नेलं. उतरविलं. अन् तिच्याशी लगट करायला लागला. तिनं विरोध केला. तेवढ्यात आणखी दोन मोटरसायकलींवर चौघे जण आले. ते त्याचे मित्र होते. त्यानंच त्यांना अमुक ठिकाणी या असं मोबाइलवरून सांगितलं होतं. झालं त्या पाच जणांनी तिच्याशी जबरदस्तीनं तोंड काळं केलं... एकदा एकदा नव्हे दोन-दोन, तीन-तीनदा... ती बेशुद्ध पडल्यावर तिला तिथंच टाकून पळून गेले. चार तास ती तिथंच पडून होती. नंतर शुद्धीवर आली... झालेल्या प्रकारानं ती भलतीच खिन्न झाली. आपल्या जगण्यात आता काही अर्थ राहिला नाही असा विचार करून तिनं जवळच्याच कड्यावरून स्वत:ला झोकून दिलं... तिचा खेळ खल्लास झाला.

यानंही जर तसंच काही केलं तर? पण हा तसा वाटत नाही. आणि बघू काही भानगड होईल असं वाटलं तर आपण रस्त्यानं जाताना ओरडू. लोकांचं लक्ष वेधून घेऊ... बस! ठरलं... अन् ती त्याच्या बाइकवर बसली. तसे त्याचे दोस्त ओरडले. एकानं म्हटलं, ''पंक्या, खिचडी पकल्यावर आम्हाला बोलव खायला.'' तोही हसला. अन् निघाला. त्याच्या मित्रांच्या बोलण्याचा मंकीला धाक वाटला. खरंच हा आपलीही त्या प्रियंकाच्या मावसबहिणीसारखी गत करेल काय?

''पक्कं धरून बस. अन् तू कुठं राहतेस?'' तिला एरियाचं नाव माहीत नव्हतं. हं, ती ज्या फ्लॅटमध्ये राहते त्या 'साहिल मंझील'च्या समोर टेलिफोन एक्स्चेंज ऑफिस असल्याचं तिला माहीत होतं. तिनं त्याला तो पत्ता सांगितला. अन् त्यानं अवघ्या आठ मिनिटांत तिला 'साहिल मंजील'समोर उतरविलं. ''येते पाच मिनिटांत,'' ती उतरत म्हणाली.

तसा तोही मिस्कीलपणे हसत म्हणाला, ''मी येऊ? काही मदत करायला?''

''नको. मुलांना या बिल्डिंगमध्ये प्रवेश मना आहे.''

"म्हणजे प्रवेश मना नसता तर ..." पण ती त्याचं बोलणं ऐकायला थांबलीच नाही. अन् खरंच पाच मिनिटांत परत आली. परतताना त्यानं तिचं नाव, आडनाव, गाव, क्लास विचारला. तिनंही त्याची चौकशी केली. तो पंकज वाघ. राहुरीचा. बी.ई. सेकंड इअर आय.टी.ला आहे.

पंकजमुळे ती वर्गात लवकर येऊ शकली. त्यानंच तिला वर्गापर्यंत आणून सोडलं... तर वर्गात राणी उभं राहून बोलायलेली. काय बोलते ही? राणीनं स्वत:चं पूर्ण नाव, गाव, शाळेची माहिती सांगितली. बारावीच्या परीक्षेत अठ्ठ्याहत्तर टक्के अन् सी.ई.टी.मध्ये एकशे सत्त्याण्णव गुण मिळवून ती महाराष्ट्रात पाचवी, विदर्भात दुसरी आल्याचं ऐकल्यावर तर सरांसह सर्व मुलंमुली चकित झाले... एक मंकी सोडली तर सगळ्या मुलामुलींनी "व्वाव! व्वाव!" म्हणत अगदी उभं राहून राणीचं कौतुक करत प्रचंड टाळ्या वाजवल्या... आपल्या डोळ्यांसमोर राणी सगळ्या वर्गाची आयडॉल झाली हे पाहून मंकीला तिचा मनातून द्वेष वाटला.

"सर, प्लीज. राणीला समोर बोलवा. आम्हाला तिला काही विचारायचंय," असा समोर बसलेल्या दोघा-चौघांनी आग्रह धरला. आणि सरांनीही त्यांच्या मागणीला प्रतिसाद देत राणीला डायसवर बोलाविले. आणि मग राणीवर प्रश्नांची सरबत्ती सुरू झाली. पुन्हा तिचं संपूर्ण नाव, गाव, तालुका, जिल्हा, शाळेचं नाव, घरची आर्थिक परिस्थिती, गाइडन्स कोणाचं? आई-वडिलांचं शिक्षण, बहीण-भाऊ, किती वेळ अभ्यास, शाळेच्या गावापासून राहत्या गावाचं अंतर, जाण्यायेण्याचं साधन, मैत्रिणी, त्यांची हुशारी, सी.ई.टी.च्या वेळचं मार्गदर्शन, ट्यूशन्स... असं कितीतरी विचारलं गेलं.

राणीच्या उत्तरातून पुढील गोष्टी स्पष्ट झाल्या. तिचं गाव ब्रह्मा. ते तिचं ज्युनिअर कॉलेज असलेल्या अनसिंगपासून सहा किलोमीटर. पुसद ते वाशीम रोडवर ब्रह्मा फाट्यापासून दक्षिणेस दीड किलोमीटरवर केंद्र शासनाच्या मुलींसाठी म्हणून खास सुरू करण्यात आलेल्या मानव विकास मिशनच्या निळ्या बसने जाणे-येणे... वडील चौथा वर्ग पास, आई तिसरा वर्ग पास, भाऊ एक- सहावीत, घरी शेती नाही, व्यवसाय- मजुरी, राणीसुद्धा सुट्टीच्या काळात आईसोबत मजुरीने जाते. तिनं खूप शिकावं ही आई-वडिलांची तळमळ, पहिल्या वर्गापासून कोणाचीच ट्यूशन नाही, घरची कामं आटोपून रात्री आठ ते दहा आणि सकाळी पाच ते साडेसहा हा अभ्यासाचा काळ.

"बारावीच्या परीक्षेत तुला त्यामानाने कमी मार्क्स पडले, ते का?" असं एका मुलीनं विचारलं. तेव्हा तिनं सांगितलेली परिस्थिती ऐकूनच सरांसकट सगळ्यांना तिची कीव अन् शासनाचा राग आला. तिच्या ब्रह्मा गावी उन्हाळ्यात,

तशी दिवाळीपासूनच पिण्याच्या पाण्याची तीव्र टंचाई. दरवर्षी शासन नोव्हेंबरातच टँकर सुरू करते. पण मागच्या उन्हाळ्यात तसं झालं नाही. नोव्हेंबरपासूनच गावाबाहेरच्या विहिरीचं पाणी भरणं सुरू झालं. ते काम राणीला तिच्या भावाला हाताशी धरून करावं लागे. आई-बाबा मजुरीला जात. ती विहीर आटल्यावर दूरच्या म्हणजे एक किलोमीटर अंतरावरच्या रामा पाटलांच्या आमराईतल्या विहिरीवरून पाणी भरायचं काम पडू लागलं. सगळा गावच त्या एका विहिरीवर येऊन पडल्यानं ती विहीरही बुडाला गेली. खरडणं सुरू झालं... त्यासाठी रात्री-बेरात्री जागरणं करावी लागली. या काळात राणीची बारावीची परीक्षा जवळ आली. पुस्तक हाती घेणंसुद्धा तिला जमेना... मात्र तरी ती निश्‍चिंत होती... पेपरच्या आदल्या दिवशी जरी वाचलं तरी आपण लिहू शकतो यावर तिचा विश्‍वास होता... आणि झालं तसंच. जेवढं वाचलं तेवढ्यावरच्या प्रश्‍नांची उत्तरं लिहिली. पूर्ण वाचन झालं असतं तर जास्त मार्क्स मिळाले असते. सी.ई.टी.च्या परीक्षेच्या काळात मात्र गावात टँकर सुरू झाला होता.

"म्हणजे तू एकदा एखादं पुस्तक वाचलं की..."

"हो हो," एका मुलाच्या प्रश्‍नाला तिनं ठाम विश्‍वासानं उत्तर दिलं.

"आता तसं प्रॅक्टिकली करून दाखवशील?"

"हो, द्या एखादं पुस्तक. त्यातला कोणताही पॅरेग्राफ एकदा वाचल्यावर मी जसाच्या तसा म्हणून दाखवते..."

एका मुलानं त्याच्या सॅकमधून त्यानं नुकत्याच घेतलेल्या मोबाइलसोबत मिळालेलं कंपनीचं मॅन्युअल बुक काढलं. त्यातला एक बारा-तेरा ओळींचा पॅरेग्राफ काढला. अन् राणीच्या हाती दिला– सगळा वर्ग श्‍वास रोखून तिच्याकडे पाहत होता. त्यात मंकीदेखील होती. कारण मंकीला राणीच्या या वैशिष्ट्याची फारशी जाणीव नव्हती. ती राणीसोबत आठव्या वर्गापासून बारावीपर्यंत शिकली; पण अभ्यास, वर्गातलं शिकवणं, होमवर्क, रायटिंग वर्क, परीक्षा या बाबतीत ती कधी सिरिअस नव्हती... त्यामुळे अध्यक्षांची मुलगी म्हणून दरवर्षी पास होत होती. राणीबद्दल काय, पण तिचा ग्रूप सोडला तर, इतर कोणत्याही मुलामुलींबद्दल तिला फारसं काही माहिती नव्हतं... राणीचा रंग, चेहरा, राहणीमान हे पाहून तर तिला तिच्यापासून चार हात दूरच राहावं असं वाटत असे. पण तिच्या पप्पांच्या आग्रहामुळे ही राणी आता तिच्या पदरात पडली–

राणी वाचू लागली-

Important - Battery talk and stand-by times are estimates and only possible under optimal network conditions. Actual battery talk and standby times depend on SIM cards, features used, battery age and condition, temperatures to which battery is exposed, network conditions, and many other factors, and may be significantly shorter than those specified above. Ringing tones, hands free call handling, use in digital mode, and other features will also consume the battery, and the amount of time a device is used for calls will affect its stand-by time. Likewise, the amount of time that the device is turned on and in the standby mode will affect its talk time.

पॅरेग्राफ वाचल्यावर तिनं ते मॅन्युअल त्या मुलाला परत करण्यासाठी पुढे केलं; पण त्यानं ते सरांना घ्यायला लावून ती आता जे बोलेल ते त्यांना तपासून पाहायला सांगितलं. सरांनी ते घेतलं. राणीला बोलायला लावलं. Important या शब्दापासून सुरुवात करून राणीनं शेवटच्या talk time पर्यंत धडाधड सारं म्हणून दाखवलं.

आता सर काय बोलतात याकडे सर्वांचं लक्ष लागलं. सरांनी कौतुकाने राणीकडे पाहत स्मित केलं. अन् म्हणाले, "राणीनं यात एकाही शब्दाची चूक केली नाही. उलट डॅश, कॉमा, फुलस्टॉप हे जिथं जिथं आले तेही म्हटले. धन्य आहे राणीच्या प्रतिभेची! खरंतर आपल्या वर्गाचं, कॉलेजचं भाग्य की हा हिरा आपल्या वाट्याला आलाय. आणि नेमक्या पहिल्याच दिवशी, पहिल्याच पिरिअडमध्ये या हिऱ्याची ओळख झाली. तिच्या या अलौकिक गुणाचा उपयोग तुम्ही सगळ्यांनी घ्यावा, अशी इच्छा मी जाहीर करतो. आणि एकदा उस्फूर्तपणे आपण सगळ्यांनी मिळून राणीच्या कौतुकासाठी टाळ्यांचा कडकडाट करू या."

सरांचं बोलणं संपायच्या आधीच टाळ्या सुरू झाल्या. राणीनं भारावल्या अवस्थेत वर्गावरून नजर फिरवली. 'आपलं या कॉलेजात कसं होईल?' अशी आपल्याला चिंता वाटत होती. अन् आता हे? तिचं लक्ष मंकीवर गेलं. सगळा वर्ग टाळ्या वाजवत होता; पण मंकी गप्प होती. ती मनातल्या मनात भलतीच अस्वस्थ होत आहे, असं राणीला जाणवलं... टाळ्यांचा हा कडकडाट ऐकून बाहेर काही मुलंमुली– जे सीनिअरचे होते– येऊन उभे राहिले. कशासाठी टाळ्या वाजताहेत हे जाणून घेण्याची त्यांनाही उत्सुकता लागली होती.

"बस बस," सरांनी इशारा केला. टाळ्यांचा कडकडाट थांबला. सर बोलले, "राणी, चल माझ्या बरोबर मी तुझी प्रिन्सिपॉल सरांशी अन् कॉलेज स्टाफशी भेट घालून देतो... चल, ये." म्हणत ते बाहेर पडले... अन् सगळ्या मुलामुलींनी तिला गराडा घातला. मुलींनी तर तिला अक्षरश: आलिंगनं दिली. मुलांनी तिच्याशी हस्तांदोलने केली... एवढा गौरव? गावातल्या मंडळींनी, केबलवाल्यांनी, पेपरवाल्यांनी,

अनसिंगच्या ज्युनिअर कॉलेजच्या संचालक मंडळाने तिचा जो गौरव केला होता, त्याहीपेक्षा ती या वेळी अधिक भारावली होती.

वर्गातला जल्लोष बराच वेळ चालू राहिला. मात्र त्या जल्लोषातून स्वत:ला वेगळं काढून मंकी व्हरांड्यात आली. तिला राणीचा द्वेषही वाटत होता अन् कौतुकही वाटत होतं. द्वेष यासाठी की, तिनं तिची योग्यता सिद्ध करून दाखवली आणि ते मंकीला अजून जमलं नाही. कौतुक यासाठी की स्लमडॉग मिलेनिअर सिनेमातल्या झोपडपट्टीतल्या हिरोसारखी उच्च प्रतिभा एका दुर्लक्षित खेड्यातल्या, झोपडीत राहणाऱ्या राणीच्या ठायी होती. मंकीच्या दृष्टीनं हे सगळं तुच्छ, बिनाकामाचं होतं... राणीचं हे व्हाइट पेज नकोच होतं तिला. तिला 'हवं होतं ते ब्लॅक पेज' ज्यात सळसळत्या तारुण्याच्या सर्व विकारांचे गडद काळे रंग ठासून भरलेले आहेत. भलेही मग त्या गडद काळ्या रंगात आपण अस्तित्वहीन का होवोनात? या तिच्या कॉलेजविषयी कल्पना होत्या. त्यातलं इथं काहीच तिला दिसलं नाही. सगळी बंधनंच बंधनं. अमकं करू नका, तमकं करू नका, ढमकं करू नका... अरे ते सगळं करण्यासाठीच तर मी आले पुण्यात. अन् मग तेच करायचं नाही म्हटल्यावर. तरीपण फ्लॅटवरून परतताना पंकजनं तिला कॉलेजमधल्या बंधनांची कल्पना दिली. ते सारं तिला असह्य वाटलं. फक्त एक आवडलं की इथे कुठल्याही वर्गासाठी ड्रेसकोड नाही. कोणी कोणताही - पण पूर्ण अंग झाकणारे कपडे घालून या. कॉलेजचं हे तंग वातावरण ऐकून पाहून तिचं डोकं ठणकायला लागलं. या कॉलेजमध्ये आपला निभाव लागणार नाही. यापेक्षा जिथं मोकळेपणा असेल त्या कॉलेजात ॲडमिशन घेऊ. खरंतर ती राहते त्या 'साहिल मंझील'चाही तिला एकाच दिवसात कंटाळा आला. तिथंही किती अटी? असं जमणार नाही, तसं जमणार नाही. अरे, तुम्हाला काय देणंघेणं आमच्या वागण्याशी? तुम्ही फक्त तुमचे भाड्याचे पैसे घ्या; पण नाही, त्या 'साहिल मंझील'वाल्या मालकाला अन् कॉलेजच्या त्या बुड्ढ्या, खुसट बाबासाहेब मोहोळला नैतिकतेचा भलताच पुळका. भले त्यांच्या नाती आणखी कोणासोबत पळून गेल्या असतील, किंवा जातील. हे असेच लोक स्वत:ला मोठे लोकहितवादी म्हणवतात... नॉनसेन्स. असल्या टपरू कॉलेजात शिकण्यापेक्षा जिथं कुठलंच बंधन नाही अशा कॉलेजात शिकलेलं परवडलं. बघू या प्रयत्न करून. तिच्या मनात विचार आला. राहिला प्रश्न राणीचा. पप्पांना त्याबाबत राजी करता येईल. कॉलेज बदलते; पण राणी सोबत राहते असं सांगता येईल. पप्पांनी मान्य केलं तर ठीक. नाही केलं तर मग आहेच हे.

वर्गात तिच्याजवळ बसलेल्या सोंधी आडनावाच्या मुलीशी तिनं याबाबत चर्चा केली. ती पुण्यात राहत असूनही तिला ॲडमिशनबाबत कसलीच माहिती

नव्हती. तशी ती काहीशी लठ्ठ होती. अन् म्हणून की काय मठ्ठ वाटली. आणखी एक-दोन मुलींशी तिनं या विषयावर बोलायचा प्रयत्न केला; पण त्यांचीही फारशी मदत झाली नाही. 'अगं, ऑफिसमध्ये जाऊन विचार ना!' असं कोणीतरी म्हटलं तेव्हा ती स्वत:हून ऑफिसात गेली. तिला ऑफिस कोठे आहे ते माहीत होतं. ॲडमिशनच्या वेळी ती प्राचार्यांच्या ऑफिसपर्यंत गेली होती. कॉलेजची इमारत आयताकृती होती. पुढची अन् मागची बाजू सारख्या लांबीच्या अन् बाकीच्या दोन बाजू पुढच्या-मागच्या बाजूंच्यापेक्षा कमी लांबीच्या. पुढच्या प्रवेशद्वाराच्या– कॉलेजमध्ये त्याला महाद्वार म्हणतात असं तिला कळलं– तर महाद्वाराच्या एकदम समोर ऑफिस. ऑफिसवरही पुढच्या महाद्वारावर आहे तसाच भव्य घुमट. तिनं स्वत:भोवती एक चक्कर टाकून कॉलेजचा संपूर्ण परिसर न्याहाळला. चारी कोपऱ्यांवर अन् पुढच्या, मागच्या बाजूस मध्यभागी घुमट, त्याभोवती उंच-उंच मिनार. त्यावर ध्वज. शिवाय तळमजल्यासह इतर तीन मजल्यांच्या दोन पोल दरम्यान भव्य नक्षीदार कमानी. त्याही पांढऱ्याशुभ्र संगमरवराच्या. केवढा पैसा खर्च केला या लोकांनी या इमारतीवर? कुठून आणला असेल एवढा पैसा? मॅनेजमेंट कोट्यातून हे खूप पैसा घेऊन, महाराष्ट्राबाहेरच्या मुलांकडून तर एक एक कोटी रुपये घेऊन– ॲडमिशन देतात म्हणे. असाच पैसा इथं वापरला असेल. काल रात्री फ्लॅटवर एक मुलगी दुसऱ्या मुलीला सांगत होती, "तू बघशील नताशा, आपल्या कॉलेजच्या बिल्डिंगसारखी भव्य, सुंदर बिल्डिंग पुण्यातच काय पण संपूर्ण महाराष्ट्रात कोठे नाही म्हणे." ती मुलगी म्हणाली ते खरं होतं; पण काय फायदा नुसत्या भव्य, सुंदर इमारतीचा. ऐश्वर्या रॉयला ताजमहालमध्ये कैद करून ठेवावं असं वाटतं इथलं वातावरण. येथे वावरणाऱ्या मुलामुलींच्या चेहऱ्यांवर केवढा धाक आहे! या परिसरात एक तरी मुलगा किंवा मुलगी एकमेकांशी बोलताना दिसते आहे? नाहीतर कॉलेज म्हणजे काय जल्लोष असतो! "अगं, आमच्या कॉलेजात सुरुवातीच्या महिन्यात एक स्पर्धा घेतली जाते, 'क्वीन ऑफ कॉलेज' नावाची. सीनिअर्सच्या मुली फर्स्ट इअरच्या मुलींसाठी ही स्पर्धा आयोजित करतात. कल्पना अशी की ठरवलेल्या अमुक एका दिवशी जी मुलगी अति शॉर्ट कपड्यात कॉलेजात येऊन कॉलेजच्या कॅम्पसमध्ये चक्कर मारून दाखवेल ती कॉलेज क्वीन ठरेल. त्या दिवशी त्या मुलींसाठी कॅन्टीनमध्ये पार्टी आयोजित केली जाते. सगळा माहोल बेहोश करणारा असतो. अनेक सीनिअर्सकडून तिला वेगवेगळ्या गिफ्ट्स दिल्या जातात. तिनं त्या दिवशी घातलेला तो शॉर्ट्स त्या वर्षीचं आमच्या कॉलेजचं स्टाइल स्टेटमेंट ठरतं..." गावाकडच्या अनुप्रिया देशपांडेची मोठी बहीण सांगत होती. ती औरंगाबादला ई.एफ.टी.सी.मध्ये बी.ई. करते आहे. तिथे मंकीला गावाकडच्या मैत्रिणी म्हणत, "तुला कॉलेज लाइफ उपभोगायचंय

ना, तर मग पुण्यालाच एखाद्या कॉलेजमध्ये बी.ए. कर. स्टडी लाइटली ॲन्ड लिव्ह लाइकली... खरं आहे ते; पण बी.ए. करण्यात तिलाही मुळीच रस नाही. करायचं तर बी.ई. अन् तेही स्टडी लाइटली ॲन्ड लिव्ह लाइकली करत. अशा पद्धतीनं बी.ई. व्हायला किती वर्षं लागतील याची तिला चिंता नाही. पट्कन बी.ई. होऊन तिला काही पैसा मिळवायचा नाही. मालेगावचा तिच्या मामाचा मुलगा- अक्षय नाशिकला बी.ई. करतो. त्याच्या कॉलेजमध्ये म्हणे एक जण गेल्या दहा वर्षांपासून शिकतो आहे. तो आपला आयडॉल आहे. या कॉलेजात आपल्याला हवं ते वातावरणच नाही म्हटल्यावर नाशिकच्या त्या आपल्या आयडॉलसारखं लिव्ह लाइकली कसं जगावं आपण?आपल्याला कॉलेज हवं, अनुप्रिया देशपांडेच्या बहिणीच्या त्या कॉलेजसारखं. या कॉलेजची बिल्डिंग स्मार्ट आहे; पण कॉलेजातल्या आपल्यासारख्या मॉड मुलींना तिचा काय फायदा? त्यासाठी तरी आपण कॉलेज बदललंच पाहिजे.

तिनं ऑफिसात पाय टाकला अन् दुसऱ्यांदा त्याची भव्यता, देखणी सजावट पाहून तिच्या तोंडातून आपोआप ''व्वाव!'' असा उद्‌गार बाहेर पडला. ड्युप्लेक्स पद्धतीचा उंच हॉल– तशी सुरुवात पायऱ्यांपासूनच झाली... संगमरवरी दहा-बारा पायऱ्या. जवळ गेल्यावर आपोआप उघडणारं काचेचं गेट. हॉलच्या फ्लोअरवर अंथरलेला फिक्कट गुलाबी रंगाचा अत्यंत महागडा गालिचा... पाठीमागच्या भिंतीवर फुटलेल्या बांगड्यांच्या रंगीबेरंगी तुकड्यांना कलाकुसरीने चिकटवून आपला संपूर्ण पीसारा फुलवून नाचणारा अन् साक्षात जिवंत वाटणारा मोर... खरंतर तो काचांच्या तुकड्यांनी तयार केला हे आधी लक्षातही येत नाही. एकतर कुणीतरी सांगावं लागतं किंवा फारच निरखून पाहावं लागतं. कोणाची अदाकारी असेल ही?

''हॅलो, काय पाहिजे?'' तिच्या कानावर आवाज आला. ती भानावर आली. बाजूच्या रिसेप्शन काउन्टरवरची तिशीच्या वयाची एक सुंदर स्त्री तिच्याकडे प्रसन्न मुद्रेने पाहत विचारत होती. मागच्या वेळी मंकी आली तेव्हा ही इथं नव्हती. त्या वेळी रिसेप्शनिस्ट म्हणून एक तरुण होता. त्या बाईला पाहताच मंकीच्या मनात एक विचार विजेसारखा चमकून गेला - शिक्षणमहर्षी बाबासाहेब मोहोळांजवळ कलात्मक सौंदर्यदृष्टी आहे तर! तिला या म्हाताऱ्याला प्रत्यक्ष पाहण्याची तीव्र इच्छा निर्माण झाली. कसा असेल एकंदरीत हा माणूस? या बाईंकडे पाहिल्यावर आणि त्यांनी लादलेली कठोर बंधनं लक्षात घेता ते एक कठोर परंतु कलात्मक सौंदर्यपूजक वाटतात... मग त्यांच्या महाविद्यालयात येणाऱ्या सुंदर सुंदर मुलींविषयी त्यांच्या नक्की काय भावना असतील? कमी कपड्यांत मुली सेक्सी वाटतात हे खरं, पण सुंदर वाटतच नाहीत का? डोक्यावर समोर

वीतभर पदर घेऊन नवऱ्या मागोमाग अदबशीरपणे हळूहळू पावले चालत येणाऱ्या बायकांसोबत वावरणारं जुनं खोड असावेत बाबासाहेब मोहोळ... त्यांच्या पिढीतल्या बायका-मुली अन् आताच्या आपल्या पिढीतल्या – त्यातल्या त्यात आपल्यासारख्या मॉडर्न मुली– ही तफावत त्यांना कळत नसेल का? आणि तेही पुण्यासारख्या महानगरात राहणाऱ्या बाबासाहेबांना? शालीनता, सोज्वळता या गोष्टींनाच ते अजूनही चिकटून आहेत आणि त्यांच्या नाती शोभणाऱ्या. आपल्यासारख्यांकडून ते त्याच जुन्यापुराण्या घिशापिट्या गोष्टींची अपेक्षा करणार... ये बहोत बडी बेइन्साफी है।... विचाराविचारांत तिचा श्वास फुलला. पण हा झाला त्या रिसेप्शनिस्ट बाईला पाहण्यापूर्वीचा बाबासाहेबांबद्दलचा विचार. पण तेच बाबासाहेब एवढ्या सुंदर बाईची रिसेप्शनिस्ट म्हणून निवड करतात म्हणजे पिकल्या पानाचा देठ अजूनही हिरवा असल्याचंच लक्षण की!

ती त्या सुंदर बाईजवळ गेली. तिच्याकडे टक लावून पाहतच, मनात आपोआप एक जुनं सिनेमाचं गाणं सुरू झालं, 'तू चीज बडी है मस्त मस्त...ऽऽऽ' या कॉलेजात एवढं स्ट्रिक्ट वातावरण आहे; म्हणून या सुंदर बाईला अगदी सुरक्षित वाटत असेल. अन्यथा कॉलेजच्या टारगट पोरांनीच तिला टार्गेट केलं असतं... नव्हे पळवून नेलं असतं... अन्...

"हॅलो, म्हटलं, काय पाहिजे?"

"हां," मंकी भानावर आली.

"मला हे कॉलेज बदलायचंय. काय करावं लागेल?"

ती बाई ज्या कॉलेजात शिकली असेल तिथं तिची काय गत झाली असेल? किती जणांनी तिला लाइक केलं असेल? कित्येकांनी तिच्यावर लाइन मारली असेल? ज्या कोणी तिच्याशी लव्ह– खरेच तसं असेल म्हणजे हिचं लव्ह मॅरेज झालं असेल की अरेंज मॅरेज– म्हणजे लव्ह मॅरेज किंवा ॲरेंज मॅरेज केलं असेल तो केवढा भाग्यवान असेल? विचारावं का त्या बाईला हे सगळे प्रश्न? उत्तरं देईल ती? की रागावेल?

"आपण त्यासाठी रजिस्ट्रार सरांना भेटा. ते आज एका मीटिंगसाठी मुंबईला गेले आहेत... उद्या...."

ती बोलत असताना मंकी तिच्याकडे पाहत पुन्हा तिच्यात हरवली.

"हॅलो, प्रियंवदा मॅडम."

एका भारदस्त आवाजानं मंकी पुन्हा भानावर आली. ग्रे-सूटमधली एक रुबाबदार व्यक्ती ऑफिसमध्ये जात होती. कोण हे? हेच का रजिस्ट्रार? पण ते तर मुंबईला गेले म्हणतात या मॅडम? मॅडम, अंहं, प्रियंवदा मॅडम! नावसुद्धा तसंच सुंदर, प्रेम या शब्दानं अंकित. प्रियंवदा... काय बरं अर्थ या नावाचा? प्रियं

+वदा... वदा... वद.... वदणे... बोलणे... प्रिय बोलणे.... प्रिय बोलणारी? की प्रिय + वदा... वद... वदन. मुख... म्हणजे प्रिय मुख असणारी? यातलं कोणतं बरोबर? प्रिय बोलणारी की प्रिय मुख असणारी? जाऊ द्या... इतका मराठीचा कीस पाडायची गरज नाही. बाईकडे पाहिल्यावर आणि त्यांचं गोड बोलणं ऐकल्यावर दोन्ही अर्थ बरोबरच आहेत हे नक्की.

"दुसरं कोणी सांगणार नाही?"

"नाही, उद्या या. बाय द वे आपण कॉलेज बदलावं असं का वाटत होतं आपल्याला?"

मंकीला त्या मॅडमनं तसं विचारलं ते बरं वाटलं. म्हणजे तेवढा वेळ त्यांच्याशी बोलता येईल. त्या मॅडम पुढे म्हणाल्या, "म्हणजे मला असं म्हणायचंय, एवढ्या लवकर या कॉलेजबद्दल आपण वाईट ग्रह का करून घेतलाय? आपण ॲडमिशन घेण्यापूर्वी किंवा घेताना या कॉलेजबद्दल काहीच चौकशी केली नव्हती का? एक सांगते, फायनलच्या वेळी इथे देशी-परदेशी नामवंत कंपन्यांचे कॅम्पस होतात. आजपर्यंत तरी इथला एकही जण बेकार राहिला नाही! दुसरं असं की ऑप्शन देऊनही इथं नंबर लागला नाही तर तगडं डोनेशन देऊन मुलं इथं ॲडमिशन घेतात.

मंकीनं आपलं स्पष्टीकरण दिलं. मौज, मस्ती, धम्माल अशी जीवनशैली तिला कॉलेजमध्ये हवी आहे. तेही असल्या इंजिनिअरिंग कॉलेजात. तिच्या मते हे दिवस म्हणजे कॉलेजचे, मग ते कुठल्याही कॉलेजचे असो. एकदाच आयुष्यात येतात. ते स्वच्छंदीपणे का जगू नयेत? त्यावर त्या मॅडम म्हणाल्या, "ओऽऽ, इट मीन्स यू आर योलो." मंकीला ही 'योलो' काय भानगड आहे ते कळलं नाही. तिनं तसं विचारलं. त्यांनी हसून थोडक्यात सांगितलं, "योलो म्हणजे यू ओन्ली लिव्ह वन्स! योलो -YOLO हे चार अक्षर You Only Live Once या वाक्यातील चार शब्दांची आद्याक्षरं म्हणजे असे योलो असणारे 'आपण एकदाच जन्माला येतो. तर एकदाच जगून घ्यायचं' असं म्हणतात. 'उद्या'चं अस्तित्व नाकारतात, तुमचंही तेच दिसतंय..." त्या मॅडम म्हणतात तेच खरं. आपण योलोच आहोत. इतर मुलींसारखे आपण कॉलेज कॅम्पस, तेथील लेक्चरर्स, तेथील नियम, नव्यानं होऊ पाहणारे फ्रेन्ड्स, त्यासाठी धडपड हे असल्या फालतू गोष्टींसाठी टेन्शनच घेत नाही. ती राणीच केवढी मिक्स होऊन गेली रात्रीच फ्लॅटवरच्या मुलींसोबत? अन् वर्गातही किती ॲग्रेसिव्ह वाटली? आपल्याला ते तसलं काही नको... राणीचा कॉलेजचा पहिला दिवस तिच्या दृष्टीनं अत्यंत यादगार. मात्र आपला पहिला दिवस तेवढाच बोअर... विचारातून बाहेर पडत तिनं मॅडमकडे पाहिलं. त्या आता दुसऱ्यांशी बोलण्यात गुंग होत्या. त्या आता आपल्याला

वेळ देऊ शकणार नाही हे ओळखून पुन्हा एकदा प्रियंवदा मॅडमकडे डोळाभर पाहून घेत मंकी परत फिरली. क्षणभर तिला वाटलं, आपणच टारगट मुलगा बनून मॅडमला पळवावं. अन्... खरंच आपण 'योलो' आहोत हे त्यांनाही सिद्ध करून दाखवावं. व्वा योलो! योलो!! तिला त्या शब्दांचं नवल वाटलं. ती ऑफिसबाहेर आली.

"अरे, मंकी? इकडं कुठं?"

पंकज होता तो. पंकज वाघ. सकाळी त्यानं तिची फार मदत केली. आणि तिच्याशी तिळाचाही आगाऊपणा न करता, हे विशेष... अर्थात तो तिला त्यामुळे खूपच शामळू वाटला ही गोष्ट अलाहिदा... तरी पण तो तिला मित्र म्हणून चांगला वाटला. म्हणजे खूप विश्वासू वाटला.

"ऑफिसमध्येच आले होते, चौकशी करायला," अन् तिनं त्याला तिची अडचण सांगितली.

"अगं, वेडी आहेस का? पुण्यामधलं टॉप फाइव्हपैकी एक कॉलेज आहे हे. हे कॉलेज भेटावं म्हणून किती अपेक्षा असतात मुलांच्या, पालकांच्या! तुला हे कॉलेज भेटलं तर तू सोडायचं म्हणतेस? पण का?"

त्याला सांगावं का त्या मॅडम म्हणतात तसे आपण 'योलो' आहोत? त्यामुळे आपल्याला या कॉलेजच्या वातावरणाबद्दल काय वाटते? नको. "आपला इथं जीव रमत नाही" असं गोलमोल उत्तर तिनं दिलं.

अन् त्यानं मग तिथंच एक छोटंसं स्पीच दिलं, "मंकी, इथं येणाऱ्या प्रत्येकाच्या डोक्यात करिअरचं भूत सवार झालेलं असतं. हे कॉलेज म्हणजे काही पुण्याची सारसबाग, पेशवेबाग नाही, जीव रमवायला! अगं, इथं वेळच कुठं असतो मोकळा श्वास घ्यायला? थांब, दोन दिवस. एकदा टाइमटेबल लागू दे. मग बघ. तुला माझं बोलणं अतिरेकी वाटेल पण बोलतोय, एकदा कॉलेज सुरू झालं की अगदी चड्डीत सू करावी लागते. म्हणजे सूला जायलासुद्धा वेळ मिळत नाही."

पंकज बराच वेळ तिचं प्रबोधन करीत राहिला. त्याच्या मते तिनं एवढ्या लवकर या कॉलेजविषयी असं मत कसं बनवलं? एखादं कॉलेज कसं आहे हे समजून घ्यायला कित्येक दिवस लागतात. आणि खरंतर ज्या कॉलेजमध्ये आपल्याला ॲडमिशन घ्यायचं त्याची आपण आधीच संपूर्ण माहिती काढतो. आपल्या करिअरला सूट होईल असंच कॉलेज आपण निवडतो. अन् ती तर अगदी पहिल्या दिवशी, पहिल्या दोन पिरिअडमध्येच हे कॉलेज बदलायची गोष्ट करते. सकाळी गेटमननं तिला परत पाठविलं हे तर कारण नव्हे ना? असंही शेवटी त्यानं विचारलं. तेच खरंही होतं.

"तरी पण मला वाटतं..."

"थांब, मी तुला माझ्या एका मित्राची भेट घालवून देतो..." बोलता बोलता त्यानं मोबाइलवर मित्राशी संपर्क साधला."अन्या, कुठं आहेस?"

"कॅन्टीनमध्ये आहे. ये चहा घ्यायला."

"येतोय, पण आम्ही दोघं जण आहोत."

"दुसरं कोण? ती की तो?"

"आल्यावर कळेल," म्हणत त्यानं मोबाइल बंद केला.

मंकीला घेऊन तो कॅन्टीनकडे निघाला. कॅन्टीनकडे जाताना पंकज त्याच्या त्या मित्राबद्दल सांगत होता... अनुरूप लाड. मुंबईला... मुंबईची टॉपमोस्ट कॉलेजेस सोडून त्यानं फर्स्ट ऑप्शन या कॉलेजला दिलं होतं. पण इथं त्याचा नंबर लागला नाही. दुसऱ्या ऑप्शनमध्ये त्याला मुंबईतच रुईया नावाचं चांगलं कॉलेज मिळालं; पण त्याला फक्त हेच कॉलेज हवं होतं. का तर इथले रूल्स ॲन्ड रेग्युलेशन्ससह सगळंच त्याला आवडलं होतं... इथं फक्त अभ्यास! अभ्यास!! अभ्यास!!! काय केलं मग त्यानं? दुसऱ्या ऑप्शनमधल्या त्या मुंबईच्या रुईया कॉलेजमध्ये ॲडमिशन घेतलं. नंतर ते कॅन्सल केलं. अन् इथं या कॉलेजमध्ये मॅनेजमेंट कोट्यातून ऐंशी लाख रुपये डोनेशन देऊन ॲडमिशन केलं.

"ऐंशी लाख?" तिच्या तोंडून हे शब्द बाहेर पडले.

"तुला काय वाटलंय? पाच-दहा हजारांत इथं ॲडमिशन होतेय? पुण्यातल्या टपरूट कॉलेजात कमीत कमी तीस लाख रुपये घेतात. आहेस कुठं?"

तिला झटका यासाठी बसला की अजून तिनं तिच्या पप्पांना याबाबत विचारलं नव्हतं आणि समजा विचारलं तर पप्पा म्हणतील, "काही हरकत नाही; पण तुझ्याबरोबर राणीला ने." अन् महत्त्वाचं म्हणजे ही राणी हे कॉलेज सोडायला तयार होणार नाही. दुसरा मुद्दा समजा ती तयार झालीही तर तिच्या अन् आपल्या अशा दोघींच्या ॲडमिशनचे किमान ८०-९० लाख? पप्पांना कोण्या तोंडानं म्हणावं, एवढा पैसा भरा म्हणून?... तेच तर आपण इथं ओ.बी.सी. कोट्यातून नंबर लावून घेतला. मात्र त्या वेळी राणी अन् भांगे सरांसमोर आपल्याला खूपच खजील झाल्यासारखं वाटलं म्हणजे मग राणीत अन् आपल्यात फरक तो काय? त्यांनीच सांगितलं असेल भांगे सरांना. काय पण पप्पा!

"अरे बापरे, वाचव रे देवा!" कॅन्टीनमध्ये आल्या आल्या पंकज जरा मोठ्यानं बोलला. त्यावर तिनं "काय झालं?" असं विचारलं. त्यानं त्याच्या तसं बोलण्याचं स्पष्टीकरण दिलं. ऑफिसमध्ये अन् कॉलेजच्या प्रिमायसेसमध्ये मुलामुलींनी एकमेकांशी बोलणं, एकमेकांसोबत फिरणं यावर बंदी आहे. आणि पंकजनं या गोष्टी पाळल्या नाहीत. मंकीशी तो ऑफिसबाहेरही बोलला. अन् तिला सोबत घेऊन तिच्याशी

बोलत तो कॅन्टीनमध्येही आला. जर हे प्राचार्यांनी किंवा बाबासाहेबांनी पाहिलं तर ते पंकजला अन् मंकीला ऑफिसात बोलावून त्यांना दम देऊ शकतात. ते तरी बरं आपण ऑफिसात भेटलो नाही. अन्यथा तेथे सी.सी.टी.व्ही. कॅमेरे बसवलेले आहेत. तो अजूनही घाबरलेलाच होता. मंकीलाही हे एवढं सक्त वातावरण नकोच होतं. म्हणूनच तिला हे कॉलेजही नको होतं. अरे हे काय कॉलेज आहे? पुण्यात एवढे कडक नियम असणारं कॉलेज असेल हे कोणाला सांगूनही पटणार नाही. पुण्यातच काय अख्ख्या महाराष्ट्रात असं कॉलेज शोधूनही सापडणार नाही.

"काही घाबरायचं कारण नाही. मी सांगीन हा माझा मावसभाऊ आहे म्हणून." मंकीनं त्याच्या मनातली भीती घालवण्यासाठी म्हटलं; पण मग तिची चूक तिच्या लक्षात आली. पुण्यात ती शिकायला आली तीच मुळात फ्रीनेस मिळाला म्हणून. अन् आता तीच स्वत:ला बंधनाच्या पाशात अडकविते आहे. पंकजला मानलेला मावसभाऊ म्हणणं म्हणजे बंधन आलंच की नाही? म्हणजे मग त्याच्यासमोर एखादी वर्स्ट गोष्ट करणं वा तसं वागणं... जमेल आपल्याला? पण तिचं मन उसळी मारून म्हणालं, चल छट्! सख्ख्या मायला माय अन् बापाला बाप म्हणण्याची जिथं आपली तयारी नाही, तिथं हा मानलेला मावस भाऊ? त्याची काय एवढी पत्रास? प्राचार्यांनी यदाकदाचित बोलवलं तरच तेवढ्यापुरतं खोटं बोलायचं. खोटं बोलणं, लबाड वागणं हे काय आपल्याला माहीत नाही की काय? पुण्याला आपण शिकायला आलो, हीच तर केवढी मोठी लबाडी आहे आपली! तिकडं आई-पप्पांना मनात वाटत असेल की आपली मंकी आता नक्कीच इंजिनिअर होणार. आपलं मात्र एकदम विरोधातच. आपल्या जीवनाच्या रुळांवरून आपले डब्बे एका दिशेला जात आहेत, अन् इंजिन दुसऱ्या दिशेला जात आहे...

"अन्या, कुठं आहेस? मी कॅन्टीनमध्ये आलोय," पंकज मोबाइलवरून बोलला.

"अरे, मी आय.टी.च्या एच.ओ.डीं.ना भेटायला आलोय इकडे. सॉरी यार. त्यानं तसं म्हटलं अन्, "साला, बास्टर्ड" म्हणत पंकजनं मोबाइल बंद केला.

कॅन्टीनमध्ये ना खुर्च्या ना टेबल. काउन्टरवरून कोणताही खाण्याचा-पिण्याचा पदार्थ आधी पैसे देऊन विकत घ्या. अन् बाजूला उभं राहून खा-प्या. मुलांचे, मुलींचे अनेक स्वतंत्र ग्रूप तिथं होते; पण मंकी, पंकजसारखे काही मुलं, मुली एकमेकांशी चर्चाही करत होते. काहीबाही खातपित होते. मात्र रात्री संजना म्हणाली होती तसं कोणी कोणाच्या हातचं घेऊन खातपित नव्हतं. संजना खोटं बोलत असावी– तिनं पंकजला विचारलं, "इथं मुलंमुली कसे एकमेकांसोबत बोलतात?"

"अगं, इथं मुलामुलींमध्ये बराचसा मोकळेपणा असतोय. काहींची अफेअर्स असतात. काही तशाच लाइन्स मारतात. रुसवे-फुगवे-चॅटिंग-हँसी-मजाक हे

थोडंफार चालतं इथं. तुलाही येथून पुढे काही अडचण आली तर मला इथं भेटत जा... आपण आता चहा घेऊ या अन् मग...'' बोलता-बोलता तो थांबला. त्याचं लक्ष एका मुलावर गेलं.

''मंकी, त्या अन्यासारखी आणखी एक केस उभी आहे इथं. ये, तुला मी त्याची भेट घालून देतो. तू त्याला बघशील अन् हैराण होशील... बघच तू... ये.'' तो गर्दीत घुसला. पण हातातल्या चहाची आठवण येताच त्यानं तो एका घोटात प्यायला. कोणाचा धक्का लागला अन् कोणाच्या कपड्यांवर सांडला तर विनाकारण टेन्शन निर्माण होईल. त्यानं तिलाही चहा प्यायला लावला. तिच्या हातचा रिकामा प्लास्टिक ग्लास घेऊन त्याच्या ग्लासमध्ये ठेवला अन् तो पुढे निघाला.

पंकजनं त्या मुलापुढे तिला नेऊन उभं केलं. अन् ती थक्कच झाली. डिट्टो करिना कपूर– नाक, ओठ, डोळे, भिवया, त्वचेचा नाजूकपणा... तिच्या मनात आलं, याला पॅन्ट, शर्ट ऐवजी एखादी कॅप्री आणि शॉर्ट टॉप नेसवला की झाली करिना कपूर. त्याला पॅन्ट-शर्ट आहे, डोक्यावर कापलेले केस आहेत म्हणून तो मुलगा. खरं म्हणजे त्याचं वय आता वीसच्या आसपास तरी असावं; पण त्याच्या ओठावर, हनुवटीवर मिश्या-दाढीचा लवलेशही नव्हता. हा पहिल्या वर्षी कॉलेजात आला तेव्हा नक्कीच सीनिअर्सनी याची रॅगिंग घेतली असेल! म्हणजे काय मुलींसारखंच त्याला छळलं असेल... पण या कॉलेजात तसं झालं असेल?

''हॅलो, इसाक.''

''हॅलो''

''ये मेरी बहन है। तुमसे मिलना चाहती है। और आपका गये सालका एक्स्पिरिअन्स सुनना चाहती है।''

"Are you joking with me?"

"No, no. This my sister is seriously thinking to quit this college, so..."

''अच्छा, तो ये बात है? देखो बहन, मेरा जिंदगी में एक ही मकसद था, पूना युनिव्हर्सिटी में और इसी कॉलेज में बी.ई. करना। मेरे पापा कहते थे– वैसा मैं रहनेवाला चंद्रपूर का हूँ...''

''और मैं बासम की– बासम– वाशीम– अकोला के पास,'' तिनं त्याचं वाक्य तोडलं.

''अच्छा हम एकही रिजन से हैं। तो मेरे पापा कहते थे, चंद्रपूर में ही ॲडमिशन कर लो। मगर मैं नही मानता था। तो मैंने बताया की मैंने फॉर्म में सिर्फ इसी कॉलेज का ऑप्शन लिखा है। तो वे बोले, 'वो कॅन्सल करके चंद्रपूर में ही

ॲडमिशन करेंगे।' पर मुझे तो पूना ही आना था। पूना ही क्यों? आपको मालूम नहीं होगा की पूना युनिव्हर्सिटी दुनिया की सबसे बडी युनिव्हर्सिटी है। और वैसे भी क्वालिटी ऑफ एज्युकेशन के बारे में भी पूना युनिव्हर्सिटी सबसे आगे है। इसलिए... पर पापाके मन में डर था। आप देख रही है मेरी मासूमियत। मेरे साथ पूना में कोई गलत रॅगिंग ना हो जाय। मैंने पापा को समझाया । पापा, अगर रॅगिंग होनी है तो वह चंद्रपूर में भी हो सकती है। मैं सिर्फ घरमें सुरक्षित रहूँगा। अगर घर छोडनाही है तो फिर पूना ही क्यों ना हो? ये एक बात। दुसरी बात, पापाको मैंने इस कॉलेज के बारे में बताया। इतनाही नहीं जब ॲडमिशन करनी थी तो उनको मेरे साथ यहाँ लाया।। प्राचार्य से, शिक्षणमहर्षी बाबासाहब से मिलवाया। 'आपके बेटे के बाल को भी यहाँ कोई नही छुएगा।' दोनों ने भी पापाको रिलॅक्स किया और मैंने यहाँ इसी कॉलेज में ॲडमिशन की। इस कॉलेज में मैं एक मिसाल बनके रह गया। मेरी तरह आप जैसी बहनाओं के लिए घरसे भी सुरक्षित ये कॉलेज है।''

इसाकची ही कहाणी रोचक आणि रोमांचक आहे, हे मंकीच्या लक्षात आलं. आणि आपण हे कॉलेज कुठल्याही परिस्थितीत सोडू नये यासाठी पंकजचा हा आटापिटा चालू आहे हेही तिच्या ध्यानात आलं. मात्र वस्तुस्थिती ही होती, की आपण हे कॉलेज का सोडू इच्छितो हे त्याला कळलं नव्हतं; किंवा आपणही त्याला तसं स्पष्टपणे सांगू शकलो नाही. आणि केवळ पंकजलाच नव्हे तर इतर कोणत्याही- अगदी आई -पप्पांनाही- आपण खरं कारण सांगू शकणार नाही. इथं सगळ्या मुलामुलींना, त्यांच्या पालकांना करिअरची पडलेली आहे; आणि आपण एकटेच असे की, आपल्याला फक्त एन्जॉयमेंट पाहिजे. स्टडी सिरिअसली ऐवजी आपल्याला फन सिरिअसली ॲन्ड स्टडी ईझिली असं पाहिजे. आपला हा आग्रह की दुराग्रह? अगदी लहान लेकरासारखं वागतो का आपण? अमुक एक गोष्ट हवी म्हणजे हवीच. जसं पुण्यालाच शिकायचं असा आग्रह... आता हे कॉलेजच नको असा आग्रह. आपल्याला हवं ते मिळालंच पाहिजे यासाठी सारी धडपड... बरं, समजा आपण हे कॉलेज सोडू... दुसरं जॉइन करू... तिथं आपल्याला नेमकं जे थ्रिल, जी फन पाहिजे ती मिळाली नाही तर? मग काय करायचं? मग पुन्हा त्या कॉलेजचं ॲडमिशनही रद्द करायचं का? नंतर आणखी एखादं कॉलेज... पप्पा या गोष्टींना मान्यता देतील? ॲडमिशन तरी पुनःपुन्हा होईल? त्यासाठी किती पैसे खर्च करायचे? आणि पप्पांनी जर त्या राणीची अट घातली तर?... आपण आपल्या हातानं आपल्याभोवती अनावश्यक गोष्टींचा गुंता वाढवून ठेवतो आहोत का?... याच कॉलेजात राहून बाकीच्यांच्या इतकं सिरिअस न होता लाइटली, लाइटली फनी अन् माफक थ्रिलिंग गोष्टी करता येतील ना आपल्याला?

एकदमच कॉलेजचा कायदा कशाला मोडायचा? हं, त्याला वाळवी मात्र लावायची. हळूहळू आतून पोखरायचं... आतून सगळं पुयाड करायचं... म्हणजे आपण दुहेरी आनंद मिळवू. एक– इथल्या आपल्या दृष्टीनं जाचक वाटणाऱ्या व्यवस्थेला आपण शह देत असल्याचा आनंद अन् दुसरा– हा शह देताना ज्या ज्या थ्रिलिंग बाबी आपल्याला कराव्या लागतील त्या करण्यातला आनंद... एक गंदी मछली सारे तालाब को गंदा बना देती है। हां हां हां हां डायलॉग आपल्यासाठीच लिहिला गेला... ठरलं.... बी कूल डाउन अ‍ॅन्ड डोन्ट बी डिस्परेट... रिलॅक्स, रिलॅक्स, रिलॅक्स!!!

"मंकी, चलतो मी. सगळी मुलंमुली निघाली. मलाही आता प्रॅक्टिकल आहे." पंकजनं तिला भानावर आणलं आणि तो निघूनही गेला.

कॅन्टीनमध्ये ती एकटीच उरली. कॅन्टीन मालक अन् त्याची दोन पोरं आपसात बोलत होते. ती काउन्टरवर गेली. पाच रुपयांचं एक कॉइन देऊन आणखी एक कट मागितला. तो घेऊन ती उभ्याने एकटीच घुटक्यामागून घुटके घेऊ लागली.

◆

आजचा एम.सी.चा तिसरा दिवस होता मंकीचा. म्हणजे आपण तिच्यासोबत या फ्लॅटमध्ये आलो त्या दिवशी तिची एम.सी. सुरू झाली. तिनं आपल्याजवळचेच पॅड त्या दिवशी हिसकावून नेले होते. वापरलेल्या पॅड्सची विल्हेवाट लावण्याऐवजी तिनं त्यांचा ढीग बाथरूमच्या खिडकीत रचला होता. बरं, ते तरी नीट गुंडाळून ठेवती; तर तेही नाही. काढला, धरला अन् फेकला. ते दिसायला फारच किळसवाणं वाटतं. त्यात दुसरी गोष्ट अशी की त्याची आता दुर्गंधीही सुटली. बाथरूमला गेलं की मळमळायला होतं. उलटी होते की काय असं वाटतं. एखाद्या कॅरीबॅगमध्ये टाकून वा पेपरात गुंडाळून फ्लॅटबाहेर ठेवलेल्या डस्टबिनमध्येही तिला ते नेऊन टाकता येऊ नये? राणी अक्षरश: वैतागून गेली होती.

आपण असं कधी वागलो नाही. खरंतर गावाकडे आपली आई अजूनही कपडा वापरते. एक दिवस वापरलेला कपडा दुसऱ्या दिवशी अंघोळ करताना धुते. नहाणीतच वाळू घालते. त्याच्यावर पडलेले ते डाग... हं, फारच किळसवाणं वाटतं. त्यासाठी आपण आईला एकदोन वेळा टोकलं, तर तिचं म्हणणं, 'वाळू तरी कुठं घालावं गं?' बायकांच्या नशिबी कसले कसले प्रॉब्लेम असतात. त्यात हा सर्वांत वाईट. आई म्हणे, ती नांदायला आली तेव्हा तर आजी तीन दिवस तिला घरात वावरू देत नव्हती. बाहेरच्या ओसरीत तिचं सगळं खाणं-पिणं... पण पुढे आजीचं म्हातारपण, आजारपण बळावलं. आई तीन दिवस बाजूला बसली तर घरातला कामधंदा-स्वयंपाकपाणी करायचं कोणी? शिवाय शिक्षणाचा परिणाम म्हणून त्या गोष्टीकडे 'बाट' या दृष्टीनं जे पाहिलं होतं ते कमी कमी होत बंद झालं. अलीकडे घरोघरच्या बायका म्हणजे नवीन पिढीच्या लेकीसुना वेगळ्या बसत नव्हत्या. स्वयंपाक, धुणं-पाणी असली सगळी कामं करू लागल्या. फक्त देवादिकाचं तेवढं पथ्य पाळायचं. जुन्या जमान्यात 'कावळा शिवला' असं म्हणत. अन् अशा बायका पाणी प्यायचा तांब्या उपडा घालून ठेवत. म्हणजे घरातल्या बाकी माणसांनी काय झालं ते समजून घ्यायचं. त्या काळी बायका सुती कापड वापरत. कारण अंगावरची कापडं सुतीच असायची. धोतरं, लुगडं, कमीज अशी

कापडं फाटली की ती बहुतेक याच कामी पडत. ती एकदा वापरली, धुऊन कुठं आडजागी– म्हणजे तिथं जिथं घरातल्या माणसांची त्यांच्यावर नजर पडणार नाही अशा ठिकाणी– वाळू घालायची. विटाळ गेला की ती स्वच्छ धुऊन, वाळवून एका कापडाच्या धुडक्यात बांधून पुन्हा पुढच्या वेळी वापरण्यासाठी कुठंतरी आडजागी ठेवायची म्हणजे त्या काळी या संबंधाने एवढी गुप्तता बाळगत. दुसरं असं लहान मूल शिवलं की त्याचे सगळे कपडे काढून घेत. त्याला नंगं करत. मग तो मुलगा असो की मुलगी. त्यामुळे मुलांमध्ये अशा बायकांची प्रचंड दहशत असायची. त्याला घरात राहायची लाज अन् बाहेर जायची शरम. बरं घालतो म्हटलं तर दुसरे कपडेही नसायचे. मोठी मज्जाच मज्जा. अलीकडच्या काळात खेड्यापाड्यात टी.व्ही. पोचला. जाहिरातींचा जमाना आला. अन् त्या तीन दिवसांत कापडाऐवजी पॅड वापरणं कसं सोईस्कर ते सांगितलं जाऊ लागलं. या जाहिराती पाहून तर अगोदर बायकांना जर त्या घरातल्या पुरुष मंडळींसोबत टी.व्ही. पाहत असतील तर मेल्याहून मेल्यासारखं व्हायचं... 'मेले काहीबी दाखवतात' असं म्हणून त्या टी.व्ही. समोरून उठायच्या.

त्या काळातच बायकांच्या समोर आणखी एक अडचण अशी आली की सुती कपडे जाऊन त्याजागी नॉयलॉन, टेरिकॉटचे कपडे आले. सुती कापडासारखी ओलसरपणा शोषून घेण्याची या कपड्यांची क्षमता नव्हती. सुती कपडा मिळत नसल्याने नाइलाजाने बायका नॉयलॉन, टेरिकॉटच्या उतरलेल्या कपड्यांचे कापडं वापरू लागल्या. त्यामुळे त्यांना दोन असुविधांना तोंड द्यावं लागे. एकतर ही कापडं नीट अंगाला राहत नसत. दुसरं ते ओलसरपणा धरून ठेवत नसत.

पॅड्समुळे या गोष्टींवर मात करता येऊ लागली. पण हे पॅड्स कोठे मिळतात, आणि ते आणायचे कसे, हे प्रश्न उपस्थित झाले. मात्र लवकरच आधी शहरात अन् मग खेड्यापाड्यातल्या किराणा दुकानांतूनही सहज उपलब्ध होऊ लागले. सुरुवातीला मुली-बायका त्याचं नाव उच्चारायला घाबरायच्या. कारण दुकानावर पॅड विकणारे पुरुष होते... त्यांना कसं मागायचं? आता तर सगळी लाजलज्जा नाकाला बांधून या बाबतीतले व्यवहार मोकळेपणी व्हायले. गमतीनं असं म्हटलं जाऊ लागलं की मुलगी वयात आली हे घरातल्या आईच्या आधी कोपऱ्यावरच्या दुकानदाराला आता माहीत होते... जुन्या बायकांचा कुठे तो लपून-छपून-चोरून व्यवहार अन् कुठे हा निर्लज्जपणा?

बरं, दुसरी आणि अतिशय वाईट गोष्ट ही की या पॅड्सची विल्हेवाट लावता येत नाही. त्यांना वरून पॉलिथिन-नायलॉनसारखं अस्तर असल्याने ते नष्ट होत नाहीत. एखाद्या उकिरड्यावर नेऊन टाकलं किंवा ते उकिरड्यात पुरलं तरी डुकरं, कुत्री त्याला बाहेर काढतात. त्याला चाटतात, तोडून खातात. अन्

तोंडात धरून ते कोणाच्याही अंगणात आणून टाकतात. खेड्यातली ही स्थिती तर शहरातही फार काही वेगळी नसेल.

शाळेत जायचं असलं तर राणी पॅड्स वापरायची. एरव्ही सुटी असली की कापड वापरायची. कारण याची किंमतही कमी नाही. जिथं दररोजच्या भाजीला तेल-मीठ-मिरची मिळत नाही, तिथं एक एक पॅड बंडल अठ्ठावीस -तीस- तीस रुपयांना विकत घ्यावा. यातलं एकेक पॅड एकदा वापरलं की फेकावं लागते आणि त्या तीन दिवसांत जर अंगावरून जास्त गेलं तर एका-दोन बंडल्सनी भागत नाही. अन् त्यातही कधी पाळी तीन दिवसांपेक्षा जास्त दिवस चालली तर मग वैतागच वैताग. तरीपण शाळेच्या दिवशी राणीची आई राणीला पॅड्सच वापरायचा आग्रह करी. तसं पहिल्यांदा तिला अंगावर गेलं तेव्हा ती खूप घाबरली होती. उन्हाळ्याची सुटी होती. त्या वेळी तिनं सातवीची परीक्षा दिली होती. 'हे काय होते?' हे न कळल्यानं ते आईला न सांगता ती शेजारच्या रमावैनीकडे गेली. तिनं हसून तिची थट्टा करत करत 'असं प्रत्येक मुलीला होतच असतं, हेच बाईपणाचं मुख्य लक्षण आहे.' वगैरे समजावून सांगितलं. अन् तिच्या हाती एक पॅड दिलं. 'याचं काय करू?' ते राणीला न कळल्यानं तिनं ते कसं लावायचं ते समजावून सांगितलं. संध्याकाळी रमावैनीनंच राणीच्या माघारी घरी येऊन तिच्या आईला सांगितलं. राणी अंधार पडल्यावर बाहेरून आली तेव्हा तिला जवळ घेत तिच्या आईनं पाठीवरून हात फिरवला. राणी बावरली. 'सांगितलं मले रमानं, राणी, भिऊ नको...' असं म्हणत तिनं तिला याबद्दल बरंच काही समजावून सांगितलं.

आता तर या बाबतीत भलतीच प्रगती झाली. तिच्या गावच्या सहावीत शिकणाऱ्या कित्येक मुलींच्या सॅकमध्ये एक-दोन पॅड ठेवलेले असते... "अचानक तसं काही झालं तर.... पहिल्यांदा कधी होईल याचा काय नेम?" असं त्या म्हणतात. म्हणजे या पोरींना ते फार हौसेचं वाटतं.

या मंकीचं घरी कसं वागणं असेल? असंच वागत असेल? आता तिला म्हणावं का...? पण ती ऐकेल? या पॅड्सची विल्हेवाट लावणं तर सोडा तिनं तिचा हॉलसुद्धा अजून झाडला नाही. राणीनं मात्र पहिल्याच दिवशी खालच्या ऑफिसमधून झाडू आणला अन् तिचं बेडरूम स्वच्छ झाडलं. झाडू बेडरूमच्या कोपऱ्यात लावून ठेवला. मंकीला गरज वाटली तर ती नेईल या विचारानं; पण मंकीला त्याची आवश्यकता वाटलीच नाही. धूळ, कचरा, कागदाचे लहान मोठे चिठोरे, कशाकशाच्या पॅकिंगची आवरणे... काय अन् काय? तिनं चार-आठ दिवस झाडलं नाही तर हॉलचा उकिरडाच होणार... हॉलचाही उकिरडा अन् इकडे बाथरूमचाही उकिरडा. अशात आपण आपलं बेडरूम कितीही स्वच्छ ठेवलं तर

त्याचा फायदा काय? होस्टेल लाइफ एन्जॉय करायचं तर कसं वागावं लागेल? मंकीसारखं वागून चालेल काय? इथं तर एकमेकींशी जुळवून घेण्यातलं कसब अंगी असायला पाहिजे. कोणासाठीही अन् कसलाही त्याग करायची भावना अंगी असावी लागते. हां, एक महत्त्वाची गोष्ट म्हणजे ॲडजेस्टमेंट कोणाकोणाशी, कशी-कशी अन् कधी ॲडजस्टमेंट करावी लागेल ते सांगता येत नाही. या गोष्टी जर केल्या नाहीत तर इथं फार काळ निभाव लागणं कठीण आहे. संजना सांगत होती, 'इथं तुमचे फ्लॅटमेट तुमचे खरे मित्र असतात. या काळात खऱ्या अर्थाने ते तुमचे आई-बाप, बहीण-भाऊ, पालक-चालक असतात. कारण रात्री-बेरात्री कोणावर कोणता प्रसंग कधी ओढवेल ते सांगता येत नाही. दुसरं म्हणजे इतर फ्लॅटमधले तुमच्या सहपरिवारातच मोडतात. त्यांच्याशीही फटकून वागता येत नाही. आप भला तो जग भला, हेच तत्त्व इथं खरं ठरतं. फ्लॅटमध्ये अन् इतर फ्लॅटमधल्यांबरोबर आपण जगणंही शेअर केलं पाहिजे. माझं ते माझं अन् दुसऱ्याचं तेही माझं या गोष्टीचा विपर्यासही तितकाच महत्त्वाचा; म्हणजे माझं ते दुसऱ्याचं, माझं एकट्याचं नव्हे... एकाच ताटात खा, एकमेकांची अडचण लक्षात घ्या, मदत करा... पण जी कामं आपली आपणच केली पाहिजेत ती कराच... टाळू नका...'

खरंतर हे सगळं मंकीला सुनवायला पाहिजे... पण एकतर ती कोणाचं ऐकून घेणार नाही, आणि समजा ऐकून घेतलं तर ती तशी वागणार नाही. पण काय सांगावं? पहिल्या दिवशी संजनानं मंकीला तिनं फ्लोअरवर फेकलेला जेवणाचा डबा भरून घ्यायला लावला, तेव्हा तिनं का-कू करत का होईना पण भरला. तसं संजनानं जर तिला या पॅड्सबद्दल सांगितलं तर कदाचित ऐकेलही. सांगावं का संजनाला ? अं...कसं करावं? पण मंकीला ते नक्कीच आवडणार नाही. त्यापेक्षा आपणच सांगून पाहू. ऐकेल ती? आधीच तिला आपला राग येतो, म्हणजे येत असावा. तिनं तसं कधी बोलून नाही दाखवलं, पण आपल्याशी तिचं एकूण वागणं तुसडेपणाचंच होतं, आता आहे, कदाचित पुढेही राहील. त्या दिवशी वर्गात सगळ्या मुलामुलींनी एवढा जल्लोष केला, सरांनी– त्या सरांचं नाव डॉ. जाधव. ते इंजिनिअरिंग मेकॅनिक्स शिकवतात. शिवाय एच.ओ.डी. आहेत. हे मुलींकडून आपल्याला कळलं- त्यांच्या 'ऑफिसमध्ये ये' असं म्हटलं तरी मुलीमुलींनी आपल्याला जाऊ दिलं नाही... एवढा सगळा भारावलेला माहोल होता, तेव्हा ही मात्र उठून वर्गाबाहेर गेली. आपलं तिच्यावर लक्षच होतं. उलट आपल्या वर्गात आपल्या सोबत शिकणाऱ्या फ्लॅटवरच्या प्रीतमनं ही गोष्ट संजनासकट तिच्या ग्रूपमधल्या सगळ्या जणींना सांगितली तेव्हा विशेषत: संजनानं आपलं किती कौतुक केलं? खरंच आपल्याला एकदा वाचलं की सगळं आठवतं का हे थर्ड

सेमिस्टर बी.ई.च्या पुस्तकातला उतारा वाचायला देऊन मुलींनी कन्फर्मही केलं. त्यात आपण यशस्वी झाल्यावर 'चला गं, आपण हिची एक्स्ट्रा व्हर्च्युअल सेन्सिबिलिटी सेलिब्रेट करू यात' असं म्हणून संजनानं घरून येताना तिच्या आईनं करून दिलेला चिवडा आणि चकल्या सगळ्या जणींना वाटल्या... मात्र एक आपण सोडून... पण आपल्यालाच का सोडलं हे आपल्याला तेव्हा कळलं नाही. पण मग ती आपल्याला म्हणाली, ''राणी, मी तुला एकटीला वेगळं यासाठी दिलं नाही की आम्ही सगळ्या जणी तुझ्यासोबत शेअर करू. चल, मी सुरुवात करते,'' असं म्हणत तिनं आपल्या तोंडात चकलीचा तुकडा टाकला अन् मग इतर जणींनी तिचा कित्ता गिरवला. तिचं पोट भरेपर्यंत हे चालूच राहिलं. किती मजा आली? त्या दिवशी हे सेलिब्रेशन संपल्यावर आपण फ्लॅटमध्ये आलो तर मंकीनं आपल्या नजरेवर नजरही टाकली नाही. तिचा आपला आधीच्या जन्मात काही दुश्मनदावा असेल त्यामुळे ती आपला छळ करण्यासाठी आपल्या राशीला अशी चिकटली. पण ती आपल्याला भेटायला गावाकडे आली– दुसऱ्यांदा– तेव्हा 'मी पुण्यात गेल्यावर तुला बिल्कूल त्रास देणार नाही' असं म्हणाली होती. ते ती खरंही करून दाखविते आहे. ती आपल्या कशातच नाही– ना अध्यात ना मध्यात. आपणच तिच्याकडून विनाकारण अपेक्षा करतो. खरंच चुकतंच आपलं. चला, आताही ती ऐको ना ऐको, आपल्याला जे सांगायचं तेवढं सांगू...

राणी हॉलमध्ये आली, तर मंकी दिवाणावर फिक्कट हिरव्या काठांच्या पांढऱ्या साड्यांचा ढीग घालून बसलेली... पाच-सहा तरी साड्या असतील त्या... एवढ्या साड्या? कशासाठी आणल्या हिनं? कोण नेसणार आहे या साड्या? राणीला आठवलं, ती नववीत असताना आखाडीच्या दिवशी शेजारच्या रमावैनीनं तिला तिच्या लग्नातली एक शालूटाइप साडी नेसायला दिली होती – म्हणजे राणीला नेसताच येत नव्हती. रमावैनींनीच नेसवून दिली होती. रमावैनी आणि वेटाळातल्या इतर मैत्रिणींसोबत गावातल्या अन् गावाबाहेर रानातल्या देव-देवींना भाताचं बोणं वाहायला ती गेली होती. गंमत म्हणजे आधीच पाऊस झाल्याने रस्ते-रान चिखलमय झालेलं त्यात अजूनही पावसाची भुरभुरी सुरू. एका हातात भात-बोण्याचं, हळदी-कुंकवाचं ताट, दुसऱ्या हातात पाण्यानं भरलेला तांब्याचा देवतांब्या... खाली साडीचा हा एवढा मोठा घोळ... अक्षरशः राणी रडकुंडीला आली. त्यानंतर मात्र तिनं कधी साडी नेसण्याचा अट्टाहास केला नाही. रमावैनी कधीकधी गमतीनं म्हणतेही, ''तुमच्या लग्नात तुम्ही साड्या थोड्याच नेसणार हा, तुम्ही ड्रेसच घेसाल...'' पुढे लग्नात काय होईल ते देवजाणे! पण...

''मंकी,'' ती दिवाणाच्या पायथ्याशी येऊन उभी राहत म्हणाली. तिनं ऐकूनही वर पाहिलं नाही... दोन-तीनदा हाका मारूनही तेच... तेव्हा शेवटी राणी

म्हणाली, ''अगं, ते तू वापरलेले बाथरूममधले पॅड्स बाहेरच्या डस्टबिनमध्ये का टाकले नाहीस? त्याचा वास सुटला...'' तरीही मंकी तिच्यातच गुंग होती. हिच्याशी बोलण्यात काही अर्थ नाही, हे लक्षात घेऊन राणी परत आपल्या बेडरूममध्ये आली...

काय करावं? हिच्या बापाला सांगायला लावावं का भांगे सरांना? की हिच्या आईला सांगायला लावावं? कसं सांगावं भांगे सरांना? ते तरी कसे सांगतील तिच्या आई-बाबांना? या दिवसात कापड घेणे किंवा पॅड्स लावणे हे जसं आवश्यक आहे, तेवढेच आवश्यक त्यांच्या वापरानंतरचे सोपस्कार. पहिली गोष्ट शारीरिक स्वच्छतेसाठी जेवढी आवश्यक आहे तेवढीच दुसरी गोष्ट हा परिसर स्वच्छतेसाठी आवश्यक आहे. हिला परिसर म्हणजे काय हेच कळत नाही. कळत असतं तर असला प्रकार घडलाच नसता... शिवाय तिनं तिचा हॉलही स्वच्छ ठेवला असता. तरी किचन, संडास-बाथरूमच्या बाबत आपण काळजी घेतो. आता काय तिचा हॉलही आपणच स्वच्छ करावा? अन् ते बाथरूममधले पॅड्स...? त्याची विल्हेवाटही आपणच लावायची? त्यातही धोका असा की, एकदा ही कामं आपण केली की ती आपल्याला वारंवार करावी लागतील.

घरची गोष्ट अन् घर सोडल्यावरची गोष्ट यात फरक आहे. तसं आपल्याला घरी अन् बाहेरही काही फरक पडत नाही. घरी सगळ्याच गोष्टी कराव्या लागतात. मंकीनं घरी इकडची काडी तिकडं केली नसेल; पण म्हणून तसंच इथंही वागलं तर कसं जमेल? घर सोडल्यावर खाण्यापिण्याच्या चवी जशा बदलाव्या लागतात तशा गावाकडच्या सवयीसुद्धा बदलाव्या लागतात. बाहेर सगळ्याच गोष्टी आपल्या मनासारख्या घडतील असं नव्हे... शक्यतोवर मनासारखं काहीच घडत नाही म्हणून काय कुरकुर करत राहायचं? ''हां, हां, हां! हे आपल्यासाठी आहे...'' राणी स्वत:शीच म्हणाली. खरंच आहे ते. जे मनासारखं घडत नाही, एकतर त्याकडे दुर्लक्ष करा किंवा ते तसं घडवून आणण्यासाठी पुढाकार घ्या... मंकीच्या अस्वच्छतेच्या सवयींबद्दल कोणती गोष्ट आपण लक्षात घ्यावी? पहिली की दुसरी? तूर्तास तरी पहिली गोष्टच ध्यानात घ्यावी त्यासाठी एकतर बाथरूमला वारंवार जाऊच नये... गेलो तरी नाक/डोळे बंद करून घ्यावेत. म्हणजे बुरा मत देखो... बुरा मत सूंघो... हे सुनोऐवजी सूंघो... तसंही कॉलेजमधल्या मुलींच्या बाथरूम-संडासमध्ये हाच प्रकार मोठ्या प्रमाणात पाहिला आपण. तिथं कोणकोणाला शहाणपण शिकवणार? हे सूत्र कॉलेजातही आपल्या फायद्याचं आहे.

या विचारांनी राणी रिलॅक्स झाली अन् बाल्कनीत येऊन उभी राहिली. पावसाळा सुरू झाल्याने दूरवर झाडांच्या पानांचा चकाचक हिरवेपणा मनाला भावत होता. दूरच्या मंदिरातून घंटेचा आवाज तिच्या कानापर्यंत पोचत होता. तिच्या तोंडातून

आपोआप स्वाध्याय परिवाराच्या त्रिकाल संध्येचे मंत्र बाहेर पडू लागले.

कराग्रे वसते लक्ष्मी । करमध्ये सरस्वती ।
करमूले तु गोविन्दः । प्रभाते करदर्शनम् ।।
समुद्रवसने देवि । पर्वतस्तन्यमंडले ।
विष्णुपत्नी नमस्तुभ्यं । पादस्पर्श क्षमस्वमे ।
यज्ञशिष्टाशिनः संतो म्युच्यन्ते सर्व किल्बिपै ।
भुजते ते त्वघं पापा ये पचन्त्यात्मकारणात् ।।

किती साधं पण महत्त्वाचं तत्त्वज्ञान सांगितलं या श्लोकातून? यज्ञाशिष्ट म्हणजे यज्ञाच्या योगाने देवाला समर्पण करून राहिलेला अवशेष उपभोगणारे सज्जन सर्व पापापासून मुक्त होतात. जे स्वार्थबुद्धीने केवळ स्वत:पुरते अन्न शिजवतात ते पातकी पापच भरून काढतात. हीच गोष्ट फ्लॅटमध्ये राहताना थोडीशी फिरवून अशी सांगता येते की, आपल्याजवळचे पदार्थ इतरांना न देता स्वतः एकट्यानेच खातात ते सर्व पापच करतात. बरे झाले, इथं आल्यावर आपण संजनाच्या ग्रूपच्या संपर्कात आलो... तिनं, तिच्या ग्रूपनं इथे राहताना सहजीवनाचा आनंद कसा घ्यायचा ते सांगितलं... नाहीतर मंकी!

आपला स्वाध्याय परिवाराशी संबंध आल्याने हे असलं काही कळतं तरी. आपल्या गावात स्वाध्याय परिवाराचा वर्ग चालवला जातो. दररोज रात्री आठ ते नऊ वाजता. आपल्या घराजवळच्या विठ्ठल-रखुमाई मंदिरात हा वर्ग भरतो. तिथं मंत्रपठण, अर्चना, जीवनात येणाऱ्या अडीअडचणी, त्यांची सोडवणूक अशा सगळ्या गोष्टी चर्चेत येतात. शक्य होईल तसं अडचणीत असणाऱ्यांना सहकार्य केलं जातं. वास्तविक अनसिंगात त्या भागातलं मुख्य संपर्ककेंद्र आहे. तिथं चार ठिकाणी वर्ग चालतात... मंकीचा कधी या वर्गाशी संबंध आला नसेल.

पाठीमागं काहीतरी खुडखुड वाजलं. राणीनं फ्लॅटमध्ये येऊन पाहिलं, आणि ती आश्चर्यचकित झाली... मंकी एका कॅरिबॅगमध्ये बाथरूममधले ते वापरलेले पॅड टाकत होती... अरे वा! चला म्हणजे हिच्यावरही दुसऱ्याच्या आचार-विचारांचा प्रभाव पडतो तर ...

पुन्हा बाल्कनीत येऊन तिनं उर्वरित मंत्रोच्चार सुरू केले.

कृष्णाय वासुदेवाय हरये परमात्मने ।
प्रणत क्लेशनाशाय गोविंदाय नमोनमः।।

प्रणत म्हणजे शरणागत. क्लेशनाशाय म्हणजे दु:खाचा नाश करणारा असा तो वसुदेवनंदन कृष्ण. आपलाही क्लेश त्यानंच हरण केला. मंकीला ते पॅड्स उचलण्याची सुबुद्धी त्यानंच दिली. ती पुण्याला आली तेव्हापासून तिचे त्रिकाल संध्येचे मंत्र म्हणणे बंद झाले. घरी ती, तिची आई, बाबा, सकाळ, दुपार,

संध्याकाळ नित्यनेमाने म्हणजे ते तिघं एकत्र असले तर एकत्र. एकत्र नसले तर एकेकट्याने. किंवा कोणीही दोघे सोबत असले तर दोघे-दोघे. नित्यनेमाने मंत्र म्हणत असत. येथून पुढे आपणही हा क्रम चालू ठेवू. असा निर्धार राणीनं मनातल्या मनात केला... पांडुरंगशास्त्री आठवले ऊर्फ दादांचे स्मरण करून दोन्ही हात जोडून तिनं त्यांना त्रिवार वंदन केले... एक वेगळीच अनुभूती तिला अनुभवायला मिळत होती...

◆

पांढरी, फिक्कट हिरव्या किनारीची मालवणी टाइप साडी, पायात छम छम वाजणाऱ्या तोरड्या, खाली साधी स्लिपर, कसून खांद्यावरून घेतलेला पदर, स्लीव्हलेस शॉर्ट पोलका, तो मात्र फिक्कट गुलाबी, खांद्यावर काचेची कशिदाकारी केलेली राजस्थानी टाइप शबनम्, हातात ढगळ गुलाबी बांगड्या– प्रत्येकी पाच-पाच... डोळ्यांवर काळा गॉगल, केसांची पोनिटेल, त्यावर अडकविलेला मोगऱ्याचा गजरा, ओठांवर लाली, हे आजचं कॉलेजमधलं खास ॲपिअरन्स होतं मंकीचं. फॅन्सी ड्रेस कॉम्पिटेशनमध्ये भाग घेतल्यासारखं. काहीसं पारंपरिक, काहीसं आधुनिक... ड्रेस पारंपरिक, तर डोळ्यांवरचा चश्मा, खांद्यावरची शबनम, हातात मोबाइल आधुनिक... आज गेटवरचा माणूस जाऊ देईल का? तिला शंका आली.

कॉलेजसमोर ती सिटीबसमधून उतरली. कॉलेज गेटकडे निघाली. कॉलेजमध्ये येणाऱ्या पोरींवर लाइन मारणारे कॉलेजातले, कॉलेजबाहेरचे आंबटशौकीन या वेळी दररोजच गर्दी करून कॉलेज गेटवर असतात तसे आजही होते. त्यांनी मंकीला पाहिलं अन् 'ओहो' म्हणत शिट्ट्यांमागून शिट्ट्या वाजवायला सुरुवात केली. एकानं आपली मोटरसायकल तिच्यासमोर आणून स्टंटबाजी करायला सुरुवात केली... दुसरा दोघा-तिघांचा एक ग्रूप तिला आडवा होऊन नाचायला लागला. कॉलेजमध्ये जाणाऱ्या मुलीही ही गंमत पाहत उभ्या राहिल्या. डान्स करणाऱ्या ग्रूपमुळे मंकीला पुढंही जाता येईना. ती जाग्यावरच थांबली. रागावली नाही... हसली मात्र. ते हसणं यासाठी की आजच्या फॅन्सी ड्रेसची तिची मात्रा बरोबर लागू पडली... गेटवरची पोरं एवढी पागल झाली तर कॉलेजात गेल्यावर काय होईल?

तिचं दिलखुलास हसू पाहून एकानं ''मार डाला'' म्हणत शायरी सुरू केली.

ये फुलोंकी रानी, बहारोंकी मलिका
तेरा मुस्कराना गजब हो गया ऽऽ
ना दिल होश में है, ना हम होश में है
नजर का मिलाना गजब हो गयाऽऽ

दुसरा त्याचाच मित्र असावा. तो पुढं होऊन मंकीच्या पुढ्यात येऊन एका टोंगळावर वाकत गाऊ लागला.

तेरे होंठ क्या है गुलाबी कंवल है
ये दो पत्तीयां प्यार की एक गज़ल है
वो नाजूक लबोंसे मुहब्बत की बातें
हमी को सुनाना गजब हो गया है

आणि मग चार-पाच जणांनी सामूहिक कोरस सुरू केला.

ये फुलोंकी रानी बहारोंकी मलिका
तेरा मुस्कराना गजब हो गया ...

बघता बघता गेटवर अफलातून माहोल तयार झाला. नवीन येणारे काय भानगड आहे म्हणून घुसू पाहत होते. तर पाहणारे गाण्याच्या तालावर नाचत होते, टाळ्या वाजवत होते. बरेच जण मोबाइलमध्ये या सगळ्या धुंद-धुंद क्षणांची रेकॉर्डिंग करत होते...

पाठीमागून पाहणारे "कोण रे ही? कॉलेजमध्ये शिकायला आली काय? काय मारू दिसतेय स्साली?" असं म्हणणाऱ्यांत एक जण असाही होता, तो आपल्या मित्राला म्हणाला, "लक्की, चल उठायेंगे साली को । तेरे फार्महाउस में जाकर रातभर ऐश करेंगे साली के साथ।"

सगळ्यात परेशान होता तो गेटमन. तो गेटसमोरची गर्दी कमी व्हावी म्हणून ओरडत होता. खरं म्हणजे काय व्हायलं ते त्यालाही बराच वेळ कळलंच नव्हतं. त्याला भीती वाटत होती ती याची की, नेमकी लेक्चरर्स, कर्मचाऱ्यांसह प्राचार्यांची – कदाचित बाबासाहेबांचीसुद्धा यायची वेळ झाली होती. प्राचार्यांनी किंवा बाबासाहेबांनी ही भानगड पाहिली तर? आणि समजा या वेळी ते दोघेही नाही आले; पण या भानगडीमुळे जे प्राध्यापक, लेक्चरर्स, कर्मचारी येथे अडकून पडतील, त्यांच्यापैकी एखाद्याने आपली प्राचार्य, बाबासाहेब यांच्यापैकी एकाकडे वा दोघांकडेही तक्रार केली तर? गेली आपली नोकरी... कॉलेज सुरू झाल्यापासून असला प्रकार पहिल्यांदाच होत होता.

तो "अरे, रस्ता मोकळा करा, बाजूला व्हा," असे म्हणत आरडाओरडा करत होता. पण त्याचं ऐकण्याच्या मूडमध्ये कोणीच नव्हतं. सगळे या इन्स्टंट शोनं भारून गेले होते. जुन्या-नव्या सिनेमाची गाणी, कव्वाल्या, लावण्या, लोकगीतं आणखी काय-काय... म्हणजे जे ज्याला सुचेल ते ते म्हटलं जात होतं. अचानक एक नवा ट्रेंड तिथं अवतरला. एकानं आपल्या मित्राला तिच्यासोबत त्याच्या मोबाइलमध्ये फोटो काढायला सांगितला. आणि मग तोच सिलसिला बराच वेळ सुरू झाला. आधी तिच्याजवळ उभं राहून, मग खेटून, मग हात हातात घेऊन,

पुढे खांद्यावर हात ठेवून अन् शेवटी एका हाताचा तिच्या कमरेभोवती विळखा घालून... त्यात बऱ्याच आंबटशौकिनांनी तिला मागून-पुढून, आजूबाजूनं जिथं जिथं स्पर्श करता येईल तिथं तिथं केला...

ते पाहून बाकीचेही पुढे सरसावले. मंकीभोवती गर्दी वाढली. रेटारेटी झाली. जो तो तिच्याजवळ जायचा प्रयत्न करू लागला. मंकीचीही पंचाईत झाली. ती भेलकांडू लागली. याच्या-त्याच्या अंगावर पडू लागली. आपण केलं ते चांगलं केलं नाही असं आता तिला वाटू लागलं.

त्या हुल्लडबाजीचा परिणाम म्हणून हाणामारी सुरू झाली... सुदैवानं मंकी झटापटीतून बाजूला झाली.

तेवढ्यात एकाएकी पाच-सहा कारचे हॉर्न मोठमोठ्यानं वाजू लागले. त्यानं गदारोळ करणारे भानावर आले. सगळ्यांनी प्राचार्यांची कार ओळखली. ती मध्यभागी होती. तिच्या बाजूनं लेक्चररर्सच्या कार उभ्या होत्या.

जवळपास दीडदोनशे मुलामुलींचा जमाव बाजूला झाला. प्राचार्य कारमधून खाली उतरले. त्यांनी गेटमनला विचारलं, ''देशपांडे, काय मूर्खपणा हा?''

''सर, कोणीतरी एक मुलगी...'' यापलीकडे त्याला काही सांगता आलं नाही. ते विद्यार्थ्यांकडे वळून म्हणाले, ''चला,आपापल्या क्लासमध्ये...''

बोलता बोलता प्राचार्यांच्या असं लक्षात आलं की गेटपासून क्लास बरेच दूर आहेत, पण प्राचार्यांचं बोलणं ऐकून मुलंमुली निमूटपणे कॉलेजकडे चालायला लागले. ती मुलगी कुठं दिसते का याचा शोधही चालताना मुलं घेऊ लागले; पण प्राचार्य गेटवरच उभे असल्याने उभं राहून मागे वळून पाहणं शक्य होत नव्हतं.

सगळे मुलंमुली गेल्यावर प्राचार्यांचं लक्ष मंकीकडे गेलं. प्राचार्यांना पाहून खरंतर ती घाबरून गेली होती. ते काय म्हणतील, आपल्या साडीकडे पाहून? असा विचार करायला तिला फारसा वेळच मिळाला नाही. प्राचार्यांचे तिच्याकडे लक्ष गेलं.

''ए, तू कॉलेजमधली आहेस का?''

मंकीनं मान हलवली.

''मग चल... हो पुढे अन् हा तुझा ड्रेस? तुमच्या घरी असाच ड्रेस घालतेस?'' ती गप्पच राहिली.

''ठीक आहे... आजच्या दिवस चल. उद्यापासून असला ड्रेस घालू नको. चल आता.''

मंकीला नवल वाटलं. आपल्या ड्रेसचं प्राचार्यांना काहीच वाटलं नाही? त्यांनी तिला ओळखलंही नाही. ॲडमिशनच्या वेळी भांगे सरांच्या चुलत मेहुण्यासोबत

ती, राणी अन् भांगे सर प्राचार्यांच्या ऑफिसात गेले होते.

प्राचार्यांसह लेक्चररर्सच्या गाड्या मंकीच्या अंगावरून पुढे गेल्या. सिमेंट क्रॉंक्रीटचा रोड असूनही किंचित धूळ-धूरमिश्रित गरम हवा मंकीला जाणवली. आता ती मोकळेपणाने चालू लागली.

गेले दोन दिवस तिनं जिवाचा आटापिटा केला होता. कॉलेजसाठी ट्रेंडी ड्रेस– जो कोणतीच मुलगी या कॉलेजात कधी घालून आली नसेल, पुढचं काय सांगावं? कोणता असा वेगळा ड्रेस असेल? पायघोळ, चुडीदार, स्लॅक्स, जीन्स हे कमरेखालचे तर त्याला सुसंगत वरचे. त्यातही फॅशन, स्लॅक्स अन् जीन्सची. त्याची मापं फुल टू, हाफ, थ्री फोर्थ, वन फोर्थ... शर्टांमध्येही टी-शर्ट, फुल स्लीव्ह्ज, हाफ स्लीव्ह्ज, थ्री-फोर्थ स्लीव्ह्ज, वन फोर्थ स्लीव्ह्ज किंवा नॉन स्लीव्ह्ज... त्या-त्या नुसार पोटाला लांब-आखूड, गळे लहान, मोठे, काही नसणारे, लेस असणारे... कॉलेजात वनफोर्थ घालून येणाऱ्या मुली दिसल्या नाहीत. आपण पहिल्या दिवशी शॉर्ट्समध्ये आलो तर गेटमननं तिथूनच परत पाठवलं. शॉर्ट्सही नसेल अन् आतापर्यंत कोण्या मुलीनं घातलंही नसेल असं काय? वेगळं काही... काही पारंपरिक... काही मॉडर्न... असं मिक्स. कॉलेजमधल्या रिसेप्शनिस्ट प्रियंवदा मॅडम. साडीत पण किती छान दिसल्या! आपण नेसायची का साडी? त्या आणि लेडीज लेक्चरर्स सोडल्या तर त्यातही ड्रेस घालून येणाऱ्यांची संख्या जास्तच – तर कॉलेजात कोणी मुलगी साडी नेसून आलेली दिसत नाही. आपण मॅट्रिकला असताना सारंगपुरे सर हिंदी शिकवायचे. त्या वेळी वर्गात ड्रेसचा विषय निघाला की ते त्यांच्या कॉलेज-जीवनातली गोष्ट सांगायचे. त्या वेळी मुली साड्या नेसून येत म्हणे... पण रंगीबेरंगी फुलापानांच्या. मात्र एक मुलगी पहिल्या दिवशी पांढरी, निळ्या काठांची खादीची साडी नेसून आली. तिचं आणखी एक वैशिष्ट्य म्हणजे तिच्या डोक्यावर पदर होता. त्या दिवसापासून ते ती बी.ए. होईपर्यंत तिच्या साडीच्या रंगात अन् डोक्यावर पदर घेण्याच्या स्टाइलमध्ये किंचितही फरक पडला नाही... पुढं तिचं तिच्याच वर्गात शिकणाऱ्या मुलाशी लग्न झालं. तो आमदाराचा बेटा होता. पुढे बापासारखा स्वत: आमदार, मंत्री झाला. सध्या खासदार आहे म्हणे... त्या मुलीची गोष्ट साधीच पण दीर्घकाळ लक्षात राहणारी. आपणही तसं काही करायला हरकत नाही.

परवाच्या दिवशी ती टेलिफोन ऑफिस चौकातल्या एका लेडीज वेअरवर गेली. तिथल्या काउन्टरवरच्या मुलींना पांढऱ्या, हिरव्या काठांच्या साडीबद्दल विचारलं. त्यांनी महालक्ष्मी रोडला प्रियंका साडी सेंटरवर पाहिजे तशा इतकंच नव्हे तर वेगवेगळ्या स्टाइल्सच्या– जशा महाराष्ट्रीय, मालवणी, तेलंगी, कोळी, आदिवासी पद्धतीच्या शिवून तयार साड्या मिळतात असं सांगितलं. त्या नेसण्यासही

सोप्या. त्यांना कमरेला बांधायचे लेस असतात... ड्रेस मटेरिअलमधूनही वेगवेगळ्या ट्रेंडचे ड्रेसेस मिळतात... म्हणजे पाहिजे तसा... काहीही– अगदी शिवलेली लुगडीसुद्धा... मंकीला मोठाच आनंद झाला. महालक्ष्मी रोडला कसं जायचं तेही तिनं विचारलं. अन् निघाली, बेधडक... पोचली तर नेमकं ते दुकान बंद. आजूबाजूला चौकशी केल्यावर कळलं, दर गुरुवारी दुकान बंद असते. म्हणजे आज गुरुवार. झालं. या उद्या. पण मंकीनं कंटाळा केला नाही. तिथल्या चार-पाच दुकानांत फिरली. आपल्याला पाहिजे तशा रेडिमेड शिवलेल्या साड्या भेटतील का, याची चौकशी केली. सगळ्या दुकानदारांनी 'प्रियंका साडी सेंटर'चंच नाव सांगितलं. बाकी वेळ भटकण्यात घालवला. दोनदा पिझ्झा, एकदा बर्गर खाल्लं. सोबत बांधूनही घेतलं. परत फिरली फ्लॅटवर. यायला साडेआठ वाजले. बरं झालं. नऊच्या आत आलो, नाहीतर बाहेर कुठं रस्त्यावर रात्रभर पडावं लागलं असतं.

काल दहा वाजताच निघाली. कॉलेज बंक करून पुण्यात गेली. 'प्रियंका साडी सेंटर' उघडं होतं. रेडिमेड शिवलेली साड्या-लुगडी नेसून पाहिली. तीन वेगवेगळ्या साड्या– एक महाराष्ट्रीयन, दुसरी मालवणी, तिसरी तेलुगू पद्धतीची आणि एक पैठणी टाइप लुगडं, शिवाय वेगवेगळ्या रंगांचे दुपट्टे, दोन शबनम असं जवळपास चार हजारांची खरेदी केली. अन् दुपारी चार वाजताच परतली. फ्लॅटवर आल्यावर दिवाणवर सगळा पसारा मांडून बसली. रात्री झोपण्यापूर्वी तिनं दुसऱ्या दिवशी म्हणजे आज कॉलेजमध्ये घालून जायची मालवणी साडी, बांगड्या, गजरा, गॉगल, शबनम अन् खास म्हणजे छुमछुम वाजणाऱ्या तोरड्या- त्या तिनं परवाच्या दिवशी लक्ष्मी रोडच्या बाजूच्या रोडवर असणाऱ्या एका दुकानातून आणल्या होत्या- असं सगळं बाजूला काढून ठेवलं होतं.

कॉलेजच्या गेटवरच एवढा जबरदस्त रोड शो होईल असं तिला स्वप्नातही वाटलं नव्हतं. आपल्यासोबत पोरांनी जरा अतिरेकच केला हेही तिच्या लक्षात आलं. फोटो काढण्यापुरतं ठीकच होतं. पण हुल्लडबाजी करत नसत्या जागी हात घातले. नको त्या जागा दाबल्या... अपेक्षित नव्हतंच आपल्याला. हे सगळं अंगावर आल्यासारखं झालं. हं, टप्प्याटप्प्यानं म्हणजे काही दिवसांत, महिन्यांत झालं असतं तर आपणही समजून घेतलं असतं. अशानं तर कॉलेजात पाय टाकणं मुश्कील होईल. कॉलेज कॅम्पसमध्ये नाही, पण कॉलेज गेटच्या बाहेर आल्यावर कोणता पोरगा कसा अतिरेक करेल, काय सांगावं? आपल्याला वाटत होतं हे कॉलेज, इथलं वातावरण पांचट आहे, 'आपल्याला ब्लॅक पेजवालं कॉलेज पाहिजे. ज्यात सळसळत्या तारुण्याच्या सर्व विकारांचे गडद काळे रंग ठासून भरलेले असावेत. भलेही मग त्या गडद काळ्या रंगात आपण अस्तित्वहीन का होवोनात?' अरे, हे कॉलेज पांचट असेल, म्हणजे कॅम्पसच्या आत, पण या

कॉलेजातली पोरं पांचट नाहीत; ती सळसळत्या तारुण्याच्या सर्व विकारांचे गडद रंग ठासून लेवून बसलेली आहेत... त्याचाच प्रत्यय त्यांनी आपल्याला गेटवर दिला. या मुलांना फक्त चान्स हवा. तो आपण उपलब्ध करून दिला. त्याचा त्यांनी फायदा घेत त्यापासून आनंद मिळवला... आपण तर अशा काळ्या रंगात अस्तित्वहीन व्हायला तयार आहोत. मग कशाला भ्यायलो? आपल्याला आपली वेगळी ओळख हवी ना? आपण कशासाठी केली ही स्टंटबाजी? आपला ड्रेसकोड हा कॉलेजचं स्टाइल स्टेटमेंट व्हावं असंच आपल्याला –अनुप्रिया देशपांडेच्या मोठ्या बहिणीनं सांगितल्याप्रमाणे– वाटतं ना? मग हे तेच होतं आहे ना? मग आपण कशाला घाबरलो? प्राचार्यांना? त्यांनी तर आपल्याला पाहून आजच्या दिवसासाठी परवानगी दिली. अर्थात त्यांना आपल्या ड्रेसचं काही वेगळं वाटलं नसावं... राहिला प्रश्न कॉलेज कॅम्पसच्या बाहेर कोण्या पोरानं आपल्याशी अतिरेक करण्याचा... पाहू काय होईल ते. वाटल्यास त्याचीही मानसिक तयारी करू. सुरुवात आपण केली; आता त्याचे परिणामही आपणच भोगायचे... बघू, कुठपर्यंत आपली मजल जाते ते... चालता चालता तिच्यात या विचारांनी आत्मविश्वास निर्माण झाला. अन् ताठ मानेनं, स्टाइलनं ती चालायला लागली.

महाद्वारातून ती आत आली. तिचा वर्ग डाव्या बाजूला ग्राउंड फ्लोअरला; पण ती वर्गात न जाता मुलींच्या बाथरूमकडे निघाली. कॉलेज स्पेसच्या अर्ध्या मध्यात ती आली असेल नसेल की तिच्या उजव्या बाजूकडच्या विंगमधून जोरात शिट्टी वाजली. तिनं वळून पाहिलं. सेकंड फ्लोअरवर सात-आठ मुलं उभी होती. त्यांनी 'हाय' म्हणत हात उंचावले. पुन्हा शिटी वाजली... तिला मनातल्या मनात हसू आलं. दोन पावलं चालत नाही तोच उजव्या बाजूकडच्या विंगमधून आणखी दोन शिट्ट्या वाजल्या... तिनं तिकडं पाहिलं. ग्राउंड फ्लोअरला पोर्चमध्ये उभ्या असलेल्या मुलांनी हात उंचावले... आणि मग चारी विंगमधून सगळ्याच फ्लोअर्समधून शिट्ट्यांमागून शिट्ट्या वाजायला सुरुवात झाली. त्यात मुलंच सहभागी नव्हती, तर घोळक्याघोळक्यानं मुलीही उभ्या होत्या. शिट्ट्यांची बरसात ऐकून काय होतं हे पाहण्यासाठी वर्गात बसलेली मुलंमुली बाहेर आले. तर ऑफिसमधल्या काही कर्मचाऱ्यांचीही उत्सुकता ताणली गेली. तेही हातची कामं सोडून पोर्चमध्ये आले. इतकंच काय वेगवेगळ्या एच.ओ.डी, लेक्चरर्स, प्राध्यापकही आपापल्या खुर्च्या सोडून बाहेर आले. कॉलेज उघडलं तेव्हापासून आज पहिल्यांदा उघडपणे एवढ्या शिट्ट्या मुलं वाजवताहेत, आणि त्याचं कारण आहे, ती साडी फ्रॉक नेसून आलेली मुलगी. त्यात काय एवढं, असं म्हणणाऱ्यांनाही त्या ड्रेसमधला ऑडनेस खटकत होता. तर स्त्री-कर्मचारी, लेक्चरर्स मात्र म्हणाले हा नवीनच ड्रेसकोड दिसतो... अगदी फॅन्सी ड्रेस कॉम्पिटिशनमध्ये घालतात तसा. ''पोरं कशाचाही

इश्यू करतात... चला,'' असं म्हणून ही पोक्त मंडळी आपापल्या जागी परतली... एका इमानदार चपराशानं शिस्तीच्या बाबतीत कठोर असणाऱ्या प्राचार्यांच्या कानावर ही बातमी घातली. खुर्चीतून उठून ते पट्कन खिडकीजवळ गेले. खिडकी उघडली. पडदा बाजूला केला... खरोखर अजूनही शिट्ट्या वाजत होत्या. ते पट्कन ऑफिसातून स्पेसमध्ये आले. प्राचार्यांना पाहताच शिट्ट्या बंद झाल्या. अन् सगळ्या विंगमधली मुलंमुली वर्गात गेले. साडी फ्रॉकमधल्या त्या मुलीला पाहून मुलांनी मघाशी गेटवर आणि आता असा जल्लोष का करावा, हेच त्यांना कळत नव्हतं. त्या मुलीचा तो ड्रेस ऑड होता; पण शर्ट्स घालून येणाऱ्या मुलींसारखा अंग दाखवणारा नव्हता... तरी त्यात काय वेगळं वाटत असेल मुलांना? मुलांवर चेक ठेवला पाहिजे... अशानं कॉलेजच्या शिस्तीवर परिणाम झाल्याशिवाय राहणार नाही. त्यासाठी त्या मुलीला आपण सांगितलं होतं ''पुन्हा असा ड्रेस घालून येऊ नको'' म्हणून. आपलं चुकलं का? आपण तिला घरी परत जायला सांगायला पाहिजे होतं का? आता काय करावं? तिची चौकशी करावी? कोणत्या वर्गात असेल ती? काय नाव असेल तिचं? शोध घ्यावा लागेल.

सगळ्या एच.ओ.डीं.ना चपराशामार्फत त्यांनी तसे मेसेज पाठवले.

एच.ओ.डीं.नी संबंधित लेक्चरर्स, प्राध्यापकांना तो ड्रेसकोड असलेली मुलगी त्यांच्या वर्गात असेल तर तिच्या नावासह माहिती द्यायला सांगितली. यंत्रणा कामाला लागली...

इकडे मंकी बाथरूममध्ये घुसली अन् तिला दरदरून घाम फुटला. आपल्यासाठी एवढ्या शिट्ट्या? काय म्हणावं या पोरांना? खरोखरच इतका आवडला आपला हा ड्रेस या पोरांना? की आपल्यामुळे या कॉलेज कॅम्पसमध्ये कोंडलेल्या तरुणाईच्या अफाटपणाच्या वाफेला मोकळं व्हायला वाट मिळाली... या शिट्ट्यांच्या माहोलचा कॉलेजच्या कर्मचारी-लेक्चरर्स – प्राध्यापकांवरही परिणाम झाल्याचा आपण पाहिला. हातातली कामं टाकून कित्येक जण बाहेर आले होते... अन् प्राचार्य..? प्राचार्यांच्या कानावर या शिट्या पोचल्याच नाहीत की काय? पोचल्या असतील तर त्यांची काय प्रतिक्रिया असेल? पण मघाशी तर...

बाथरूममध्ये मुलींचा फार मोठा घोळका आधीच हजर होता. त्यातल्या अनेकींनी ती शिट्ट्यांची बरसात अनुभवली होती. त्याचं कारण साडी-ड्रेस घालून आलेली ही मुलगी... म्हटल्यावर सर्व जणी मंकीकडे धावल्या... ''ये काय धम्माल केलीय गं?'' ''कुठल्या वर्षाला गं तू?'' ''कुठून हा ड्रेस मिळवलायस गं?'' ''केवढ्याचा आहे गं?'' ''मीसुद्धा हाच विकत घेते; मला त्या दुकानाचे डिटेल्स दे...'' काय काय अन् काय काय? प्रश्नांमागून प्रश्नांची सरबत्ती तिच्यावर होत होती...

त्यातली एक सीनिअर मुलगी मंकीजवळ येऊन गंभीरपणे बोलली, "ए, तुला या कॉलेजात शिकायचंय की परत घराकडे जायचंय? शिकायचं असेल तर हे असले फालतू ड्रेस घालणं बंद कर... अन्यथा प्राचार्य तुझ्या हाती टी.सी. देतील..." आणखी दोन-तीन मुलींनी तिला दुजोरा दिला... पण बाकीच्यातली एक आक्रमकपणे म्हणाली, "कॉलेजची शिस्त? माय फूट... प्राचार्यांना कोणी अधिकार दिलाय हे 'घालू नका,' ते 'घाला' म्हणण्याचा? ए असू दे गं. अन् बघ, उद्या मीपण आणते तुझ्यासारखा ड्रेस. मला सांग त्या दुकानाचं नाव, कुठे आहे ते?" या मुद्द्यावरून त्या दोघींमध्येच हमरीतुमरी सुरू झाली. तेव्हा एकीनं मंकीला बाजूला घेतलं, म्हणाली, "तुझ्या हिताची गोष्ट ही आहे की हा ड्रेस काढून टाक. तुझ्याजवळ दुसरा ड्रेस आहे का?" मंकीनं नकारार्थी मान हलवली. मुली घरून पंजाबीसारखा ड्रेस घालून येतात. सॅकमध्ये मात्र शॉर्ट्स आणतात. अन् मग घरून आणलेला पंजाबी काढून शॉर्ट्स घालतात, हे तिला माहीत होतं. पण तिला आज तरी दुसरा ड्रेस आणायची गरज वाटली नव्हती. तर मंकीला समर्थन देणारी ती मुलगी पुढं होत म्हणाली, "तुला भीतीच वाटत असेल तर एक कर. तुझ्या अंगातला हा ड्रेस मला दे. अन् माझा ड्रेस तू घाल. 'चल काढ' असं म्हणत तिनं आपल्या अंगातला ड्रेस काढलाही. मंकीची इच्छा नव्हती तरी तिला तिच्या मनासारखं करावं लागलं. मात्र इतर मुलींसमोर इन्नरवर राहताना तिला कसंतरी वाटलं. उलट त्या दुसरीला काहीच वाटलं नाही.

काही वेळानं त्या बाथरूमबाहेर आल्या तेव्हा मंकीचा ड्रेस तिच्या अंगावर अन् तिची थ्री फोर्थ जीन्स अन् वन फोर्थ टॉप मंकीच्या अंगावर होता. ड्रेस बदलताना तिनं तिचं नाव मंदार सांगितलं होतं. तिलाही असलं काही डिफरन्ट अन् अबनॉर्मल घालण्याची आवड आहे असंही तिनं म्हटलं. तिनं उद्या मंकीचा हा ड्रेस परत करायचं, इथंच अन् याच वेळी हेही कबूल केलं. फर्स्ट इअरला असूनही मंकीच्या या हिमतीची तिनं खूप वाहवा केली.

दोघी बाहेर आल्या तेव्हा इतर मुलीही त्यांच्यासोबत होत्या. त्या सगळ्याजणी चकित होऊन त्या दोघींकडे पाहत होत्या... "तू जा वर्गात बिंधास. उद्या भेटू..." "ठीक" म्हणत मंकी वर्गाकडे निघाली. त्या वेळी त्या ड्रेसकोडचा कुठलाच अंश तिच्याजवळ शिल्लक नव्हता. अगदी बांगड्या-गॉगल्ससुद्धा. इतकंच काय तिची स्लिपर, तिच्या छम छम वाजणाऱ्या तोरड्याही त्या मंदारनं घातल्या... बाथरूममधून बाहेर निघण्याआधी तिनं तिच्या मोबाइलवरून मंकीच्या मोबाइलवर मिसकॉल दिला. वर्गात गेल्यावर तो सेव्ह कर... आज गेटपासून ते बाथरूमपर्यंत जे जे घडलं त्यानं तीही अचंबित झाली होती.... हिंमत केली म्हणून एका साध्या ड्रेसकोडनं आपण कॉलेजला हलवलं... आता यापुढे मंदारही तेच करील...

आपल्याला मंदारसारख्या आणखी एक-दोघी भेटल्या तर... ती वर्गासमोर आली. वर्गात मॅडम होत्या. काही न विचारताच ती वर्गात घुसली.

"हे, यू..." मॅडम ओरडल्या. मंकीनं मागे वळून पाहिलं. मॅडम तिलाच उद्देशून म्हणत होत्या... "गो बॅक ॲन्ड आस्क फॉर एन्टरन्स... गो... गो..." या मॅडम कडक दिसतात. लक्ष ठेवावं लागेल. कटकटच आहे. आज वर्गात मुलंमुली कमीच होते, जे होते ते सारे मंकीकडे पाहत होते. सर्वांत पुढच्या रांगेत मध्यभागी बसलेली राणीसुद्धा... तिला वाटलं, राणीला खडसावून सांगावं, की तू केलेला जल्लोष केवळ वर्गापुरता होता... मी केलेला जल्लोष... सगळं कॉलेज हादरवलं मी!

"मे आय कम इन मॅम?" मंकीनं दरवाजात परत जाऊन विचारलं, "या, कम इन" म्हणत मॅडमनी होकार दिला.

मंकी आत आली. दरवाजाकडच्या रांगेत पाचव्या किंवा सहाव्या बेंचवर एक मुलगा बसला होता... मंकी त्याच्याजवळ बसली. त्या मुलाला ती बसल्याने संकोच वाटला. तो भिंतीकडे सरकला. गावाकडचा असावा.

"हेऽऽ यू?" मॅडम जवळजवळ ओरडल्या. "येस मॅम" म्हणत मंकी उभी राहिली. "व्हॉट्स युअर नेम?" त्यांनी विचारलं.

"मंकी जाधव मॅम," तिचं नाव ऐकून सगळा वर्ग हसला. फक्त राणी सोडून... "यू मंकी, यू आर मोअर क्वाकेटिश लाइक युवर नेम..." मॅडम काय बोलली हे तिला कळलं नाही. क्वाकेटिश म्हणजे काय? "डोन्ट मिक्सअप विथ बॉइज. सीट विथ युअर जेनेटिक ग्रूप..." आधीचं क्वाकेटिश आता हे जेनेटिक... म्हणजे नेमकं काय? मग तिच्या लक्षात आला तो या कॉलेजचा नियम... मुलामुलींनी एकमेकांशी बोलायचं नाही. एकमेकांसोबत फिरायचं, उठायचं, बसायचं नाही... जे कॉलेज कॅम्पसमध्ये तेच वर्गातही. तिला आठवलं. तिच्या घराशेजारच्या चंपतलालकाकांची श्रेया दोन वर्षांपूर्वी त्यांनी पुण्यातच एका कॉलेजात टाकली होती. कॉलेज सुरू झाल्यावर ती दोन दिवस कॉलेजात राहिली. अन् तिसऱ्या दिवशी सारं सामान गुंडाळून परत आली. काय तर म्हणे त्या कॉलेजात मुलंमुली वर्गात एकत्र बसतात. मंकीनं मॅडमकडे पाहत कडवट तोंड केलं अन् ती मुलींच्या रांगेत सर्वांत शेवटच्या बेंचवर एकटी बसली. हलकट साली... हिला विचारावं लागते, ही स्टाफरूममध्ये, ऑफिसमध्ये बाकीच्या पुरुष मंडळींशी बोलते की नाही? दिसायला तशी चांगलीच आहे; पण स्वभावानं खडूस दिसते. जाऊ दे.... आधी मोबाइल व्हायब्रेटवर लावू. नाहीतर आणखी कोणाचा कॉल येईल... आपला मोबाइल बोंबलेल... अन् या खडूसला आपल्याला झाडायला पुन्हा एकदा चान्स मिळेल... तिनं मोबाइल काढला... व्हायब्रेटवर लावला. तिला आठवलं, मंदारचा

मिसकॉल. तिनं तिचा नंबर तिच्या नावानं सेव्ह केला...

तेवढ्यात तिच्या कानावर मॅडमचा आवाज आला, "हे मंकी, इन विच सेक्शन यू आर?"

ती उठली. मॅडम काय विचारतात ते तिला कळेना. ती नुसतीच पाहत होती. "आर यू इन ए सेक्शन? दिज बॉइज आर फ्रॉम ए सेक्शन?" मंकी आणखीनच गोंधळात पडली. ही ए सेक्शनची काय भानगड आहे? तेवढ्यात राणी उभी राहिली, "मॅम शी इज इन ए सेक्शन टू."

मॅडमनी राणीकडे मारक्या म्हशीगत पाहिलं अन् विचारलं, "हाउ डिड यू नो अबाउट हर?"

त्यावर राणी बोलली, "मॅम, शी इज माय रूममेट. आय हॅव सीन हर नेम इन लिस्ट डिस्प्लेड ऑन नोटीस-बोर्ड.."

मग मंकीकडे वळत मॅडम म्हणाल्या, "देन सीट डाउन."

मंकीला सीट डाउन तेवढं कळलं. ती पट्कन खाली बसली. मात्र त्याच वेळी मॅडमच्या कचाट्यातून राणीनं तिला सोडवलं म्हणून राणीचं नाही म्हटलं तरी मनातल्या मनात कौतुकही वाटलं. शिवाय राणी मॅडमसोबत इंग्लिशमध्ये बोलली. आपल्याला कधी जमेल तिच्यासारखं?

मॅडम काहीतरी शिकवत होत्या... मंकीला ऐकायचा कंटाळा आला. तिच्या मनात त्या सेक्शनची भानगड अजूनही घोळ घालत होती. जाऊ द्या. पिरिअड संपल्यावर कोणाला तरी विचारू... असं मनाशी म्हणत तिनं तो विषय झटकून टाकला. मग काय करावं? तिनं मोबाइल काढला. अन् वेदान्तला एस.एम.एस. करू लागली. आज कॉलेजात तिनं केलेली धम्माल त्याला सांगू लागली. त्याचाही रिप्लाय आला, "व्वा! कम्माल केलीस मंकी!" मग त्या दोघांचा संवाद पिरिअड संपेपर्यंत चालू होता. पिरिअड संपला. मॅडम बाहेर पडल्या. तिनं समोरच्या मुलीस सेक्शनबद्दल विचारलं. त्या मुलीनं सांगितलं काल म्हणे, नोटीस बोर्डावर सेक्शनची अन् ग्रूप्सची यादी लागली. ए, बी, सी असे तीन सेक्शन अन् ए आणि बी असे दोन ग्रूप्स. ए सेक्शनमध्ये असणाऱ्यांचा ग्रूप हाच आहे. त्यांचे पहिल्या टर्मचे विषय मॅथ फर्स्ट, मेकॅनिक्स, ड्रॉइंग, फिजिक्स असे आहेत. तिला तरी काही कळलं नाही. काल ती कॉलेजमध्ये आलीच नव्हती. एक बरं झालं, आपण राणीच्याच सेक्शन, ग्रूपमध्ये आहोत; पण कसचं बरं झालं? तिचं आपल्याला तोंड पाहणं जिवावर येतं, अन् कॉलेजनंही आपल्याला तिच्याच दावणीला बांधलं?

ती मुलगी आणखी म्हणत होती, "लवकरच टाइमटेबल लागणार आहे. कालच ड्रॉइंगच्या पांडे सरांनी टाइमटेबल लागल्यानंतर सोबत ड्रॉइगचं सगळं साहित्य म्हणजे कंपासचं सामान, ड्रॉइंग शीट, वगैरे आणायला सांगितलं. न

आणल्यास वर्गातून हाकलून देईन म्हणाले.'' अच्छा तर असं आहे? म्हणजे आता कॉलेज सिरिअसली सुरू होणार. 'बी सिरिअस मंकी' तिनं स्वत:ला उद्देशून म्हटलं. तर तिचं दुसरं मन म्हणालं, 'देख लेंगे. अभी तो पानी पंजे तक भी नहीं।' तिनं मोबाइल हाती घेतला. तिला उत्सुकता होती मंदारबद्दल. घाईघाईत तिनं मंदारचा नंबर घेतला होता. स्वत:चाही दिला होता. तिनं मंदारला फोन लावला तर ती वेगळंच सांगत होती. तो ड्रेस घालून वर्गात गेल्यावर म्हणे तिला तिच्या एच.ओ.डी.नं बोलावून घेतलं. अन् मग त्यांनी चपराशासोबत प्राचार्यांच्या ऑफिसात पाठविलं. प्राचार्यांनी तिला खूप झापलं. ''आत्ताच्या आत्ता कॉलेजमधून निघून जा,'' म्हणाले, ''पुन्हा असला ड्रेस आणशील तर ...'' त्यांच्या नेहमीच्या सवयीप्रमाणे 'टी.सी. काढून हाती देईन' म्हणाले. नंतर चपराशाला, 'हिला बाहेरच्या गेटपर्यंत नेऊन सोड' असा आदेश दिला. आणि त्यानं इमानदारीनं तिला गेट बाहेर आणून सोडलं... ते ऐकून मंकीला खूप हसू येऊ लागलं. खरं म्हणजे आपलं पाप मंदार मॅमला भोगायचं काम पडलं. तसं तिनं मंदारला म्हटलंही तर ती म्हणाली, ''लेट इट बी. पण आपण भ्यायचं नाही. संधी मिळेल तेव्हा असा हंगामा करायचाच. आर यू रेडी?'' त्यावर मंकीनं दिलखुलासपणे होकार दिला.

◆

टाइमटेबल आणखी सात-आठ दिवस तरी लागणार नाही असं वाटलं होतं. तरी पण काल अचानक नोटीस बोर्डवर टाइमटेबल लागलं. साडेआठ ते साडेनऊ पहिले लेक्चर, साडेनऊ ते साडेदहा दुसरे लेक्चर, मध्ये पंधरा मिनिटांची छोटी रेसेस, पुन्हा पावणेअकरा ते पावणेबारा तिसरे लेक्चर, पावणेबारा ते पाऊण चौथे लेक्चर. त्यानंतर पाऊण तास लाँग रेसेस. नंतर दीड ते साडेतीनपर्यंत प्रॅक्टिकल्स... प्रश्न होता सकाळी जेवायचं कधी? साडेआठ वाजता लेक्चर सुरू म्हणजे आठ वाजताच फ्लॅट सोडावा लागणार. डबेवाला नऊ वाजता आणून ठेवतो. आणि समजा त्यानं लवकर आणून ठेवलेही असते तरी तेवढ्या सकाळी जेवण गेलं असतं? तशी सवय नाही आपल्याला. साडेदहा ते पावणेअकरा अशी पंधरा मिनिटांची छोटी रेसेस. तेवढ्या वेळात फ्लॅटवर जाऊन डबा खाऊन येणं शक्य नाही. म्हणजे डबा खायला जाणं शक्य आहे ते पंचेचाळीस मिनिटांच्या लाँग रेसेसमध्ये, म्हणजे पावणेबारा वाजता. तोपर्यंत काय? आम्रपाली सांगत होती. तिच्या सोबतच्या अन् ती स्वत:ही गेल्या वर्षी सकाळी फ्लॅटवर सकाळी चहा करत. त्यासोबत टोस्ट खात. किंवा घरून काही आणलेलं असेल तर ते मिळून मिसळून खात. दुपारी पावणेबारा वाजता पटापटा यायचं. डबा खायचा अन् धावत पळत परत प्रॅक्टिकलला जायचं. केवढी जिवाची तारांबळ होत असेल. मात्र त्याच हेतूने शक्यतो कॉलेजच्या जवळ राहण्याची व्यवस्था बाहेर गावच्या मुली करतात. आपल्यालाही तसंच करावं लागेल. आपण घरून काही आणलंही नाही. बरं, चहाचीही काही व्यवस्था करण्याजोगी नव्हती. गॅस, स्टोव्ह, भांडी यांपैकी आपल्याजवळ काहीही नव्हतं. एकट्यासाठी एवढा आटापिटा करणंही शक्य नव्हतं. सकाळी उठल्यावर गावाबाहेरच्या गोद्रीतून आल्यावर तोंड धुवायचं अन् स्वत:च्या हातानं दूध असलं तर दुधाचा नाहीतर काळा दीड-दोन कप चहा करायचा अन् तो ढोसायचा. ही आपली सवय होती; पण पुण्यात आलो तेव्हापासून या गोष्टीत खंड पडला. सुरुवातीला एक-दोन दिवस त्रास झाला. आता काही वाटत नाही. आपण घरी उठत होतो तसं आताही सकाळी सहा वाजता उठतो.

मंकी तर नऊ-साडेनऊपर्यंत झोपेत असते. सकाळचं कॉलेज म्हटल्यावर तिचं काय होईल? लवकर उठू शकेल? आपण उपाशीही कॉलेजला जाऊ... साडेबारा वाजेपर्यंत कटकट राहू... तिच्याच्यानं होईल उपाशी राहणं? पण ती एवढी उपाशी राहीलच कशाला? पाहत नाही आपण तिच्या हॉलमध्ये खाण्याच्या पदार्थांचे रॅपर्स पडले ते अन् मेसच्या डब्याचं तिला काय आकर्षण? ती आली तेव्हापासून सकाळी तिचा डबा येतो. संध्याकाळचा डबा येतच नाही. सकाळच्या डब्यातलं जेवण खावावं वाटलं तर खाते, नाहीतर त्याला हातही लावत नाही. जाऊ द्या, तिची आपली काय बरोबरी? कहाँ राजा भोज और कहाँ गंगू तेली?

संजना म्हणते तेही खरं. आपण इथं खाण्यासाठी आलो नाही. करिअर करण्यासाठी आलो... याचा अर्थ करिअर करणं एवढं सोपं नाही. तसंही विद्यार्थिदशेत पोटभर जेवण चांगलं नसतं. आपले भांगे सर विद्यार्थी हा कसा असावा ते एका श्लोकातून सांगत –

काग चेष्टा बको ध्यानम् श्वान निद्रा तथैव च
अल्पाहारी, गृहत्यागी विद्यार्थी पंचलक्षणम् ।

म्हणजे कावळ्यासारखा दक्ष, बगळ्यासारखा ध्यानमग्न, कुत्र्यासारखा सावध झोप घेणारा, कमी जेवणारा, घरापासून दूर राहणारा असा पंचलक्षणी विद्यार्थी असावा. भांगे सर आपल्यासारखे गरीब परिस्थितीतून शिकले, सतत अर्धपोटी राहून... म्हणून अल्पाहारी हे लक्षण त्यांच्या ठायी आपोआपच आलं. घरापासून दूर म्हणजे औरंगाबादला शिकले. त्यामुळे आपल्यासारख्या गरिबीतून शिकण्याची धडपड करणाऱ्या मुलामुलींची ते काळजी घेतात. आपण त्यांच्यामुळेच येथपर्यंत पोचलो. आपण एक दिवस जरी मिसकॉल दिला नाही– तसे ते आपला कॉल उचलत नाहीत. तिकडूनच कॉल करतात– तर लगेच रात्री आठ वाजता फोन लावतात...

आता टाइमटेबलमुळं निर्माण होणारी परिस्थिती त्यांना थोडीच सांगता येणार? ती आपली आपल्यालाच निभावून न्यावी लागेल... मंकीसारखं आपण बाहेरचं काही अकरबकर खाऊ शकणार नाही. आर्थिकदृष्ट्या ते आपल्याला परवडणारही नाही. आपण कॉलेजात जातो तेव्हापासून पाहतो कित्येक मुलंमुली कॅन्टीनमध्ये काहीबाही खात राहतात. आपण दोनदा गेलो– एकदा संजनासोबत, दुसऱ्यांदा आम्रपालीसोबत. त्यांनीच आपल्याला एक एक वडा खाऊ घातला. लाजल्यासारखं झालं. हे आपण टाळायलाच पाहिजे. कोणी दोनदा खाऊ घालत असेल तर एकदा तरी आपल्याला खाऊ घालायलाच लागेल. दुसऱ्यांचंच खाण्याचा बेशरमपणा कसा करावा?

"अगं राणी इकडे प्रॅक्टिकल बॅचेसपण डिक्लेअर झाल्यात बघ," देविका

राणीला सांगत होती.

"बघू दे मला माझा नंबर कुठल्या बॅचमध्ये आहे? राणीनं पाहिलं, तिची ए ही बॅच होता... मंकी? ती कुठल्या बॅचला? मंकीही तिच्याच बॅचला होती. म्हणजे ही आपला पिच्छा सोडणार नाही! जळूसारखी पक्कीच आपल्याला चिकटून राहणार... असू दे. आतापर्यंत तिनं आपल्याला काही त्रास दिला नाही ना? यापुढेही तसंच... मात्र आपणच तिच्यावर विनाकारण वॉच ठेवतो. वर्गात बसल्यावर ती कुठं बसलेली आहे, काय करते आहे हे कितीतरी वेळा आपण मागे वळून वळून पाहतो. वास्तविक आपल्याला तिचं काय देणंघेणं? आपलं आपण पाहावं, ती तिचं पाहून घेईल...

मॅडमनी लायब्ररीचं बी.टी. कार्ड काढून घ्यायला सांगितलं. त्यासाठी ती देविका, मंजुश्री अन् आदित्यासोबत लायब्ररीकडे निघाली. लायब्ररी सेकंड फ्लोअरवर. राणी आपल्या मैत्रिणीसोबत चालली, तर सेकंड फ्लोअरच्या गॅलरीत मंकी दोन मुलींसोबत हसून गप्पा मारायलेली. कोण आहेत या मुली? सीनिअरच्या दिसतात? हिची अन् या मुलींची कधी ओळख झाली? या कॉलेजात सीनिअर्स ज्युनिअर्सचं उघड उघड रॅगिंग होत नसलं तरी ज्युनिअर्सनी सीनिअर्सशी मित्रत्वाचे संबंध स्थापन करणं म्हणजे कठीण गोष्ट. नाही म्हटलं तरी आपल्याला सीनिअर्सशी साधं बोलण्याचीही भीती वाटते. अन् मंकी मात्र? हे प्रश्न राणीला पडले. पण मंकीला तसलं काही वाटायचं कारण नव्हतं. त्यातली एक काल तिचा साडी ड्रेस घालणारी मंदार होती. अन् दुसरी मंदारच्या बॅचची श्रेया. त्या दोघींनी काल एकमेकींचा ड्रेस चेंज केला तेव्हा श्रेयाही तिथं हजर होती. वास्तविक तिलाही तो ड्रेस खूप आवडला होता. अन् तेच ती मंकीला सांगत होती.

राणी तिच्याजवळून गेली. मंकीनं पाहून न पाहिल्यासारखं केलं.

"मंकी, तू मला तुझ्यासारखा तोरड्यांचा जोड आणशील? मला कॉलेजात घालून यायला आवडेल," श्रेया म्हणत होती.

ते ऐकून राणीला प्रश्न पडला. कशाच्या तोरड्यांचा जोड? मंकीजवळ कसा? तिनं कुठून आणला? तोरड्या गावाकडच्या मुली घालतात हौसेनं? आपणही आठव्या वर्गात असेपर्यंत तोरड्या घालत असू... पण आपल्याला कधी चांदीच्या तोरड्या भेटल्या नाहीत. अनसिंगच्या बाजारातल्या कटलरीवाल्या चाउस जवळून तिची आई विकत आणायची. किंवा दत्त पौर्णिमेच्या वेळी गावात भवानीची यात्रा भरते त्या वेळी घ्यायची, मात्र त्या लवकर तुटायच्या, पण किती आनंद व्हायचा त्या वेळी? नंतर आपण ते सोडून दिलं. खेड्यापाड्यात लग्नाच्या वेळी नवऱ्यामुलीला तिच्या सासरकडचे साखरपुड्याचे वेळी हमखास तोरड्या आणतातच. तिला आठवलं– सायलीनं तिच्या चुलतबहिणीची सांगितलेली गोष्ट. तिचं घर

लहान. दोन खोल्यांचं. पुढच्या खोलीत सासू, सासरे, एक दीर, एक नणंद. झोपतात; तर मागच्या खोलीत सायली, तिचा नवरा. पहिल्या दिवशी त्यानं तिला रात्रभर झोपू दिलं नाही. दुसऱ्या दिवशी तिची नणंद– ती त्या वर्षी दहावीला नापास झाली – तिची थट्टा करत म्हणाली, "वैनी, तुमची भूक एखाद्या राकेसनीवाणीच हाये."

ती काय बोलते ते तिला कळलं नाही. कारण जेवायला बसली तर दोन पोळ्यांच्या वर दिला तुकडा धकत नाही अन् ही म्हणते आपली भूक राकेसनीवाणी? कसं काय?"

तिनं विचारलं, "किती खेप जेवल्या राती?"

"किती खेप मंजे एकदाच, झोपायच्या आधी, तुमच्या संगंच." त्यावर हसत तिची नणंद म्हणाली.

"तसं नाही वैनी, येड घेऊन पेडगावला नका जाऊ..."

"मंग काय ते सरळ सरळ सांगा."

त्यावर तिनं त्या गोष्टीची फोड केली... त्यावर ती लाजली, हसलीही. तिला चिमटा घेत विचारलं, "तुम्हाले कसं कळलं? आम्ही किती वेळ जेवतो ते मोजायले तुम्ही रातभर जागीच व्हत्या का काय?" मग तिनं खुलासा केला तो असा की– तसं काही करताना सायलीच्या हातातल्या बांगड्या अन् पायातल्या तोरड्या वाजत. बांगड्यांपेक्षा तोरड्या जास्त वाजत कारण तोरड्यांना पाच पाच घुंगरं होते.

दुसऱ्या दिवशी रात्रीच्या वेळी ते तिनं नवऱ्याला सांगितलं. तर तोही हडबडला.

"हे तर आपल्या लक्षातच आलं नाही," म्हणाला, "मग आज काय करावं?" त्यानं विचार केला अन् हातातल्या बांगड्यांवरून, पायातल्या तोरड्यांवरून फडके बांधले. खाटेवर झोपण्याचा धोकाही पत्करला नाही. खाट उभी करून खाली झोपले... मग ते नेहमीचंच झालं...

"राणी, ती मंकी होती ना, तुझ्या गावची?" आदित्यानं चालता चालता विचारलं. राणीनं होकार दिला. राणीला वाटलं, तिला सांगावं, नुसती गावचीच नाही, तर ती अन् मी एकाच फ्लॅटमध्ये राहतो. तिचे बाबाच माझा सारा खर्च करणार आहेत. पण तिनं ते टाळलं. "चांगलीच वात्रट दिसते," आदित्या कचकचली.

त्या लायब्ररीसमोर आल्या. बाहेर बरीच गर्दी होती. मुलंमुली खिडकीसमोर उभं राहून माहिती विचारत होती. त्यातले बहुतेक फर्स्ट इअरचेच होते. लायब्ररीचं बी.टी. कार्ड मिळविण्यासाठी काय करावं लागतं? बी.टी. कार्डावर एका वेळी किती पुस्तकं मिळतात? पुस्तकं कोणत्याही दिवशी नेता-आणता येतात का?

अशा बऱ्याच जणांच्या त्याच त्याच शंका होत्या. खिडकीच्या आतून एक पोरगेलीशी तरुणी, अन् बाजूला एक वयस्कर पुरुष होता. पुरुष ज्याच्या-त्याच्यावर चिडत होता. ती मुलगी मात्र हसून उत्तर देत होती. दिसायला काळीसावळी होती; पण पाणीदार होती. राणीला आवडले तिचे ओठ. धनुष्यबाणाच्या आकाराचे... काहीसे जाड लालसर. अन् त्या आडचे पांढरेशुभ्र दात... तिचं हसणं फारच प्रसन्न वाटत होतं... 'मैंने कहा फुलोंसे हसो तो वो खिलखिलाकर हंस दिये' त्या गाण्यातल्या फुलांच्या हसण्यासारखं....

मुलं बहुतेक तिलाच प्रश्न विचारत होते. त्यातल्यात्यात काही मुलं त्या पुरुषासमोर गेल्यावर त्याच्याऐवजी तिच्या खिडकीवर येत अन् शंका विचारत... कॉलेजातले नियम कितीही कडक ठेवले तरी मुलांना मुलगी दिसली की ते पाघळणारच... आपल्या वर्गात सर, मॅडम शिकवत असताना कित्येक मुलं सारखे मुलींकडेच पाहत राहतात. त्या गोष्टीचं राणीला नेहमीच हसू येतं. तीच गोष्ट कॉलेज कॅम्पसमध्ये वावरतानाही. विशेषत: कॅन्टीनमध्ये हा प्रकार जास्तच चालतो. काही मुलं मुलींशी तर मुलीही मुलांशी बोलतात. वाफ जेवढी कोंडली तेवढा तिचा दाब वाढणारच.

"दरवाजाच्या पलीकडच्या खिडकीसमोर एक रजिस्टर ठेवलेलं आहे. तिथं ज्या मॅम आहेत त्यांना ते मागा. त्या रजिस्टरमध्ये तुमचं पूर्ण नाव, गाव, गावाकडचा पत्ता, मोबाइल नंबर हे सर्व डिटेल्स लिहा. त्या मॅमना तुम्ही कॉलेजमध्ये ॲडमिशन घेताना जी फी भरली होती, तिची ओरिजिनल पावती दाखवा. ओके?" त्या पाणीदार, काळ्यासावळ्या मॅडमने समजावून सांगत पुढे म्हटलं, "हे सगळं झाल्यावर उद्या जेव्हा कॉलेजमध्ये याल तेव्हा लायब्ररीमधून म्हणजे त्याच मॅडमकडून बी.टी. कार्ड घेऊन जा." त्यावर राणी म्हणाली, "मॅम, आज तर आमच्याजवळ ती पावती नाहीय. उद्या आणू शकेन."

"ठीक आहे ना! मग उद्या नाव नोंदवा. चालेल?"

राणीनं मान हलवत किंचित हसत त्या मॅमला प्रश्न केला. "मॅम, ते सारं कळलं... एक वेगळा प्रश्न आहे, विचारू?"

"विचारा," असं तिनं म्हटल्यावर राणीनं विचारलं, "मॅम, हे बी.टी. म्हणजे नेमकं काय? बी आणि टी चा लाँगफॉर्म?"

त्या मुलीनं राणीच्या या प्रश्नावर डोळे आणि खांदे उडवले आणि 'माहिती नाही' या अर्थानं ओठांची हालचाल केली. खरंच तिला बी.टी.चा लाँगफॉर्म माहीत नव्हता. गेली चार वर्षं ती या कॉलेजात लायब्ररी असिस्टन्ट म्हणून नोकरी करते; पण आतापर्यंत कोणीही तिला बी.टी.चा लाँगफॉर्म विचारला नाही. आज ही मुलगी विचारते, म्हणजे बरीच चिकित्सक दिसते, हे तिच्या लक्षात आलं.

तिनं प्रामाणिकपणे "मला बी.टी.चा लॉंगफॉर्म माहीत नाहीये. मी विचारते. थांबा थोडं," असं म्हणत बाजूच्या माणसाला, "मुंडेकाका, बी.टी.चा लॉंगफॉर्म माहीत आहे तुम्हाला?" असं विचारलं.

त्यावर त्रासिक चेहऱ्यानं त्यांनी म्हटलं, "बी.टी. म्हणजे बी.टी. त्यात कसला आला लॉंगफॉर्म?"

त्या मुलीनं राणीकडे अर्थपूर्ण नजरेनं पाहिलं. मग खुर्चीतून उठत म्हणाली, "थांबा मी हेडसरांना विचारते."

ती लायब्ररियनच्या केबिनमध्ये गेली. तिनं त्यांना विचारलं. अन् परत येऊन राणीला म्हणाली,"बी.टी. म्हणजे बॉरो टिकेट. बॉरोचा अर्थ माहीत आहे?" त्यावर लगेच राणीनं म्हटलं, "borrow बॉरो म्हणजे उसनवार घेणे."

"गुड, यू आर व्हेरी व्हेरी स्मार्ट गर्ल. तुझं फुल नेम? क्लास?"

राणीनं पूर्ण नाव, क्लास सांगितला. ती खिडकीवर विनाकारण एवढा वेळ घेते आहे, असं मागच्या मुला-मुलींना वाटत होतं. त्यांची कुरकुर, ओरडा ऐकून राणीनं "थँक्स मॅम" म्हणत खिडकी सोडली.

"ए. तुला गं एवढ्या चांभार चौकश्या कशा सुचतात? आणि त्या शब्दाचं स्पेलिंगही किती पट्कन सांगितलं तू?" आदित्यानं तिचं कौतुक करत म्हटलं.

तिला आठवले, दहाव्या वर्गाला शिकविणारे गौतम सर. एकदा वर्गात शिकवताना dog या शब्दापासून dogged हे विशेषण आणि doggedness हे नाम कसं तयार होतं ते त्यांनी सांगितलं होतं. dogged म्हणजे हट्टी आणि म्हणजे doggedness हट्टीपणा... माणसामध्येही हा गुणविशेष असावा. हा गुण ज्याच्याजवळ असेल त्याला जगात दुर्मीळ काहीच नसते. एखादी गोष्ट मिळवायचीच म्हटल्यावर इंग्रजीत beg, buy or borrow ही त्रिसूत्री सांगितली जाते. म्हणजे ती वस्तू भीक मागून मिळवा, विकत घेऊन मिळवा किंवा मग उसनवास घेऊन मिळवा; पण मिळवा. beg, buy or borrow या त्रिसूत्रीतला बॉरो हा शब्द तिच्या पक्का लक्षात राहिला. हे तिनं आदित्याला सांगितलं तेव्हा ती म्हणाली, "कमाल आहे बाई तुझी, मला तर मी सकाळी काय जेवले तेही संध्याकाळी ध्यानात राहत नाही."

"ये मंजुश्री, आपण आपल्या चौघींचा ग्रूप बनवू लायब्ररीतली पुस्तकं घेण्यासाठी. चालेल का गं देविका? मी, तू, देविका अन् आदित्या!" कारण न विचारताच त्या काळ्यासावळ्या मॅमने आठवड्यात एका जणीच्या कार्डावर किती पुस्तकं मिळतात, अन् कधी मिळतात ते सांगितलं.

"राणी, ही काय विचारायची गोष्ट आहे? एका वेळी लायब्ररीतून एका जणाला दोन पुस्तकं मिळताहेत. म्हणजे आपल्या चौघींना आठ पुस्तकं मिळतील.

म्हणजे प्रत्येक विषयाचे दोन वेगवेगळ्या लेखकांची पुस्तकं..." आदित्या बरोबर बोलली. ते पाहून राणी म्हणाली, "खरं गं, चार विषयांची आठ पुस्तकं, तीही वेगवेगळ्या ऑथरची... म्हणजे काही अडचणच येणार नाही... प्रत्येकीनं दोन दिवस दोन पुस्तकं जवळ ठेवायची..."

राणीचा विचार सर्वांना आवडला. उद्या कॉलेजात येताना ॲडमिशन फीस भरल्याची पावती आठवणीनं आणायची, असं चौघींनी एकमेकींना सांगितलं आणि त्या परत फिरल्या. तेव्हा मंकी तिथं नव्हती. 'कुठं गेली असेल ही?' राणीच्या मनात प्रश्न उद्भवला. लगेच मान झटकून तिनं त्याला मनातून हद्दपारही केलं.

सात ऑगस्टपासून टाइमटेबल लागू होणार. आज दोन तारीख. म्हणजे थिअरी, प्रॅक्टिकल्ससाठी लागणारी जर्नल्स, ड्रॉइंग शीट्स, कंपास असं जे काही लागेल ते ते कॉलेजच्या विद्यार्थी भांडारातून विकत घ्यावे लागेल. त्यासाठी उद्याच पैसे सोबत आणायचे, हेही त्या चौघींनी ठरवले.

"राणी, तू आतापासून सिरिअस झालीस. अगं, टाइमटेबलनुसार कॉलेज सुरू व्हायला तीन-चार दिवस बाकी आहेत म्हटलं." देविकाचं म्हणणं उद्याच विद्यार्थी भांडारातून वस्तू विकत घेण्याऐवजी आणखी दोन-तीन दिवसांनी घेऊ.

"कल करे सो आज कर, आज करे सो अब म्हणतात ना? तुला माहिती नाही ते? त्या तीन मछलियाँ?"

"पहिलं म्हणाली ते माहिती आहे; पण त्या तीन मछलियाँ?" आदित्यानं आता विचारलं.

राणीनं थोडक्यात तीन मछलियाँची गोष्ट सांगितली. एका तलावात तीन मासळ्या राहत होत्या. त्या तिन्हीचे स्वभाव वेगवेगळे होते. एकदा एक कोळी त्यांना पकडण्यासाठी जाळे घेऊन येताना त्या तिघींनी पाहिला. तेव्हा त्यातली एक स्वत:चा जीव वाचवण्यासाठी तलाव सोडून निघून गेली. कोळी काठावर पोचला तेव्हा दुसरीही निघून गेली. तिसरी मात्र आळशी. ऐन वेळेवर पाहू म्हणाली अन् ती शेवटी कोळ्याच्या जाळ्यात अडकली... त्यावर मंजुश्री देविकाच्या पाठीत धपाटा मारीत बोलली, "तू त्या तिसऱ्या मासळीसारखी."

"अन्, राणी का पहिल्या मासळीसारखी?" देविकानं हसून प्रश्न केला. "मग तू अन् आदित्या यांपैकी दुसरी कोण? राणी, तुझी ही कहाणी तीन नव्हे चार मछलियाँची असायला हवी होती..."

यावर चौघी जणी खदखदून हसल्या.

दिवस असा अभ्यासाचे वेगवेगळे प्लॅन्स करण्यात, हसीमजाक करण्यात गेला. राणी फ्लॅटवर पोचली तर मंकी आधीच आलेली. ती तिच्या पप्पांशी मोबाइलवर बोलायलेली, "पप्पा, भांगे सरांनी कॉलेजची ॲडमिशन फी भरल्याची

पावती दिली का? येताना मी आणली नाही. ती दाखवून मला कॉलेजात लायब्ररीचं बी.टी. कार्ड घ्यायचं... हं... शोधा घरी... सापडल्यावर कसं पाठवता?... लक्झरीवर? लक्झरीचं ऑफिस इथून खूप दूर आहे... नाही... माझं जाणं होणार नाही... हं चालेल... मी कॉलेजमधून उद्या कॉलेजचा फॅक्स नंबर घेते... हो... हो... चालेल... अन् पप्पा.... मला प्लेझर हवी... खूप दूर पडते कॉलेज.. हो सिटीबसनं खूप धावपळ होते... नाही... तसं नाही करता येत... वेळेवर कॉलेजात पोचलं नाही तर वर्गात येऊ देत नाहीत... हं... हो ... मामाला सांगा... उद्याच... हो चालेल... इलेक्ट्रॉनिक्सची बरी... पेट्रोलचे पैसे वाचतील... नक्की... उद्या... मामाला मी मोबाइलवरून बोलते... ठेवते पप्पा... बाय...''

मंकीचा हा स्वभाव! तिसऱ्या मासळीसारखा. कोणतीच गोष्ट सिरिअसली घ्यायची नाही.

आज एक मुलगी सांगत होती पुण्याच्याच एका नामवंत कॉलेजात कॉलेज सुरू झाल्यावर गेटवर आधी ॲडमिशन फी भरल्याची पावती दाखवावी लागते. मग प्रवेश मिळतो. या कॉलेजात तसं काही नाही हे तरी बरं. तरीही आपण पुण्याला निघायच्या आधी पाच-सहा दिवसांपासून एक एक गोष्ट आठवून बॅगमध्ये टाकत होतो. आपल्याला हनुमानदादानं बी.टी. कार्डसाठी ॲडमिशन फी भरल्याची पावती मागतात, हे आधीच सांगितलं होतं. आपण कॉलेजमध्ये ॲडमिशन घेतो तेव्हाच आपल्याला आयकार्ड मिळते. त्या आयकार्डवर आपला पी.आर.एन. नंबर असतो. आपण एखाद्या कॉलेजचे विद्यार्थी आहोत हे प्रूव्ह करण्यासाठी आयकार्ड, फी भरल्याची पावती किंवा बोनाफाइड सर्टिफिकेट हे तीनच प्रूफ असतात. त्या दादानं सागितलेल्या बहुतेक कोणत्याच गोष्टी आपण विसरलो नाही... अन् ही मंकी?

तिनं पाठीवरची सॅक दिवाणवर ठेवली. हातापायावर, तोंडावर पाणी मारून फ्रेश होण्यासाठी ती बाथरूममध्ये निघाली. तर सॅकमध्ये ठेवलेला तिचा मोबाइल वाजला. परत येऊन तिनं तो घेतला. भांगे सर होते.

''हां सर... सर, नमस्कार करते हो सर. सातपासून कॉलेज रेग्युलर सुरू व्हायलं... उद्या घेते सर... विद्यार्थी भांडारातूनच... हो... सकाळी साडेआठला पहिलं लेक्चर... हो सर... आठ वाजताच निघावं लागेल फ्लॅटवरून... नाही सर, चहा नाही... बिस्किटे... पाहीन सर... आणून ठेवीन... तुमचं कॉलेज कधी असायचं सर?... तुम्ही काय खाऊन जात होता?...''

तिनं सहज प्रश्न केला... पण पलीकडून सर सद्‌गदित झाल्यासारखे वाटले... ''आईनं उडदाची डाळ दिली होती सोबत. रात्री झोपताना मूठभर दाळ पाण्यात भिजवून ठेवत होतो... सकाळी उठून मीठ टाकून खात होतो. तेवढ्यावर एक

वाजेपर्यंत कॉलेजात राहत होतो...''

ते ऐकून राणी सुन्न झाली. एकंदरीत गरिबी वाईटच... काय करायला लावेल ते सांगता येत नाही. तरी बरं, उडदाची डाळ पौष्टिक असते... उडदाची डाळ सरांना चालली... आपल्याला कशी चालेल? त्याऐवजी काय आणून ठेवावं? बिस्कीट चालते, दररोज दोन खायचे... अन् दोन ग्लास पाणी प्यायचं... तसंच करू... राणीनं भांगे सरांना तसंच सांगितलं...

सरांनी मोबाइल ठेवला. अन् तिनं तिचाही मोबाइल टेबलावर ठेवून हातपाय धुवायला ती बाथरूममध्ये गेली.

रेग्युलर टाइमटेबल सात ऑगस्टपासून सुरू होणार होते तरी त्या टाइमटेबलप्रमाणेच सुरवातीपासून कॉलेजचे पिरिएड होत होतेच. आतापर्यंत त्यातल्या पहिल्या लेक्चरला मंकी अनेकदा गैरहजर राहिली. नंतरचे लेक्चर्स तिने अटेंड केले. पहिल्या लेक्चरसाठी तिला लवकर उठणं, तयार होणं आवश्यक होतं, पण नेमकं तेच जमत नव्हतं. राणी मात्र रेग्युलर होती. मंकी साडेसहाचा मोबाइल अलार्म लावून ठेवायची. पण तो वाजला की चिडून ऑफ करायची. 'पाच मिनिटं झोपू,' असं स्वत:शी म्हणत ती पुन्हा झोपी जायची. राणी कॉलेजसाठी बाहेर पडताना मंकीनं उठावं म्हणून की काय मोठ्यानं दार वाजवत ओढून घ्यायची. अन् खरं तेवढ्यानं तिला जागही यायची. घड्याळाकडे पाहून मग लगबग, घाई-गडबड, धांदल... लॅट्रीनला जावंच लागायचं... तिला नेहमीच लॅट्रीनसाठी जादा वेळ द्यावा लागतो... वीसेक मिनिटं तरी... ते काम फास्ट व्हावं असं वाटत असूनही तसं ते होत नव्हतं. आणि अर्धवट उठून बाहेर येणंही जिवावर येई. बरं तसं आलं तरी मग मळमळ होते, पण ही सवय गावाकडे ठीक होती. तिथं कॉलेज अकरा वाजता असायचं. एवढी घाई नसायची. त्यात उठवायला आई होती. उठल्यावर लॅट्रीनमधून आलं की ब्रश करा, नंतर अंघोळ... हा भागही तिच्यासाठी मोठाच कंटाळवाणा होता. इकडून-तिकडून एकदोन वेळा ब्रश फिरवायचा, अन् बस्स. एकदोनदा पाणी तोंडात घ्यायचं, बाहेर फेकायचं. टीव्हीवर ब्रशिंगच्या जाहिराती दाखवतात, त्यांचा खूप राग येतो तिला. ब्रश घ्या, त्यावर हे एवढं मोठं पेस्ट घ्या, बराच वेळ ब्रश करा, तेही राउंड ॲन्डराउंड ॲन्डराउंड... आतून डीप... बापरे! अन् अंघोळ. तोंड धुतल्यावर चहा, नाश्ता. मग टीव्ही पाहत, नाहीतर मोबाइलवर मेसेजेस पाहणं, उत्तर देणं, चॅट करणं, वेळ उरला तर नेट सर्फिंग. त्यातही सेक्शुअल फंडे... हे सगळं साडेदहा वाजेपर्यंत... आई चार-चार वेळा ओरडल्यावर बाथरूममध्ये घुसायचं. थंड पाणी, गरम पाणी... दोन्ही शॉवर मिक्स करून सर्वांगाला साबण... अंघोळीचा टब आणण्यासाठी पप्पांकडे खूप

आग्रह केला. हो, हो, म्हणाले पण आणला नाही. तिची ती इच्छा अपूर्णच राहिली. त्यातही नेकेड होऊन टबमध्ये लोळणं ही तीव्र इच्छा... तशीही ती बाथरूममध्ये नेकेडच असते... तिच्याएवढ्या उंचीच्या बाथरूममधल्या आरशासमोर स्वत:ला न्याहाळत उभं राहण्यातच तिचा अधिक वेळ जात होता... त्यातलं काय आहे इथं बाथरूममध्ये? गरम पाणी नाही, शॉवर नाही, आरसा नाही... आधीच उल्हास त्यात फाल्गुन मास, तशीच इथली गत. त्यामुळे दोन-दोन, तीन-तीन दिवस ती अंघोळच करत नाही. अंघोळ केली नाही तर कसंतरी वाटतं, करमत नाही, पण मग कंटाळ्याचं काय?

प्रयत्न करूनही अनेकदा तिला कॉलेजला वेळेवर जाता आलं नाही. पहिलं लेक्चर फिजिक्सचं असतं. दोशी मॅडमचं. त्या बोलायला फटकळ. एकदा ती लवकर उठून त्यांच्या पिरिएडला गेली अन् एका मुलाजवळ बसली होती. तर त्यांनी तिला झापलं होतं. त्यातही प्रत्येक लेक्चररर्सचे अटेन्डन्स होते. इजिनिअरिंग ड्रॉइंगचे सर स्वभावानं चांगले. परवा ते म्हणाले, "अटेंड फिजिकली एव्हरी लेक्चर... दॅट इज मोस्ट इम्पॉरटंट फॅार यू. यू नीड सेव्हंटी फाय परसेंट अटेन्डन्स फॉर योर एक्झाम..." मंकीसारख्या वर्गात किती मुलं, मुली असतील? फारच कमी. कदाचित नाहीच. इथं प्रत्येक जण एक स्वप्न घेऊन येतो... आपलंही स्वप्नं आहे. पण त्यांच्या स्वप्नांच्या विरुद्ध... त्यांना काहीतरी बनायचंय... आपल्याला मात्र बिघडायचंय be worth, don't be worst... असं एक वाक्य आपण अकराव्या वर्गात शिकत असताना फळ्यावरच्या भिंतीवर कागदाच्या लांब पट्टीवर लिहून लावलेलं होतं. कोण ते माहीत आहे? या राणीनं... वर्ग सजावटीमध्ये या तिच्या वाक्याचं प्राचार्यांनी विशेष कौतुक केलं होतं, अन् त्या वाक्यावर वीस मिनिटांचं बोअर लेक्चर दिलं होतं. लायक बना, नालायक बनू नका... आपल्याला प्राचार्यांचा, राणीचा अन् तिच्या त्या वाक्याचा एवढा राग आला की, प्राचार्य वर्गाबाहेर पडताच आपण खुर्चीवर उभं राहून ते काढलं, अन् सगळ्या वर्गासमोर टराटर फाडून त्याचा बोळा करून तो खिडकीबाहेर फेकला. अन् त्याच दिवशी आपल्या अक्षरांत be worst, don't be worth असं एका कागदाच्या पट्टीवर लिहून ती त्याजागी लावली. पुढे ती पट्टी कित्येक दिवस तशीच होती... कोणीही फाडण्याची हिंमत केली नाही. आपलं स्वप्न ऐश करायचं आहे; म्हणजे इतरांच्या दृष्टीनं बिघडायचं आहे. राणीला घडायचं आहे. नियतीची किती कमाल आहे नाही? दोन परस्पर भिन्न प्रवृत्तीची माणसं एकाच्या वडिलांच्या अट्टाहासामुळं एकाच छताखाली राहतात? बाहेरून राणीला आणि आपल्याला पाहणाऱ्यांना किती सहज वाटू शकते; पण खरोखरच केवढा अंतर्गत संघर्ष आहे हा? नाही?

आज प्रयत्नपूर्वक लवकर उठून मंकी पहिल्या लेक्चरला हजर राहिली.

अटेन्डन्स घेतल्यावर दोशी मॅडमनं 'मृणाल जाधव' असं मोठ्यानं नाव उच्चारलं. मंकी उभी राहिली. "ओऽऽऽ यू मंकी, मृणाल जाधव? ॲम आय करेक्ट?" त्यांनी विचारलं मंकीनंही "येस मॅम" म्हणून प्रतिसाद दिला...

"माइंड वेल. डोन्ट बंक माय लेक्चर्स... इफ युअर अटेन्डन्स विल बी बिलो सेव्हन्टी फाय, आय शॅल नाट परमिट यू टू अटेन्ड द एक्झाम. बी अटेंटिव्ह. सीट डाउन..." मंकी खाली बसली.

खडूस! मंकी हे नाव बरोबर लक्षात ठेवलं... मंकी कचकचली.

दोशी मॅडम काय शिकवत होती हे काहीच कळत नव्हतं. तसे गावाकडच्या ज्युनिअर कॉलेजात अकरावी, बारावीला फिजिक्समध्ये ज्या काही टर्म होत्या, त्यातल्या काहींचा उच्चार मॅडम अधूनमधून करत होत्या. पण गावाकडच्या सरांचे उच्चार आणि यांचे उच्चार भिन्न होते. गावाकडचे सर अधूनमधून मराठीतही बोलत; यांच्या तोंडून एकही शब्द दुसऱ्या भाषेतला बाहेर पडत नव्हता. वेदान्त म्हणत होता, "काही दिवस हे असंच होतं म्हणे... लेक्चरर्स बोलतात, आपण ऐकत राहतो... निरर्थक... तसंच हेही. एरव्हीच आपल्याला ऐकायचा कंटाळा. त्यातही ही निरर्थक बडबड आपण का ऐकून घ्यायची? इंजिनिअरिंगकडे येण्यापेक्षा खरंच आपण आर्ट्सकडे गेलो असतो तर? हा ताप सहन करायची गरज पडली नसती, फारसा अभ्यासही करावा लागत नव्हता; पण खरं म्हणजे आपल्यालाही त्या विषयाची आवड नाही. याचा अर्थ याची आहे, असा नाही; पण त्यातल्या त्यात हे बरं वाटतं... आणि हेही खरं की आपलं ध्येय शिक्षण घेण्याचं किती अन् ऐश करण्याचं किती? ऐश? या शब्दाचंही इथं हसू येतं. इथं सारे घाण्याला जुंपलेले. सीनिअर्स तर जास्तच... आपल्या सोबतचे ज्युनिअर्स अभ्यासाच्या धाकानं अर्धमेले झालेले. मात्र त्या दिवशी मंदारही म्हणाली होती, 'काही एवढं टेन्शन घेऊ नको अभ्यासाचं. सेमिस्टर सिस्टिममध्ये पास होणं फारसं अवघड नाही... फक्त वर्गात ध्यान देऊन ऐकायचं... परीक्षेच्या आधी एक महिना अभ्यास करायचा..." या दोन्ही गोष्टी आपल्याला कितपत जमतील? नाही जमल्या आणि नापास झालो तर? तशी दोन विषयांची ए.टी.के.टी. असते. पाहू... होता होईल तोपर्यंत रेटू... शेवटी नापास झालो तर घरचं कुणी बोलणार नाही, फक्त आपला एक तोटा होईल. आपल्याला पुण्यात राहायला भेटणार नाही... किमान पुण्यात राहण्याइतपत परिस्थिती निर्माण करण्यापुरता अभ्यास करायचा... नाहीतरी नापास झालो तर अभ्यास करण्याच्या निमित्ताने पुण्यात राहू... पण मग कॉलेजात नाही येता येणार मग काय करावं? एवढा वेळ कसा जाईल? त्यापेक्षा काही करून पुढं पुढं ढकलत नेऊ स्वत:ला. तसं राणीइतकं सिरिअस नाही होता येणार आपल्याला. तिनं बी.टी. कार्ड काढलं. आपणही ते काढावं म्हणून आपल्याला ऐकू येईल

असं मोठ्यानं मोबाइलवर भांगे सरांशी संध्याकाळी बोलत होती. किती नाही म्हटलं तरी ती अशाप्रकारे आपल्याला मदत करतेच. त्यामुळेच आपण बी.टी. कार्डची सारी भानगड केली. रजिस्ट्रार ऑफिसात जाऊन कॉलेजचा फॅक्स नंबर मिळवला. तो पप्पांना सांगितला. पप्पांनी भांगे सरांना सांगितला. त्यांना ॲडमिशन फी भरल्याच्या पावतीचा फॅक्स करायला सांगितला. तो त्यांनी केला. त्यासाठी रिसेप्शन हॉलमध्ये खूप वेळ बसावं लागलं. पण बोअर झाले नाही. त्याचं कारण रिसेप्शन काउन्टरवर हजर असलेल्या प्रियंवदा मॅडम... 'प्रसन्नवदने प्रसन्न होशी निजदासा, क्लेशापासून सोडी, तोडी भवपाशा' अशी काहीतरी दुर्गेची आरती आई नेहमी म्हणते... तशी आपण फोटोत पाहिलेली दुर्गा उग्र चेहऱ्याची वाटते, प्रसन्न वाटत नाही. प्रियंवदा मॅडम मात्र खरोखरच त्या आरतीतल्याप्रमाणे प्रसन्न वाटतात. आपल्यासारख्या त्यांच्या भक्ताला आनंद देतात... आपण कॉलेजात आल्यावर, किमान एकवेळ तरी वेगवेगळं निमित्त काढून त्यांना भेटतो, बोलतो, निदान पाहून तरी जातो. ही कसली ओढ? बाईला बाईची? असू शकते? स्त्रीला पुरुषाची अन् पुरुषाला स्त्रीची ठीकच आहे; पण स्त्रीची स्त्रीला? ओह, अमेरिकेत म्हणे बायका एकमेकींसोबत लग्न करतात, नवरा-बायकोसारख्या राहतात... म्हणजे काय? नुसतं बाह्य आकर्षण? असाही सेक्स असतो? सेक्स म्हणजे मग नेमकं काय? विभिन्न लिंगी व्यक्तींमधला की समलिंगी व्यक्तींमधलाही? हां, अमेरिकेतच पुरुष-पुरुष हे एकमेकांसोबत लग्न करतात, पती-पत्नीसारखे राहतात... कसं शक्य आहे हे? म्हणजे नेमकी कोणती शारीरिक क्रिया होत असेल त्यांच्यात? प्रियंवदा मॅडमबाबतचं आपलं आकर्षण कशात मोडतं? आणखी एक त्यांच्याबद्दल आपल्याला जसं वाटतं तसंच आणखी काही मुलींनाही वाटत असेल का? पुरुषांना-मुलांना त्यांच्याबद्दल आकर्षण वाटणं साहजिकच आहे... ते काही असो त्यांच्यासमोर गेलं, त्यांची एक झलक पाहिली तरी दिवस मजेत जातो...

तिथं बसता बसता आणखी एक विचार मंकीच्या डोक्यात आला होता. पंकजनं तिला करिना कपूर सारख्या दिसणाऱ्या ज्या इसाकची भेट घालून दिली तो इसाक अन् प्रियंवदा मॅडम एकमेकांसमोर आल्या तर काय रिॲक्शन राहील त्यांची एकमेकांविषयी? आणि ते एकमेकांसमोर आलेच नसतील हे कसं शक्य आहे? इसाक सेकंड इअरला आहे, त्यामुळे त्यांच्याशी त्याचा कितीवेळा संबंध आला असेल? त्याला काय वाटत असेल त्यांना पाहून? याउलट त्यांना काय वाटलं असेल त्याला पाहून?...

हातातला मोबाइल किंचित व्हायब्रेट झाला... मेसेज... पाहू... इनबॉक्स उघडला तर दोन मेसेज. पहिला वेदान्तचा अन् आता आलेला मंदारचा. तिनं वेदान्तचा एस.एम.एस. ओपन केला. त्याला सोनूचा मेसेज होता, त्या मेसेजला

त्यानं उत्तर दिलं होतं अन् ते दोन्ही मेसेज त्यानं मंकीसाठी पाठवले - पहिला मेसेज असा -

Dost jaan se pyara hota hai,
Dost se Jaan pyari nahin hoti
From - Sonu

वेदान्तचा रिप्लाय असा -

Dostiki wajah nahin hoti,
Dosti saja nahin hoti,
Dostime hoti hai imandari
Dostime duniadari nahi hoti,
Vedant

तिनं लगेच वेदान्तला मेसेज पाठवला - तोच सोनूलाही पाठवला.

Sach kahate ho yaar,
Dost dost na raha
Aisa na ho apana pyar
Manki -

तिला माहीत होतं की, वेदान्त अन् सोनूकडून आता हा सिलसिला चालू राहील. त्याआधी तिनं मंदारचा मेसेज ओपन केला.

Manki, come on terrace of my wing in short recess.
Mandar...

काय विशेष आहे? मंदारनं रेसेसमध्ये टेरेसवर बोलवलं. तिनं मोबाइलमध्ये टाइम पाहिला. पहिलं लेक्चर सुटायलाच दहा मिनिटं बाकी होती. त्यानंतर दुसरं लेक्चर ते चालेल १०-४५ पर्यंत. म्हणजे ५५ मिनिटे प्रतीक्षा. माय गॉड! एरव्हीच तर आपलं लेक्चरमध्ये लक्ष लागत नाही. त्यात मंदारचा मेसेज... जमलं! बसू. हं, मंदार..., अंहं, वेदान्त अन् सोनूचे किती छान मेसेज होते? पण सोनूनं वेदान्तला 'दोस्त जानसे प्यारा होता है, दोस्तसे जान प्यारी नहीं होती' असा मेसेज का पाठवला? तिचं वेदान्तशी किंवा आणखी कोणाशी काही फाटलंबिटलं का? 'जानसे प्यारी दोस्ती' म्हणजे ही गोष्ट खूप सिरिअस वाटते, नाही का? वेदान्तनं मात्र तिची छान समजूत घातली... तिला हे विचारावं लागेल... आपली प्रतिक्रिया योग्य आहे का? आपण दोस्ती आणि प्यार यांची गल्लत करतो का? दोस्ती आणि प्यार एकच कसे म्हणता येतील? दोन दोस्तांमध्ये- म्हणजे विभिन्न लिंगी- प्यार असू शकतो, अन् नसूही शकतो. तो असलाच पाहिजे असा काही आग्रह नसतो. आपली प्रतिक्रिया वेदान्तला डोळ्यांसमोर ठेवून आपल्या मनातून

बाहेर पडली, हे नक्की. आपल्याला त्याच्याबद्दल शारीरिक आकर्षण वाटतं, पण मग शारीरिक आकर्षण म्हणजे प्रेम का? समजा शारीरिक आकर्षण काही कारणाने संपलं तर मग प्रेमाचं काय? प्रेम आणि सेक्स यांचा संबंध किती? सेक्सशिवाय प्रेम असू शकत नाही का? बहीण-भावाचं उदाहरण कसं समजून घेता येईल? विभिन्न लिंगी असूनही प्रेम असतं; पण सेक्सचा संबंध नसतो... या सगळ्यांच्या पाठीशी मानवी मनच असतं, नाही? तेच वेगवेगळ्या पातळ्यांवर विचार करीत असेल का? आपलं मन कसं आहे? त्याला कशाची ओढ आहे? मानसिकदृष्ट्या प्रेमाची वा शारीरिकदृष्ट्या प्रेमाची? मानसिकदृष्ट्या प्रेम म्हणजे काय? आपण त्या पातळीवर वंचित आहोत का? तसं याचं उत्तर नाही असंच देता येईल. आपल्याला आई आहे, पप्पा आहेत आपल्या मानसिकदृष्ट्या प्रेमाची भूक भागवायला. शारीरिकदृष्ट्या प्रेम म्हणावं तर आपण अजून कोणाशीही– अगदी वेदान्तशीही तशा अर्थानं कधीच लगट केली नाही; हं एकदा आपण त्याच्यासोबत वाशीमला 'स्लमडॉग मिलेनिअर' हा पिक्चर पाहायला गेलो तेव्हा त्याने झोंबाझोंबी केली होती, तशी तर आपण त्या दिवशी साडी-ड्रेस घालून आलो तेव्हा कॉलेजगेटवर पोरांनी जी झुंबड केली, मंदारपेक्षा ती अधिक गहिरी होती; पण या दोन्ही झुंबडीमधला फरक हा की, वेदान्तनं झुंबड केली तेव्हा आपणही त्याच्याच पातळीवर वावरत होतो; मात्र परवाच्या झुंबडीत आपण– जरी ती आपल्याच शरीराशी होत होती तरी– अलिप्त होतो. त्यामुळं पोरं आपल्या शरीराशी खेळले, मनाशी नाही. 'द डर्टी पिक्चर'मधली विद्या बालन एका प्रश्नाच्या उत्तरात म्हणते, 'टच सभीने किया। लेकिन छुवाँ किसीने नहीं।' आपलंही तसंच झालं. कदाचित त्याचमुळे आपल्याला त्या दिवशीच्या प्रकाराचा राग, दुःख, तिरस्कार असं काहीच वाटलं नाही. तर त्यापासून उत्तेजितही झालो नाही.

लेक्चर संपल्याची बेल झाली. मंकी भानावर आली.

"का गं तू काहीच नोट्स घेत नाहीस?" बाजूला बसलेली मुलगी मंकीला विचारत होती. तिच्याकडं पाहून मंकी नुसती हसली. तेवढ्यात एक मेसेज आला. तिनं तो उघडून पाहिला. वेदान्तनं कुण्या कवीची एक अख्खी कविताच पाठवली होती -

... कृपा करून
तू तिकडे प्रदेशमग्न असता
मी इथे भिंतीवर खुणा करून
दररोज मोजतोय
एकेक खून केल्यावर रांजणात खडे टाकणाऱ्या
वाल्यासारखा.

तशी भिंतीने अद्याप तक्रार केली नाही तोवर ठीक
(माझ्या भावनांशी ती एकरूप तर झाली नाही ना?)
पेन्सिलीचे टोक सतत सारखे करताना मात्र
माझे दिवस बेजार होतात
काय गं, ही वठलेली संध्याकाळ कोकिळण्यासाठी
वसंत कुठवर आलाय ते सांगशील का कृपा करून...

कविता तिनं दोनदा वाचली आणि मनाशीच हसली. विरह, दुरावा अन् त्यातून जिवाची होणारी घालमेल, तळमळ चांगल्या पद्धतीनं मांडली या कवीनं. तसं वेदान्तला अन् आपल्यालाही कवितेतलं फारसं कळत नाही, पण वेदान्तच्या भावना या कवितेतून व्यक्त झाल्या, असं त्याला वाटलं असावं. म्हणूनच त्यानं ही कविता पाठवली. ही भावना वेदान्तची आहे, हे सत्य मानलं तरी ती मुळात कवीचीच भावना आहे. म्हणजे कवी हाही शेवटी माणूसच असतो. मोह, माया, मत्सर, राग, द्वेष, वात्सल्य, ओढ अशा सगळ्या भावना त्याच्याजवळ असतात... म्हणूनच त्याला बाकीची माणसं -विशेषत: त्यांच्या भावना कळतात. वेदान्त आपल्यासाठी अधिक आतुर झाला, हे लक्षात आलं कविता वाचून... त्याला एम.बी.बी.एस.ला जायचं... अन् आपल्याप्रमाणे त्याचंही ठरलं पुण्यात यायचं... पण त्याला अजून वेळ आहे. मात्र तो आल्यावर काय होईल? आपलं कॉलेज हे इकडं पुणे-सातारा रोडला... त्याचं कुठं असेल? ते तिकडं पिंपरी-चिंचवडला असलं तर? दररोज कसं भेटता येईल? पुण्यात राहूनही जर दररोज भेटता येणार नसेल तर मग त्याची किती तगमग होईल? म्हणजे आताची स्थिती अन् तेव्हाची स्थिती यात फारसा फरक पडणार नाही. पडलाच तर तो एवढाच की पुण्यात आल्यावर आपण त्याला सुटीच्या दिवशी भेटू...

आपल्याला कोण्या कवीची कविता तर माहीत नाही, त्याचं सांत्वन करता येईल अशी. काय उत्तर द्यावं मग?

अचानक दुसरं लेक्चर घेणारे सर आत आले. मंकीनं मोबाइल बंद केला. ती हजेरीकडं ध्यान देऊ लागली. हजेरी झाली. लेक्चर सुरू झालं. मॅथ फर्स्टचे देशपांडे सर म्हणे हे. मंकी दोन्ही गाल तळव्यांवर ठेवून सरांचं लेक्चर ऐकू लागली. सरांचं बोलणं फारसं काही समजत नव्हतं; पण त्यांची स्टाइल छानच होती. बोलण्यात रूक्षपणा नव्हता, हातवारे, चेहऱ्यावरचे हावभाव, मधूनच फळ्यावर लिहिताना होणारी शरीराची हालचाल, लिहणं झालं की बोटांवर फुंकर मारणं... हे सारं जणू आपण नाटक पाहत आहोत असं वाटत होतं. त्यांच्या शैलीमुळं त्यांचा विषयही बोजड वाटत नव्हता. नाहीतर दोषी मॅडम– मारक्या म्हशीसारख्या चश्म्याच्या वरून अधूनमधून पाहतात. बाकी इतर वेळी नजर हातातल्या पुस्तकावर..

पुस्तकातून वाचताहेत असं वाटतं– नव्हे वाचतातच कोणी त्यांना या कॉलेजात घेतलं? अन् काय पाहून घेतलं? शिक्षण महर्षी बाबासाहेबांना कोणता गुण आढळला त्यांच्यात?

दुसरं लेक्चर संपलं. मंकी बाहेर पडली. मंदारची विंग, तीवर जायचा जिना... दुसऱ्या मजल्यावरून तिसऱ्या मजल्यावर जाण्यासाठी तिनं जिन्याच्या पहिल्या पायरीवर पाय टाकला, तर वरून चार जणांचा– त्यात दोन मुली-दोन मुलं– ग्रूप हसत-खिदळत खाली येत होता... मंकी थोडी बाजूला सरली.. ते तिच्या अंगावरून गेले. गॅलरीत उजव्या हाताला वळले. मंकीनं पायऱ्या चढायला सुरुवात केली. तसा तिच्या कानावर आवाज आला,

"हे, आर यू फ्रॉम फर्स्ट इअर?" त्या ग्रूपमधल्या परत आलेल्या मुलीनं विचारलं.

मंकीनं मान हलवली.

"कमॉन,फालो मी." तिनं तिच्या पाठोपाठ यायला सांगितलं.

काय करावं? जावं तिच्या मागे? पण ती कोण हेही आपल्याला माहीत नाही... 'सीनिअर्सशी पंगा घेऊ नका' गावाकडच्या अनुप्रिया देशपांडेच्या बहिणीनं म्हटलं होतं... मग कशाला विरोध करायचा? चला, जाऊ. ती त्या मुलीच्या मागोमाग गेली... विंगमधल्या कोपऱ्यातल्या एका हॉलमध्ये 'कम इन' म्हणत त्या मुलीनं मंकीला आत घेतलं. अन् चक्क दार आतून बंद केलं. ते पाहून मंकी किंचित घाबरली. किंचित यासाठी की ते चौघं जण तिची फार तर रॅगिंग घेतील. तिलाही त्याची उत्सुकता आहे. रॅगिंगमध्ये काय काय घडतं, हे अनुप्रियाच्या बहिणीकडून कळलं होतं. तिनं काही टिप्स दिल्या होत्या.

• कॉलेजात गेल्यावर सीनिअरच्या कोण्या अनोळखी मुलामुलींत काही विचारलं तर बोला पण सावधपणे.

• जे विचारलं असेल त्याचा पूर्ण विचार करून उत्तर द्या.

• समजलं नसेल तर धीटपणे प्रश्नाचा रोख विचारा.

• आपलं खासगी गुपित कोणाही बरोबर शेअर करू नका.

• त्याचा पुढे त्रास होण्याची शक्यता असते.

• घाबरू नका. समोर उद्‌भवलेल्या कठीणात कठीण परिस्थितीतूनही बाहेर पडण्यासाठी अक्कल वापरा.

त्या टिप्सचा आठव मंकीनं केला. कोण त्या मुलं-मुली? या मुलीनं हॉलचं दार का बंद केलं? यांचा काय विचार आहे?

"हे डॉली, सी धिस गाय. डू यो नो हर?" त्या मुलीनं त्या तिघांपैकी एका दणकट उंच मुलाला म्हटलं. त्या तिघांनीही मंकीकडे पाहिलं... पण त्यांना काही

आठवलं नाही.

"धिस इज दॅट पर्टिकुलर गाय हू मेड हंगामा ऑन कॉलेज-गेट," असं म्हणत त्या मुलीनं आपल्या मोबाइलमध्ये त्या दिवशीच्या हंगाम्याची रेकार्ड केलेली फीत त्या तिघांच्या समोर धरली. आपल्याला या मुलीनं ओळखलं तर! पण मग त्यात एवढं काय घाबरायचं? आपण केलेला तो प्रसिद्धीसाठीचा स्टंटच होता ना? तो जर होत असेल तर आपला उद्देश सफल होत आहे असं समजायला हरकत नाही.

"जुही, तू ऐसे कैसे कहती है, की ये वहीच लडकी है?" डॉलीनं त्या जुहीला उलट विचारलं.

"बंटी, तू देख इस रेकॉर्डिंग में, इसके चिनपे ये काला तिल, खरमुरे जितना बडा..."

बंटी, डॉली अन् दुसरी मुलगी - जेनिफर या तिघांनी तो तीळ पाहिला. मग मंकीच्या हनुवटीवरचा काळा तीळ पाहिला. ते तिघंही ओरडले, "बिल्कूल सेम."

मंकीला त्या जुहीच्या तीक्ष्ण नजरेची कमाल वाटली. सहजपणे तिनं आपल्याला ओळखलं. अन्यथा आपल्याला असं वाटत होतं की आपल्याला कोणीच ओळखणार नाही. त्यातही तोच साडी ड्रेस नंतर मंदारनेही घातला होता... त्यामुळे मुलांचा-मुलींचा मंकीला ओळखण्यात गोंधळ झाला असता... तिला कळते तेव्हापासून त्या तिळाचं तिला दूषणच वाटायचं, पण आता त्याचंच तिला भूषण वाटते...

"ओहऽऽ व्हॉट अ मार्व्हलस पीस धिस इज यार।" डॉली उसळला, "चलो, इसके साथ आज आपण कुछ शेअर करेंगे... व्हॉट इज युवर फुल नेम बेबी?"

मंकीनं "मंकी जाधव" असंच नाव सांगितलं. मंकी हे नाव असू शकते याचंच डॉलीला नवल वाटलं. बाकीच्या तिघांनाही थोड्याफार फरकानं तसंच वाटलं. ती कुठून आली? कुठं राहते? असे दोन-तीन प्रश्न विचारल्यावर जेनिफरनं विचारलं, "बॉइज के साथ तुने उस दिन बहुत डेअरिंग किया। उसका... आय मीन व्हाय?"

यावर मंकीनं "तो आपल्या आवडीचा ड्रेस होता, पण तो घालून आल्यावर मुलं असा काही हंगामा करतील असं वाटलं नव्हतं," असं उत्तर दिलं.

"तुम्हारा यहाँ कोई बी.एफ. है?" बंटीनं विचारलं. बी.एफ. ही काय भानगड आहे ते तिला माहीत नव्हतं. तिनं तसं विचारलं. त्यावर डॉलीनं "बी.एफ. माने बॉय फ्रेन्ड" असं स्पष्टीकरण दिलं. तिला इथं कोणी तसा बॉयफ्रेन्ड नव्हताच. होता तो वेदान्त. तोही गावाकडे... तिनं नकारार्थी मान हलवली.

"कोई अपना बी.एफ. हो, डू यू विश?"

ती गप्पच बसली... तिला वाटलं प्रश्न विचारणाऱ्या जेनिफरलाच उलट

विचारावं, 'या डॉली अन् बंटीपैकी एक की दोघंही तुझे बी.एफ. आहेत?'' पण तिनं स्वत:ला सावरलं. ती या प्रश्नावर गप्पच राहिली.

''डेटिंग के बारे में जानती है?'' आता बंटी पुढे सरसावला. डेटिंगविषयी सिनेमात तिनं बघितलं होतं. अमुक एका माणसासोबत त्याचं-आपलं लग्न झालं नसलं तरी शारीरिक संबंध ठेवणे... पण यावर फार मोकळेपणी आपल्याला बोलता येणार नाही. पुन्हा ती गप्प राहिली. डॉलीनं तिला डेटिंगचा अर्थ सांगितला. अन् तिचा दंड पकडत विचारलं, ''चल, आता करतेस माझ्यासोबत डेटिंग?''

त्यावर बंटी उसळून बोलला, ''और मैं? मेरा क्या होगा?''

त्यांचं उसळणं पाहून जेनिफर मिश्कीलपणे हसत म्हणाली, ''एक म्यानमें दो तलवारें नहीं रहती.''

मंकीला तिचं बोलणं समजलं... मात्र जुही काहीशी गुश्शात म्हणाली, ''अरे, नामर्दो, चार साल हुए हम एक साथ है। कभी हमारे साथ ऐसा बोलनेकी हिंमत नहीं की। और इस... '' तिचं बोलणं अर्धवट सोडून ''तो आज बोलता हूँ चल तूभी हमारे साथ,'' असं बंटी बोलला... ते चौघंही हसू लागले.

''बडी सोना है कुडी,'' असं म्हणत बंटी तिच्याजवळ आला. तेव्हा मात्र मंकीला मनातून भीती वाटली. त्याचा जवळ येण्याचा इरादा चांगला दिसत नव्हता. तो काय करू इच्छितो, ते कळत नव्हतं. कवटाळणं, किस करणं... की आणखी काही... आतापर्यंत हवीहवीशी वाटणारी रॅगिंग आता मात्र शारीरिक पातळीवर उतरणार... काय करावं? हे आपल्याला रॅगिंगमध्ये अपेक्षित होतं का? या कॉलेजात कुणाचीच रॅगिंग घेत नाहीत, हे कळल्यावर आपण किती नाराज झालो होतो... आता घेतली जात आहे तर भीती वाटते... का होते असं?

''ये, गो ऑन बॅकफूट... '' जुहीनं त्याला मागे लोटलं, ''हम दोनो है ना तुम्हारे लिए?''

''अरे यार, तुम दोनो हमारे साथ कितनी बार डेटिंग करते? - तुम कितने भी ना ना कहो तो भी नॉनव्हर्जिन हो गई हो। तुम्हारे साथ डेटिंग में अब क्या मजा? मगर ये व्हर्जिन पीस है... इसको...''

त्याचं बोलणं अर्धवटच राहिलं, कारण त्याच वेळी दरवाजावर थापा पडू लागल्या. अन् बाहेरून कोणी मुलगी मंकीच्या नावानं हाका मारत होती... मंकीनं हाका ऐकल्या... अन् 'नक्कीच मंदार' असं ती मनातल्या मनात पुटपुटली. मंदार तिच्यासाठी दुर्गाच सिद्ध झाली. तिनं तिचे मनोमन आभार मानले. एकाएकी थापा अन् हाका ऐकून ते चौघंही बावरले. मग डॉलीनं ''देख तुम्हारे साथ हमने जो भी बोला, किसीको नहीं बताना। अगर बताया तो याद रखना। कॉलेज बाहेर जाते ही

तुम्हारा....'' आता थापा, हाका वाढल्या होत्या....

''बंटी, तिचा मोबाइल घे. तुझा नंबर तिच्या मोबाइलवर टाक. कॉल कर. म्हणजे तिचा नंबर तुझ्या मोबाइलवर येईल. पट्कन,'' एवढ्या वेळात डॉली पहिल्यांदा मराठीत बोलला. त्यावर बंटीनं 'बरं' म्हणत मंकीच्या हातचा मोबाइल फोन घेत त्याचा नंबर दाबला. लगेच त्याच्या मोबाइलवर कॉल आला.

''याद राख, आम्ही तुला त्रास दिल्याचं बाहेर कोणाला सांगशील तर... वर्षभर गाठ आहे. समजलीस?'' बंटीनं तिचा मोबाइल तिच्याजवळ देत म्हटलं.

बोलत बोलतच ते दरवाजाजवळ आहे. बंटीनं दार उघडलं. बाहेर सात-आठ जण उभे. मुलं-मुली. त्यात मंदार. त्यांच्यासोबत सेकंड इअरच्या ई.एक्स.सी.टी.चे एच.ओ.डी. कारंथ सर... ''व्हॉट्स द मॅटर मिस?'' त्यांनी जुहीला आवाज चढवून विचारलं.

''नथिंग सर, आस्क धिस गाय,'' जुहीनं मंकीकडे इशारा केला. सरांनी मंकीकडे पाहिलं. मंकी खाली मान घालून गप्प होती. म्हणजे काहीतरी घडलं होतं. मंदारला राहवलं नाही. तिनं मंकीचा हात हाती घेत विचारलं, ''मंकी, काय करत होतीस तू यांच्याबरोबर आत? म्हणजे हे काय करत होते तुझ्यासोबत दार बंद करून?''

''ए यू बि...'' बिच म्हणता म्हणता डॉलीनं स्वत:ची जीभ आवरली. ''हू आर यू? व्हाय आर यू इन्टरफेअरिंग इन धिस मॅटर?''

''सर, सी, ही इज सेइंग मॅटर. इट मीन्स समथिंग हॅपन्ड इनसाइड. माय फ्रेन्ड इज स्टिल फ्रायटन्ड,'' मंदारनं डॉलीकडे लक्ष न देता सरांना म्हटलं.

''यू फोर, मिस अॅन्ड मिस्टर्स, कम विथ मी इन माय ऑफिस... द एव्हिडन्स हॅपन्ड इन माय विंग, सो... कम ऑन..'' सर कठोरपणे म्हणाले. अन् मागे वळले.

''यू बिच, आय विल सी यू,'' डॉली बोलला. अन् मंदारसोबतचे तिचे दोन फ्रेन्ड्स आदित्य, जीवन 'ए यू रास्कल' म्हणत त्याच्या अंगावर धावले. त्यांचं ओरडणं ऐकून पाच-दहा पावलं पुढे गेलेले कारंथ सर मागं परतले. पोरं एकमेकांशी भिडताहेत हे पाहून तेही जवळजवळ धावत ओरडत मागे आले. ते जवळ आल्याचे पाहून आदित्य, जीवन या दोघांनी स्वत:ला आवरलं...

''डोन्ट बी क्रुएल मि. आदित्य अॅन्ड जीवन. आय विल सॉल्व्ह द मॅटर,'' सरांनी त्या दोघांना शांत केलं.

''सर, टेक देम इन प्रिन्सिपॉल ऑफिस...'' जीवन त्या चौघांकडे रोखून पाहत बोलला.

''आय विल सी... यू ऑल गो इन युअर क्लास... अॅन्ड यू, व्हॉट्स युवर

नेम?'' कारंथ सरांनी मंकीला विचारलं. मंकीनं नेहमीप्रमाणं 'मंकी जाधव' हेच नाव सांगितलं.

''यस, यू मंकी जॅदव, यू स्टे बिफोर माय ऑफिस. आय विल कॉल यू इन...''

कारंथ सरांनी त्या चौघांना समोर घातलं. बाकीचे मुलं-मुली थोडंसं अंतर राखून सरांच्या मागून निघाले. काहीतरी गडबड झाली हे शॉर्ट रेसेसमुळं बाहेर असणाऱ्या सर्वच विंग्जच्या मुलामुलींना कळलं... आणि ''काय झालं हे पाहण्यासाठी वर्गावर्गातले विद्यार्थी धावले. कारंथ सरांच्या विंगची गॅलरी मुलामुलींनी भरली. आवाज, बोलणं वाढलं. पळापळ, धावपळ यामुळे ही खबर तिन्ही इअर्सच्या एच.ओ.डीं ना, ऑफिसमधल्या लोकांना कळली... नशीब त्या दिवशी प्राचार्य अन् बाबासाहेबही नव्हते. ते दोघंही दोन दिवसांसाठी दिल्लीला गेले होते...

कारंथ सरांच्या विंगच्या इतर लेक्चरर्सनी परिस्थिती आटोक्यात आणली. त्यांनी बहुतेक सर्वांना आपापल्या वर्गात पिटाळलं. मंदारलाही वर्गात जावं लागलं. जाताना मंदार मंकीला म्हणाली, ''मंकी, भिऊ नको. काय काय झालं ते सारं सरांना सांग... मी अन् माझा ग्रूप तुझ्या पाठीशी आहे... काय?'' काहीच न बोलणाऱ्या मंकीचा खांदा थोपटत ती निघून गेली.

कारंथ सरांच्या ऑफिससमोर त्यांच्या बोलावण्याची वाट पाहत मंकी अस्वस्थपणे उभी होती. त्या हॉलमध्ये जे घडलं ते किती सिरिअस, किती नॉनसिरिअस हेच तिला कळत नव्हतं. जर मंदारनं बाहेरून दारावर थापा मारल्या नसत्या, हाका मारल्या नसत्या तर काहीतरी अघटित करण्याच्या इराद्यानं पुढं सरसावलेल्या बंटीनं आपल्याशी काय केलं असतं, ते सांगता येत नाही. तरी जुहीनं त्याला विरोध केला होता... आपल्याला तर त्या वेळी काहीच करता आलं नाही. कसायापुढे उभ्या राहिलेल्या गरीब गायीसारखी आपली गत झाली होती. आपल्याला वाटते इतकं कॉलेज-लाइफ सहज, सोपं नाही. आपल्याला आपल्या डोक्यातली हवा काढून टाकावी लागेल. अन्यथा...

आतून चपराशी आला. त्यानं मंकीला आत येण्याचा इशारा केला. मंकी त्याच्या पाठोपाठ आत शिरली...

◆

आज ४ ऑगस्ट. 'जागतिक फ्रेन्डशिप डे.' मंकी, दुपारी कॉलेज सुटल्यावर मला भेट - मंदार

मंदारचा मेसेज होता. खरंतर मंकीचा लवकर उठायचा मूड नव्हता. खऱ्या अर्थानं तिची झोप मोडली संजना आणि ग्रूपनं. अगदी सात वाजताच ही धाड येऊन पडली. मंकीच्या फ्लॅटच्या दरवाजावर बाहेरून थापा अन् जोरात हाका मारणं यामुळे मंकी खडबडून जागी झाली. एवढ्या सकाळी या अशा का ओरडताहेत? बाहेर काही कमीजास्त झालं का? त्यांच्या थापा अन् हाका मारण्याची तीव्रता पाहून मंकीला वाटलं, अंथरुणातून उठावं अन् दार उघडावं; पण त्या काही आपल्या नावानं हाका मारत नाहीत. राणीच्या नावानं हाका मारताहेत. येईल ती अन् उघडेल दरवाजा.

आठ-दहा दिवस झाले या फ्लॅटवर येऊन; पण मंकीला एवढ्या 'साहिल मंझिल'मध्ये एकही फ्रेन्ड मिळाली नाही. वर्गातही तसंच. फ्लॅटवरच्या मुली, वर्गातल्या मुली तिला आपल्या लेव्हलच्या वाटत नाहीत. हां इतरांपेक्षा– म्हणजे या मुलींपेक्षा स्वत:ला श्रेष्ठ समजण्याचा ईगो तिच्यात का निर्माण झाला, ते तिलाही कळत नव्हतं. पण ते सत्य होतं. वर्गातल्या वा फ्लॅट्वरच्या कोणत्याच मुलीशी बोलण्यात, संपर्क ठेवण्यात तिला इंटरेस्ट नव्हता. अन् याउलट राणी. केवळ संजनाचाच ग्रूप नव्हे तर तळमजल्यावरच्या फ्लॅट्ससह वरच्या तीनही मजल्यांवरच्या बऱ्याच फ्लॅट्समधल्या मुली तिच्या ओळखीच्या झाल्या. कॉलेजमध्ये जाताना वा कॉलेजातून येताना मंकी, कळपातून वाळीत पडलेल्या माकडासारखी– अंहं मंकीसारखी– एकटीच जाते-येते. समोरून आलं तरी हाय नाही ना फाय नाही. बरं, असल्या एकटेपणाचं तिला काही वाटतही नाही. कॉलेजातून एकतर ती लवकर येत नाही अन् आली की मोबाइलमध्ये डोकं खुपसून घेते ते रात्री दीड-दोन वाजेपर्यंत, म्हणजे झोपेपर्यंत. राणी मात्र दहालाच झोपते. कधीमधी तिच्या घोरण्याच्या आवाजानं मंकी त्रस्तही होते. तिला घोरणाऱ्यांचा राग येतो. वाटतं, त्याच्या उरावर बसावं, अन् घोरणं बंद होईपर्यंत दोन्ही हातांनी गळा

आवळून धरावा. एकदा ती अकोल्याच्या मावशीकडे गेली होती. तिथं मावशीची पुतणी तिच्याजवळ एकाच खोलीत, एकाच कॉटवर झोपत होती. तिला रात्री घोरण्याची सवय होती. पहिल्या रात्री मंकीला रात्रभर झोपच लागली नाही. ती घोरायला लागली की मंकी तिला हलवायची, कुशीवर असेल तर पाठीवर, पाठीवर असेल तर कुशीवर वळायला सांगायची. काही लोकांची पोझिशन बदलली की घोरणं बंद होतं; पण तिचं तसं नव्हतं. ती कशीही झोपली तरी घोरतच होती. दुसऱ्या दिवशी मंकीनं झोपण्याआधीच तिच्या तोंडाला अक्षरश: तिच्या स्टडीटेबलवर पडलेली चिकटपट्टी लावली. अन् 'काढशील तर याद राख... उद्या सकाळीच मी चहा न घेता गावाकडे जाईन... मावशीनं विचारलं तर तू मला भांडलीस असं सांगीन,' अशी धमकी दिली. मावशीचा घरातल्या सगळ्यांना धाक होता. मंकीनं तसं काही तिला सांगितलं तर ती आपला नक्षा उतरवल्याशिवाय राहणार नाही, या भीतीनं तिनं खरंच चिकटपट्टी तोंडाला लावूनच ठेवली. पण त्या दिवशी तिलाच रात्रभर झोप लागली नाही. मंकी मात्र शांत झोपली. मंकी येथे मुक्कामी आहे तोपर्यंत असंच झालं तर आपलं काही खरं नाही; असं म्हणून तिनं खोली बदलली. तिच्या आईच्या खोलीत जाऊन झोपू लागली.

राणीच्या बाबतीत तसं काही करता येणं शक्य नव्हतं; पण राणीचंही एक वैशिष्ट्य होतं– ती दररोज घोरत नाही, कधीमधीच घोरते. अन् झोपण्याची पोझिशन बदलली की पुन्हा घोरत नाही. त्यामुळे तिचा म्हणावा तेवढा त्रासही नाही. मात्र रात्री तिनं बराच वेळ झोप लागू दिली नाही. म्हणून आता अंथरुणातून उठायची इच्छा होत नाही. तर या बिचेस भुंकायला बाहेरून... हलकट कुठल्या!

ही राणी कुठं मेली? पाच मिनिटं झाले थापा आणि हाका सुरू होऊन. तिला ऐकायला जात नसतील का? की तीही आपल्यासारखीच अजूनही झोपेत आहे? स्साली! "ए, ओरडू नका," मंकी बाहेरच्या मुलींवर ओरडली. ती अंथरुणातून उठली. तिनं राणीच्या बेडरूममध्ये डोकावून पाहिलं ती बेडरूममध्ये नव्हती... म्हणजे लॅट्रीनला गेली... हं! ती मग कशी बाहेर येणार? चला, आपण उघडू... मंकीनं दार उघडलं, अन् घोळकाच्या घोळका आत घुसला. समोर मंकीला पाहून संजनानं, "मंकी, हॅपी फ्रेन्डशिप डे..." म्हणून तिच्या हाताला, फ्रेन्डशिप बॅन्ड बांधला. बाकीच्या मात्र राणीकडे गेल्या. त्यांनी मंकीची दखलही घेतली नाही. हलकट साल्या! पण कोण हलकट? आपण की त्या? आपणच! आपणच त्यांना जवळ येऊ दिलं नाही. पहिल्या दिवशी आपण आम्रपाली अन् योगितासोबत राणी जशी जेवली तसं जेवलो असतो तर...? या आपल्या अंगावरून पुढे गेल्या असत्या? पण आपणच हलकटपणानं वागलो त्यांच्याशी. त्यातही संजना जरा वेगळी आहे. तिचे विचार व्यापक आहेत; राग-लोभाच्या पलीकडचे आहेत. ती

जेव्हा जेव्हा भेटते तेव्हा तेव्हा हसते, एखादा शब्द तरी बोलते... आताही तिनं एकटीनं फ्रेन्डशिप बॅन्ड आपल्या हाताला बांधला. आपण काय करू शकतो तिच्यासाठी? काय देता येईल तिला? अक्कल? ती आपल्यापेक्षाही तिच्याजवळ जास्त आहे. पैसा? त्याची तिला फारशी गरज वाटत नाही. विश्वास? तो कसा द्यावा? तो आपल्याजवळ आहे की नाही देव जाणे! रात्रीचं तिला रिमाचा एक एस.एम.एस. आला... ज्ञान, पैसा अन् विश्वासाचा...!

'Kahani' 3 best friend ki

1. Gyaan

2. Dhan

3. Vishwas

Teeno bahut achhe dost the - Aur pyar bhi bahut tha

Ek waqt aaya jab teeno ko judaa hona pada

Teenone ek dusare se puchha ki hum fir kaha milenge?

Gyaan - mandir, masjid, church, vidyalay me milunga

Dhan - mai mahal or amiroke pass milunga

Donone chup hone ki vajah puchhi to vishwas ne kaha,

mai ek baar chala gaya to phir kabhi nahi milunga

त्या एस.एम.एस.मधला विश्वास म्हणजे तसा तो आपल्यापासूनही गेला असावा? त्यामुळेच तो आपल्याला कोणाला देता येत नाही. रिमाचा हा एस.एम.एस. वाचला तेव्हापासून आपण खरंतर अस्वस्थ झालो. त्याचा अनुभव संजनाच्या बाबतीत मला आला. आपण तिला काहीच देऊ शकत नाही. थँक्ससुद्धा नाही. कारण ते उच्चारताना त्यामागची आपली भावना किती खरी, किती खोटी, वरवरची याबद्दल संजनालाही विचार पडेल. पुण्यात आपण आलो ते मजा मारण्यासाठी; पण मजा एकट्याला कशी मारता येईल? त्यासाठी ग्रूप पाहिजे. निदान एखादी किंवा एखादा फ्रेन्ड पाहिजे. बी.एफ. किंवा जी.एफ. त्या दिवशी आपल्याशी आगाऊपणा करताना त्या बंटीनं विचारलं होतं, तुझा येथे बी.एफ. कोण? इथे कोण आहे आपला बी.एफ? एकटी मंदार...? मंदारबद्दल आपल्याला विश्वास वाटतो. पंकज... पंकजला आपण कटवलं होतं मावसभाऊ म्हणून. मंदार आणि पंकज... पंकज आणि मंदार.... मंदार आपली जी.एफ. पण आपण तिचे जी.एफ. आहोत का? त्या प्रकरणापासून तिला आपला विश्वास वाटत असेल का? त्याआधी नक्कीच वाटत असेल. कारण तसा वाटला नसता तर आज तिनं आपल्याला 'फ्रेन्डशिप डे'बद्दलचा एस.एम.एस. केलाच नसता. तिनं त्या दिवशी तिच्या आय.टी.च्या एच.ओ.डी. सरांना तिच्या ग्रूपमधल्या मुलामुलींसह

त्या हॉलसमोर आणलं. त्या चौघांनी आपल्याला त्या हॉलमध्ये नेलं हे तिला कळलं म्हणे, तेव्हा तिनं ती ॲक्शन घेतली. तिला आपली काळजी वाटली. ते चौघं फारच फ्लर्ट आहेत म्हणे असं मंदार नंतर सांगत होती. याचा काय अर्थ असेल तो आपल्याला माहीत नाही, पण आगाऊ असा काही असावा... म्हणजे मंदारच्याच शब्दात "ते चौघं नेहमीच त्या रिकाम्या हॉलमध्ये जातात अन् इंटरकोर्स करतात." हा इंटरकोर्स म्हणजे काय हेही आपल्याला कळलं नव्हतं. पण पुढचं वाक्य ती बोलली ते असं– "ते तिथून निघून गेले की बऱ्याचदा आम्ही त्या हॉलमध्ये जायचो. तेव्हा तेथे नुकतेच यूज केलेले कंडोम पडलेले दिसायचे... आधी आम्ही गंमत म्हणून पाहायचो; पुढं पुढं त्याची किळस यायची."

कंडोम? या कंडोमचा वापर करून आपण वर्गात धमाल केली होती. कंडोममध्ये हवा भरून तो वर्गात सोडला होता. त्या वेळी सोनल मॅडमचा मराठीचा पिरिअड चालू होता. केवढी मजा आली होती. वीणा ठाकूरनं तो आणला होता. तिची वैनी तिच्या दादाला दररोज वापरायला लावत होती म्हणे... कंडोम काय असतो, कशासाठी असतो हे आपल्याला त्याआधी कळतही नव्हतं. नुसतं नाव ऐकलं होतं. पण तो वीणा वर्गात आणायची. इतकंच काय तो कशासाठी अन् कुठे, कसं वापरतात तेही तिनं समजावून सांगितलं होतं. मंदारनं नुकत्याच वापरलेल्या कंडोमचा उल्लेख केल्यावर त्या चौघांत कोणता इंटरकोर्स होत होता हे सांगायचं काम नव्हतं. मंदारची एक मैत्रीण त्या चौघांच्या वर्गात आहे. तिच्याकडून मंदारला कळलं होतं म्हणे की, त्या दोघी दररोज इंटरकोर्स करण्यासाठी एक तास आधी आयुरेक्स -एन.डी.एक्स.च्या गोळ्या घेतात. ही गोळी खाल्ली की गर्भधारणा होत नाही म्हणे... म्हणजे त्या दोघींच्या पर्समध्ये पेपरमिंटच्या गोळ्यांसारख्या- किंवा अलीकडच्या भाषेत चॉकलेटसारख्या या आयुरेक्स-एन.डी.एक्स. गोळ्या अन् कंडोमची पाकिटं असतात. मंदारची मैत्रीण मैत्रेयी त्या वेळी आपल्याला म्हणाली होती, नव्हे तिनं तिच्या पर्समधलं एक कंडोम आपल्यापुढे धरत म्हटलं होतं, "मंकी, हे ॲटलिस्ट एक तरी एव्हरी टाइम पर्समध्ये बाळगत जा... कधी, कोणता प्रसंग येईल ते सांगता येत नाही... तसा प्रसंग आलाच तर शक्यतो तो अव्हॉइड करायचा प्रयत्न करायचा. ते जमलं नाही तर त्याला कंडोम यूज करायची रिक्वेस्ट करायची..." आपल्याला मैत्रेयीचं ते बोलणं कससंच वाटलं; पण त्यामागे तिचा अनुभवही असेल. अन् खरंच त्या दिवशी मंदारनं ऐन वेळी आपली सुटका केली नसती तर त्या दोघांनी आपल्यासोबत काय केलं असतं? त्यांनी कंडोम वापरलं असतं का?

आय.टी.च्या एच.ओ.डी.च्या ऑफिसमधे जाण्यापूर्वी मंदार आपल्याला म्हणाली होती, "भिऊ नको. सारं काही सांग;" पण प्रत्यक्षात आपण तसं काही सांगितलं

नाही. ‘माझी या चौघांच्या बाबत काहीही तक्रार नाही’ असं आपण त्या एच.ओ.डीं.ना लिहून दिलं. कारण आपल्याला हे प्रकरण वाढवायचं नव्हतं. म्हणजे आपण जर त्या चौघांच्या विरोधात तक्रार केली असती तर त्यांनी आपला डूख धरला असता. आपल्याला तशी त्यांनी धमकी दिलीच होती. ती खरी करून दाखवली असती. त्यामुळे आपण तसं लेखी दिलं... आणि खरंच त्यांनी काही केलंच नव्हतं ना? काही प्रश्न विचारले होते... मात्र नंतर मंदारला हे सांगताना आपली फार पंचाईत झाली. ते ऐकून मंदारही नाराज झाली. तरी आदित्या म्हणालीही, ‘‘मंकी, आम्ही तुझ्यासाठी म्हणून त्या ग्रूपशी पंगा घेतला. तू झालीस बाजूला, पण त्यांनी आमच्याशी पुढे काही वांधा केला तर?...’’ अरे हे तेव्हा आपल्या लक्षातच आलं नव्हतं... एवढं झालं तरी मंदारनं आपल्याला ‘‘त्या ग्रूपपासूनच नव्हे तर कोणाही अनोळखी मुलामुलींपासून दूरच राहायचं,’’ तेही निक्षून सांगितलं होतं. काय ध्यानात आलं का? आपण ‘हो’ म्हणालो. तेव्हाच लाँग रेसेस संपली होती. सगळे उठले होते. मधल्या काळात तिची आपली भेट झाली नाही. तशी ती आपल्याला एक-दोनदा दिसली; पण आपणच तिच्यासमोर जाणं टाळलं. ती आपल्याशी संबंध ठेवणार नाही, असंच आपल्याला अजूनही वाटतं. कारण आपण ती म्हणाली तसं त्या एच.ओ.डीं.समोर न सांगितल्यानं तिचा विश्वासघात केला होता... विश्वासघात. विश्वास... मग कसा वाटेल तिला आपला विश्वास? तरी तिनं एस.एम.एस केला फ्रेन्डशिपबद्दलचा. अन् दुपारी भेटायलाही सांगितलं... हं... मंकीच्या कानावर आतला जल्लोष आला. ती भानावर आली.

अर्ध्या तासानंतर परतताना संजनाच्या ग्रूपमधल्या प्रत्येकीनं मंकीला फ्रेन्डशिप बॅन्ड बांधले. दोघी तिघींनी ग्रीटिंग्जही दिले. एकीनं पेढा खाऊ घातला. आपण तोंड धुतलं नव्हतं तरी तसाच खाल्ला... सगळ्यात शेवटी ‘हॅपी फ्रेन्डशिप डे मंकी’ असं म्हणत राणीनं फ्रेन्डशिप बॅन्ड बांधला... हे सारं आपल्यासाठी वेगळंच होतं. कारण गावाकडे असं काही कधी घडलं नव्हतं.

राणीसह सगळ्या त्यांच्या फ्लॅटमध्ये निघून गेल्या... अन् मंकी? पुन्हा एकटी... ‘डर्टी पिक्चर’मधल्या विद्या बालनचा डायलॉग आठवत – टच तो सभीने किया, पर छुंआ किसीने नहीं । खरंच का हे? टच कळणं वरवरचं... म्हणजे त्यासाठी फारशी संवेदना लागत नाही. मात्र छुंना... ते कुठूनतरी आतून यायला पाहिजे, नाही? पण प्रश्न हाही आहे की ते आतून आलं हे कळण्याइतकं आतलं असं काहीतरी आपल्याजवळही पाहिजे ना? ते आहे का आपल्याजवळ? आहे? अंहं- नाहीच! मंकी अस्वस्थ झाली. ती दिवाणावरून उठली हातातला मोबाइल गादीवर फेकला. अन् बाथरूमकडे निघाली. जड मनाने.

◆

"मे आय कम इन मॅम," हॉलच्या दारात एक मुलगी उभी होती. थ्री फोर्थ जीन्स अन् वर जर्किन घातलेली. दाणी मॅडमनी तिला आधी चश्म्याच्या काचांच्या वरून घुरलं. मग गंभीरपणे म्हणाल्या, "माइंड वेल, डोन्ट बी लेट फ्रॉम टुमारो. बी प्रेझेन्ट बिफोर माय एन्टरन्स इन द क्लास... अदरवाईज आय विल नाट अलो... बी सिरिअस... कम..." उशिरा येणारांवर दाणी मॅडम असे ताशेरे ओढतात... त्यामुळे बहुतेक मुलंमुली त्या वर्गात येण्याआधीच वर्गात हजर असतात. त्यांचं पहिलंच लेक्चर असल्याने मुलांना लवकरच यावं लागतं. मंकीची तर खूपच धावपळ होते; तरीपण आता स्कूटी असल्याने सिटीबसची वाट पाहायची गरज नसते... तरीही तिला उठणं, आवरणं, येणं याकामी कसरतच करावी लागते. दाणी मॅडम तर तिच्या नावासकट तिच्यावर लक्ष ठेवतात.

ती जर्किनवाली मुलगी मंकीच्या बाजूला येऊन बसली. खांद्यावरची सॅक काढून मांडीवर ठेवल्यावर तिनं पहिल्यांदा जर्किनची झिप गळ्यापासून एकदम खाली बेंबीपर्यंत सरकवली. मंकीनं पाहिलं तिनं जर्किनच्या आतून ब्रा, ब्रेसिअर, शॉर्ट्स वगैरे काहीच घातलं नव्हतं. त्यामुळे तिच्या गोऱ्या छातीचा मांसल भाग अन् पोटाचा भागही मंकीला स्पष्टपणे दिसू लागला. ते पाहून ती मनात म्हणाली, 'काय बिंधास आहे?' अर्धी छाती उघडी पडते तरी हिला काहीच वाटत नाही? याच कारणासाठी ही नेहमी जर्किनवर येते की काय? कारण तीन-चार वेळा तरी तिला मंकीनं जर्किनवर आलेलं पाहिलं. जर्किन एकच नाही, तर वेगवेगळ्या रंगाचे, स्टाइलचे...

"हाय" मंकीनं तिच्याजवळ सरकत हळू आवाजात म्हटलं, तिनं "हाय" केलं.

"तुझ्या जर्किनची झिप जरा जास्तच खाली गेली."

मंकीच्या बोलण्यावर तिनं मान खाली घालून जर्किनच्या झिपकडे पाहिलं. मंकी म्हणते ते खरं होतं तरी तिनं तिच्या बोलण्याकडे दुर्लक्ष केलं. मंकी अस्वस्थ झाली त्याचं कारण असं की मंकीच्या ती डाव्या बाजूला बसल्यामुळे

त्या मुलीच्या उजवीकडचा छातीचा, पोटाचा भाग जसा मंकीला दिसत होता तसाच त्या मुलीच्या डावीकडचा भाग पलीकडच्या रांगेत बसलेल्या मुलालाही दिसत असावा. कारण तो पुन:पुन्हा तिच्याकडे वळून पाहत होता. ही बाब मंकीनं तिच्या लक्षात आणून दिली. त्यावर ती बोलली, ''बघतोय तर बघू दे...'' 'बावळट' मंकीला तिच्या बावळट म्हणण्यातला रोख कुणाकडे– आपल्याकडे की त्या मुलाकडे ते कळलं नाही. तिच्या मानाने आपण या बाबतीत तरी मागासलेलेच. भलेही आपण गावाकडे वर्गातल्याच नव्हे ज्यु. कॉलेजमधल्या एकूणच मुलींपेक्षा धाडसीपणानं वागत होतो; पण तरीही असं धाडस आपण कधी केलं नाही... त्या अर्थानं तरी आपण बावळटच...

''तू बघ, मी त्या बावळटाचा कसा मामा करते, त्याला चक्क डोळा मारून...'' ती म्हणाली. अन् हे ऐकून मंकीचा गळ्यात श्वासच अडकला. अन् खरंच तिनं त्याच्याशी नजरानजर होताच डोळा मारला असावा. कारण तो हडबडला, गडबडला... हे मंकीनं डोळ्यांनी पाहिलं.

''कम्माल आहे तुझी!'' मंकीनं तिचं, तिच्या धाडसाचं कौतुकच केलं... अनोळखी पोरांसोबत जर ती असं वागते तर तिचा जो कोणी बी.एफ– तोही एकच असेल कशावरून– असेल त्याच्याशी कशी वागत असेल? आणि तिनं म्हटल्याप्रमाणे तो खरंच बावळट निघाला म्हणून बरं; त्याच्याऐवजी एखादा डेंजरस असता तर?

''हू आर दे चॅटिंग बिट्विन इच अदर?'' दाणी मॅडम गरजल्या.

मॅडमचे नजरेसारखेच कानही तीक्ष्ण दिसतात... मंकीचं अन् त्या मुलीचं हळू आवाजातलं चॅटिंग त्यांच्यापर्यंत पोचलं होतं. त्या दोघी गप्प झाल्या. मात्र मंकी खालमानेनं एकदा तिच्या छातीकडे अन् एकदा त्या मुलाकडेच पाहत होती... तिनं खरंच त्याचा मामा केला होता. तिच्याकडे पुन्हा पाहायची त्याची हिंमत झाली नाही. बिच्चारा! आपल्यासारख्या कुठल्यातरी दूरवरच्या खेड्याचा असावा...

फार वेळ मंकीला राहवलं गेलं नाही. तिनं नोटबुकच्या शेवटच्या पेजवर लिहिलं- 'मला तुझा बिंधासपणा आवडला. मला तुझी फ्रेन्ड व्हायला आवडेल.' तिनं नोटबुक तिच्याकडे सरकवलं. तिनं ते वाचलं अन् आपल्या हातातल्या पेननं त्याखाली 'श्युअर' असं लिहिलं. 'तुझं नाव काय?' तिनं उत्तर दिलं, 'माय फ्रेन्ड सेज मी भट्टी. भट्टी इन मराठी. इन इंग्लिश इट इज फरनेस, मीन्स इन विच मेटल्स आर मेल्टेड. तू म्हणतेस मी बिंधास आहे. तसेच माझे बी.एफ.ही म्हणतात. माझ्या बी.एफ.च्या मते मी माझ्या बिंधासपणाने कोण्याही मुलाला सहज वितळवू शकते. बघ. बाजूच्या त्या बावळटाचं कसं पाणी पाणी झालं. ही भट्टीची करामत...' मंकीनं ते वाचलं. अन् तिच्या मित्रांनी तिला दिलेल्या नावातली

सार्थकता पटली. मंकीने तिला आपलं नाव, सेल नंबर लिहून दिला. खरं नावही सांगितलं. भट्टीनंही तिचं खरं नाव आशिका असल्याचं लिहिलं. आशिक म्हणजे मेल लव्हर. आशिक हा हिंदी शब्द. आशिकी नावाचा एक जुना छान चित्रपट होता. आशिकवरून आशिका... म्हणजे फीमेल लव्हर. हिंदीत आशिक हा पुल्लिंगी तर आशिका हा स्त्रीलिंगी शब्द असावा... मुलाचं नाव आशिक अन् मुलीचं नाव आशिका. म्हणजे हिच्या आईनी नाव ठेवताना हिचे पाळण्यात पाय पाहिले होते की काय? तिनं आशिका हे नाव सार्थ करून दाखवलंच असेल... हिचे जे बी.एफ. असावेत म्हणजे त्यातला एखादा वा अनेक हिचे लव्हर याने की आशिकही असतील... 'भट्टी' हे लेक्चर झाल्यावर आपण कॅन्टीनमध्ये चहा घेऊ.' यावर तिनं लिहिलं, 'नो नो! आय डोन्ट लाइक टू बंक द लेक्चर्स. मला कसंही करून बी.ई. रेग्युलरली कम्प्लीट करायचंय. त्यामुळे लेक्चर्स असो की प्रॅक्टिकल्स मी कधीच बंक करणार नाहीय. मी बी.ई. करावं हे माझ्या आई-बाबा-भावाला पसंत नव्हतं. तो म्हणजे माझा भाऊ स्वत: मात्र बी.ई. झालाय. मी त्यापेक्षा बी.ए. करावं असं त्याचं म्हणणं. मी जिद्दीनं बी.ई. करायचंच ठरवलं. त्यामुळे मी लेक्चर्स अन् प्रॅक्टिकल्स रेग्युलर करणार. यू नो... आपण वर्षाच्या शेवटी जर सर्व विषयांच्या प्रॅक्टिकल्समध्ये पास झालो अन् थिअरीचे कोणतेही दोन विषय निघाले तर आपण पुढं सेकंड इअरला ॲडमिशन घेऊ शकतो... सप्लिमेंटरीला बॅक राहिलेले सब्जेक्ट काढता येतात. पण मी तशी वेळ येऊ देणार नाही. वर्गात रेग्युलर अटेन्डन्स मीन्स हॉफ सक्सेस इन युवर एक्झाम. म्हणून आपण शॉर्ट रेसेसमध्ये चहाला जाऊ... ओके?'

मंकीनंही उत्तरादाखल ओ.के. लिहिलं. बाकी ए.टी.के.टी.च्या नियमांची तिला पक्की माहिती दिसते. मंकीला एकदा मंदारनं 'दोन सब्जेक्ट'ची ए.टी.के.टी. मिळते असं म्हटल्याचं आठवतं. अधिक चौकशी करावी लागेल.

भट्टीचं उदाहरण म्हणजे मंकीसाठी झणझणीत अंजन होतं. दोघींच्या विचारांत केवढा फरक होता! भट्टीचं उद्दिष्ट निश्चित झालेलं होतं. तिला बी.ई. व्हायचंय. पण म्हणून तिनं बिंधास्तपणा सोडला नाही... बिंधास्तपणा, ऐश हे आपण ठरवलं. काल कॅन्टीनमध्ये एक सीनिअर दुसऱ्या ज्युनिअरशी बोलताना म्हणाली होती, "अरे, क्या टेन्शन ले रही है बी.ई.का? बी.ई.का मेरा मतलब है बिनधास्त एज्युकेशन! टेन्शन फ्री रहो । मस्ती करो । अपने आप बी.ई. होता रहेगा।" हा त्या सीनिअरचा डॉयलॉग आपल्याला सही सही लागू पडतो. भट्टीलाही. ऐश आधी, झालो तर मग बी.ई. या गोष्टी काही बी.ई. होण्याच्या आड येत नाहीत. आपण तिच्याशी याबाबत– म्हणजे ऐशबाबत अधिक बोललं पाहिजे. तिची सिस्टिम जाणून घेतली पाहिजे. म्हणजे मग आपल्यालाही तिचा आदर्श डोळ्यांसमोर

ठेवून बी.ई. होण्यावर लक्ष केंद्रित करता येईल. सर्व प्रॅक्टिकल्समध्ये पास होणं अन् थिअरीचे दोन सब्जेक्ट काढणं अन् सेकंड इअरला प्रवेश घेणं ही बाब तशी फारच तकलादू वाटते. ऐश करूनही जर फर्स्ट इअर क्लिअर करता येणार असेल तर आपण भट्टीला आपला गुरू का न करावं?

शॉर्ट रेसेसमध्ये वर्गाच्या बाहेर पडल्यावर मंकीनं भट्टीला ऐशबाबत छेडलं. त्यावर तिचं म्हणणं आठव्या वर्गापासून तिच्या ग्रूपनं ठरवलं. शाळेतला वेळ शाळेसाठीच द्यायचा. शाळा सुटल्यावर मग काय रंगढंग करायचे ते करा. तिचं राहणं चाकणला. सातच्या आत घरी ही पपा-मम्मीची सक्ती. मात्र शाळा सुटल्यावर परस्पर ट्यूशनला जाते असं सांगून ती ग्रूपसोबत ऐश करायची. तिच्या ग्रूपमध्ये त्यावेळपासून एकूण पाच जण. तीन बी.एफ., एक जी.एफ. अन् पाचवी ती. ऐश करणं म्हणजे त्यात सारं काही आलं. डेटिंग, हॉटेलिंग, ब्लू फिल्म, पोर्न साइट, मोबाइलमधली सेक्सी क्लिपिंग, चॅटिंग वगैरे वगैरे...

विशेषत: डेटिंगबद्दल भट्टीच्या तोंडून ऐकून मंकी चक्रावली. इतकं सोपं असतं सगळं? आपल्याला त्या दिवशी त्या बंटीनं विचारलं होतं, "डेटिंग के बारे में जानती है?" आपण गप्प राहिल्यावर त्या दुसऱ्यानं– डॉलीनं म्हटलं होतं. "चल आता कर मग तू माझ्यासोबत डेटिंग..." सिनेमातून डेटिंगबद्दल तिला कळलं होतं. तरी आपलं अज्ञान दाखवत भट्टीला तिनं डेटिंगबद्दल विचारलं. "दॅट इज द सेक्शुअल इंटरकोर्स बिट्विन अ बॉय ॲन्ड अ गर्ल." इंटरकोर्सवर जोर देत भट्टी बोलली.

मंकीला पुन्हा अनुप्रिया देशपांडेच्या बहिणीची आठवण आली. ती "नो इंटरकोर्स विदाउट कंडोम," असंही सांगत होती. म्हणजे हे कसं? ही भट्टी म्हणते तसं, दोघांनी ठरवून डेटिंग म्हणजे सेक्शुअल इंटरकोर्स करायचा. तेव्हा कंडोमचा वापर करायचा... अन् एखाद्या प्रसंगी अचानकपणे एखाद्यानं जबरदस्ती केली तर? तर त्याला कसं म्हणायचं कंडोमबद्दल? आणि तो ऐकेलही कशावरून? तसंच त्या पिल्सबद्दलही. म्हणे इंटरकोर्स करायचा तर एक तासानं. आधी घ्या... टी.व्ही.वरच्या जाहिरातीत काय काय सांगतात! अरे, जबरदस्तीच्या व्यवहारात तुमचे ते कंडोम, तुमच्या त्या पिल्स काय कामाच्या? असं असलं तरी मंदारच्या मैत्रिणीनं– मैत्रेयीनं तिच्या पर्समधलं एक कंडोम आपल्यासमोर धरत म्हटलं होतं, "मंकी, हे ॲटलिस्ट एक तरी पर्समध्ये बाळगत जा. कधी कोणता प्रसंग येईल ते सांगता येत नाही. तसा प्रसंग आलाच तर शक्यतो ॲव्हॉइड करायचा प्रयत्न करायचा. ते जमलं नाहीच तर त्याला कंडोमचा यूज करायची विनंती करायची."

तिनं भट्टीला कंडोम अन् पिल्सबद्दल विचारलं, तर तिनं सॅकची झिप सरकवून

आतून चार-पाच कंडोम अन् दहा-पंधरा पिल्स बाहेर काढल्या. "जे करायचं ते बिंधास. डरनेका नहीं... कीप युवरसेल्फ विथ यू दीज कंडोम्स अन् पिल्स टू. कामी येतील कधीतरी. यू सी दीज पिल्स आर व्हेरी स्पेशल अॅन्ड डिफरंट फ्रॉम आदर्स. इंटरकोर्सनंतर सेव्हन्टी टू अवर्सपर्यंत कधीही घेतल्या तरी चालतात. व्हेरी सेफ अॅन्ड सिंपल टू ब्रिंग इन यूज आलरेडी" तिच्या हातचे कंडोम अन् त्या पिल्स घेताना मंकीचा हात थरथरला. आपण काय करावं याचं? तिच्या मनात हा प्रश्न उभा राहिला.

अन् भट्टीनं तिला आमंत्रण दिलं. "यू सी, येत्या संडेला आमचा ग्रूप सिंहगडला जातो आहे... बघ, तुला आमच्या ग्रूपसोबत मौजमस्तीचा थ्रिल अनुभवायचा असेल तर, यू कॅन जॉइन विथ अस. त्याचं काय झालं? आम्ही पाच जण सुटीशिवाय एकत्र येऊ शकत नाही. कारण आम्ही पाचही जण वेगवेगळ्या कॉलेजमध्ये शिकतो. बारावीपर्यंत एकत्र होतो. तोपर्यंत दररोज मस्ती केली... आता दररोज शक्य नाही. अन् कॉलेज म्हटल्यावर जबाबदाऱ्याही वाढल्या. तुम्हाला लेक्चर्स, प्रॅक्टिकल्स अटेन्ड करावीच लागतात. होमवर्क करावंच लागतं. एखादे वेळी लेक्चरवर ध्यान नाही दिलं तरी चालेल; पण ऑल्वेज यू कान्ट डू सच... तशानं तर नापास व्हायची पाळी येईल. नापास होणं परवडणारं नाही. नापास होणं म्हणजे कॉलेज बंद, मस्ती बंद. मंकी एक वेळ कॉलेज बंद झालं तर मी सहन करीन, पण ग्रूप सोबतची मस्ती... राम रे राम, आय शॅल डाय!" मस्ती म्हणजे शरीरसुख, खाणंपिणं, हुंदडणं वगैरे मानणाऱ्या भट्टीच्या तोंडी राम? प्रत्यक्षात तिचं बोलणं ऐकलं तर त्या रामाला आत्महत्या करावी लागेल. पण ते काही असो. आपल्यापेक्षा ती प्रत्येक बाबतीतच अॅडव्हान्स आहे. अजूनही तिच्या जर्किनची झिप छातीच्या खालीच आहे. चालताना, काउन्टरवरून चहाचा ग्लास घेत, पैसे देताना, बाजूला उभं राहून चहा पिताना, तिच्या छातीचा बराचसा उभार अधूनमधून दिसतोच आहे. पण तिला त्याचं काही वाटत नाही. तिला म्हटलं तर ती म्हणाली, "जर्किन घालण्याचा तोच फायदा आहे. आपल्याला पाहिजे तसं अॅडव्हान्स वागता येतं अन् कॉलेज सुपरव्हिजनला वाटते ही जर्किनमध्ये म्हणजे पूर्ण कपड्यात आहे. राहिला प्रश्न मुलांचा... त्यांना आंबट द्राक्षे पाहायला मिळत असतील तर ती त्यांना नको थोडीच आहेत? ते कशाला प्राचार्यांकडे वा एच.ओ.डी. कडे माझी तक्रार करायला जातील? त्यासाठी मी शक्यतो जर्किन घालून येतेय." हे एक... अन् दुसरं लेक्चर्स, प्रॅक्टिकल्स, होमवर्क या बाबतीतही ती सिरिअस आहे. आपण मात्र या दोन्ही बाबतीत तिच्यापेक्षा खूपच माघारलेले आहोत... आपल्याला फन पाहिजे तर तिनं रविवारी तिच्या ग्रूपबरोबर सिंहगडला येण्याची ऑफर दिली. पाहू जाऊन... सारं काही करून सवरून भट्टी कशी सहज वागते?

तिच्या वागण्यात कुठलंच टेन्शन नाही... आपण? आपल्याला हवं तर आहे; पण मग 'आपलं कसं होईल?' अशी भीतीही वाटते... विचार करता करता तिनं सॅकमध्ये टाकलेल्या पिल्स डोळ्यांसमोर आणल्या... बघू तर खरी आणि हो, दुसरं म्हणजे ते लेक्चर्स, प्रॅक्टिकल्स, होमवर्क, स्टडी... आपल्याला ते सारं टाळता येईल असं नव्हे. मग आपणही भट्टीचा मार्ग का न अनुसरावा? म्हणजे त्या मंत्रासारखं. भट्टी माझी गुरू। भट्टी माझी तारू। सुखाचा सागरू। भट्टी माझी। आम के आम, गुठली के दाम म्हणतात ते याला. ठरलं.

"हे यू, हॅविंग अ बिग ब्लॅक मोल ऑन चिन," एकाएकी मंकीच्या जवळ येऊन कोणीतरी ओरडलं. मंकीनं वळून पाहिलं. तो डॉली होता. त्यानं मंकीच्या तोंडाजवळ तोंड आणलं. त्याच्या तोंडाचा वास आला. वाइनचा. आपले लालबुंद डोळे गरागरा फिरवित म्हणाला, "से दॅट अग्ली बिच, युअर जी.एफ. आय शॅल पिक अप हर विदिन फ्यू डेज... डर्टी बास्टर्ड." एवढं बोलून तो परतही गेला. त्याची धमकी ऐकून तिच्या डोळ्यांसमोर मंदार उभी राहिली. आपल्यासाठी बिचारीला या नालायकाचा नाहक त्रास सहन करावा लागणार...

"व्हॉट्स द मॅटर, मंकी?" भट्टीनं चालत जाणाऱ्या डॉलीकडे काहीशा भेदरलेल्या नजरेने पाहणाऱ्या मंकीला हाताला धरून हलवीत विचारलं. मंकी भानावर आली... मग सुस्कारा टाकून तिनं भोवताली पाहिलं. आजूबाजूला उभे असलेले बरेच मुलंमुली मंकीकडेच पाहत होते.

"चल आपण निघू. चालता चालता मी तुला सांगते." म्हणून ती चालायला लागली. भट्टीही तिच्या मागोमाग निघाली.

◆

लाँग रेसेसनंतर घाईघाईनं फ्लॅटवर जाऊन राणीनं जेवण घेतलं अन् तेवढ्याच घाईनं ती कॉलेजमध्ये परत आली. त्याचं कारण असं की आज बरोबर दीड वाजता दाणी मॅडम फिजिक्सचं प्रॅक्टिकल सुरू करणार होत्या. कालच्या पिरिअडलाच आजच्या प्रॅक्टिकलविषयी त्यांनी पूर्वसूचना दिली होती. प्रॅक्टिकलसाठी प्रत्येकाजवळ जर्नल असणं अनिवार्य आहे असंही त्या म्हणाल्या. ते नसेल तर त्या विद्यार्थ्याला त्या प्रॅक्टिकल परफॉर्म करू देणार नाहीत. त्यांनी एखादी गोष्ट म्हटली म्हणजे ती अगदी काळ्या दगडावरची रेघ असते. जर्नल मिळविण्यासाठी काय करावं लागतं तेही त्यांनी सांगितलं होतं. अकाउंट सेक्शनमध्ये जाऊन फिजिक्स जर्नलसाठी एकशे दहा रुपये भरायचे. ती पावती फिजिक्स लॅबमध्ये जाऊन लॅब असिस्टन्टला दाखवायची. मगच तो फिजिक्स जर्नल देईल. त्यांच्या सुचनेनुसार राणी आणि तिच्या ग्रूपनं काल शॉर्ट रेसेसमधे अकाउंट सेक्शनला जर्नलसाठी एकशे दहा रुपये भरून पावती मिळवली आणि तशाच त्या फिजिक्स लॅबमधे गेल्या. सुदैवानं तिथं फारशी गर्दी नव्हती. एक-दोन मुली अन् एक मुलगा असे दोघे-तिघेच होते. त्यांना जर्नल दिल्यावर लॅब असिस्टन्टने राणी आणि तिच्या ग्रूपच्या पावत्या पाहून त्यांनाही जर्नल्स दिली. या धावपळीत तिसऱ्या पिरिअडला जायला पाच मिनिटं उशीर झाला. तिसरा पिरिअड जाधव सरांचा. मेकॅनिक्सचा. आतापर्यंत राणी कधीच सरांच्या पिरिअडला लेट झाली नाही. त्यातल्या त्यात अगदी पहिल्या दिवशीच राणी आणि जाधव सर यांच्यामध्ये जो अदृश्य स्नेहभाव निर्माण झाला होता; त्यातूनच राणीला मनात त्यांच्याविषयी आदरयुक्त धाक वाटत होता. तेव्हापासून कॉलेज प्रिमायसेसमध्ये विनाकारण वावरताना जाधव सरांनी पाहिलं तर काय म्हणतील, अशी भीती तिला वाटायची. अचानक इकडेतिकडे कुठे जाताना समोरून सर आले तर "गुडमॉर्निंग सर," असे झुकून-वाकून-हसून म्हटल्याशिवाय ती राहत नाही. तसं फिजिक्सच्या दाणी मॅडम, मॅथ्सचे देशपांडे सर, ड्रॉइंगचे पांडे सरही कुठे भेटले तर त्यांच्याविषयीही ती जाधव सरांप्रमाणेच आदरभाव व्यक्त करते. जाधव सरांनी स्टाफमधे नेऊन राणीची त्या सर्वांना

विशेष ओळख करून दिली होती. त्यामुळे तशी ती कोणाच्याही पिरिअडला उशिरा येत नव्हती.

अशा स्थितीत काल जाधव सरांच्या पिरिअडला पाच मिनिटे उशीर म्हटल्यावर तिला दरदरून घाम फुटला. 'आता सर काय म्हणतील?' याचाच तिला धाक वाटू लागला. बरे, तिच्या ग्रूपच्या मुलींपैकी एकही 'मे आय कम इन सर?' म्हणायला पुढे यायला तयार नव्हती. ते काम अर्थातच राणीवर आलं. मनाचा मोठाच निर्धार करून राणी पुढे झाली. सरांकडे क्षणभर पाहून खाली मान घालत तिनं म्हटलं, "मे आय कम इन सर?" अन् नेमकं त्याच वेळी हजेरी भरण्यासाठी सरांनी तिचा नंबर उच्चारला- टेन... तिनं दरवाजातूनच "येस सर" म्हटलं. सरांनी तिच्याकडे पाहिलं अन् रोखून पाहत बोलले, "मिस राणी, यू आर नाऊ नॉट इन द क्लास. सो आय ॲम मार्किंग यू ॲज अबसेंट..." ते ऐकून राणी व्याकूळ होऊन म्हणाली, "सॉरी सर, लेट मी... आय मीन आय ॲम सॉरी सर..." त्यावर सरांनी "जस्ट कम इन ॲन्ड टेक योर सीट," असं सांगितलं.

राणी अन् तिचा ग्रूप आत येऊन आपापल्या जागेवर बसला. तर सर म्हणाले, "राणी, पर्टिक्युअरली योर डिले इज नॉट फॅारगिव्हेबल. इफ यू हॅव टू गेन योर ब्राइट फ्यूचर. यू मस्ट हॅव अलर्ट ॲन्ड अटेन्टिव्ह... माइंड वेल..." सर बोलत असताना राणी खाली मान घालून उभी राहिली.

"डू यू अन्डरस्टॅन्ड?" असं सरांनी विचारलं तेव्हा तिनं मान वर केली. तिच्या दोन्ही डोळ्यांतून अश्रुधारा वाहत होत्या. "डोन्ट थिंक दॅट योर विपिंग ॲन्ड वेलिंग इन्स्पायर सिम्पथी इन माय माइंड अबाउट यू. नो नो नेव्हर! आय लाइक अलर्टनेस, प्रॉम्प्टनेस ॲन्ड ॲक्टिव्हनेस विथ रेग्युलॅरिटी. डोन्ट ब्रिंग टिअर्स इन योर आईज हिअरआफ्टर. आय नो ऑल दीज हायपोक्रिसिस डन बाय गर्ल्स ऑल्वेज. सीट डाउन," सरांनी बस म्हटल्यावरही बसणं फार जड गेलं राणीला.

खरं काल त्या प्रकारानंतर दिवसभरच काय पण रात्रीही राणी बराच वेळ उदास राहिली. अगदी रात्री साडेअकरा-बारा वाजेपर्यंत तिला झोप लागली नाही. जाधव सर जेवढे सहानुभूती दाखवणारे तेवढेच झापणारे आहेत हे तिच्या लक्षात आलं. पण कालच्या प्रसंगातून एक महत्त्वाचं असं घडलं की जाधव सरांना आपल्याबद्दल सहानुभूती वाटते हा जो एक भ्रम राणीच्या मनात होता तो नष्ट झाला. त्यामुळे त्यांच्याबद्दल इतके दिवस वाटणाऱ्या आदरयुक्त भीतीने आपली स्थिती बदलून तेथे केवळ भीतीच शिल्लक राहिली. म्हणजे आपल्याला जाधव सरांचा इतके दिवस जो प्रचंड आधार वाटत होता, तो खरा नव्हता तर... आणि आपल्याला खरं म्हणजे तसं वाटणं हा आपलाही मूर्खपणा होता ना? आपल्या

अंगी एक आगळा गुण आहे म्हणून सरांनी आपल्याविषयी एवढी टोकाची सहानुभूती का दाखवावी? त्यांचं आपलं काय नातं? खरंतर आपल्यालाच हे भान ठेवायला हवं होतं.

काल रात्री लवकर झोप न आल्याने अन् सकाळी लवकरच उठावं लागल्याने अंगात कसर भरून आल्यासारखी झाली. अंघोळ करावीशी वाटत नसूनही तिनं सकाळीच अंघोळ केली. काही म्हणजे बिस्किटं खायची इच्छा नव्हती त्यामुळे सकाळी उपाशीपोटीच कॉलेजला आली. पण तिसऱ्या पिरिअडलाच तिला भूक लागली. पिरिअड बंक करून जाणं शक्य नव्हतं. अन् जाधव सरांचा पिरिअड असल्याने आपले त्यांच्याऐवजी भुकेकडे लक्ष आहे असं दाखवणंही मोठंच कठीण होतं. कालच सरांनी आपल्याला पाच मिनिटे लेट झाल्यामुळे झापलं. आज आता आपलं त्यांच्या शिकवण्याकडे लक्ष नाही हे त्यांच्या लक्षात आलं तर आणखीनच झापतील. त्यामुळे ती सरांच्या पिरिअडला त्यांनी काल म्हटल्याप्रमाणे दक्ष आणि सावध राहिली. पूर्ण पिरिअडभर सरांनी फार तर दोन वेळा तिच्यावर नजर टाकली. खरं म्हणजे सर वर्गात आले कीच राणीच्या मनात नर्व्हसनेस निर्माण झाला. पिरिअडभर तो तसाच कायम राहिला. चौथा पिरिअड ड्रॉइंगचा, पांडे सरांचा. त्या वेळी राणीनं किंचित टंगळमंगळ केली... राहून राहून पिरिअड कधी संपतो याकडेच तिचं लक्ष होतं. शेवटी एकदाचा संपला. लगबगीने ती बाहेर पडली. फ्लॅटवर आली अन् बकाबका खात सुटली. एरव्ही निवांतपणे खातो म्हटलं तरी मेसच्या डब्याचं जेवण घरच्यासारखं नसतं. त्यामुळे पोटभर जेवल्याचं समाधान कधीच लाभत नाही. बस्स! संजना म्हणते त्याप्रमाणे 'उदरभरण नोहे। जाणिजे यज्ञकर्म...'

दाणी मॅडमनी काल आणखी एक महत्त्वाची अनाउन्समेंट केली. कॉलेजच्या टी.जी. स्कीम म्हणजे टीचर गार्डियन स्कीमनुसार साधारणत: वीस-वीस मुलांचा एकेक गट वेगवेगळ्या लेक्चरर्सना वाटून देतात. ते ते लेक्चरर त्या त्या गटाचे टीचर गार्डियन म्हणजे शिक्षक-पालक असतात. त्यांनी आपापल्या गटातल्या विद्यार्थ्यांचं काउन्सेलिंग करायचं असतं. त्यांच्या अडीअडीचणी समजून घेऊन त्या सोडवायला मदत करायची असते. अभ्यासात आपल्या गटाचा प्रत्येक विद्यार्थी कसा तयार होईल याची दक्षता घ्यावयाची असते. एखादा विद्यार्थी अभ्यासात कमी पडत असेल तर त्यामागची त्याची मानसिकता तपासून कोणकोणत्या कारणांमुळे तो मागे पडतो आहे, ते शोधून त्यानुसार उपाय करावयाचे असतात. त्या गटातील विद्यार्थ्यांबाबत हजेरी, युनिट टेस्टचे मार्क्स, एकूण प्रगती, त्याचे वर्गात, कॉलेज परिसरात वागणे इ. विषयी एच.ओ.डी.कडे रिपोर्ट करावयाचा असतो. एखादा विद्यार्थी त्याचे योग्य ते काउन्सेलिंग होऊनही सुधारू शकत

नसेल तर टी.जी.ने त्याच्या पालकांशी संपर्क साधून त्यांना प्रत्यक्ष बोलावून घेऊन त्यांच्याशी चर्चा करावयाची असते. एवढं सारं समजावून सांगितल्यावर शेवटी त्या म्हणाल्या, "ॲन्ड ॲज पर धिस स्कीम आय ॲम योर टी.जी," हे ऐकून बहुतेक सगळे जण हबकले. म्हणजे दाणी मॅडमची टांगती तलवार सदैव आपल्या टाळक्यावर राहणार.

दाणी मॅडमचं प्रॅक्टिकल अन् त्यात वरून त्या टी.जी. म्हटल्यावर थोडीशीही टंगळमंगळ करायला जमणार नाही. याची मनात पक्की खूणगाठ बांधून राणी जेवण झाल्याबरोबर तातडीनं परत फिरली. कॉलेज गेटवर ती एक वीसला आली, तर समोरून मंकी तिच्या स्कूटीवर कॉलेजबाहेर पडताना दिसली. कालच तिच्या पुण्यातल्या चुलतमामानं ही नवी स्कूटी तिला विकत आणून दिली. आता ऐन वेळेवर ही कुठं चालली? कॉलेज रेग्युलर सुरू झालं तरी ही अजून सिरिअस झाली नाही. याचा अर्थ मंकी एकशे एक टक्का दाणी मॅडमचं टार्गेट होणार... होणार म्हणजे होणारच... आज नाही उद्या... नक्कीच...

दीडला पाच मिनिटं कमी असताना राणी फिजिक्स लॅबमध्ये आली. आणि अगदी तिच्यामागोमागच दाणी मॅडमही लॅबमध्ये आल्या. केबिनमध्ये गेल्या. त्यांनी लॅब असिस्टन्टशी काही चर्चा केली. केबिनमधून उठून लॅबमध्ये प्रयोगांसाठी आवश्यक ते सर्व मटेरिअल लावलं की नाही ते चेक केलं. डेमॉन्स्ट्रेशन हॉलमध्ये मुलांनी गर्दी केलेलीच होती. बरोबर दीड वाजता त्या डायसवर चढल्या.

त्यांनी अटेन्डन्स घ्यायला सुरुवात केली. सेव्हन्टीनपर्यंत आल्या. सेव्हन्टीनचा उच्चार केला; पण रिस्पॉन्स नाही. त्यांनी वर पाहत पुन्हा सेव्हन्टीन म्हटलं... नो ॲन्सर... पुन्हा अटेन्डन्समध्ये नाव पाहून ते उच्चारलं, "मिस जाधव?" अरे, देवा म्हणजे मंकी शेवटी अबसेन्ट. मघाशी ती आपल्याला बाहेर जाताना गेटवर दिसली. कुठं गेली? तिला टाइमटेबल माहीत नाही का? राणी अस्वस्थ झाली.

मॅडमनी पुढची अटेन्डन्स घेतली... रजिस्टर बंद केलं. अन् तेव्हा मंकी दारात येऊन उभी राहिली. तिच्याकडे पाहत मॅडम उद्‌गारल्या, "ओऽऽ, यू मंकी?" मंकी नुसती पाहतच राहिली. "धिस इज अवर व्हेरी फर्स्ट डे ऑफ द प्रॅक्टिकल. सो लेट मी निगलेक्ट योर डिले. बट आफ्टरवर्ड्स आय शॅल नॉट ॲलो एनिबडी लेटकमर. रिमेम्बर कन्फर्मली. कम इन..." मंकी आत आली. राणीला बरं वाटलं. नाहीतर काल पाच मिनिटं उशीर झाला म्हणून जाधव सरांनी आपल्याला शूट केलं. आज मंकी... बरं झालं समज देण्यावर निभावलं.

"हॅव एव्हरीबडी द फिजिक्स जर्नल्स?" मॅडमनी विचारलं. कोणीही 'नाही' म्हटलं नाही. नंतर मॅडम बोलू लागल्या. वर्गात त्यांनी 'सॉलिड स्टेट फिजिक्स'

हे प्रकरण शिकवलं. त्यामध्ये पी-एन जंक्शन डायोड आणि झेनर जंक्शन डायोड याच्या कॅरेक्टरिस्टिक पाहिल्या. त्यापैकी पी-एन जंक्शन डायोडच्या कॅरेक्टरिस्टिक आज तपासून पाहावयाच्या होत्या. त्याबद्दल पुन्हा एकदा त्यांनी थोडक्यात माहिती दिली. फळ्यावर डायग्राम काढून कनेक्शन्स कशी घ्यायची ते सांगितलं. तसेच रीडिंग कशी मिळवायची? त्यावरून ग्राफ कसा काढायचा तेही स्पष्ट केलं. नंतर प्रॅक्टिकल परफॉर्मन्स करण्यापूर्वी सर्वांना आणखी विशेष सूचना दिल्या. आणि त्या सूचनांचे पालन काटेकोरपणे करायला बजावलं. त्यांच्या मते पहिल्या दिवशी जे प्रॅक्टिकल परफॉर्म होईल त्याची चेकिंग दुसऱ्या दिवशी होणे अनिवार्य आहे. ज्या दिवशी प्रॅक्टिकल परफॉर्म झालं त्याच्या दुसऱ्या दिवशी ते चेक केलं तर त्याबद्दल ए ग्रेड मिळेल. तिसऱ्या दिवशी चेक केलं तर बी ग्रेड मिळेल. त्यानंतर कोणत्याही दिवशी चेक केलं तर सी ग्रेड मिळेल. यावरून ए ग्रेड मिळवणं किती महत्त्वाचं आहे हे लक्षात घेणं यावर त्यांनी भर दिला. फिजिक्समध्ये पास होणं फार सोपं आहे. जे प्रॅक्टिकलमध्ये तेच थिअरीमध्ये. फिजिक्सच नव्हे तर इतरही विषयांच्या बाबतीतही हेच तत्त्व अंगीकारलं तर नापास होण्याची वेळ येणार नाही... मंकीच्या लक्षात आलं, अरे,भट्टीची बी.ई. पास होण्याची हीच तर कल्पना आहे. आपणही असंच का करू नये...?

"नाऊ, गो अ‍ॅन्ड स्टार्ट योर परफॉर्मन्स..." सगळे मुलंमुली निघाले, 'प्रत्येक प्रयोगाच्या ठिकाणी दोघं जण' असं सूत्र लॅब असिस्टन्टनं सांगितलं. त्यानुसार काही मुलांच्या, काही मुलींच्या जोड्या तयार झाल्या. आपली जोडी एखाद्या मुलीसोबत व्हावी यासाठी मंकीने फारसा इंटरेस्ट दाखवला नाही. त्याच वेळी राणीला मात्र तिच्या ग्रूपमधल्या तिघी-चौघींनी 'माझ्या सोबत ये' असं म्हणत आग्रह केला.

"अरे, तुम्ही का उभ्या?" लॅब असिस्टन्ट म्हणाला. त्यानं लॅबभर नजर फिरवली. एका ठिकाणी एक मुलगा एकटाच उभा होता. लॅब असिस्टन्टनं मंकीला त्या मुलासोबत जायला सांगितलं. मंकी त्या मुलाजवळ गेली. त्याला "हाय" केलं. त्यानंही वर पाहत "हाय" केलं. तिनं त्याला ओळखलं. तो तोच होता. ज्याला भट्टीनं वर्गात डोळा मारला होता. त्या प्रकारानंतर तो त्या दोघींकडे पाहायचा. बहुतेक वर्गात मागे बसायचा; पण मंकीची त्याच्यावर नजर गेली की नजर फिरवायचा. मंकीला त्याची गंमत वाटायची... चला, हे बरं झालं. आपल्यासोबत प्रॅक्टिकलला, भट्टी नसेना नसली तर; तिनं मामा केलेला हा... "तू माझ्यासोबत शेअर करणार का?" त्यानं विचारलं. तिनं "हो" म्हटलं. "चल, मला तुझ्यासोबत शेअर करायला मिळते, इट्स प्लेझरस थिंग फॉर मी..." मंकीला वाटलं 'आय टू' असं म्हणून प्रतिसाद द्यावा... पण तसं न करता ती फक्त हसली. तो बोलता

बोलता कनेक्शन जोडू लागला.

"प्लीज, पहिल्यापासून करशील... अन् मला थोडं थोडं एक्सप्लेन करत जा." त्यावर तो उद्गारला, "श्योअर"...

मध्येच तिनं त्याला म्हटलं, "आय ॲम मंकी जाधव..."

तो बोलला, "आय नो. आय ॲम वेदान्त व..."

तिनं वेदान्त नाव ऐकलं. अन् त्यानं आडनाव सांगण्याआधीच जरा मोठ्यानं ओरडली, "व्हॉट, वेदान्त?" आपला आवाज वाढला हे तिच्या लक्षात आलं.... अन् तिनं इकडंतिकडं पाहिलं. जवळपासच्या मुलंमुली तिच्याकडंच पाहत होती... ती कसंनुसं हसली... अन् वेदान्तला म्हणाली, "इट्स माय डिअरेस्ट फ्रेन्ड्स नेम. वेदान्त... थँक यू वेदान्त. गिव्ह मी योर सेल नंबर..." त्यानंही किंचितही वेळ न गमावता आपला नंबर सांगितला. तिनंही तेवढ्याच तत्परतेनं तो आपल्या मोबाइलमध्ये सेव्ह केला... "मिसकॉल देऊ? तुझा मोबाइल सायलेंटवर आहे?" तिनं विचारलं.

तो "हो" म्हणाला... तिनं मिसकॉल दिला. त्याच्या पॅन्टच्या मागच्या पॅकिटमधला मोबाइल झणझणला... अन् क्षणार्धात तो झणझणाट त्याच्या दिलपर्यंत पोचला... त्याच्या मनात गाणं सुरू झालं...

तुम पास आये, यूँ मुस्कुराये
हमने न जाने क्या सपने सजाये?
अब तो मेरा दिल
जागे न सोता है
क्या करू हाये, कुछ कुछ होता है।

अर्थातच त्या दोघांच्या प्रॅक्टिकलचं कसं भजं झालं असावं ते वेगळं सांगायचं काम नाही. दुसरं असं की इथं मुलंमुली एकत्र नको या नियमाचेही तीन तेरा वाजले.

◆

A point P is 40mm and 50mm resp. from the two straight line known as asymtodes which are at right angle to each other resp. Draw a hyperbola passing through P.

इंजिनिअरिंग ड्रॉइंगच्या प्रॅक्टिकलमध्ये सरांनी हा प्रॉब्लेम दिला होता. P बिंदूतून जाणारा हा hyperbola ड्रॉइंग शीटवर कसा काढायचा ते समजावूनही सांगितलं होतं. पुढच्या प्रॅक्टिकलच्या वेळी हे होमवर्क करून न्यायचं होतं. इंजिनिअरिंग ड्रॉइंगचं प्रॅक्टिकल उद्या होतं. दिलेला प्रॉब्लेम आज करून ठेवणं भाग होतं. कॉलेजमधून आल्यावर हात, पाय, तोंड धुऊन फ्रेश झाल्यावर राणीनं हे काम पुढ्यात घेतलं होतं.

बघता बघता टाइमटेबलनुसार पिरिअड, प्रॅक्टिकल्स सुरू झाले. टाइमटेबल लागण्याआधीपासून सगळे पिरिअड्स अटेन्ड केल्यामुळं आता ध्यान देऊन ऐकल्यावर बरंच समजायला लागलं. सगळ्यात सोपी, सहज समजेल अशी दाणी मॅडमची मेथड होती. डोळ्यांसमोर पुस्तक ठेवूनही पुस्तकातलं जसंच्या तसं न सांगता त्या अगदी सोप्या भाषेत डिक्टेशन द्यायच्या. त्यांचं डिक्टेशन लिहून घ्यायलाही वेळ मिळायचा. कारण त्या हळूहळू एक एक शब्द उच्चारत असत. सगळ्यात बोअर लेक्चर म्हणजे मॅथ फर्स्टचं, देशपांडे सरांचं. नुसतं स्टायलिश. हात हवेत उडवायचे काय? डोळे मिचकवायचे काय? जणू काही एखाद्या सिनेमाची शूटिंग चालू आहे. त्यांच्याबद्दल नंतर चौकशी केल्यावर कळलं की ते मराठी नाटकात कामं करतात. पुण्यात मराठी नाटकांची फार मोठी परंपरा आहे म्हणे.

पूर्वी पुण्यात मोठमोठ्या नाटक कंपन्या होऊन गेल्या. आताही आहेत. मोठमोठे नाटककार, कलावंत होऊन गेले. कोण्या बालगंधर्वांच्या नावानं पुण्यात फार मोठं नाट्यगृह बांधलेलं आहे म्हणे. तिथंच देशपांडे सरांची अधूनमधून नाटकं होतात.

"सर आपलं एखादं नाटक लागलं की सांगा. आम्ही नक्की बघायला येऊ," असं पिरिअड सुटल्यावर सरांना म्हटलं. तेव्हा सर खूश झाले. "नक्की,

नक्की सांगेन,'' म्हणाले. राणीला नाटक पाहणं आवडत होतं. सातव्या वर्षापर्यंत गावातल्या शाळेत अन् पुढे अनसिंगच्या पी.टी.जे.एन. हायस्कूलमध्ये शिकताना पंधरा ऑगस्ट किंवा सव्वीस जानेवारीला जे कार्यक्रम व्हायचे, त्यात मुलं एखादी एकांकिका सादर करायचे. ते नाही जमलं तर पंधरा-वीस मिनिटांचे चालू परिस्थितीवरचे नाटकातल्यासारखे संवाद लिहून ते सादर करायचे... गावातल्या जगदंबा देवीच्या नवरात्राच्या वेळी भरणाऱ्या यात्रेत गावकरी मंडळी हमखास नाटकं सादर करायची. आता गेल्या साताठ वर्षांत ही प्रथा बंद पडली. गावात राजकारणामुळे भानगडी वाढल्या. वादविवाद होऊ लागले. त्यातून मग यात्रेच्या वेळी नाटक, कुस्त्यांचं दंगल, श्रावणातली हनुमान मंदिरातली पोथी, दरवर्षी घेतलं जाणारं भागवत असे बहुतेक कार्यक्रम बंद पडले... पुण्यात असे काही वाद होत नसतील का इथल्या माणसांत? होतच नसतील. तसे झाले असते तर आपल्या गावातल्या यात्रेतली नाटकं जशी बंद पडली, तशी इथलीही बंद पडली असती.

गेल्या आठ दिवसांत आपण बघतो, इथं कॉलेजात श्वास घ्यायलादेखील फुरसद मिळत नाही. जसं विद्यार्थ्यांचं तसंच लेक्चरर्स, प्राध्यापक मंडळींचंही असावं. आर्ट्स कॉलेजमध्ये असं नसतं. तिथल्या लेक्चरर्स, प्राध्यापकांना वेळच वेळ असतो. तसा विद्यार्थ्यांनाही असतो. त्यामुळे आर्ट्स कॉलेजमध्ये विविध सांस्कृतिक वाङ्मयीन कार्यक्रमांची अगदी रेलचेल असते. त्यात गॅदरिंगही होते. त्या वेळी तर नुसती धमाल असते. सायन्स कॉलेजमध्ये अन् त्यातही इंजिनिअरिंग कॉलेजमध्ये असले आगाऊ कार्यक्रम घ्यायला कुणाजवळ वेळ नसतो अन् तरीही देशपांडे सर नाटकाचा छंद जोपासतात. नाटक करणं म्हणजे एका दिवसाची गोष्ट नसते. नाटकात काम करणारे नट-नट्या, लेखक-दिग्दर्शक, गरज असेल तर गायक, संगीतकार नेपथ्यवाले काय काय अन् काय काय... कितीतरी लोकांना नाटक सादर करण्याच्या तारखेपूर्वी एकत्र येऊन रिहर्सल्स कराव्या लागतात. त्यासाठी भरपूर वेळ द्यावा लागतो.

"सर तुम्ही नाटक बसविण्यासाठी वेळ कसा काढता?'' असं देशपांडे सरांना विचारलं.

तेव्हा ते म्हणाले, "अगं, वेळ काढणं माझ्यासाठी अवघड नाहीये. कॉलेजमधलं काम संपलं की मी मोकळाच असतो. मात्र आमची तालीम रात्री अकरा वाजता सुरू होतेय...''

"रात्री अकरा वाजता? इतक्या उशिरा?'' राणीसोबत प्रज्ञा राठौर होती. तिनं आश्चर्यचकित होऊन विचारलं.

"होय गं. त्याचं कारण असं की आमच्या नाटकाचे जे दिग्दर्शक असतात ते दौंडला स्वत:चा खासगी दवाखाना चालवतात. ते रात्री साडेआठ वाजेपर्यंत

....मग जेवण करून सव्वानऊची शिर्डी-सी.एस.टी. ट्रेन पकडून पुण्यात येतात. पावणे अकरापर्यंत. आमच्या रिहर्सलच्या ठिकाणी बरोबर अकरा वाजता पोचतात. मग होते सुरू रिहर्सल. त्यामुळे रात्री दीड वाजेपर्यंत रिहर्सल चालते. मग त्यांच्यातले दोघं-तिघं सोडले तर बाकीचे आपापल्या घरी जातात. उरलेले चौघे जण तेवढ्या रात्री पुणे स्टेशनवर जाऊन सकाळी चार वाजेपर्यंत इकडेतिकडे वेळ घालवतात. सकाळी चार दहाला त्या दिग्दर्शकांना शिर्डी गाडीत बसवून दिल्यानंतर मग ते तिघे आपापल्या घरी जातात. हे नेहमीचं...''

त्या तिघांपैकी एक देशपांडे सर.. हे सगळं देशपांडे सरांकडून ऐकल्यावर राणीला सरांनी आपल्या छंदाला वाहून घेण्यातली तीव्रता लक्षात आली. तसं तिनं बोलून दाखवलं. त्यावर देशपांडे सर म्हणाले, ''अगं, जे तुम्हाला गेन करायचंय म्हणजे मिळवायचंय, त्यासाठी जिद्द, कष्ट उपसण्याची तयारी, कामावरची निष्ठा, त्यासाठी वेळ देण्याची तयारी करावीच लागते... आता हेच बघा, तुम्ही या कॉलेजात बी.ई. करण्यासाठी आलात अन् तुम्ही म्हणाल, आम्ही अभ्यास न करता टिवल्याबावल्या करू तर यू नेव्हर गेट सक्सेस...'' स्वानुभवातून सरांनी राणी व तिच्या मैत्रिणींना यशाचा गुरुमंत्र सांगितला. तरीपण सरांच्या अंगात नाटक इतकं मुरलं की त्यांचा विषय शिकवताना ते जणू नाटकाच्या स्टेजवरच वावरताहेत असं वाटतं. माणसाच्या अंगी असणारा एखादा छंद संपूर्ण जीवनाचाच एवढा अविभाज्य भाग व्हावा? गावाकडचे रावजी आबा - केशवकाकांचे वडील - त्यांची गंमत बाबा सांगतात. त्या वेळी ते मुंबईत कोठेतरी काम करीत. काम गवंड्याच्या हाताखाली विटा वाहण्याचं होतं. आठवड्यातून एक दिवस काम बंद राही. एका सुटीच्या दिवशी गंमत झाली. कोणीतरी सांगत आलं, ''अरे चला, बाजूच्या गावाशेजारच्या मैदानावर महाभारत मालिकेचं शूटिंग आहे त्यांना लढाईचा सीन करण्यासाठी, सैनिक म्हणून माणसं पाहिजेत.'' कामावरचे सगळे पुरुष पळाले... त्या सगळ्यांना खरंच त्या लढाईत सौनिक म्हणून काम मिळालं. कोणी कौरवांचे, तर कोणी पांडवांचे सैनिक. दोन्ही सैन्यातल्या सैनिकांचे ड्रेस वेगवेगळे. हातात बनावट तलवारी अन् ढाली... फक्त एकमेकांच्या ढालीवर हलक्या हाताने तलवारीचे नाचत नाचत वार करायचे... बस्स! ते काम जवळपास आठ दिवस पुरले. इकडे ठेकेदाराचं बांधकाम तोपर्यंत बंद पडलं... शूटिंग संपल्यावर ही मंडळी पुन्हा बांधकामावर हजर झाली... तर त्यातले दोघे जण– त्यातले एक रावजी आबा – त्यांच्या अंगातून अजूनही महाभारत गेलं नव्हतं. हातातले घमेले अन् खोरे घेऊन लढाई करण्यात गुंग झाले. बाकीचे सगळे हे नाटक पाहण्यासाठी जमा झाले. 'काम का बंद पडले?' ते पाहण्यासाठी ठेकेदार आला तर पुढे हा प्रकार. तो मधे पडला. रागावला. ओरडला... तरी लढाई सुरूच. शेवटी त्याने

हातात बांबू घेतला. दोघांच्या ढुंगणावर एक एक रट्टा दिला. तेव्हा कोठे ते भानावर आले. देशपांडे सरांना तसं कोणीतरी भानावर आणायलाच पाहिजे. अभिनय करण्यात विद्यार्थी त्यांच्या विषयाशी समरस होण्याऐवजी त्यांच्या अभिनयातच गुंगतात. राणीसोबतची प्रज्ञा राठौर स्टाफरूममधून बाहेर आल्यावर म्हणाली, ''राणी, तुला काय वाटतं, देशपांडे सर चांगलं शिकवतात? ते नाटक चांगलं करीत असतील, पण नाटक अन् शिकवणं यातला फरक त्यांना कळत नसावा काय? ते वर्गात शिकवतानाही नाटकच करतात. मला तर वाटतं, त्यांच्याबद्दल आपल्या वर्गातल्या सगळ्या विद्यार्थ्यांनी प्रिन्सिपॉल साहेबांकडे तक्रार करावी. ते नाही जमलं तर निदान एच.ओ.डी. सरांकडे.''

यावर राणी गप्पच होती. संस्थेला देशपांडे सर चालतात. प्राचार्य, एच.ओ.डी. जर चालवून घेतात, तर आपण त्यांच्या विरोधात तक्रार करून त्यांना घालवण्याचं पातक का करावं? हे कॉलेज चालू झालं तेव्हापासून ते येथे आहेत. कितीतरी विद्यार्थी त्यांच्या हाताखालून शिकून गेले असतील. त्यातले कित्येक आपल्यापेक्षाही स्कॉलर हं, आपण स्वत:ला स्कॉलर समजणं हा आपला तसा मूर्खपणाच आहे – असतील; त्या सर्वांना त्यांच्या शिकवण्याचा त्रास वाटला नाही, अन् आपणच तेवढे... सरांच्या अभिनयाकडे दुर्लक्ष करून फक्त त्यांचं बोलणं तेवढं.... ऐकायचं असं राणीनं मनाशी ठरवलं. प्रज्ञा म्हणजे तसा आगाऊपणा करायचं कारणच काय? त्यात एच.ओ.डी. जाधव सर तिच्यावर रागावले तेव्हापासून तर ती अधिकच सावधगिरी बाळगू लागली. आपल्याला शिकायचं, फालतूची हिरोगिरी करण्याची गरज नाही. अन् म्हणूनच देशपांडे सर वर्गात आले की ते वर्गाबाहेर पडेपर्यंत वर मान न करता खाली मान घालून नोट्स तेवढ्या घ्यायच्या असा एक परिपाठ तिनं सुरू केला. त्यामुळे त्यांच्या अभिनयाचा त्रास वाटेनासा झाला तरी इंग्रजी वाक्ये ते कधीकधी नाटकातल्या संवादासारखे फेकतात... तेव्हा थोडं जाणवतं. पण तेवढंच!

चार माणसं एकत्र आली की असे वेगवेगळे नमुने समोर येणारच. त्याला इलाज नाही. म्हणूनच देशपांडे सर म्हणजे अपवाद नाहीत. आणखी काही सराचे अनुभव आपल्याला घ्यायचे बाकी आहेत. इंजिनिअरिंग ड्राइंगच्या प्रॅक्टिकल्सचे इन्स्ट्रक्टर होले सर विद्यार्थ्यांना 'ये झेंडू' तर विद्यार्थिनींना 'ये कमळे' असं म्हणतात. त्यांच्या हाती प्रॅक्टिकल्सचे चाळीस-पन्नास मार्क्स असतात म्हणून मुलंही गुपचूपपणे ते सारं ऐकून घेतात. नाहीतर? तिला तुकारामांचा एक अंभग आठवला. स्वाध्याय परिवाराच्या गावातल्या वर्गात ती आईसोबत जाते तेव्हा शेवंतामावशी तो अभंग म्हणत असते.

नाही गुणदोष लिंपो देत अंगी

झाडितां प्रसंगी बराबरी ।

म्हणजे लोकांचे गुणदोष कोणत्याही प्रसंगी मी माझ्या अंगी लागू देत नाही, वरचे वर प्रसंगाला ते झाडीत (टाळीत) आहे. ही तुकारामांची शिकवण आपणही अंगी बाळगावी म्हणजे इतरांच्या गुण-दोषाचा आपल्याला त्रास होणार नाही, अगदी पाण्यातल्या कमळासारखा पाण्यात असूनही पाण्याशी सलगी नाही... तसं केलं तरच देशपांडे सर असोत, होले सर असोत किंवा मंकी. आपल्याला त्याचा अजिबात त्रास होणार नाही आणि आपण स्वत: तरी संपूर्ण निर्दोष थोडेच आहोत? आपल्यातही काही दोष आहेतच.

अरे, आपण हा इंजिनिअरिंग ड्राइंगच्या प्रॅक्टिकलचा प्रॉब्लेम करण्यात गुंतलो अन् मंकी? ती अजून कॉलेजातूनच परतली नाही. किती वाजले? तिनं मोबाइलमध्ये पाहिलं. पावणेआठ. आपण सव्वाचारलाच कॉलेजातून परतलो. मंकी कुठं फिरत असेल? तसं तिचं काही खरंही नसतं. ती नेहमीच खूप उशिरानं फ्लॅटवर येते. आणि समजा क्वचित दिवस असताना आली तर अभ्यास वगैरे करत बसत नाही, मोबाइलमध्ये डोकं खुपसते. आपण पाहिलं, तिनं हॉलच्या भिंतीवर हिरो-हिरॉइनचे कसकसे नेकेड फोटो चिटकविले. ती कोण हिरोईन की मॉडेल, तिच्या कमरेभोवती लाज झाकण्यापुरती तरी चिंधी आहे का? छातीवरही तसंच अन् तो हिरो तिच्यासोबतचा? त्याच्या अंगावर जयपुरी सूट, त्याची फक्त हाताची बोटेच तेवढी उघडी. किती विसंगत वाटते ते चित्र? वास्तविक स्त्रियांची अंगं पूर्णपणे झाकलेली असली पाहिजेत. एकवेळ पुरुषांची उघडी असली तरी ती त्यांची मर्दानगी प्रकट करतात, म्हणून क्षम्यही ठरतील. पण इथे सिनेमात अन् प्रत्यक्षातही सगळं उफराटंच घडायलं. मुलींच्या, हिरोइनींच्या अंगावर वन फोर्थ. हे काय खुळचटपणाचं लक्षण! म्हणजे एखाद्या मुलीला पूर्ण पॅन्टऐवजी तिचा चौथा भाग एवढीच पॅन्ट. म्हणजे मांड्यांच्या वर... अगदी जांघेपर्यंत... वरच्या शर्ट्सचंसुद्धा तसंच. अरे मग ते तरी कशाला घालता? नग्नच फिरा ना... पाहू द्या जगाला तुमचं किळसवाणं रूप. किळसवाणं नाही तर काय? नहाणीत कपडे बदलताना आपलं नागडेपण आपल्याला तरी पाहावंसं वाटतं का? पण, ज्याला त्याला त्याचीच भुरळ पडली... व्वा रे हा देश! या देशाची संस्कृती!! अन्न, वस्त्र, निवाराया तीन मूलभूत गरजांपैकी मुलींच्या बाबतीत वस्त्रांची गरजच नाहीशी व्हायली. मंकी अशा मुलीचंच उदाहरण आहे. ही कधी, कुठे, कशी भानगड उपस्थित करेल ते सांगता येत नाही. मागच्या आठवड्यात कॉलेजात चर्चा होती की कोणी मुलगी मालवणी साडी घालून आली. अन् कॉलेज गेटवरच मुलं तिच्याशी झोंबली... ती नक्कीच मंकी असेल. कारण आपण एकदा तिच्या दिवाणवर साड्यांचा ढीग पाहिला होता... पण त्या साड्या होत्या. साडी ड्रेस

नव्हते... अन् साडी-ड्रेस असेल तरी तो काही त्या वन फोर्थसारखा नसेल... अंग दाखविणारा... संजना सांगत होती एक दिवस तिच्या विंगमधल्या नेहमी उघड्या राहणाऱ्या कोपऱ्यातल्या हॉलमध्ये सीनिअरच्या चौघा मुलामुलींनी एका ज्युनिअरच्या मुलीला कोंडून ठेवलं होतं. तिच्या वर्गातल्या मुलींच्या ते लक्षात आलं. तेव्हा त्यांनी हंगामा केला. त्या मुलीची सोडवणूक केली. नेमकी त्या वेळी संजना काही कारणानिमित्त लायब्ररीमध्ये गेली होती. ती परत येईपर्यंत तो प्रकार संपुष्टात आला होता. त्यामुळे ती मुलगी कोण हे तिला कळलं नाही. 'ती मंकी तर नसावी?' अशी तिनं आपल्याजवळ शंकाही व्यक्त केली. असेलही... काय सांगावं? आपण तिच्यामागे सावलीसारखं थोडंच राहू शकतो? दुसरं तिच्याशी आपला आणि तिचा आपल्याशी संवाद नसल्यामुळे ती काय करते, कोठे जाते हे आपल्याला तिनं सांगण्याची शक्यताच नसते. खरंतर तिला जे हवं ते या कॉलेजात तरी मिळणं शक्य नाही. तिनं पुण्यातल्या एखाद्या आर्ट्स कॉलेजमध्ये बी.ए.ला प्रवेश घ्यायला हवा होता. तिथं तिच्या नखऱ्यांना भरपूर वाव मिळाला असता. इथं तर त्या कोण्या कवीच्या कवितेतल्या सारखं–

आम्ही मेंढरं, मेंढरं, यावं त्यानं हाकलावं
चार वर्षांच्या बोलीनं, व्हते आमचा लिलाव

इथली सिस्टिम एखाद्या प्रचंड गुंतागुंतीच्या कारखान्यासारखी आहे. एकदा तुम्ही तीत प्रवेश केला की तुमच्यावर भिन्न भिन्न प्रक्रिया होऊन तुमचं रूपांतर अपेक्षित उत्पादनात झालं तरच तुमचं कल्याण... अन्यथा तुमच्याकडून कुचराई झाली तर कुठल्याही टप्प्यावर सिस्टिमच्या बाहेर फेकले जाण्याचा धोका असतो. शक्यतोवर तो धोका शहाण्याने पत्करू नये. मंकी किती शहाणी आहे ते तिच्या वागण्यातून लवकरच ध्यानात येईल. हेही खरं की या सिस्टिममध्ये जितके अधिक वर्षे ती टिकेल, तितकी वर्षे तिचे पप्पा आपल्यावरही खर्च करतील; अन् जर ती लवकरच यातून बाहेर पडली तर मात्र तिच्या पप्पांचं – जरी ते भांगे सरांना मंकी शिकली नाही तरी आपलं शिक्षण पूर्ण करू असं म्हटले तरी– काही खरं नाही. त्यामुळे नाही म्हटलं तरी मंकीवर राहिलं जास्त पण थोडंफार लक्ष आपणही ठेवणं अपरिहार्य आहे.

कॉलेजमध्ये आपण आलो तेव्हापासून आपल्याला कोणाही सीनिअरच्या मुलामुलीनं 'तुझं नाव काय?' असंसुद्धा विचारलं नाही; किंवा आपल्याला जाणीवपूर्वक कोणी धक्कासुद्धा दिला नाही. असं आपण उघडपणे कोणाजवळ म्हटलं तर ऐकणारा हसेल. अन् म्हणेल, 'राणी, तुझ्याशी एखाद्या तरुण मुलानं बोलण्यासारखं किंवा तुला धक्का देण्यासारखं तुझ्याजवळ काय आहे? ना रंग, रूप, भारी कपडे...' ते काही नसलं तरी शेवटी आपण मादी आहोत. आणि मादी असणं

हाही आकर्षणाचा अंतिम आविष्कार असतो. आपण गावाकडे पाहतो... आपल्यापेक्षा बदत्तर असणाऱ्या बायका-पोरींवर अधूनमधून बलात्कार होतात. मागच्या उन्हाळ्यात श्यामराव पाटलांचे आंबे राखणाऱ्या वाड्याखालच्या सखू मावशीच्या बिब्ब्याएवढ्या काळ्याभोर सुनेवर श्यामराव पाटलाच्या मोठ्या पोरानं अन् त्याच्या गड्यानं आळीपाळीनं बलात्कार केला. त्या बिचारीला तो धक्का सहन झाला नाही. तिनं त्याच आंब्याला साडीच्या पदरानं फाशी घेतली... शेवटी मादी ही मादी असते. ती काळी काय अन् गोरी काय?

पहिल्या दिवशी कॉलेजला जाताना फ्लॅटखाली आल्यावर रेवतीनं आपल्याला तोंडावर स्कार्फ बांधायला सांगितला. तेव्हा आपण नकार दिला. त्यावर ती म्हणाली होती, 'राणी, तू काळी की गोरी, त्यापेक्षा तू मादी आहेस हे विसरू नकोस... लोकांना गोऱ्या मुली-बायकांचं आकर्षण असतं हे खरं, पण म्हणून तुझ्यासारखीला त्रास होणारच नाही या भ्रमात कधी राहू नको.' रेवतीचंही खरं आहे. आपल्या वर्गातली पृथा सांगळे सांगत होती, 'काळेपणाचं सौंदर्य काय आहे ते अजिंठ्याला जाऊन पाहावं. तिथं एका लेण्यात भिंतीवर काळ्या राणीचं चित्र काढलेलं आहे. व्वा! क्या बात है? ते पाहिल्यापासून मला माझ्या काळेपणाबद्दल खंत वाटत नाही. उलट ब्लॅक ब्यूटीबाबतची माझी जाणीव अधिक प्रगल्भ झाली आहे. तेव्हापासून काळ्या मुलीतही तिचं रूप, रंग, तेज या गोष्टी मी ध्यान देऊन पाहते. राणी, तुझ्यात...' ती आपल्याबद्दल काहीतरी बोलणार तेवढ्यात महाद्वारातून बाबासाहेब येताना दिसले. अन् ग्रूपनं वर्गाबाहेर उभ्या असणाऱ्या चार-पाच जणी आम्ही आत पळालो.

आपल्यावर कॉलेजात रॅगिंग होणार नाही, हे सत्य असलं तरीही कॉलेजात प्रवेश घेताना आपल्या अन् आपल्या बाबांना वेगवेगळी प्रतिज्ञापत्रे सादर करावी लागली. त्यावर 'मी कुणाची रॅगिंग घेणार नाही. रॅगिंग घेणारांसोबत राहणार नाही.' असं आपल्याला अन्, 'माझी मुलगी कुणाची रॅगिंग घेणार नाही,' असं आपल्या बाबांना प्रतिज्ञेवर लिहून द्यावं लागलं. तसं अलीकडे प्रत्येकाकडूनच लिहून घेतलं जात आहे. म्हणून रॅगिंग होणारच नाही असं काही म्हणता येणार. संजनानं तिच्या विंगमध्ये घडलेल्या त्या प्रकाराबाबत तेच म्हटलं, 'प्रत्येकींनं सावध राहावं. आपल्या कॉलेजातही रॅगिंग होऊ शकतं. ती म्हणते ते खोटं नाही. आपण तशी स्वत:हून कोण्या मुलाला संधी देणार नाही; पण मंकीचं, मंकीसारख्या मुलींचं काय? त्या तर अशा गोष्टींसाठी आधीच आसुसलेल्या असतात. त्यांच्याबाबत असं काही घडलं तर त्या त्याबद्दल प्राचार्यांकडे तक्रारही करणार नाहीत. त्या दिवशीच्या प्रकरणात त्या मुलीने चक्क 'त्या मुलांनी माझ्याशी कुठलाही गैरव्यवहार केला नाही,' असं लिहूनच दिलं म्हणे... नाही म्हटलं तरी त्या प्रकरणाचा

परिणाम असा झाला की बोर्डावर नोटीस लागली– 'प्रथम वर्षांच्या मुलींनी विनाकारण दुसऱ्यांच्या क्लासमध्ये, पहिल्या, दुसऱ्या, तिसऱ्या मजल्यावर वा टेरेसवर जाऊ नये... लायब्ररी सोडून इतरत्र जाणं अपरिहार्यच आहे असे वाटल्यास आपल्या एच.ओ.डीं.ची पूर्वपरवानगी घ्यावी...' या नोटिशीवरून ते प्रकरण बरंच गंभीर होतं हे लक्षात येतं. शिवाय संजना म्हणाली की, त्या दिवसापासून तो कोपऱ्यावरचा रिकामा हॉलदेखील कुलूपबंद झाला.

कॉलेजमध्ये मुलामुलींना विशिष्ट ड्रेसकोड असावा की नसावा, यावरही कार्यालय गंभीरपणे विचार करते आहे. तरी पण गेटवरचा गेटमन अत्यंत आखूड कपडे घालून येणाऱ्या मुलींना गेटमधून आत जाऊ देत नाही. असं असूनही कॉलेजमध्ये अनेक मुली शार्ट्‌समध्ये वावरताना दिसतात. संजनाच सांगत होती गेल्यावर्षीची तिच्या वर्गातल्या एका मुलीची गोष्ट. बिशापा रॉय तिचं नाव. ती कारनं यायची. त्यामुळं तिनं कोणते कपडे घातले हे गेटमनच्या लक्षात येत नसे. ती शॉर्ट्‌समध्ये असायची. चार-दोन वेळा असं झालं. एक दिवस एच.ओ.डी.नं तिला ऑफिसात बोलावून घेतलं आणि 'उद्यापासून असले कपडे घालून यायचं नाही,' अशी तंबी दिली. त्याचा परिणाम काय झाला? तर ती मुलगी त्याच्या दुसऱ्या दिवशी चक्क बिकिनीत आली. बिकिनी हे काय प्रकरण आहे ते एकदा पाहावं लागते. सिनेमातून आपण पाहतही असू. पण लक्षात नाही आलं अजून. तर कॉलेजात हंगामा झाला. प्रकरण एच.ओ.डी.मार्फत प्राचार्यांपर्यंत गेलं. प्राचार्यांनी बिशापाला तिच्या पप्पांना घेऊन यायला सांगितलं. तिसऱ्या दिवशी त्याच ड्रेसमध्ये ती तिच्या पप्पांसोबत आली. प्राचार्यांनी तिच्या अंगावरच्या कपड्याबद्दल तिच्या पप्पांकडे तक्रार केली. तर ते म्हणाले, "सो व्हॉट? व्हॉट्‌स रॉंग इन इट? शी ऑलवेज वेअर सच शार्ट्‌स इन हाउस ऑल्सो..."

प्राचार्य यावर ताठर भूमिका घेत म्हणाले, "हे कॉलेज आहे, तुमचं घर नव्हे. इथं असली थेरं चालणार नाहीत. कॉलेजचे नियम पाळायचे नसतील तर खुशाल टी.सी. घेऊन जा..." लगेच त्यांनी चपराशाला बोलाविले. त्या बिशापाची टी.सी. बनवून आणायला सांगितली. आणि तिच्या पप्पांच्या हाती दिली...

कॉलेज एवढं शिस्तीचं भोक्तं आहे, तरी मुलं अजाणतेपणी तर काही जाणीवपूर्वक बंडखोरी करतातच... अरे, बाबाहो, विद्यार्थ्यांना शिस्तीत ठेवणारी अशी कॉलेजेस आहेतच कुठे? एरव्ही कॉलेजात काय नंगे नाच चालतात, माहिती नाही? कॉलेजाशेजारीच नुकत्याच जन्मलेल्या पण फेकलेल्या बाळांसाठी एखादं आनाथालय उघडायची पाळी यावी अशी बऱ्याच ठिकाणी परिस्थिती असते... त्या परिस्थितीत हे कॉलेज खरोखरच आदर्श कॉलेज आहे. या वातावरणाचा फायदा घेऊन विद्यार्थ्यांनी फक्त अभ्यासावर लक्ष केंद्रित केल्यास अपयश नावाची

गोष्टच उरणार नाही... पण हिऱ्यांच्या खाणीत एखादा तरी कोळसा असावा असा प्रकार या कॉलेजातही घडतो... दुर्दैवानं तो कोळसा मंकी ठरू नये...

आता तिच्या ढुंगणाखाली इलेक्ट्रॉनिक स्कूटी आली.... आता काय महाराणीचा थाट! भटकत असेल कुठे कुठे कॉलेज सुटल्यावर! सोबत कोण असेल देवजाणे! बी.एफ. की जी.एफ.?

जाऊ द्या... झालं आपलं प्रॉब्लेमचंही काम... तिनं ड्रॉइंग शीटच्या डायग्रामवरून नजर फिरवली. बरीच सही सही आली होती.

राणी अस्ताव्यस्त पडलेल्या पसाऱ्याची आवराआवर करणार तोच प्रीतम– वैदेहीच्या गावची अन् राणीच्या वर्गात शिकणारी– ''राणी, राणी'' अशा हाका मारत आत आली. प्रीतमचा नंबर बी सेक्शनमध्ये होता. तर तिची प्रॅक्टिकलची बॅच बी-२ होती. त्यामुळे तिच्याशी राणीचा संपर्क तेवढाच कमीच झाला होता.

''काय गं प्रीतम?''

''अगं, हे बघ ना,'' ते हातातलं प्रॅक्टिकल बुक पुढं करत म्हणाली, ''अगं, या प्रॉब्लेमवरची फिगर कशी ड्रॉ करायची ते माझ्या लक्षातच राहिलं नाही. प्लीज थोडी मदत कर ना. वैदेहीदीदी अन् संजनादीदी मार्केटला गेल्या. त्या असत्या तर त्यांनाच विचारलं असतं''

''ठीक, बस,'' राणीनं तिच्या हातचं प्रॅक्टिकल बुक घेतलं. अन् ती प्रॉब्लेम वाचू लागली.

योगायोगानं राणीच्या मागच्या वेळच्या प्रॅक्टिकलमध्येच सरांनी हा प्रॉब्लेम त्यांच्याकडून सोडवून घेतला होता. त्यामुळे प्रीतमला समजावून सांगताना तिला अडचण गेली नाही.

◆

"...नाऊ फ्रेन्ड्स, बी क्वाइट. आय लाइक टू कॉन्सन्ट्रेट योर अटेन्शन टू माय लास्ट अनाउन्समेंट ऑफ धिस प्रोग्रॅम. माइंड वेल, धिस अनाउन्समेंट इज अबाउट अ व्हॅल्युएबल मास्टर पीस ऑफ धिस प्रोग्रॅम. यू नो, सम प्युपल आर एक्स्ट्रॉऑर्डिनरी इन धिस वर्ल्ड. देअर मेमरी इज व्हेरी शार्प अॅन्ड ट्रिमंडस अॅन्ड स्पेसिफिकली अमेझिंग थिंग. लाँग लाँग अॅगो, दे वेअर कॉल्ड अॅज एकपाठी इन मराठी, आय डोन्ट नो द इंग्लिश वर्ड फॉर धिस एकपाठी. इट मीन्स वन्स दे रीड ऑर हिअर एनी थिंग दे रिकलेक्ट इट अॅज इट इज. सेंट ज्ञानेश्वराज दॅट हेला वॉज सच अ एकपाठी पर्सन. आय सेड पर्सन. एस. अॅक्च्युअली ही वॉज नॉट अ मेल बफेलो, बट अ मॅन हू कॅरीड द वॉटर इन अ लेदरबॅग हँगिंग ऑन हिज शोल्डर..." हे ऐकून काही मुलं विचलित झाली. त्यातल्या अनेकांना ही बाब नवीनच वाटली. हेला म्हणजे रेडा – ज्याच्या पाठीवर चामड्यांची पखाल टाकून पाणी भरलं जातं आणि हा भावेश भलतंच काही सांगतो आहे. काहींनी ओरडा केला, "हे भावेश, व्हॉट आर यू सेइंग?"

भावेश हसला अन् पुढे म्हणाला, "धिस इज फॅक्ट, यू नो... बिलीव्ह इन मी..." तरी गोंधळ वाढूच लागला. व्यासपीठावर बसलेले बाबासाहेब, प्राचार्य, बी.ई. फर्स्ट इअरचे एच.ओ.डी. त्यांच्या पाठीमागे बसलेले सर्व लेक्चरर्स, प्रोफेसर्स क्षणभर गोंधळले. काय करावं ते त्यांना सुचेना. शेवटी 'नटसम्राट' प्रा. देशपांडे सर मागच्या रांगेतून उठून तरातरा माइकवर आले. भावेशने त्यांच्यासाठी माइक मोकळा सोडला. तो बाजूला झाला. देशपांडे सर थोडकंच बोलले. त्याचा मथितार्थ असा– ज्ञानेश्वरांच्या जीवनात चमत्काराला महत्त्व नव्हते. ते अलीकडच्या हवेत हात फिरवून सोन्याची अंगठी काढण्याऱ्या भोंदू बाबासारखे नव्हते. त्यांनी रेड्याला – म्हणजे हेल्याला वेदमंत्र म्हणावयास लावले नाहीत, तर तो हेल भरणारा माणूस होता. तसेच त्यांनी चांगदेव भेटीला आले असता भिंतही चालवली नाही. भिंत चालवली म्हणजे त्या वेळी ते आपल्या भावंडांसोबत घराची भिंत बांधत होते. एवढ्या असामान्य प्रतिभेचा धनी एवढं क्षुल्लक काम करतो म्हटल्यावर

चांगदेव थक्क झाले... पुढे त्यांच्या चरित्रकारांनी अशा गोष्टींना चमत्काराचा मुलामा दिला. तेव्हा भावेश जे काही सांगतो ते खरेच आहे... कृपा करून तो यापुढे करणार असलेल्या एका महत्त्वाच्या अनाउन्समेंटवर लक्ष द्या...'' मुलं देशपांडे सरांच्या बोलण्यावर काही वेळ आपसात बोलली... अन् भावेशनं बोलायला सुरुवात करताच हळूहळू शांत झाली.

आज प्रिन्सिपॉल ॲड्रेस. परंपरेनं हा दिवस साजरा केला जातो. फर्स्ट इअरच्या एच.ओ.डी. सरांच्या मार्गदर्शनाखाली सेकंड इअरची मुलं हे सगळं मॅनेज करतात. कॉलेज सुरू झाल्यापासून पहिल्या दहा-बारा दिवसांत प्रिन्सिपॉल, अन् महत्त्वाचे म्हणजे बाबासाहेब या दोघांच्या सल्ल्याने दिवस नक्की करतात. या वेळी विद्यार्थ्यांना सुरुवातीला कॉलेजविषयी माहिती देणारी डाक्युमेन्टरी दाखवतात. फर्स्ट इअरच्या मुलांचं सेकंड इअरच्या मुलांकडून वेलकम केलं जातं. त्या वेळी त्यांना गेटवरच आत येताना एक गुलाबाचं फूल, एक पेढा अन् कॉलेजचं गेल्या वर्षीचं मॅगझिन दिलं जातं. चार दिवसांआधी नोटीसबोर्डावर नोटीस लागते. प्रथम वर्षाच्या मुलांनी या कार्यक्रमासाठी आपापल्या पालकांना घेऊन यायचं असतं. बहुतेक मुलं आणत नाहीत हा भाग वेगळा. या दिवशी फर्स्ट, सेकंड आणि थर्ड इअरची सर्व मुलं जिमखान्याच्या हॉलमध्ये जमा होतात. हॉलही फार भव्य आहे. सभोवतालून स्टेडिअमसारख्या चढत्या पायऱ्या, वर गॅलरीज... पायऱ्या आणि गॅलरीमध्ये एका वेळी एक हजार मुलं बसण्याची व्यवस्था आहे. हॉलमध्ये एन्ट्री करण्यासाठी तीन बाजूंनी मोठमोठे गेट्स आहेत. ज्या बाजूला गेट नाही त्या बाजूला भव्य व्यासपीठ आहे. कॉलेजिएट अन् इंटरकॉलेजिएट इनडोअर गेम्स याच हॉलमध्ये होतात. तसेच प्रिन्सिपॉल्स ॲड्रेस, इंजिनिअर्स डे याच हॉलमध्ये साजरे केले जातात. नेहमी व्यासपीठाच्या उजव्या बाजूला फर्स्ट इअरची मुलंमुली. डाव्या बाजूला सेकंड इअरची मुलंमुली अन् वरच्या गॅलरीमध्ये थर्ड इअरची मुलंमुली अशी बैठकीची व्यवस्था असते.

प्रिन्सिपॉल ॲड्रेसचे प्रेसिडेंट नेहमीच बाबासाहेब असतात. फर्स्ट इअरच्या विद्यार्थ्यांना या कार्यक्रमाचे वेळी प्रथमच त्यांचं अध्यक्षीय भाषणही ऐकायला मिळतं... चीफ गेस्ट म्हणून प्रिन्सिपॉल अन् फर्स्ट इअरचे एच.ओ.डी. असतात. बाकी लेक्चरर्स, प्राध्यापक मंडळींची व्यासपीठावरच पण पाठीमागच्या रांगेत व्यवस्था केली जाते. एका वेळी शंभर खुर्च्या बसू शकतील एवढे भव्य व्यासपीठ आहे. राणीनं जेव्हा हे पाहिलं, तेव्हा तिचे डोळेच वासले. अनसिंगच्या पी.टी.जे.एन. महाविद्यालयाचा जिजाऊ हॉल तिला त्या वेळी जगातला सगळ्यात मोठ्ठा हॉल वाटत होता. मात्र या हॉलपुढे तो हॉल म्हणजे हत्तीपुढे उंदीर...

कार्यक्रमाचं आयोजन बी.ई. सेकंड इअरच्या मुलांकडेच असते. प्रिन्सिपॉल

अॅड्रेस असं जरी या कार्यक्रमाचं नाव असलं तरी या कॉलेजात हा कार्यक्रम प्रेसिडेन्ट्स अॅड्रेस असाच असतो. प्रिन्सिपॉल चीफ गेस्ट असले तरी ते कार्यक्रमाची प्रस्तावना करतात. त्यात कॉलेजच्या स्थापनेपासून ते आजतागायत संस्थेनं - म्हणजे कॉलेजनं केलेली प्रगती हाच त्यांच्या बोलण्याचा मुख्य विषय असतो. या कार्यक्रमात नव्यानं एखादी घोषणा करावयाची असल्यास ती त्यांना करायची मुभा नसते. ते काम खास करून बाबासाहेबांसाठीच राखून ठेवलेलं असतं. प्राचार्य फारतर पंधरा ते वीस मिनिटं बोलतात. बाबासाहेबांच्या बोलण्याला मात्र टाइमलिमिट नसते. कमीत कमी एक तास आणि त्यांचा मूड लागला तर दोन-दोन तास न थकता ते बोलतात. त्यांचं भाषण सुरू झालं की सीनिअर मुलंमुली आपापल्या फ्रेन्ड्सना ''नाऊ स्लिप युवरसेल्फ फॉर टू अवर्स बिकॉज मोस्ट बोअरडम प्रोग्रॅम ऑफ द वर्ल्ड गिनीज बुक रेकॉर्डेड - इज स्टार्टिंग नाऊ... सी.यू.'' असा मोबाइल-मेसेज करतात. फर्स्ट इअरची मुलं मात्र बाबासाहेबांचं तळमळीनं, जीव ओतून केलेलं भाषण लक्षपूर्वक ऐकतात. पुढे फर्स्ट इअरमधून सेकंड इअरमध्ये गेल्यावर तेही बाबासाहेबांच्या भाषणाला बोअरडम म्हणतात. याचं कारण बाबासाहेब दरवर्षी तेच तेच मुद्दे मांडतात. आजही तेच होणार अशी सेकंड इअर आणि थर्ड इअरच्या मुलांची खात्री होती.

राणी आणि मंकीला मात्र वेगळ्याच गोष्टीचा आनंद मिळाला. योगायोगाने राणीला संजनाने अन् मंकीला मंदारने गुलाबपुष्प अन् पेढा दिला. मंदारला समोर पाहताच मंकीला आठवला तो डॉली. त्या दिवशी त्यानं कॅन्टीनमध्ये मंकीला गाठून मंदारला लवकरात लवकर अद्दल घडविण्याची धमकी दिली होती. मंकीनं ही बाब मंदारला सांगावयास हवी होती. पण भट्टीचं म्हणणं, डॉली म्हणतो तसं काही घडणार नाही, कारण बार्किंग डॉग्ज नेव्हर बाइट. त्याच्याकडे पाहिल्याबरोबर आपल्याला हे कळलं असं भट्टी बोलली. ती चाकणला राहते; म्हणजे पुण्यातच राहते. पुणेरी वातावरणाचा तिला जुना परिचय आहे. वेगवेगळ्या वृत्ती-प्रवृत्तींच्या शाळेतल्या, कनिष्ठ महाविद्यालयातल्या मुलांशी तिचा संबंध आलेला आहे. त्यामुळे एखाद्याबाबत ती जो निष्कर्ष काढते तो बहुतेक अचूक असतो. डॉलीबाबतही तिला जे वाटलं, ते तिनं केलेल्या त्याच्या निरीक्षणावरून... पण मग त्या दिवशी त्या वर्गामध्ये जेव्हा त्याच्या जी.एफ.नं. आपल्याला नेलं, तेव्हा तर तो आपल्याशी लगट करण्यासाठी उतू आल्यासारखा करत होता. बरं तर बरं, मंदारनं आपली त्या संकटातून मुक्तता केली... अन्यथा... ''चल, ये थांबलीस का? गो अहेड,'' कोणीतरी मागून मंकीवर ओरडलं होतं. त्यामुळं ती विचारांतून बाहेर पडली. अन् हॉलमध्ये शिरली.

कार्यक्रमाची औपचारिकता म्हणून अध्यक्ष, प्रमुख पाहुण्यांचे स्वागत आटोपल्यावर

काही जिमनॅस्ट मुलामुलींनी व्यक्तिगत, सांघिक खेळातलं आपलं कसब दाखविलं. त्यासाठी मधला स्पेस मोकळा ठेवला गेला होता. बी.ई.थर्ड इअर सी.एस.ई.च्या मुलींनी सात कड्यांचा मानवी पिरॅमिड उभारून दाखवला, तेव्हा हॉलमधल्या सर्वांनी उत्स्फूर्तपणे टाळ्या वाजविल्या... शेवटची मुलगी सर्वांत वर चढली. अन् तिनं दोन्ही हात उभारून गोविंदाऽऽऽ असं जोरात म्हटलं, तेव्हा सगळ्या हॉलभर गोविंदाऽऽ गोविंदाऽऽ हे शब्द सर्वांच्याच मुखातून बाहेर पडले.

मुंबईप्रमाणेच पुण्यातही गेल्या चार-पाच वर्षांत गोविंदा महोत्सव साजरा केला जातो. तरुण-तरुणींचे अनेक संघ त्यात भाग घेतात. सर्वाधिक मानवी कड्यांचा मनोरा करणाऱ्या संघाला मोठे बक्षीस असते. त्यात मुलींच्या संघानाही वेगळे बक्षीस असते. या कॉलेजच्या मुलींचा संघ गेली दोन वर्षे त्यात भाग घेतो. सात कड्यांचा मनोरा तयार करून त्यांनी प्रथम क्रमांक राखलेला आहे. या वर्षीही सहभागी होण्यासाठी त्यांची आतापासून प्रॅक्टिस सुरू झाली. प्रॅक्टिसचा एक भाग म्हणून त्यांनी आज मनोरा बनवून या कार्यक्रमात भाग घेतला. दोन वर्षांपासून घेतात.

मात्र एकाएकी सगळी मुलं ''हाय हाय'' करायला लागली, काही शिट्या वाजवायला लागली... राणीच्या कारण लक्षात येईना. तिनं बाजूला बसलेल्या आदित्याला विचारलं, तर आदित्या म्हणाली, ''सर्वांत वरच्या मुलीनं बघ किती शॉर्ट पॅन्ट घातली. त्यातून तिचे सगळे हिप्स, मांड्या खालून दिसताहेत... म्हणून पोरं... '' ''अरे देवा! या पोरांचं कशात काय कशात काय? बरं, त्या मुलीनं तरी तितकी आखूड अन् तंग पॅन्ट का घालावी? त्यातही तिचा रंग किती भडक आहे! गुलाबी... भडक गुलाबी. वरून घातलेला तिचा शॉर्ट स्लीव्हलेस इन्नर. या कॉलेजात आखूड कपडे घालण्याला परवानगी नाही. अन् तरी मग त्या मुलीला एवढ्या शॉर्ट ड्रेसवर वर कसं जाऊ दिलं? पिरॅमिड तयार करणाऱ्या बाकीच्या मुली मात्र हाफ लेगिन्समध्ये आहेत... आता पोरांच्या शिट्ट्यांना अन् ओरडण्याला ऊत आला. बाबासाहेब, प्रिन्सिपॉल, एच.ओ.डी.ज, लेक्चरर्स हेही दिल थामकर हे दृश्य पाहत होते... राणीनं हॉलमधल्या मुलांकडे पुन्हा ध्यान देऊन पाहिलं. अनेकांनी आपापल्या मोबाइल्समधले कॅमेरे ऑन केले होते... अन् बहुतेकांचा फोकस त्या वरच्या मुलीवर होता. खरंतर तिचा चेहराही खालून नीट दिसत नव्हता. ही स्थिती दोन-तीन मिनिटे राहिली... अन् मग वरची मुलगी एक एक कडी खाली उतरू लागली. आता वाकून उतरताना तिच्या हिप्सचा उभार. ईऽऽ! राणीला किळस आली. या पुण्यातल्या पोरी कधी काय करतील ते सांगता येत नाही. काही जणी साधा पंजाबी ड्रेस घालून येतात; पण त्याचा गळा मात्र डीप व्ही आकाराचा. बरं वरून खेड्यातल्या मुलींसारखी ओढणी नाही. डीप व्ही

आकाराच्या गळ्यामुळे छातीचा उभार दोन्हीकडून अर्धाअधिक उघडा... तसंच टी.शर्ट्सचंही. ते लांब बाह्यांचे असोत वा आखूड बाह्यांचे, त्यांचे गळे मात्र डीप व्ही. लांब कुर्ता, शॉर्ट कुर्ता असला तरी तेच. त्यातही काहींचे कपडे खूपच तंग... त्यातून सगळे अवयव उघडपणे दिसतात. मंकी तसंच काही करते. आजकाल मंकी स्कूटीवर येते. तेव्हा तिच्या अर्ध्या अधिक उघड्या मांड्या, डीप व्ही. कट गळ्यामुळे दिसणारी छाती बटबटीत वाटते. तिच्यासारखंच बाकीच्या सिंगल, डबलसीट येणाऱ्या मुलींचंही. मुलांना काय तेवढंच पाहिजे... तरी या कॉलेजात बरीचशी शिस्त आहे म्हणून... नाहीतर या पोरांनी काय उत्पात केला असता...?

"अरेरेऽऽऽ!" सामूहिकरीत्या ओरडल्याचा आवाज राणीच्या कानावर आला. राणी विचारांतून बाहेर पडून भानावर आली. पिरॅमिडवरची ती मुलगी अन् वरच्या तीन कड्या एकाएकी खाली कोसळल्या; पण खालच्या कडीच्या भोवती गर्दी करून असणाऱ्या त्यांच्या सहकारी मुलींनी त्यांना वरच्यावर झेललं... या गोष्टीचा त्यांना नेहमी सराव असतो.

यानंतर तलवारबाजीचं प्रदर्शन झालं. त्यात एका मुलानं तलवारीचं धारदार टोक छातीला लावून अन् मुठीकडचं टोक जमिनीला टेकवून त्या तलवारीचं पातं वाकवून दाखवलं. त्याच्यासाठीही खूप टाळ्या पडल्या. हा कोल्हापूरकडचा फर्स्ट इअरचा मुलगा. हे प्रात्यक्षिक त्याने उत्स्फूर्तपणे केलं.

हे प्रदर्शन संपल्यावर भावेशनं फर्स्ट इअरच्या एका मुलाला स्टेजवर पाचारण केलं. 'मी याच कॉलेजात प्रवेश का घेतला?' यावर तो बोलला. कॉलेज प्रशासन, व्यवस्थापन, कॉलेज बिल्डिंग, शिस्त, लेक्चर्स, प्रॅक्टिकल्स कसं चांगलं आहे, असंच दळण तो दळत बसला. नंतर एक मुलगी आली. आशिका दांडेगावकर. पेननेम भट्टी. मुलांनी तिचं भट्टी नाव ऐकून 'लवकर पेटव' असं म्हटलं.

मंकी अन् भट्टी जवळजवळच बसल्या होत्या. भट्टीनं बोलण्यासाठी भावेशकडे नाव कधी दिलं तेही तिला कळलं नव्हतं. जेव्हा भावेशनं तिचं नाव पुकारलं तेव्हा मंकीला आश्चर्य वाटलं. ही काय बोलेल? काही भलतंसलतं?

"वन स्मार्ट एस.एम.एस. टू माय ऑल बी. फ्रेन्ड्स" तिनं सुरुवात केली. सर्व बॉईजनी तिला "यू आर वेलकम" म्हणत प्रतिसाद दिला. तिनं आपला मोबाइल ओपन केला. त्याच्या इनबॉक्समध्ये गेली. तिला रॉकी नावाच्या तिच्या बी.एफ.चा आलेला अन् तिला आवडलेला एस.एम.एस. तिनं स्क्रीनवर आणला. ती वाचू लागली...

    Ek artist se dil k
    darwaze ki tasveer

banane ko kaha gaya
Usne bahuta-haseen dil
banaya, aur us me chota sa
khubsurat darwaza lagaya
Lekin use handle nahi tha
Kisine poocha k, isko handle
q nahi lagaya to usne badi
khobsurat bat kahi k
dil ke darwaze andarse
khulate he, bahar se nahi

हा एस.एम.एस. बी.एफ.नी नव्हे तर जी.एफ.नीही पसंत केला. सगळ्यांनी त्याची वाहवा केली. मात्र हा एस.एम.एस. ऐकून बाबासाहेब काहीसे अस्वस्थ वाटले. ते प्रिन्सिपॉलच्या कानाला लागले. प्रिन्सिपॉलनी नकारार्थी मान हलवली. बाबासाहेबांनी भावेशला खुणेने बोलवलं. त्यांनी भावेशला काहीतरी सांगितलं. भावेश भट्टीजवळ आला. म्हणाला, "तुला काय स्पीच द्यायचं असेल ते दे." तिनंही "यस सर," म्हणून त्याच्या बोलण्याला दुजोरा दिला. अन् ती बोलायला लागली. "मैं मेरी भावनाओंको बहुत कम शब्दोंमें पेश कर रही हूँ । इस हॉलमें दो किस्मके लोग है। एक दिलवाले । दुसरे दिलजले । दिलजले दिलवालोंको तडपाते है।" ती हे वाक्य बोलली अन् पोरांनी हैदोस मांडला. मात्र बाबासाहेब, प्रिन्सिपॉल यांचे चेहरे बघण्यालायक झाले. त्यांच्यामागे बसलेल्या लेक्चरर्स, प्रोफेसर्स, एच.ओ.डी.जना मात्र भट्टीच्या धीटपणाचं कौतुक वाटू लागलं.

भट्टीनं "सुनो फ्रेन्ड्स" म्हणत पोरांना गप्प राहायला सांगितलं. पुढं ती म्हणाली,"इतनी रिस्ट्रिक्शन्स? मेरा यहाँ दम घूँटता है। मै क्या चाहती हूँ? ओन्ली वन बात । कौनसी?" आणि ती गायला लागली. "दिल है छोटासा । छोटीसी आशा।"

काही पोरंही तिच्याबरोबर गायला लागले. तेव्हा तिनं आपल्या जर्किनच्या दोन्ही बाजू दोन्ही हातानी बाजूला केल्या. सुदैवाने त्या दिवशी आतून इन्नर होतं. पण ते खूप वाइड आणि डीप असल्याने त्यातून तिची अर्धी ब्रेस्ट पोरापोरींना दिसली... आणि ते पाहून त्यांनी शिट्या वाजवून, ओरडून हंगामा केला. "तो दोस्तो मेरे जैसा दिल खोलकर मेरे साथ गाओ– दिल है छोटासा।" मुलं म्हणाली, "वन्स मोअर शो योर दिल." ती म्हणाली, "आफ्टर द साँग." अन् मग मुलंमुली तिच्यासोबत मोठ्या त्वेषानं गाऊ लागली. तेव्हाच ती माइक सोडून आपल्या जागेकडे जायला निघाली.

चाँद तारोंको छुनेकी आशा
आसमानों में उडनेकी आशा

या ओळींवर मुलंमुली आल्या तेव्हा ती मंकीजवळ बसत होती. मंकीनं मात्र तिला उभं राहून आपल्या बाहूत आवळलं. अक्षरश: तिचे पटापट पापे घेतले. बसल्या जागेवरून राणीनं हे पाहिलं... अस्सं! म्हणूनच मंकी या जर्किनवाली सोबत राहते तर! मंकी शेर तर ती भट्टी सव्वाशेर. कशासाठी आल्या या दोघी या कॉलेजात? असा उघडानागडा धिंगाणा करायला. तिला आठवला तुकारामाच्या अभंगातला एक चरण– तिची आजी हा दृष्टान्त नेहमी द्यायची– चंदनाच्या गावा सर्पाची वसति । अरे, हे कॉलेज म्हणजे चंदन आहे, चंदनी खोड रे... याच्या सान्निध्यात आपल्या जीवनात सुंदर सुगंध परसवता येतो. तरी कॉलेजची शिस्त कडक आहे. पण काय फायदा? या चंदनी खोडाचा सज्जनांना फायदा मिळायचा तर भट्टी, मंकीसारखे कालसर्प त्याच्या खोडाला वेढून बसले आहेत. खरंतर बाबासाहेबांनी या भट्टीला कॉलेजातून डिबार करायला पाहिजे. म्हणजे भट्टी, मंकीसारख्यांचा येणारा ऊत आपोआप मारला जाईल?

"फ्रेन्ड्स, लिसन मी... प्लीज बी काम," भावेश माइकवरून विनंती करत होता. पण पोरांचा जल्लोष कमी होत नव्हता. भावेशसह व्यासपीठावर बसलेल्या कोणालाही भट्टीनं पोरांना कोणता मंत्र दिला ते माहिती नव्हतं... त्यामुळे ते उभे राहून "भट्टी, शो युवर दिल वन्स मोअर," असं भट्टी जागेवर जाऊन बसल्यावर का म्हणत होते, ते त्यांना कळत नव्हतं. शेवटी "स्टॉप अॅट वन्स धिस फूलीशनेस, अदरवाईज आय विल रिकमंड भावेश टू कन्क्ल्यूड धिस प्रोग्रॅम," असं प्रिन्सिपॉलनं माइकवर येऊन झापलं, तेव्हा कुठं गोंधळ नियंत्रणात आला.

भावेशला मात्र मुलांचा मूड बदलविण्यासाठी आता कसरत करणं भाग होतं. म्हणून त्यानं सुरुवातीलाच "...धिस अनाउन्समेंट इज अबाउट अ व्हॅल्युएबल सुप्रीम मास्टरपीस ऑफ धिस प्रोग्रॅम..." असं म्हटलं आणि शेवटच्या या मास्टरपीसबद्दल बोलताना त्यानं ज्ञानेश्वरांनी रेड्यामुखी वेद बोलवले... तो रेडा नव्हता.. तर पाणी भरणारा हेला - म्हणजे माणूस होता. असं म्हटलं. तेव्हा काही मुलांनी "हे भावेश व्हॉट आर यू सेइंग?" म्हणत गलका केला. त्यासाठी 'नटसम्राट' देशपांडे सरांना माइकवर येऊन भावेश म्हणतो त्यात तथ्य आहे हे सांगावं लागलं. तेव्हा कुठं मुलं गप्प झाली.

भावेश पुढं बोलू लागला,"इट्स अवर गुड प्रोव्हिडन्स दॅट वुई हॅव अ एकपाठी फेलो इन अवर कॉलेज..."

"हू इज दॅट हेला?" वरच्या गॅलरीतून आवाज आला आणि यावर खसखस पिकली. आपल्या मास्टर पीसची टिंगल होते आहे हे भावेशच्या लक्षात आलं.

त्यानं अत्यंत कळकळीनं "नो नो, माय फ्रेन्ड्स नो जोकिंग... बी सिरिअस टू दॅट एक्स्ट्रा ऑर्डिनरी पर्सनॅलिटी वुई मस्ट एन्करेज हर."

"हर?" काही आवाज.

"येस, हर. हर नेम इज..." भावेशनं पॉज घेतला. त्यानं संपूर्ण हॉलभर आपली नजर फिरवली. पिनड्रॉप सायलेन्स म्हणतात तशी अवस्था हॉलमध्ये झाली. अन् हाच एक क्षण त्यानं कॅच केला. आवाज उंचावून त्यानं घोषणा केली, "अॅन्ड हर नेम इज राणी रतन आघाव, फ्रॉम बी.ई. फर्स्ट इअर... आय सजेस्ट हर टू कम ऑन द स्टेज अॅन्ड शो हर रेअर आयडिअल, पिक्युलिअर कॅपॅबिलिटी बिफोर धिस वाईस, अॅप्रीसिएटिव्ह, जेन्टल, एन्टायर कम्युनिटी प्रेझेंट इन द हॉल... वेलकम राणी... गिव्ह हर बिग हॅन्ड प्लीज..."

राणीला जाधव सरांनी काल तसं सुचवलं होतं. त्या वेळी तिला खूपच फ्रस्ट्रेशन आलं होतं. जाधव सरांनी वर्गात यायला लेट झाला म्हणून झापलं तेव्हापासून जाधव सरांची आठवण आली तरी नर्व्हसनेस येतो. पण काल सर म्हणाले, "बी अग्रेसिव्ह. डोन्ट बी फ्रायटन." अन् तिला स्फूर्ती आली. तिच्याजवळ बसलेल्या तिच्या मैत्रिणींनी तिला शेकहॅन्ड करीत बेस्ट विशेस दिल्या. टाळ्यांच्या कडकडाटात राणी एखाद्या महाराणीसारखी व्यासपीठाकडे निघाली. ती स्टेजवर पोचली... माइकसमोर उभा असलेल्या भावेशनं तिला "वेलकम राणी" म्हटलं. तिनंही हसून त्याचा स्वीकार केला.

"हाय राणी, व्हेअर आर यू कमिंग फ्रॉम?" भावेशनं विचारलं. तेव्हा ती म्हणाली, "दादा, मला तेवढं फ्ल्युएंट इंग्लिश बोलता येणार नाही. त्यापेक्षा मराठीत बोलली तर चालेल?" त्यानं "श्युअर" म्हणत तिला आश्वस्त केलं. अन् मग त्यानं तिची छोटेखानी मुलाखतच घेतली. त्यात तिनं सांगितलं. लहानपणी आजीनं सांगितलेल्या गोष्टी ती ध्यान देऊन ऐकायची; थोडी मोठी झाल्यावर आजीसोबत हरिपाठ, अभंग म्हणायला मंदिरात दररोज जायची. गावातलं भागवत ही तिनं अनेक वेळा ऐकलं. कीर्तन, प्रवचन यांचाही तिला लळा लागला. पुढे शाळेत गेल्यावर पुस्तकातल्या कविता, धडे एकदा वाचले की पाठ व्हायचे. ही बाब अनसिंगच्या पी.टी.जे.एन. कनिष्ठ महाविद्यालयात अकरावीत शिकताना माझ्या भांगे सरांनी हेरली. तेव्हापासून या तिच्या अलौकिक गुणाबद्दल तिला माहिती झाली. त्याच बळावर ती सी.ई.टी.मध्ये विदर्भात दुसरी अन् महाराष्ट्रात पाचवी आली." हे ऐकून हॉलमधल्या सगळ्यांनी टाळ्यांचा वर्षाव केला.

वडील, आई, भाऊ, घरची गरिबी... शिक्षणासाठी मदत करणारे भांगे सर, पी.टी.जे.एन. कनिष्ठ महाविद्यालयाचे अध्यक्ष प्रतापराव जाधवसाहेब त्यांच्यामुळेच ती आज या महाविद्यालयात शिकायला येऊ शकली. खरंतर या कॉलेजात

येण्यासाठी मंकी कारणीभूत आहे असं सांगता सांगता तिनं स्वत:ला आवरलं. ''जाधव या आडनावाची माणसं माझ्यासाठी लकी ठरली आहेत. प्रतापराव जाधव साहेबांनी माझ्या बी.ई.च्या संपूर्ण शिक्षणाचा खर्च करण्याची तयारी दाखवली. तर इथं कॉलेजात आल्यावर पहिल्याच दिवशी जाधव सरांच्या लेक्चरमध्ये त्यांनी माझी खास आस्थेनं चौकशी केली. माझ्या या गुणाचं वर्गात, स्टाफमध्ये, प्रिन्सिपॉलसाहेबांपुढेही कौतुक केलं. केवळ त्यांच्याचमुळे मी आज येथे उभी आहे...''

त्यावर एकानं उभं राहून विचारलं, ''मग तू या कॉलेजात का आलीस? तुला कुठलंही मुंबई-पुण्याचं गव्हर्नमेंट कॉलेज मिळालं असतं.'' हा प्रश्न तिला अनेकांनी विचारला. अन् ती नेहमीप्रमाणे आताही म्हणाली, ''केवळ प्रतापराव जाधवसाहेबांच्या इच्छेखातर. या 'कॉलेजची ख्याती' त्यांच्यापर्यंत पोचली होती म्हणून,'' ती खोटं बोलली हे फक्त मंकीला कळलं.

''तू आतापर्यंत कधीच न पाहिलेल्या इंग्रजीच्या एखाद्या पुस्तकातला उतारा वाचून पुन्हा तो आठवून जसाच्या तसा तुला सांगता येईल?'' भावेशनं आता तिची परीक्षा घ्यायचं ठरवलं.

ती ''हो'' म्हणाली. तेव्हा त्यांनं प्रिन्सिपॉल साहेबांसमोर आधीच आणून ठेवलेलं इंजिनिअरिंग मेकॅनिक्सचं एफ. एल. सिंगल या ऑथरचं पुस्तक उचललं. ''फ्रेन्ड्स, मी राणीला सिंगलच्या पुस्तकातला एक पॅरेग्राफ वाचायला देतो आहे.'' त्यानं पुस्तक उघडून एक पॅरेग्राफ काढला. अन् राणीसमोर पुस्तक धरून पॅरेग्राफ कोठून कोठपर्यंत वाचायचा ते सांगितलं. राणी वाचायला लागली.... सगळे ऐकायला लागले. पॅरेग्राफ वाचून संपला. राणीनं पुस्तक भावेशच्या हाती दिलं. त्यानं ते प्रिन्सिपॉलसमोर ठेवलं. राणीनं वाचलेला पॅरेग्राफ दाखवला. ''सर, राणी आता सारं काही आठवून सांगेल. आपण ती पुस्तकातला पॅरेग्राफ जसाच्या तसा सांगते का यावर लक्ष ठेवा...'' माइक समोर येऊन त्यानं हे म्हटलं. अन् हॉलमधील सर्वांना म्हणाला, ''मित्रहो निसर्गानं केलेला चमत्कार काय अन् कसा असतो, याचा साक्षात्कार घ्या. राणी, आर यू रेडी?'' त्यावर राणी ''हो'' म्हणाली. तो बाजूला झाला. राणी पुढे आली अन् ती धडाधडा तो पॅरेग्राफ म्हणू लागली. अगदी विरामचिन्हांसह... पॅरेग्राफ संपला. राणीनं, भावेशनं प्रिन्सिपॉलकडं पाहिलं. सगळ्या मुलीमुलंही प्रिन्सिपॉलकडेच पाहत होते. प्रिन्सिपॉल बाबासाहेबांशी काहीतरी बोलले. नंतर जाधव सरांशी बोलले. अन् उठून माइकसमोर आले. म्हणाले, ''मिरॅक्युलस, मार्व्हलस, वंडरफुल, फॅन्टास्टिक, ॲमेझिंग ईटीसी ईटीसी. आय ॲड्रेस राणी मायसेल्फ सिम्बॉलिकली ॲज अ गोदेज ऑफ रिकलेक्शन ऑफ मेमरी. आय ब्लेस हर हर्टली ॲन्ड ॲश्युअर हर टू प्रोव्हाइट सिक्युरिटी ऑफ

ऑल टाइम्स व्हॉटसोएव्हर फॉर हर ब्राइट फ्यूचर... राणी, यू आर द आयडॉल ऑफ अवर कॉलेज हिअर आफ्टर. यू आर मोस्ट वेलकम... गिव्ह हर बिग हॅन्ड प्लीज...'' प्रिन्सिपॉलनीसुद्धा टाळ्या वाजवल्या. टाळ्यांच्या कडकडाटात त्यांनी राणीसोबत हस्तांदोलन केलं. राणीनं त्यांचं वाकून दर्शन घेतलं. या क्षणी सगळा हॉल भावुक झाला... राणीनं बाबासाहेब, जाधव सरांचंही दर्शन घेतलं. मागच्या रांगेत बसलेल्यांकडे ती वळली. तर देशपांडे सर म्हणाले, ''राणी, आटोपतं घे. पावलं आम्हा सगळ्यांना.''

अतीव समाधानानं राणी खाली उतरली. तिच्या जागेवर जाऊन बसेपर्यंत टाळ्या सारख्या वाजत होत्या. राणीचं हृदय भरून आलं. तिच्या डोळ्यांत आनंदाश्रू उभे राहिले.

◆

प्रिन्सिपॉल अ‍ॅड्रेस नंतरचे दोन दिवस राणी अन् भट्टीसाठी भलतेच धामधुमीचे गेले. तो कार्यक्रम संपल्याचं भावेशनं जाहीर केलं. तेव्हापासूनच ही धूम सुरू झाली. मात्र राणी अन् भट्टीचे अनुभव परस्पर भिन्न होते. एक खुद्द प्रिन्सिपॉल सरांनी जाहीर केलेली आयडॉल. तसं आधी कधी घडलं नाही. आयडॉल जाहीर करण्याची ही पहिलीच वेळ. त्यामुळे राणीचं व्यक्तिमत्त्व वेगळ्याच उंचीवर जाऊन पोचलं. तर भट्टी? टारगटपणा, वात्रटपणा, झिंग, मस्ती, सेक्स आवडणाऱ्या पोरांची आयडॉल ठरली. भट्टीच्या मानानं राणी-समर्थकांची संख्या निश्चितच जास्त होती. त्यात मुलांसोबत मुलींचाही भरणा होता. मंकीसारख्या सर्वच क्लासच्या गिन्या-चुन्या दहा-बारा पोरींचं कोंडाळं भट्टीभोवतीही जमलं होतंच... दोघींचे अनुभव क्रमानं पाहणं मनोरंजक ठरेल. दोन्हीच्या अनुभवांमागे आनंदाची उत्स्फूर्तता होती. तसा कडवटपणाचा, तुच्छतेचा, अवहेलनेचा भावही होता. तर आधी राणीचे अनुभव बघू.

भावेशने कार्यक्रम समाप्तीची घोषणा केली अन् सेकंड इअर, थर्ड इअरच्या पाचपन्नास मुलींनी राणीला गराडा घातला. मुलींनी विश करण्यासाठी तिच्याशी शेकहॅन्ड केले, अगदी डाव्या आणि उजव्या, दोन्ही हातानं, कित्येकींनी तिच्या खांद्यावर थोपटले, तर अनेकींनी तिच्या पाठीवर शाबासकी दिली... "कम टू अवर क्लास टुमारो फॉर योर डिस्प्ले," असं म्हणून अनेकांनी इन्व्हाइट केले. तीही सरावानं "श्योर... श्योर" म्हणत होती. तिच्याशी बोलायला, शेकहॅन्ड करायला मुलींनी लोटालोटी केली, गर्दी केली, तेव्हा संजनानं तिच्या वर्गातल्या जी.एफ.च्या मदतीनं राणीला संरक्षण दिलं. तरीही लोटालोटी होतच होती; पण आता मुली राणीच्या अंगावर येत नव्हत्या. हा प्रकार वीसेक मिनिटे तरी चालला. गर्दी कमी झाल्यावर राणी, संजना अन् तिच्या वर्गातल्या ग्रूपसह हॉल बाहेर आली. तेव्हा अनेक सीनिअर मुलं तिची वाट पाहत उभी होती. ती बाहेर येताच सगळ्यांनीच तिच्याशी शेकहॅन्ड केले. "आम्हाला तुझं कौतुक पाहायचं. आमच्या वर्गात ये," असं त्यातल्या अनेकांनी तिला निमंत्रण दिलं. मुलांनी तिच्या व्यक्तिगत

जीवनाविषयी खूप प्रश्न विचारले, "तुझ्या कुटुंबात यापूर्वी कोणाला अशी नैसर्गिक किमया प्राप्त झाली होती का?" त्यावर ती म्हणाली, "मला माझे आजोबा मरण पावल्याचे कळत नाही. आजी कळते. आजी अगदी अलीकडे मरण पावली. ती तशी अशिक्षितच होती; पण बुद्धी तल्लख होती. तिची आठवणीत ठेवण्याची शक्तीही चांगली होती. ती कधीकधी स्वत:च तयार केलेली गाणी – विशेषत: जात्यावरच्या ओव्या – म्हणायची. त्याला ती जीभजोड गाणी म्हणत असे. मला वाटतं आपल्याकडे बहिणाबाई चौधरी अशाच गाणी तयार करायच्या. एकदा एखाद्याकडून एखादं गाणं, अभंग, भारूड, आरती, ओव्या असं काही ऐकलं की माझ्या आजीचं ते पाठ व्हायचं. कदाचित तोच गुण माझ्यातही आला असावा..."

"तुझे आई-बाबा?" कुणीतरी विचारलं.

"नाही, त्यांना तसं काही लक्षात ठेवता येतं असं मला नाही वाटत."

"म्हणजे ते अगदीच नॉर्मल आहेत."

अशा प्रश्नोत्तरांची सरबत्ती अगदी कॉलेजच्या कॅम्पसमधून बाहेर पडेपर्यंत चालू राहिली. तिच्या जवळची मुलं दहा-पंधरांच्या संख्येनं कायम राहिली. त्यातली कित्येक तिला भेटून, प्रश्न विचारून निघून गेली, कित्येक आली. नागरिक शास्त्रात विधान परिषद किंवा राज्यसभा या वरिष्ठ सभागृहांतली सदस्य-संख्या जशी कधीच कमी होत नसते, असं सांगितलं जातं तसंच त्या दिवशी राणीचंही झालं. शिवाय संजनाचा वर्गातला ग्रूप आणि फ्लॅटवर राहणाऱ्या – मंकी सोडून अर्थात – सगळ्या मुलींचाही ग्रूप राणीसोबतच होता. एरव्ही कॉलेज सुटल्यावर वर्गातून बाहेर पडून राणी दहा-पंधरा मिनिटांत बाहेरच्या गेटवर येते; पण त्या दिवशी तिला गेटपर्यंत यायला पाऊण तास लागला. नंतरच्या दिवशीही एरव्हीपेक्षा तिच्याशी अनेक मुलामुलींनी हाय, हॅलो मोठ्या प्रमाणात केलं.

हे झालं विद्यार्थ्यांचं. लेक्चरर्स मंडळीही मागे नव्हती. दुसऱ्या दिवशीच थर्ड इअर आय.टी.च्या स्टाफरूममध्ये तिला बोलविण्यात आलं. अर्थात लाँग रेसेसमध्ये. त्या आधी फर्स्ट लेक्चर सुरू असतानाच तिला तशी सूचना मिळाली होती. ती गेली तेव्हा तिथं सात जण तिची वाट पाहत होते. त्यात पाच जेन्ट्स लेक्चरर्स अन् दोन लेडीज लेक्चरर्स होत्या. त्यांनी तिला आय.टी.मधला अवघड चॅप्टर वाचायला दिला. अन् तो आठवून सांगायला सांगितला. तिनं तो जसाच्या तसा सांगितला. हा प्रकार बहुतेक सगळ्या म्हणजे सेकंड, थर्ड इअरच्या सर्व शाखांच्या स्टाफरूममध्ये घडला. बऱ्याच वेळा त्या त्या शाखांचे एच.ओ.डी.ही हजर होते. एकाने त्या दिवशी बाबासाहेबांनी केलेलं भाषण सांग, असं म्हटलं. त्यावर राणीनं तिनं जसं जसं म्हणजे जितकं जितकं बाबासाहेबांचं भाषण ऐकलं तेवढं तेवढं सांगितलं. "असं तुटक तुटक का सांगतेस?" राणीला असं विचारल्यावर ती

म्हणाली, "मुलींचा अधूनमधून गोंगाट वाढत होता. त्यामुळे बाबासाहेब काय बोलले ते नीट ऐकलं नाही..." "तुझ्याबद्दल बाबासाहेबांनी एक विशेष विधान केलं होतं; ते तू ऐकलं नव्हतं, असं दिसतं." कोणीतरी तिला विचारलं. त्यावर ती प्रश्नार्थक चेहरा करून गप्प राहिली. "ते म्हणाले होते – आपल्या महाविद्यालयाचं नाव महाराष्ट्रात एकमेव आगळीवेगळी इमारत असल्यामुळे नव्हे किंवा आपल्या महाविद्यालयाचा निकाल फार चांगला लागतो म्हणून नव्हे, तर राणीसारखा एखादा कोहिनूर या महाविद्यालयात शिकायला होता, म्हणून अजरामर होईल. त्यासाठी तरी या हिऱ्याला आपण जपलं पाहिजे." असं काही राणीनं ऐकलंच नव्हतं.

राणीबद्दलची माहिती प्रिन्सिपॉल ऑफिस ते अगदी कॅन्टीनवाल्यापर्यंत सर्वांपर्यंत पोचली होती. प्रत्येकाला 'ती मुलगी कोण?' हे पाहण्याची उत्सुकता होती. कॉलेजचा ऑफिशिअल स्टाफ, लायब्ररीचा स्टाफ, वेगवेगळ्या लॅब्जचा स्टाफ, वर्कशॉपचा स्टाफ, जिमखान्याचा स्टाफ या सगळ्यांनी राणीला बोलावून घेऊन तिचं कौतुक केलं.

फर्स्ट इअरच्या स्टाफनं बोलवलं, खरं म्हणजे त्यात 'नटसम्राट' देशपांडे सरांचाच तेथे उत्साही सहभाग होता. त्यांनी राणीच्या समोर वि. वा. शिरवाडकरांच्या 'नटसम्राट' या नाटकातील अप्पांचा एक दीर्घ काव्यमय संवाद साभिनय म्हणून दाखवला. तो म्हणायला सुरुवात करण्याआधी त्यांनी "राणी, हा संवाद नुसता तोंडानं म्हणावयाचा नाही. नाटकातील संवाद म्हणजे नुसते शब्द नसतात. त्या शब्दांतून चमकदार ठिणग्या निर्माण व्हायला पाहिजेत. ज्यामुळे प्रेक्षक मंत्रमुग्ध होतात. त्यासाठी शब्द उच्चारताना त्यातील चढ-उतार, त्या त्या वेळी चेहरा, हात, शरीर यांतून व्यक्त होणारे भावही तितकेच महत्त्वाचे असतात. म्हणून मी जेव्हा हा संवाद म्हणेन तेव्हा तो सर्वांगानं तुला लक्षात ठेवायचा आहे. आणि माझं झाल्यावर अगदी मी जसा तो सादर केला तसाच सादर करावयाचा आहे. तू म्हणशील मला अभिनय येत नाही; मी म्हणतो तुला सारंच काही येतं. फक्त तू ते करण्याचा प्रयत्न कर... बघ हं... तयार आहेस?" असं विस्तारानं बोलले. अन् "करू सुरू?" असं विचारून "करा" असं राणीनं म्हटल्यावर ते संवाद बोलायला लागले...

कुणी घर देता का घर
एका तुफानाला
कुणी घर देता का घर?
एक तुफान भिंतीवाचून, छपरावाचून
माणसाच्या मायेवाचून देवाच्या दयेवाचून

जंगला जंगलात हिंडत आहे
जेथून कुणी उठवणार नाही
अशी जागा धुंडतं आहे -
कुणी घर देता का घर?
खरंच सांगतो, बाबांनो,
तुफान आता थकून गेलंय
झाडाझुडपात डोंगरदऱ्यात
अर्धेअधिक तुटून गेलंय
समुद्राच्या लाटांवरती
वणव्याच्या जाळावरती
झेप झुंजा घेऊन घेऊन
तुफान आता खचलं आहे
जळके तुटके पंख पालवीत
खुरडत खुरडत उडतं आहे
खरं सांगतो बाबांनो,
तुफानाला तुफानपणच
नडतं आहे -
कुणी घर देता का घर?
तुफानाला महाल नको
राजवाड्याचा सेट नको
पदवी नको हार नको
थैलीमधली भेट नको
एक हवं लहान घर
पंख मिटून पडण्यासाठी
एक हवी आरामखुर्ची
तुफानाला बसण्यासाठी
आणि विसरू नका बाबांनो,
एक तुळशीवृंदावन हवं
मागच्या अंगणात सरकारसाठी!
सरकार - (देशपांडे सर रडायला लागतात.)
सरकार -
सरकार -
एवढा संवाद संपला की मट्कन खुर्चीवर बसतात. रडणं थांबवतात. त्यांनी

सादर केलेल्या अभिनय संवादानं ते बेभान झाले. स्व विसरले. नाटक इतकं अंगात भिनतं हे राणी पहिल्यांदा पाहत होती. म्हणूनच कॉलेजात त्यांना 'नटसम्राट' म्हणत असतील...

राणीसारखाच सगळा स्टाफही भारावला. अशा पद्धतीचा देशपांडे सरांचा अभिनय बऱ्याच जणांनी पहिल्यांदा अनुभवला. इतर त्यांना टिंगलीनं 'नटसम्राट' म्हणतात. म्हणून तेही म्हणत; पण देशपांडे सर खऱ्या अर्थानं 'नटसम्राट' आहेत हे आता त्यांच्या लक्षात आलं... आणि नकळत टाळ्यांना सुरुवात झाली. आधी हळूहळू मग वेगात. किमान पाच-सात मिनिटे तरी... त्या टाळ्यांमुळे देशपांडे सर पूर्णपणे 'नटसम्राट'मधून बाहेर पडले. त्यांनी चेहऱ्यावरचा घाम रुमालाने पुसला. डोळ्यांवरचा चश्मा पुसून पुन्हा डोळ्यांवर ठेवला.

आता कसोटीला लागणार होती राणी... निव्वळ शब्द लक्षात ठेवण्यापुरतं आतापर्यंत तिनं आपलं कसब सिद्ध केलं होतं... इथं शब्दांसोबत कसदार अभिनयही तिला करावयाचा होता. अवघड होतं. तरी अशक्य नव्हतं... तिनं देशपांडे सरांचा पूर्ण संवाद – त्यातील चढ-उतारासह आणि अभिनयासह ध्यान देऊन ऐकला-पाहिला. आता तो सादर करायचा होता.

"राणी, आर यू रेडी?"

"श्युअर सर"

"कर सुरू मग! ही खुर्ची घे... किंवा इथंच ये माझ्याजागी."

"नाही सर, उभी आहे येथे तर तेच ठीक आहे."

"राणी, अप्पा शेवटी तीन वेळा सरकार-सरकार-सरकार म्हणत जवळ जवळ खुर्चीत कोसळतात... ते तुला करून दाखवायचं आहे. तेथे तुझा संवाद - अभिनय संपेल..."

"ये राणी, सरांच्या जागेवर ये," एच.ओ.डी. जाधव सरांनी सुचवलं. ते तिथं केव्हा आले ते तिला कळलं नाही. ते उपस्थित असल्यामुळे पुन्हा तिला दडपण आलं. पण मग तिनं मनात विचार केला. आपलं चुकलं म्हणून सरांनी झापलं. आता सर झापणार थोडेच आहेत. चला करू. तीही आली. तिनं पोझिशन घेतली अन् "करते सुरू" म्हणत तिनं संवाद म्हणायला सुरुवात केली. तिचे शब्द, त्यामागचा अभिनय, चढ-उतार... जसे देशपांडे सरांनी सादर केले अगदी तसेच. इतकंच काय ज्या ज्या शब्दांवर त्यांनी दीर्घ वा ऱ्हस्व श्वास घेतले, नि:श्वास सोडले. अगदी सगळीच्या सगळी झेरॉक्स तिनं मारली. संवाद संपला. अभिनय संपला. तेव्हा तीही त्यांच्यासारखीच बेभान झाली. स्व विसरली. "व्वा! व्वा!! क्या बात है!" असं म्हणत देशपांडे सरांनी अन् इतरांनी टाळ्या वाजवायला सुरुवात केली तेव्हा ती भानावर आली.

"देशपांडे सर, तुमच्यापेक्षा सवाई अभिनय केला राणीनं," जाधव सरांचा अभिप्राय होता.

"देशपांडे सर, तुम्हाला अगदी रेडिमेड ॲक्ट्रेस मिळाली. उद्या चालून तुमच्या एखाद्या नाटकात तिला एखादं महत्त्वाचं पात्रं द्या. मग बघा, ती कशी तुमच्यासह त्या नाटकातील सर्व ॲक्टर-ॲक्ट्रेसेसना पाणी पाजते..." डॉ. दाणी मॅडम म्हणाल्या. दाणी मॅडम कोणाचं मुक्त कंठानं कौतुक करू शकतात हे पहिल्यांदा राणीच्या ध्यानात आलं.

आणि तिथं जणू अहमहमिका सुरू झाली. राणी अन् देशपांडे सर यांच्या संवादफेक अन् अभिनय कौशल्याच्या तुलनेची. देशपांडे सरांना एखादं पात्र उभं करायचं तर त्यासाठी खूप मेहनत घ्यावी लागते. तीन तीन महिने डायरेक्टरच्या गाइडन्सखाली रिहर्सल करावी लागते. संवाद पाठ करावे लागतात. मात्र राणीनं एकदा संवाद ऐकला. त्यासाठीचा अभिनय पाहिला, अन् तिनं तो जसाच्या तसा केला.

देशपांडे सरांना या तुलनेचं मुळीच वाईट वाटलं नाही. कारण इतर जे म्हणतात ते सत्यच होतं. हिला दाणी मॅडम म्हणतात तसं एखाद्या नाटकात छोटासा रोल द्यायचाच, किमान आपल्या डायरेक्टरशी तिची एकदा गाठ घालून द्यायची. काय सांगावं, तिच्या आयुष्याचं सोनं होईल त्यांच्या हातून एखादे वेळी...

मात्र या मंडळींनी केलेली स्तुती ऐकून राणी खूपच वरमली. तिथं उभं राहणं तिला शक्य होईना. तेव्हा तिनं देशपांडे सरांना विचारलं, "सर, येऊ मी आता?"

"येस, यू कॅन." म्हणत देशपांडे सरांनी तिला परवानगी दिली.

तेव्हापासून दाणी मॅडम वेगळंच करायच्या. सकाळी फर्स्ट लेक्चरला त्या आल्या की हजेरी घेतल्यावर म्हणायच्या, "येस राणी, टेल मी लास्ट टू लाइन्स ऑफ माय टुमारोज लेक्चर." अन् राणी ते सांगायची.

कॉलेजची या वर्षीची आयडॉल ठरवली गेल्यामुळे असा सर्वतोपरी ओळख होण्याचा फायदा राणीला झाला. त्याचा दुसरा परिणाम असा झाला की, तसं तिचं वागणं कुठेही, कधी वावगं नव्हतं तरी तिच्या वागण्या-बोलण्यावर आणखी मर्यादा आल्या. जे बोलायचं ते तोलूनमापून, वागणंही तसंच तंतोतंत.

वर्गात आणखी एक त्रास वाढला. मुलीमुलं काही डिफिकल्टी असली की तिला भंडावून सोडू लागले. त्या भाबड्यांना वाटत होतं, राणी मुळात बुद्धिमान असल्याने कोणतीच गोष्ट तिला अवघड जात नसेल... पण ते काही खरं नव्हतं. "स्मरण मीन्स रिकलेक्शन ऑर रिमेम्बरन्स ॲन्ड समज मीन्स अन्डरस्टॅन्डिंग आर टू डिफरंट थिंग्ज?" देशपांडे सरांनाच तिनं ही शंका विचारल्यावर ते तिला

समजावून सांगत होते, "सेंट तुकाराम सेड, 'स्मरणाचे वेळे । व्हावे सावध न कळे ।' मीन्स एखादी गोष्ट आठवताना चित्तवृत्ती मीन्स स्टेट ऑफ माइंड अलर्ट मीन्स सावध असावी लागते. म्हणजे रिकलेक्शन इज कनेक्टेड विथ द स्टेट ऑफ माइंड. म्हणजे मनाची स्थिती म्हणजे मन, बट अन्डरस्टॅन्डिंग इज टोटली विथ बुद्धी. व्हेअर इज माइंड इन बॉडी? इट इज सपोज्ड दॅट इट शुड बी इन हार्ट. बट बुद्धी ॲपिअर्स फ्रॉम ब्रेन. सो बुद्धी ॲन्ड मन आर डिफरंट टोटली. ज्ञानेश्वर ऑल्सो सेड इन ज्ञानेश्वरी 'मग मनाची धांव पारूषेल । आणि बुद्धीची सोडवण होईल।' राणी, माझ्या या सांगण्याचे सार असे की स्मरण ही मनाची शक्ती तर समज ही बुद्धीची शक्ती आणि त्या दोन्ही शक्ती भिन्न आहेत. त्यामुळे एखादी गोष्ट तुला जशीच्या तशी आठवते म्हणजे तुझे मन अत्यंत तरबेज आहे आणि एखादी गोष्ट स्मरत असली तरी ती कळत नाही, ही बुद्धीची मर्यादा आहे...." बरं झालं. देशपांडे सरांनी शेवटची दोन-तीन वाक्यं तरी शुद्ध मराठीत म्हटली. अन्यथा अर्धी इंग्रजी अर्धी मराठी यात ते आधी काय बोलले ते कळलं नाही... म्हणजे... म्हणजे... आपल्याला मनासोबतच बुद्धीही तल्लख करावी लागेल... म्हणजे प्रिन्सिपॉल सरांनी आपल्याला पहिली आयडॉल म्हणून घोषित केलं असेल तरी आपण परिपूर्ण नाही... अभ्यास हा मनापेक्षा बुद्धीशी अधिक संबंधित असावा. म्हणजे आपल्याला सावध व्हावं लागेल, अन्यथा आपला फार मोठा तोटा होईल. मग प्रिन्सिपॉल सरांना मन आणि बुद्धी म्हणजेच स्मरण आणि समज यातला फरक कळत नसेल का? केवळ तल्लख स्मरणाच्या भरवशावर त्यांनी आपल्याला कसं काय आयडॉल ठरवलं? आयडॉल तर अत्यंत बुद्धिमान असतात, जसे अलीकडे भारताचे माजी राष्ट्रपती अब्दुल कलाम आयडॉल आहेत. पण मग सचिनही क्रिकेटमधला आयडॉलच आहे. तो तर बारावी नापास आहे म्हणे. म्हणजे तो अभ्यासात बुद्धिमान नसेल का? अरे हे कसं? आयडॉल होण्यासाठी बुद्धीचा काही संबंध नाही की काय? एखाद्या गोष्टीत प्रभुत्व मिळविणे किंवा असणे हीच आयडॉल असण्याची एकमेव कसोटी असू शकते का? हीच कसोटी तर प्रिन्सिपॉल सरांनी आपल्या बाबतीत लावली नसेल ना? म्हणजे काही मनाच्या कसोटीवर आयडॉल तर काही बुद्धीच्या कसोटीवर आयडॉल. यांतलं मोठं कोण? मन की बुद्धी? म्हणजे आधी कोण? मन की बुद्धी? मनाचा थांग लागत नाही. बहिणाबाई चौधरी म्हणतात, 'मन वढाय वढाय, उभ्या पिकातलं ढोरं । किती हाकला हाकला फिरून येतं पिकावर ।' मन चंचल. मग त्याचा परिणाम बुद्धीवर होत असेल का? बुद्धी मनाला स्थिर करू शकते का? किती गुंतागुंत ही? आता हे सारं कोणाला विचारावं? पुन्हा जावं देशपांडे सरांकडे? नको, ते मराठी बोलताना खूप इंग्रजी शब्द वापरतात. नाटकात संवाद म्हणताना

त्यांचं काय होत असेल? अलीकडच्या नाटकातले संवाद इंग्रजी मिश्रित असतात काय? जाऊ द्या. आपणही या जंजाळात गुंतून पडू नये. आपला अभ्यास करून चांगल्या मार्कांनी पास होणं यावरच आपण लक्ष केंद्रित करावं. राणीनं मनाशी ठरवलं.

राणीसाठी या झाल्या सकारात्मक बाबी. अपवाद म्हणून का होईना नकारात्मक गोष्टीही – संख्येनं कमी दोन-तीन–तिच्या वाट्याला आल्या. एक मुलांचा ग्रूप, बहुधा थर्ड इअरचा असावा, चार-सहा जणांचा. राणी दिसली की तिच्याशी टारगटपणा करतो. आधी तिच्या लक्षातही आलं नाही. अगदी पहिल्यांदा कॉलेजच्या महाद्वाराच्या पायऱ्या चढताना हा ग्रूप मागून येत होता. त्यातल्या एकानं आवाज दिला, 'हे यू...' राणीनं ऐकून न ऐकल्यासारखं केलं. दुसऱ्यांदा आवाज आला, जरा मोठ्यानं, 'हेऽऽऽ यूऽऽऽ' राणीनं माग वळून पाहिलं, तेव्हा उरलेले दात विचकत एका सुरात 'लाऽऽऽ' म्हणाले... ते काही राणीच्या लक्षात आलं नाही. ती वर्गात जाईपर्यंत त्या ग्रूपनं किमान चार-पाच वेळा तसाच हेल काढला... दाणी मॅडमच्या लेक्चरमध्ये तिचं लक्ष लागलं नाही. ती त्या मुलांच्या हेलाचाच विचार करू लागली. कांही वेळानं तिच्या पट्कन लक्षात आलं. 'हे यू ला' 'यू' वगळला की 'हेला' असा शब्द बनतो. भावेशनं तिच्याविषयी बोलताना ज्ञानेश्वरांनी वेदमंत्र बोलायला लावलेल्या 'हेल्या'चा संदर्भ दिला होता. ती मुलं आपल्याला तुच्छतेनं 'हेला' संबोधून अपमानित करू पाहत होती तर... म्हणजे आपल्याविषयी त्यांच्या मनात द्वेष असावा. दुसरा एक मुलींचा ग्रूप. त्यात फक्त तिघी जणी. त्याही सीनिअर्स. राणीला पाहून 'मास्टर पीस' म्हणून टॉन्टिंग करतात. भावेशनं कार्यक्रमाचे वेळी आपल्या संदर्भात 'मास्टर पीस' हा शब्द वापरला होता. या मुलींच्या टॉन्टिंगमागे 'हेला' म्हणणाऱ्या त्या मुलाच्या इतका द्वेषभाव नाही; पण त्यातून आपल्या संदर्भातला नकारात्मक भाव मात्र व्यक्त होतो नक्कीच.

यावर ताण असा एक धक्कादायक प्रकार घडला. त्या दिवशी ती पुस्तकं बदलण्यासाठी लायब्ररीत गेली होती. खिडकीपाशी थांबली, तर आतून आवाज आला, "राणी, सुचिता मॅडम तुला आत बोलावताहेत." सुचिता मॅडम कोण ते राणीला माहीत नव्हतं. पण तिला आयडॉल म्हणून घोषित केल्यापासून कोणीही तिला नावानं हाका मारतात, बोलतात. कुणी मॅडम असतील या सेकंड इअर, फायनलच्या! बोलावलं तर आत जाऊन भेटावं... आपल्याला बोलावूनही आपण भेटायला न जाणं बरं दिसणार नाही.

राणी आत गेली. तिला लायब्ररीयन सरांच्या चेंबरमध्ये जायला सांगितलं. ती गेली. काचातूनच तिनं पाहिलं, लायब्ररीयन सरांसोबत कुणी मॅडम बसलेल्या होत्या. बहुधा त्यांनीच बोलाविलं असावं. तिनं चेंबरचा काचेचा दरवाजा ढकलला.

अन् ''मे आय कम इन सर?'' असं अदबीनं विचारलं. ''या, कम इन'' लायब्ररीयन सरांऐवजी त्या मॅडम मान वळवून म्हणाल्या. त्यांच्या चेहऱ्याकडे राणी पाहतच राहिली. सावळ्याशा, अतिशय प्रसन्न चेहऱ्याच्या, चेहऱ्यावर आनंददायी हास्य. खरंतर त्यांचं नाव सुचिताऐवजी सुस्मिता असंच असायला हवं होतं.

''राणी, मला तुझं त्या दिवशीचं प्रेझेन्टेशन खूप आवडलं. तू जे करतेस त्यासाठी मनाची अत्यंतिक एकाग्रता हवी असते आणि ती तुझ्याजवळ आहे... आय हार्टली काँग्रॅच्युलेट यू फॉर दॅट... ही एक निसर्गानं बहाल केलेली अलौकिक देणगी आहे. तुझ्या भविष्यासाठी तू तिचा वापर करशीलच यात शंका नाही; पण तुझ्या या वाटचालीत मला एक धोका संभवतो...'' एवढं बोलून मॅडम गप्प झाल्या.

''कसा काय मॅडम?'' राणीनं आतुरतेनं विचारलं. त्यावर खुर्चीतून उठत त्या लायब्ररीयन सरांना म्हणाल्या, ''सॉरी सर, आय वॉन्ट टू टॉक विथ हर पर्सनली...'' लायब्ररीयन सरांनी ''ओके'' म्हणत मान हलवली.

''लेट अस गो इन स्टडी रूम.. चल.'' म्हणत त्या केबिनच्या बाहेर पडल्या. त्यांच्यामागोमाग राणीसुद्धा आली. उजव्या बाजूला असलेल्या स्टडीरूममध्ये त्यांनी राणीला नेलं. आत कुणीही नव्हतं. राणीला त्यांनी दार लावून घ्यायला सांगितलं. राणीनं लावलंही. पण मग राणीला अस्वस्थ वाटू लागलं. एवढं काय पर्सनल असेल की सुचिता मॅडमनं तिला अगदी एकांतात या स्टडीरूममध्ये आणलं?

''उभ्या उभ्याच दोन गोष्टी बोलते तुझ्याशी. तू त्या दिवशी 'जाधव' आडनावाच्या माणसांविषयी काही बोलली होतीस... या आडनावाची माणसं तुझ्यासाठी लकी ठरतील वगैरे... खरं ना?''

''होय मॅम.''

''राणी, तुझ्या शिक्षणावर खर्च करणाऱ्या तुझ्या गावाकडच्या जाधवांविषयी मला काही माहिती नाही, पण दुसरे जे जाधव आहेत...''

''एच.ओ.डी.सर''

''एस! एस!!''

राणी प्रश्नार्थक मुद्रा करून मॅडमकडे पाहू लागली. त्यांनी एक सुस्कारा टाकला. मग बोलल्या, ''अजूनही वाटतं तुला सांगू नये...''

जाधव सरांबद्दल या काहीतरी वेगळं सांगणार हे राणीच्या लक्षात आलं. पण नेमकं काय सांगणार? जाधव सरांचा अन् आपला जो....

''तर राणी इथल्या जाधवांची एक खासियत अशी की ते बायका-मुलींना आपल्या नादी लावतात, वापरतात अन् नंतर फेकून देतात. म्हणून म्हणते माझ्यासारख्याच अनेकींची फसगत झाली. तू तरी सावध रहा. एवढंच.

राणीनं मॅडमच्या चेहऱ्याकडं पाहिलं. लायब्ररीयन सरांच्या केबिनमध्ये मघाशी सुस्मित चेहऱ्याच्या सुचिता मॅडम कुठे? अन् जाधव सरांबद्दल कडवटपणे बोलताना, बोलल्यावर चेहऱ्यावर घृणास्पद भाव व्यापून गेलेल्या मॅडम कुठे? त्या म्हणतात ते खरं असेल? मॅडम स्वत:च त्या अनुभवानं पोळल्या म्हणतात, मग त्या खोटं कशाला बोलतील? त्यांचा आणि जाधव सरांचा कोठे, कसा संबंध आला असेल? त्यांच्यात काय काय घडलं असेल? कुठल्या पातळीवर ते एकमेकांपासून वेगळे झाले असतील? त्या म्हणतात, त्यांच्यासारखा अनुभव इतर अनेक बायका मुलींना आला. किती जणी असतील अशा? त्यांच्यापैकी या कॉलेजात असतील का कोणी सध्यातरी? असतील तर त्याही मॅडमसारख्याच आपल्याला सावध करतील का? कदाचित करणारही नाहीत.

आणि याची दुसरीही बाजू असू शकते... की मॅडम जाधव सरांवर असा आळ घेत असतील कदाचित? जाधव सर आपल्याला तरी तसे वाटत नाहीत. अन् आपल्या बाबतीत तसे नसू शकतात. कारण आपण दिसायला स्मार्ट वगैरे नाही. खरंतर आपण निग्लेक्टेड या गटातच मोडतो त्यामुळे आपल्यासारखीकडे तशा नजरेनं कोण कशाला पाहील? जाधव सर तर नक्कीच नाही... हं. मॅडमला कळत नसेल का? की जाधव सरांविषयी आपलं मन कलुषित करण्यासाठी त्या असं बोलल्या? हे सगळं कोणाला विचारावं? कोण सांगेल यामागचं तथ्य आपल्याला? विचारावं डायरेक्ट जाधव सरांना? पण नको. सर रागावतील. अन् तसं काही नसेल तर सरांना किती दु:ख होईल? पण मग मॅडमचा असं सांगण्यामागे हेतू काय? कुठल्या अंगानं त्या जाधव सरांकडून दुखावल्या गेल्या?

राणीच्या मनात प्रश्नांची महालाट निर्माण झाली. ती प्रचंड अस्वस्थ झाली... "सो राणी, टेक केअर युवरसेल्फ. तशीच काही अडचण आली तर माझ्याशी कॉन्टॅक्ट कर, हे घे माझं कार्ड. माझा सेल नंबर आहे त्याच्यावर..." त्यांनी पर्समधून कार्ड काढलं. राणीनं हाती घेतलं. "लेट अस गो. मला लेक्चर आहे आता." आणि त्या निघाल्या. त्यांच्या मागोमाग राणीही बाहेर पडली. त्यानंतर दोन दिवस ती या अवस्थेतच होती.

प्रिन्सिपॉलघोषित आयडॉल राणीचं प्रिन्सिपॉल ॲड्रेस नंतर हे वास्तव. तर टारगट पोरांची आयडॉल ठरलेल्या भट्टीची स्थिती नेमकी कशी झाली ते पाहणंही मनोरंजक ठरेल. त्या दिवशी माइकसमोरून भट्टी जागेवर येऊन बसली. तेव्हा जी उत्स्फूर्तता मंकीनं दाखवली, तशी आजूबाजूच्या इतर कोणत्याही मुलीनं दाखवली नाही. त्यातल्या बऱ्याच जणी तिच्याकडे कौतुकमिश्रित बिषादानं पाहत होत्या. कौतुक यासाठी की जाहीर कार्यक्रमात अगदी स्टेजवरून सहजपणे तिनं सगळ्या मुलामुलींना आपली ब्रेस्ट दाखवली. अशी हिंमत अन्य कोणतीच मुलगी करणार

नाही. एकवेळ वाइड ॲन्ड डीप व्ही कटचे शर्ट्स घालण्याची हिंमत त्यातल्या त्यात बऱ्याच जणी करतात. त्यातून ब्रेस्टचं जे काही प्रदर्शन होत असेल ते त्यांना मान्यही होतं; पण असं उघड उघड अन् जाणीवपूर्वक अंगप्रदर्शन... तेही सगळ्या मुलांसमोर? इट्स नॉट अ जोक. त्यासाठी गेंड्याचीच कातडी असावयास हवी... म्हणजे येथे गेंड्याच्या कातडीच्या कठीणपणाचा तसा संबंध नाही. पण गेंड्याच्या कातडीएवढ्या जाडीचं हृदय हवं. कारण अशा गोष्टींचे काही दुष्ट परिणाम होऊ शकतात. हे एक प्रकारचं मुलांना आवाहनच असतं. त्याला आ बैल मुझे मार असं म्हणता येईल. आणि हे बैल अंगावर घेण्याची मग ताकदही हवी. तिच्या भोवताली अशा बऱ्याच मुली होत्या की अपरिचित, अनोळखी मुलांशी बोलणं तर दूरच; पण त्यांच्याकडे नजर उचलून पाहणंही शक्य नाही त्यांना. गेल्या वर्षी याच कॉलेजात खेड्यातून आलेल्या एका मुलीला सीनिअरच्या एका मुलाने महाद्वाराच्या पायऱ्या चढताना काही विचारलं. तर ती एवढी भेदरली की चक्कर येऊन पडली. तिच्या सोबतच्या मुलींनी तिला सावरलं. तिला तिच्या म्हणण्यावरून तिच्या नातेवाइकाकडे पोचवलं. त्या दिवसानंतर तिनं पुन्हा कॉलेजात पाय टाकला नाही. या कॉलेजचे नियम कठोर असले तरी तेवढ्यापुरती गंमत करणारी पोरंही काही कमी नसतात. गंमत करता करता मुलीकडून प्रतिसाद मिळाला तर पुढे सरकायला– कॉलेजच्या बाहेर अर्थात– कॉलेज प्रशासन थोडंच रोकणार आहे? बऱ्याच मुली घरच्यांचा विरोध करून वा घरच्यांच्या धाकात राहून कॉलेजात येतात. 'पोरगी कॉलेजात गेली की हातची गेली' अशी काही घरच्यांची पक्की समजूत असते. त्यांना विश्वासात घेऊन कॉलेजात आलं अन् कॉलेजातली काही भानगड त्यांच्या कानावर गेली तर एकदम कॉलेज बंद, करिअर खल्लास! अर्थात सगळीच पोरं तसली असतात असं नाही, पण ते कसं ओळखायचं हा प्रश्न असतो. नाही म्हटलं तरी या कॉलेजातही अगदी रंगीत खडू आणून महाद्वारापासून ते कॅन्टीनपर्यंतच्या भिंतींवर मुलींच्या बाबतीत काहीबाही लिहिलं जातं. इतर मुलंमुलीही ते चवीनं वाचतात. जिच्याबद्दल लिहिलं तिचा मात्र जीव जायची पाळी येते. एस.एम.एस. तेही अश्लील, ही तर आम बात आहे. त्यासाठी प्रयत्नपूर्वक मुलींचे मोबाइल नंबर्स मिळविले जातात. टॉन्टिंग ही तर मुलांची खासियत आहे. तरीही ग्रूपमधल्या मुली 'एकटीनं कुठंही फिरायचं नाही,' असं ठरवूनच वागतात. मुलांशी बोलणंही नाही तर मग त्यांची चेष्टा करणं हे भयंकर दिव्य ठरेल. त्यांच्यासाठी अशा मुलींना कुठल्याही प्रकारची– राणीसारखीही नको अन् भट्टीसारखी तर नकोच नको– प्रसिद्धी नको असते. त्या अगदी निवांत असतील आणि जवळपास कोणी मुलंही नाहीत अशा परिस्थितीत एकमेकींची थट्टा करतील. बस्स तेवढंच! लफडी करणं, प्रेम करणं हा टारगटपणा असल्या

पोरींना परवडणारा नाही. तशा पोरी नसतात असंही नाही. भट्टीसारखी आतून-बाहेरून नागडी असणारी पोरगी एकालाच काय पण अनेकांना आपल्या भोवती गोंडे घोळायला भाग पाडते. आणि बऱ्याचदा अशा पोरी गैरफायदा घेऊन पोरांना फसवतात, त्यांचं शोषणही करतात. एवढा धीटपणा भट्टीनं दाखवला म्हणून तिच्या भोवतालच्या मुलींना तिचं कौतुक; पण त्याचबरोबर विषादही वाटला. तो यासाठी की ती एक मुलगी– त्यातही नुकतीच कॉलेजात आलेली असूनही तिनं एवढं उथळ वागावं? म्हणे स्त्री-पुरुष समानता, स्त्रीस्वातंत्र्य, ते का असल्या गोष्टींसाठी हवं? म्हणजे मग आपण कसेही वागायला मोकळे. ना घरच्यांचा धाक, ना बाहेरच्यांचा. एक शास्त्रवचन आहे. पिता रक्षति कौमारे । भर्ता रक्षति यौवने । रक्षन्ति स्थविरे पुत्रा । न स्त्री स्वातंत्र्यं अर्हती। मान्य. हा फार जुना काळ होता. मात्र पुण्या-मुंबईतल्या मुली-बायकांसाठी. जुन्या, खेड्यापाड्यात तर आजही तेच पुरातन वास्तव आहे. खेड्यात मुली शिकतात, नोकरी करतात, लग्न करतात, लग्न झाल्यावर गावपातळीपासून ते जिल्हापातळीवर राजकारण करतात; म्हणून का मग त्या स्वतंत्र झाल्या? तो केवळ देखावा असतो. उंबरठ्याच्या बाहेर एकतर पडूच द्यायचं नाही. पडली तरी तोंडावर बोट... जे काही करेल ते नवरा नावाचा प्राणी. हिनं नुसतं सह्याजीराव व्हायचं. पगारदार असेल तर पगार काढणार नवरा. तिला आपला पगार किती हेही माहीत नसणार... अशी सगळी व्यवस्था असणाऱ्या ग्रामीण भागातून आलेल्या मुलींना भट्टीच्या मुक्त, नग्न विचारसरणीचा विषाद वाटणं ठीकच आहे. भट्टीपेक्षा अशा मुलींना तिच्या घरच्यांचा राग येतो. त्यांनी एवढं बेफामपणे उधळायची परवानगी कशी दिली असेल? हां, हां, हां... या बाबतीत एक धोका इथेही दिसतो. घरात अतिशय सोज्वळपणे वागणाऱ्या मुली बाहेर पडल्या की एकदम फ्लर्ट वागतात. हे लोण काही प्रमाणात गावाकडेही पोचलेलं आहेच. सध्या ते कपड्यांच्या बाबतीत आहे. घरून शाळा-कॉलेजात जाताना अंग भरून पंजाबी ड्रेस, अन् कॉलेजात गेलं की बाथरूमला जाऊन चेंज. पंजाबीच्या जागी सॅकमध्ये लपवून आणलेला शॉर्ट... येत्या काही काळात अशा शाळा-कॉलेजात भट्टीसारख्या मुली वागणारच नाही याची काय गॅरंटी? मात्र हेही तेवढंच खरं की भट्टीसारखी एक नालायक मुलगी इतर चांगल्या मुलींसाठी त्रासदायक ठरते. तिच्या कोणी मैत्रिणी असतील तर त्यांच्यासाठी नक्कीच... मैत्रिणी नसणाऱ्या इतरांसाठीही... अशी मानसिकता बाळगणाऱ्या भट्टी भोवतालच्या मुली उघडपणे कोणतीच प्रतिक्रिया देत नसतात. आणि त्या वेळी त्या मुलींनी दिलीही नाही. फारतर चारचौघींनी तिच्याकडे पाहून नाकं मोडले... बस्सं!

प्रोग्रॅम संपला तेव्हा बहुतेक ज्युनिअर-सीनिअर राणीच्या भोवती जमा झालेल्या होत्या. नाही म्हटले तरी चार-सहा जणी भट्टीला भेटल्या. विशेषत: त्यांना तिनं

बाबासाहेबांना 'दिलजले' म्हटलं, ते फार आवडलं. त्यांच्या मते बाबासाहेबांनी कॉलेजचं हायस्कूल केलं. अमुक करू नका, तमुक करू नका, अशा वागू नका, तशा वागू नका, तोकडे कपडे घालू नका. मुलांशी बोलू नका... कॉलेज म्हणजे काय हे बाबासाहेबांनी पाहिलं, अनुभवलं तरी असेल का? कॉलेज तेथे कॉलेजकट्टा म्हणतात. काय जाम मजा करतात बी.एफ., जी.एफ. आपापले ग्रूप्स बनवून, आणखी काय काय? बेफिकीरपणे मस्ती, गप्पा, हसीमजाक, एकमेकांची खेचणं, फिरणं, डेटिंग. यातही वेगवेगळे प्रकार– फ्री डेटिंग, कपल डेटिंग, ग्रूप डेटिंग, ब्लाइंड डेटिंग. कधीकधी डेट-रेपही घडून येतो, नाही असं नाही. लव्ह – तेही दोन्ही प्रकारचं, जेनुइन अॅन्ड कॅज्युअल. सेक्सही तसंच. विशेषतः कॅज्युअल सेक्स. ज्यात एकमेकांशी आयुष्यभराची कमेटमेंट नाही. तरी गंमत म्हणून तर कधी उत्सुकता म्हणून, कधीकधी अगदी स्टेटस म्हणूनही – हो, यातही स्टेटस दडलेलं असतंच असतं. मुलांमध्ये अधिक मात्र मुलींमध्ये कमी प्रमाणात– सेक्श्युअल इंटरकोर्स. त्यातून पुढे काय काय कॉम्प्लिकेशन्स येतील ते येवोत; पण प्रिकॉशन म्हणून इंटरकोर्स करण्याआधी कंडोम लावला का हे पाहणे, कंडोम लावलं असलं तरी सिक्युरिटी म्हणून पिल्स घेणे... कोणी किती वेळा इंटरकोर्स केला, कोणा-कोणासोबत, काय काय अन् काय? सिगारेट्स, वाइन, बिअर्स यातही बी.एफ. बरोबर सहभाग. शिवाय निमित्त साधं असलं तरी चालतं, अगदी एखादीनं-एखाद्यानं नवा पेन विकत घेतलेला असला तरी– शोधून ते सेलिब्रेट करणं, ताबडतोब म्हटल्यास कुणाला तरी कॅन्टीनमध्ये पिटाळून वडा-पाव किंवा जे मिळेल ते अगदी चॉकलेटसुद्धा मागवून सेलिब्रेशन साजरं करणं. एखादा फार मोठा इव्हेन्ट असेल तर मग रात्रीचं एखाद्या बारमध्ये पार्टी अरेंज करणं. हां, ते एक नेट... गप्पा मारतानाही ग्रूपमधलं कोणी ना कोणी नेटवर असतंच असतं. आपल्या वॉलवर काय काय पेस्ट केलं गेलं, याचा शोध घेऊन त्यातलं काही मोस्ट इंटरेस्टिंग असलं तर ते इतरांसोबत शेअर करणं... किंवा काहीना काही वेगळं डाउन लोड करणं, सर्फिंग करणं, बाहेरच्या फ्रेन्ड्सबरोबर चॅटिंग करणं... समोर कोणी मुलगी चालली तर तिच्या साइझची चर्चा करणं, बॉईजना जी.एफ. थर्टी सिक्स-ट्वेन्टी फोर- थर्टी सिक्सचीच हवी असते. तशी एखादी दिसली की तिला आपल्या ग्रूपमध्ये घेणं. गर्ल्सनाही बी.एफ. वन हन्ड्रेड अॅन्ड एटी– टू हन्ड्रेड ट्वेन्टीचाच आवडतो. तसा कोणी दिसला की त्याची चर्चा करणं. थिल म्हणून कसला ना कसला तरी लोचा करणं. कधी त्यातून वा इतर कारणांनी निर्माण होणारे इंटरग्रूप प्रॉब्लेम्स, बाचाबाची, वादावादी, हाणामारी, पण असलं क्वचितच... त्यातलं इथं या कॉलेजात काय आहे? नथिंग एल्स? क्यों? क्यों की यहाँ रिस्ट्रिक्शन्स है, पाबंदियाँ हैं; गर्ल्स अॅन्ड बॉइज दोनोंपर भी. वे एकदुसरे

के साथ नहीं बोल सकते. एक दुसरे के साथ क्लास में या बाहर नहीं बैठ सकते. एक दुसरे के साथ आ-जा नहीं सकते. कारण काय तर येथे चालते आमची सत्ता... महासत्ता... आम्ही म्हणू ती पूर्व... आम्ही म्हणू हेला दूध देतो तर देतो... अरे, काय काय चाललं हे? कुण्या कवीनं म्हटलं आहे –

ही वांझ महासत्ता
फळत नाही, फुलत नाही
चालत नाही अन् बोलतही नाही
मुक्याचं सोंग घेऊन
मख्खपणे उभी आहे
रिलायन्सच्या टॉवरवर
जगण्या-मरण्याचे संदर्भ
शोधण्यापलीकडे इथला माणूस उदास, अस्वस्थ!
कुणाची रखेल ही महासत्ता?

आणि या प्रश्नाचं उत्तर आहे शिक्षणमहर्षी बाबासाहेब... बरं झालं. भट्टीनं त्यांना जाहीरपणे दिलजले म्हटलं. या कॉलेजातच्या कित्येक गर्ल्स अ‍ॅन्ड बॉईजच्या मनातलं बोलली भट्टी.

काय होतंय हे? कोण आउटडेटेड होतं आहे? बाबासाहेब की कॉलेजातली भट्टीच्या जातकुळीची मुलं? जुनं एक गाणं आहे– प्यार किया तो डरना क्या, जब प्यार किया तो डरना क्या? प्यार किया कोई चोरी नहीं की, छुप छुप के आँहे भरना क्या? जब प्यार किया तो डरना क्या? नका प्यार करू देऊ? आणि इतर कॉलेजमधल्या कट्ट्यावरची मुलं का झाडून सारी एकमेकांच्या प्रेमात पडलेली असतात काय? प्रेम ही काय अशी सहजासहजी होणारी गोष्ट आहे? त्यानं किंवा तिनं पाहिलं आणि त्यानं किंवा तिनं जिंकलं हे फार कमी वेळा घडतं... या ग्रूप्समध्ये प्रेम करणारे नसतातच असंही काही म्हणता येणार नाही... असतातही... पण ते सोडले तर बाकीचे? दे आर बेस्ट फ्रेन्ड्स ऑफ इचॉदर... त्यात वाईट काय? आणि वाईटच शोधायचं म्हटलं तर बाहेरच्या जगात काय चाललं ते बघा. म्हणे रिलेशनशिप. आमच्या मम्मीच्या वयाच्या बायका अन् पप्पांच्या वयांचे पुरुष बाहेर काय शेण खातात? ओपन रिलेशनशिप, अल्टरनेट रिलेशनशिप, वन नाइट रिलेशनशिप... हे सगळं काय आहे? चिनी बनावटींच्या वस्तूंसारखे 'यूज अ‍ॅन्ड थ्रो'. बाबासाहेब, तुमची खरी गरज तेथे आहे. आमच्या अशा बेताल वर्तन करणाऱ्या ममी-पपांना सुधरवा... घ्या त्यांचे क्लासेस! करा त्यांचं ब्रेन वॉशिंग. अ‍ॅज अ फॅशन, दे आर परमिटेड टू अ‍ॅक्सेप्ट द वेस्टर्न कल्चर विथ इट्स ऑल व्हॅल्यूज. देन व्हाय सच बॅरिअर्स आर इरेक्टेड अगेन्स्ट अवर

जनरेशन?

भट्टीभोवती जमा झालेल्या या मानसिकतेच्या मुली तिला म्हणाल्या, "भट्टी, या लढ्यात आम्ही सर्व जणी तुझ्या मागे आहोत... त्यासाठी आपण युनिटी करू. एकता... अन् बोलता-बोलताच 'भट्टी एकता जिंदाबाद' अशा घोषणा द्यायला त्या मुलींनी सुरुवात केली. अन् या एकता संघटनेचं भट्टीच्या नावानं नामकरणही झालं. तेथेच घोषणायुद्ध सुरू झालं.

बाबासाहेब हाय हाय
आम्हा मुलींना हवा न्याय
गर्ल्स ॲन्ड बॉईजची नको थट्टा
त्यांना हवा कॉलेज-कट्टा

त्या मुलींच्या घोषणा ऐकून राणी भोवतालच्या काही मुलीही या घोषणा-युद्धात सामील झाल्या.

आता भट्टी आणि कंपनी जिमखान्यातून बाहेरच्या गॅलरीत आल्या. त्यांच्या घोषणांचा आवाज वाढला. तशी इकडेतिकडे करणारी काही मुलंही त्यांना येऊन मिळाली. भट्टीच्या ग्रूपमधल्या कॉम्प्युटर ॲन्ड टेक्नॉलॉजी सेकंड इअरच्या भार्गवी गुप्तानं त्या मुलांसमोर छोटंसं भाषणच केलं.

"फ्रेन्ड्स, या भट्टीनं आपल्या अनेकांच्या मनातल्या खदखदीला टाचणी मारून वाट मोकळी करून दिली. या कॉलेजात आमच्यावर जी जाचक बंधनं लादण्यात आली, त्यामुळं आमचा जीव गुदमरतो. आम्ही आमच्या करिअरसंबंधी अत्यंत कॉन्फिडंट आहोत. आपलं आपलं ज्यानं त्यानं करिअर प्लॅनिंग केलेलं असतंच. पण कॉलेज-लाइफमध्ये एवढंच पुरेसं आहे का? मला बर्गर आवडतो, पिझ्झा आवडतो, मिक्स ॲन्ड मॅच शॉर्ट ड्रेसेस आवडतात, इंटरनेट, पोर्न सर्फिंग आवडते; पण या कॉलेजात आलं की मेंढीसारखं खाली मान घालून या आणि कॉलेज संपलं की तसेच जा. हे फारच झालं. गर्ल्स ॲन्ड बॉईजच्या मध्येही काही रिलेशनशिप असू शकते की नाही? या रिलेशनशिपमधला फ्रँकनेस हाही आमच्यासाठी मोठा ॲसेट आहे. एक मुलगा दुसऱ्या मुलीशी बोलतो म्हणजे त्यांच्यात काही अफेअरच असतं असं का मानलं जातं? आपल्या कॉलेज मॅनेजमेंटची फीलिंग तशीच दिसते. हा आपल्यावर अन्याय आहे असं नाही वाटत तुम्हाला? जर वाटत असेल तर द्या आमच्यासोबत घोषणा! अन् तिनं लगेचं घोषणा द्यायला सुरुवात केली–

गर्ल्स ॲन्ड बॉईजची नको थट्टा
त्यांना हवा कॉलेजकट्टा
पिझ्झा, बर्गर, पोर्न, नेट

ओपन नाऊ फ्रेन्डशिप गेट
कोण शिरी कोण फरहाद
आमच्या हवी मैत्रीला दाद
बाबासाहेब लिसन धिस
फुलफिल अवर फ्रेन्डशिप-विश

दहा-पंधरा मुली अन् तेवढीच मुलं यांनी एवढा हंगामा केला की, त्याची दखल प्रिन्सिपॉल सरांना घ्यावी लागली. त्यांनी या सर्वांना ऑफिसात बोलावलं. अन् खडसावून विचारले,''व्हाय आर यू मेकिंग द प्रोक्लमेशन्स?''

भार्गवी गुप्तानं पुढं होऊन प्रिन्सिपॉल सरांना घोषणा देण्यामागची भूमिका सांगितली. तेव्हा ते गंभीर होऊन म्हणाले,''स्टॉप धिस चाइल्डिशनेस. बी सिरिअस फॉर युअर फार्च्यून. आय मायसेल्फ अॅन्ड बाबासाहेब टू एक्स्पेक्ट एक्सलंट पर्सनॅलिटी फ्रॉम यू ऑल इन फ्यूचर. सो डोन्ट वेस्ट युअर मोस्ट व्हॅल्युएबल टाइम इन सच फुलिश थिंग्ज. आय स्ट्रिक्टली वॉर्न यू फ्रॉम धिस टाइम ऑनवर्ड्स, डोन्ट कॉज अ कमोशन लाइक धिस. अदरवाईज यू विल गेट इन टू हॉट वॉटर...'' भार्गवीसकट सगळे गप्प झाले. प्रिन्सिपॉल सर एवढे रागावतील अशी त्यांनी कल्पनाही केली नव्हती. प्रिन्सिपॉल सर भट्टीकडे वळत बोलले, ''अॅन्ड यू? व्हॉट्स युवर नेम?'' भट्टीनं आपलं नाव सांगितलं. त्यावर प्रिन्सिपॉल सर कडवट चेहरा करून म्हणाले, ''आशिका, डोन्ट डिस्ट्रॉय युवर रेप्युटेशन. यू आर फ्रेश न्यू कमर इन धिस कॉलेज. गो बाय रूल्स ऑफ द कॉलेज. मेक युअर नेम अॅज लाइक सुमन सोनाग्रा, हू इज द इमिनंट अॅस्ट्रॉनॉमर वर्किंग इन नासा, अमेरिका. हर नेम इज बाय वे ऑफ एक्झाम्पल. सो मेनी ऑदर एक्स-स्टुडंट्स ऑफ धिस कॉलेज प्रूव्ह्ड देअर हायर नोबॅलिटी इन देअर फील्ड व्हेअर दे आर वर्किंग. सो डिसमिस दॅट दिलवाले, दिलजले टाइप्ड इनसिग्निफिकंट थॉट्स फ्रॉम युअर माइंड. आय निग्लेक्ट युअर टुडेज स्पीच, बट इफ यू विल बिहेव लाइक धिस, अगेन अॅन्ड अगेन, आय विल हर्ट यू बॅडली...''

''सर आर यू थ्रेटनिंग अस? इट्स नॉट फेअर सर.'' भार्गवीनं प्रिन्सिपॉल सरांनी तिला अन् भट्टीला दिलेल्या धमक्यांचा विरोध केला. आपण जास्तच बोललो की काय, अशी शंकाही प्रिन्सिपॉल सरांना आली. त्यावर ते म्हणाले, ''आय एक्स्पेक्ट टू बिहेव लाइक गुड गर्ल्स फ्रॉम यू. नाऊ ड्रॉप धिस मॅटर अॅन्ड गो टू युवर क्लासेस...''

भार्गवीलाही अधिक ताणावंसं वाटलं नाही; पण तिच्या मनातली खुन्नस वाढली होती... त्यामुळं ऑफिसातून बाहेर पडताच तिनं घोषणा दिली, ''दिलजले हाय हाय.'' मात्र इतर कोणीही तिला दुजोरा दिला नाही. भट्टी, मंकी अन् भार्गवी

यांना सोडून बाकी सर्व मुलं-मुली पांगले. ''इट्स ओके मॅम. वि विल बिहेव अॅज वि विश. आपण या एका विचारावर फक्त तिघी उरलो. कधीमधी एकटेपणा वाटला किंवा इच्छा झाली तर नक्की भेटू. थँक्स,'' भट्टी बोलली. मात्र भार्गवी अधिक आक्रमक होत म्हणाली, ''नो भट्टी, इट्स नॉट अवर थ्रीज प्रॉब्लेम! आय विल मेक प्रोपोगंडा ऑफ धिस इन माय फ्रेन्ड्स... वन डे आय विल ब्रेव्हली फाइट विथ धिस प्रिन्सिपललेस प्रिन्सिपॉल अॅन्ड बाबासाहेब... ओके. सी. यू अगेन.'' असा निर्धार व्यक्त करून भार्गवी निघून गेली. तो दिवस संपला.

नंतर मात्र भार्गवी गंभीरपणे कामाला लागली. भेटेल तिच्याशी चर्चा करू लागली. तिच्या चर्चेची मुख्य जागा होती कॅन्टीन. 'सपोज इट टु बी ए कॉलेजकट्टा' हा विचार तिच्या सगळ्या मित्रांना पसंत पडला. आणि मग भट्टी, भार्गवीसोबत तिथं चर्चांना ऊत येऊ लागला. त्या चर्चांतून भट्टीचे अनेक जण नवे बी.एफ. अन् जी.एफ. झाले. कॉलेजात अन् कॉलेजबाहेरही गाठीभेटी होऊ लागल्या. त्यासाठी कॉलेज कॅम्पसच्या समोरची चहा टपरी या भेटीगाठींचं मध्यवर्ती केंद्र बनलं. इथं ना प्रिन्सिपॉलची भीती होती ना बाबासाहेबांची. कधीकधी प्रिन्सिपॉल अन् बाबासाहेब आपापल्या कारमधून जाताना या घोळक्याकडे पाहत होते; पण नुसतेच पाहत होते.

एक दिवस तिसरं लेक्चर सुरू असताना भट्टीच्या मोबाइलवर मेसेज आला.

''भट्टी, जॉइन विथ अस ओव्हर द थर्ड लेक्चर... भावेश.''

मेसेज वाचून झाल्यावर ती मंकीला हळू आवाजात म्हणाली, ''मंकी, गिव्ह मी टू कंडोम्स प्लीज.'' मंकीला नवल वाटलं. लेक्चर चालू असताना ही कंडोम मागते? तिनं कारण विचारलं.. तर ती म्हणाली, ''मी भावेशच्या ग्रूपसोबत खडकवासल्याला चालली.''

भावेश? त्या दिवशीचा? छान संचालन करणारा... चेहऱ्यावरून किती स्मार्ट, शांत वाटतो! अन् तोही असाच... मंकीनं पुन्हा विचारलं, ''दोन बस्सं होतील?'' त्यावर ''दोन आहेत माझ्याकडे,'' असं भट्टीनं सांगितलं. ''अन् पिल्स?'' ''ती आहे...'' म्हणजे मंकीसारखं– म्हणजे उलटं म्हणू या– भट्टीसारखं मंकीनंही सारं काही गृहीत धरलं. तेही बरोबर आहे. मुलंमुली ग्रूपनं बाहेर जाणार ती काय डोंगरदऱ्या, झाडंझुडपं पाहायला? तशा जाण्यात काय चार्म? यांची क्रेझ पाहून झाडाझुडांनासुद्धा चळ सुटला पाहिजे... मंकीच्या मनात हे विचार चालू असतानाच एकदम नर्व्हसनेस आला. साला, आपण उगाच सॅकमध्ये दररोज कंडोम अन् पिल्स ठेवून वागतो. त्यांचा काय उपयोग? या कॉलेजात एवढे– म्हणजे साडेचार-पाचशे तरी नक्कीच मुलं आहेत; त्यातल्या एकानंही आपल्याला अजून हुंगलं नाही. नाही म्हणायला आपल्या बॅचचा वेदान्त आपल्या आगेमागे गोंडा घोळतो.

तो फार काही करेल असं वाटत नाही. तेवढंच बरं वाटतं, पण आपल्यासोबत भट्टी असली की टरकतो. कॉलेजचे नियम कडक आहेत, असं म्हणण्याचा काय अर्थ? आता भट्टीला त्या भावेशचा एस.एम.एस. आला; काय करू शकतो कॉलेजचा नियम? खरं म्हणजे भट्टीच्या भाषेत दिलवाल्यांना कसल्याही गोष्टींचा अटकाव नाही. आपण मात्र, एवढ्या या जंजाळात एकटे. आपल्याला वाटते कोणीतरी आपल्याशी चाळे करावे. आपणच जबरदस्ती घेऊन जावं वेदान्तला? मस्ती करायला. पण नुसतंच वाटते...

भट्टीसारखीचं पाहिलं की कुढत बसण्यापेक्षा दुसरं काय आहे आपल्या हाती? अशी रिस्क घ्यायला मुली घाबरतात. आपणही घाबरतो. मागच्या एका रविवारी भट्टीनं तिच्या ज्युनिअर कॉलेजच्या ग्रूपसोबत सिंहगडला चल म्हटलं होतं. आपली तयारीही झाली होती; पण नंतर ते डेस्टिनेशन कॅन्सल झाल्याचा तिचा निरोप आला. आता काय करावं? कोणाला म्हणाव, "चल माझ्यासोबत. जो मेरा वो तेरा. आपण शेअर करू..." अर्थात तो कोणी जो असेल तो आपल्या पसंतीचाही हवा ना? म्हणूनच तो वेदान्त तितकासा मनात भरत नाही. या वेदान्तपेक्षा गावाकडचा वेदान्त कसा डॅशिंग आहे. म्हणूनच त्याची सतत आठवण येते. तो एम.बी.बी.एस.ला इथं आला... म्हणजे आपल्याला पाहिजे तो आपल्या पसंतीचाच, अर्थात गावाकडचा वेदान्तच. अन्यथा भलत्या कोणी अंगाला स्पर्श केला तरी किळस येते. म्हणजे त्यातही आवडनिवड. त्यामुळंच आपल्याभोवती एवढी पोरांची गर्दी तरी आपण एकट्या आहोत, खरंच एकट्या.

"मंकी, फोर्थ लेक्चरची माझी अटेन्डन्स देशील?" भट्टीनं सुचवलं. मंकी "हो" म्हणाली. चौथ्या पिरिअडचे पांडे सर खाली मान घालून अटेन्डन्स घेतात. ते वरसुद्धा पाहत नाही. त्यामुळे कोणी कोणाचीही अटेन्डन्स देतो. खरंतर अशी भट्टीचं अटेन्डन्स देण्याची वेळ आतापर्यंत मंकीवर आली नव्हती. कारण भट्टी एकही लेक्चर वा प्रॅक्टिकल बंक करत नव्हती. आज मात्र... मंकीनं तिला तसं विचारलं, तर भट्टी म्हणाली, "खडकवासल्याची झिंग मिस करायची इच्छा नाही. तिच्यासाठी एक लेक्चर अन् एक प्रॅक्टिकलचा मुडदा पाडायला हरकत नाही."

त्यानंतर तिसऱ्याच दिवशी वरच्या घटनेच्या अगदी विपरीत घडलं. झालं असं की देशपांडे सरांचं लेक्चर सुरू होतं. दाणी मॅडम वर्गात सर्वांवरून नजर फिरवित शिकवतात, तसं देशपांडे सरांचं नसतं. देशपांडे सर मुलांकडे बघतच शिकवतात; पण आपल्यासमोर बसलेल्यांपैकी कोण काय करतो, हे जणू त्यांना दिसतच नाही. बऱ्याचदा मुलंमुली एका जागेवरून उठून दुसऱ्या जागी कधीकधी तिसऱ्या जागीही जाऊन बसतात. तरी देशपांडे सर काहीच म्हणत नाही. तर सरांचं एक्स्प्लनेशन सुरू. मध्येच सीनिअर वाटावा असा एक धिप्पाड मुलगा

वर्गात न विचारता आला. जिथं भट्टी बसली होती, तिच्या बाजूच्या बेंचवर बसलेल्या एका मुलाला दंडाला धरून त्यानं उठवलं, मागं जायला लावलं. तो त्याच्या जागेवर बसला. त्यानं मोबाइल काढला... त्यावर काही मेसेज टाइप केला. अन् मोबाइल भट्टीपुढं ठेवला. भट्टीनं आधी त्याच्याकडं बघितलं. तो तिला वर्गात नवीनच वाटला. याआधी तिनं कधी त्याला वर्गात बघितलं नव्हतं. तिनं त्याच्या मोबाइलकडे पाहिलं. ''मेसेज'' तो म्हणाला. तिनं मोबाइल हाती घेऊन मेसेज पाहिला. 'आय ॲम शान. आय लाइक्ड युअर स्पेक्टेक्युलर दिल शोन बाय यू ऑन प्रिन्सिपॉल ॲड्रेस... शो नाऊ. आदरवाइज आय विल सी फोर्सिबली. हरी अप...'' भट्टीनं त्याच्याकडे रागानं पाहिलं अन् त्याच्या अंगावर मोबाइल फेकत म्हणाली, ''माय फूट...'' त्याचा मोबाइल खाली पडला. त्याचा आवाज झाला. मंकीसह चार-दोन बेंचवरच्या मुलंमुली त्याच्याकडे पाहायला लागल्या. त्यानं मोबाइल उचलला अन् एकाएकी तिच्या जर्किनला हात घातला. ते पाहून भट्टी ओरडली, ''हे यू हेल... ब्लडी डॉग... आय विल किल यू.'' असं म्हणत ती त्याच्या अंगावर चवताळून भिडली. त्यानं असं काही होईल अशी अपेक्षा केली नव्हती. त्यामुळे तिनं घेतलेल्या आक्रमक पवित्र्याने तो हादरला. शिवाय तिच्या ओरडण्यानं सगळा वर्गच त्याच्याकडे पाहू लागला. देशपांडे सरही ''व्हॉट्स गोइंग ऑन देअर?'' म्हणत शिकवायचं थांबले. तोपर्यंत भट्टीनं पायातली सॅन्डल काढून त्याला मारायला सुरुवात केली. आपलं आता काही खरं नाही हे लक्षात आल्यानं तोही भट्टीच्या तावडीतून स्वत:ची सुटका करून घेत वर्गाबाहेर पडला. हे सारं दोन मिनिटांत घडलं. त्यामुळं कोणाला काहीच करता आलं नाही...

''मिस... व्हॉट्स युअर नेम? आर यू ओके?'' देशपांडे सरांनी विचारलं.

भट्टीही म्हणाली, ''येस सर.'' अन् ती जागेवर बसली.

''आर यू गोइंग टू कम्प्लेन इन द ऑफिस?''

''नो, नेव्हर सर. आय ॲम आल राइट सर. उस कॉक्रोचको मैने भगा दिया सर...''

देशपांडे सर फारच भावुक झाल्यासारखे वाटले. ते सद्‌गदित होऊन म्हणाले,''आय हार्टिली सॅल्यूट टू यूअर ब्रेव्हरी, करेज ॲन्ड बोल्डनेस..'' मग बाकीच्या मुलींकडे वळून म्हणाले, ''सी गर्ल्स, शी इज यूअर न्यू आयकॉन... नो अबला बट सबला... कॉम्पिटेन्ट, कॅपॅबल, एबल टू फाइट अगेंस्ट अनजस्टिस, अनफेअर, पार्शल इन्सिडंट्स... इनिशिएट दीज थिंग्ज फ्रॉम हर... बी कॉम्पिटेंट, बी कॅपेबल, बी एबल... गिव्ह हर बिग हॅन्ड...'' आणि त्यांनी टाळ्या वाजवायला सुरुवात केली. तसा सगळा वर्ग टाळ्या वाजवू लागला. काही वेळानं ''इट्स ओके. नाऊ आय विल प्रोसिड फरदर माय पोर्शन,'' म्हणत त्यांनी शिकवायला

सुरुवात केली.

मंकी मात्र अजूनही सावरली नव्हती. देशपांडे सरांनी केलं तसं भट्टीच्या हिमतीचं तिला अजूनही कौतुक वाटत होतं... तिच्या जागी आपण असतो तर? आपण तिनं केला तसा प्रतिकार करू शकतो असतो? नक्कीच नाही... आणि त्या मुलाची दांडगाई केवढी? मुली म्हणजे का त्याला भाजीपाला वाटतो? घेतली दोन रुपयांची जुडी अन् टाकली थैलीत? बाईला, मुलीला वश करणं एवढं सहज, सोपं असतं? तसं असतं तर एका एका मुलाच्या मागं दहा-दहा मुली लागल्या असत्या... आणि भट्टीच्या वागण्याचंही नवलच नाही का? काल परवाच ती भावेशबरोबर डेटिंगला गेली काय! अन् आज जबरदस्ती करणाऱ्या या मुलाला भर वर्गात सॅन्डलने झोडपलं काय? आपण म्हणतो तेच खरं! हवा असतो; पण भलताच कोणी नको. स्वप्नातला, पसंतीचा... कोण होता तो? त्यानं एवढी हिंमत कशी केली? मंकीनं भट्टीला विचारलं तर ती म्हणाली, "आय डोन्ट नो... लेट इट बी यार... गंदी हवा का एक झोंका आया और गया! बस."

पण मग कॅन्टीनवर या गोष्टीची खूप चर्चा झाली. तिच्या नव्या बी.एफ.नी "आम्हाला तो दाखव. हड्डी-पसली तोडतो साल्याची," असं म्हणून आपला संतापही व्यक्त केला...

अनफेअर मीन्स अशा ज्या काही घटना घडल्या त्या भट्टीच्या प्रिन्सिपॉल्स अड्रेसच्या परफॉर्मन्समुळं...

भट्टीचं ब्लॅक बॅकग्राउंडवरचं हे पोल्यूटेड पिक्चर तर राणीचं गोल्डन बॅकग्राउंडवरचं एनर्जेटिक, इन्थुझास्टिक, हाय स्पिरिटेड पिक्चर. दोन्ही परस्परविरोधी असले तरी दोन्हींचं आपापल्या ठिकाणी वेगळं महत्त्व आहे.

◆

पंधरा ऑगस्ट २०१२, रोज बुधवार. काल वर्गावर्गांत नोटीस फिरली. नोटीसबोर्डवरही लावली गेली. सकाळी सात वाजता प्रत्येक विद्यार्थ्यानं झेंडावंदनासाठी कॉलेजमध्ये हजर असणं आवश्यक. हजर न राहणाऱ्यास पन्नास रुपये दंड-पन्नास रुपये दंड ही फार मोठी बाब नाही; पण त्यामुळे इंटर्नल्सचे जे मार्क्स असतात त्यावर परिणाम होतो. एरव्ही आर्ट्स कॉलेजमध्ये अशा छप्पन्न नोटिसा काढल्या तरी मुलं येत नाहीत. इथं मात्र तसं जमत नाही. कालपासून राणीला थोडी कसर आली होती. तिचं अंग गरम झाल्यासारखं वाटत होतं. संजनानं तिला रात्री तिच्या ओळखीच्या पण स्वस्त डॉक्टरकडे नेऊन दाखविलं. तरी फी-औषधी यांचे तीनशे रुपये लागले. तेवढे पैसे गेले या रुखरुखीनंच राणीची कणकण पळाली... "राणी, स्वातंत्र्यदिनाच्या कार्यक्रमाला कॉलेजात गैरहजर राहणं इतकं सोपं नाही. तुम्ही आजारी होता, असं कारण सांगितलं तर कॉलेज डॉक्टरांचं-तेही अशातशा नाही, सिव्हिल सर्जनचं सर्टिफिकेट मागते. ते देणं इतकं का सोपं आहे? त्यामुळे जो कोणी खरेच दवाखान्यात ॲडमिट असेल तोच गैरहजर राहण्याची रिस्क घेतो. तुझ्यासारखे खोकला-पडशावाले झिंग पळतात..." संजनानं राणीला समजावून सांगितलं होतं. त्यातही राणी आता आयडॉल झाली. त्यामुळं तिनं प्रत्येक बाबतीत अलर्ट असणं अपरिहार्यच होतं. कुचराई, दिरंगाई, गैरहजर राहणं या गोष्टींचा स्वप्नातही तिनं विचार करू नये.

ते एक बरं की कॉलेज स्वातंत्र्यदिन, प्रजासत्ताक दिन अशा राष्ट्रीय सणांसाठी विशिष्ट ड्रेसकोडचा आग्रह करीत नाही. काही कॉलेजात एरव्ही ड्रेसकोड नसला तरी या दोन दिवशी व्हाइट ड्रेसकोड अवश्य केला जातो. त्यात स्टाफ आणि विद्यार्थी दोन्हीही आले. या कॉलेजात तेवढी एक बऱ्यापैकी सुविधा आहे. मात्र नेहमी गळ्यात आयकार्ड अडकवणं हे सक्तीचं आहे. एखाद्यानं जर तसं आयकार्ड अडकविलं नाही तर एच.ओ.डी.च त्याला शंभर रुपये दंड करतात. पुन्हा दंड झाला तर इंटर्नल्सवर परिणाम. म्हणजे कॉलेजात वावरताना सारं लक्ष ठेवावं लागतं ते इंटर्नल्सवर. कारण त्यात कमी मार्क्स पडले तर रिझल्ट मायनसमध्ये

जातो. राणीला कमाल वाटली त्या दिवशीच्या भट्टीची. एकतर तिनं एक प्रेमावरचा एस.एम.एस. पेश केला. दुसरी गोष्ट– दिलजले, दिलवाले यावर भाष्यं केलं. अन् तिसरी सर्वांत खटकलेली गोष्ट म्हणजे तिनं हे करताना आपली जर्सी बाजूला सारून आपली ब्रेस्ट दाखवली... हे सारं करायला वाघिणीचीच छाती पाहिजे. भट्टीला अशा प्रसंगाच्या दुष्परिणामांची कल्पना नसेल? इंटर्नल्सबाबत तिला माहिती नसेल? कसं शक्य आहे हे? इथं शिकायला आलेल्या प्रत्येकाला अभ्यासक्रमासंबंधीचे, कॉलेजसंबंधीचे रूल्स ॲन्ड रेग्युलेशन्स समजून घेणं अत्यंत आवश्यक असतात.

ज्या बाबासाहेबांची, प्राचार्यांची प्रत्येक विद्यार्थ्याच्या मनात भीती निर्माण केली जाते, ते बाबासाहेब, प्राचार्य भट्टीला काहीच कशी सजा देत नाहीत? खरंतर तिला सजा झाली– दंडरूपात असो वा इतर– तीही जाहीरपणे झाली तर त्याचा परिणाम इतर विद्यार्थ्यांवरही होईल. एक भट्टी एवढे करूनही जेव्हा सुटते तेव्हा आपोआपच इतर विद्यार्थ्यांचीही हिंमत वाढते. आणि कॉलेजचे कडक असणारे नियम पायदळी तुडविले जातात. जर आपल्यावर तसा काही प्रसंग आलाच तर? आपली नाही हिंमत होणार नियम मोडण्याची. याचं कारण आपल्यापाठीमागे खंबीर असं कोणी नाही. आपलं सारंच भिकेवर श्राद्ध केल्यासारखं. आपण आगाऊ भानगडी करायच्या अन् त्या गावाकडे मंकीच्या पप्पांना कळल्या तर ते आपल्याला पैसा कसा पुरवतील? मंकी असो, भट्टी असो किंवा तो त्या दिवशी भट्टीसोबत वर्गात येऊन आगाऊपणा करणारा– ही काहीना काही बॅकग्राउंड असणाऱ्यांचीच मुलं असतात. मंकीचं आपल्याला माहीत आहे. तिच्या पप्पांनी आपल्याला आणि भांगे सरांना स्पष्टच म्हटलं होतं, मंकी पास झाली काय, अन् नापास झाली काय?... अन् याची पुरेपूर जाणीव मंकीलाही आहे. त्यामुळे कॉलेज रेग्युलर सुरू होऊन एवढे दिवस होताहेत तरी ती अजूनतरी सिरिअस नाही. प्रॅक्टिकल्सच्या वेळी ती कोणाचं ना कोणाचं तरी बोलणं खातेच. त्यात आणखी ती टी.जी. स्कीम. मंकीच्या टी.जी. कोण तर दाणी मॅडम. त्या मंकीला टंगळमंगळ करू देतील याची शक्यता फारच कमी आहे. 'तुमची मुलं कोणासोबत राहतात ते मला सांगा, म्हणजे मी त्यांचं भविष्य सांगतो,' असं कुणाचं तरी वचन आहे. मंकीचं भविष्यही त्या वचनाप्रमाणे स्पष्ट आहे, तिचं राहणं भट्टीसोबत म्हटल्यावर. भट्टी किती धीट! वर्गात घडलेल्या प्रकारात ती किंचितही भ्याली नाही अन् प्रिन्सिपॉल्स ॲड्रेसच्या वेळी तिळभरही लाजली नाही... लाज... असं म्हणतात, लाजणे हा स्त्रीचा दागिना आहे. आजी सांगायची, तिची एक नणंद, म्हणजे आजोबांची मोठी बहीण. तिचं लग्न झालं, तिला चार पोरं अन् सहा पोरी झाल्या. पोराबाळांचं लेंढार, लहान-मोठ्या तीस माणसांचा खटला, घरकाम, शेतातलं

काम हे करता करता जख्ख म्हातारी होऊन एक दिवस मेली; पण ती कधी नवऱ्याला बोलताना घरातल्या वा बाहेरच्या कोणालाच दिसली नाही. याउलट आपली सख्खी चुलती, लग्नातच चुलत्यासंगं गुलुगुलु बोलायला लागली म्हणे, बोलताना हिडग्यासारखं हसायचीही. आजी म्हणायची, 'इनाकारण हसणारी बाई, समद्या कुळाचा नास करते.' आणि झालंही तसंच, एकदा-दोनदा नांदून गेली... दिवाळीच्या वेळेस निरोप आला, ती गावात बांगड्या भरायला येणाऱ्या कासारासोबत पळून गेली. ही गोष्ट चुलत्याला सहन झाली नाही; त्यानं बातमी कळली त्याच दिवशी वावरात जाऊन आंब्याला फाशी घेतली. लाज हा स्त्रीचा दागिना, हे खरे; पण हे दोन्ही उदाहरणं विरोधाभासाचेच. इतकीही लाज नको की नवऱ्याशी शब्दही बोलायचा नाही आणि एवढाही निलाजरेपणा नको की संसाराची माती होईल.

भट्टी, मंकीसारख्यांच्या बाबतीत दोष त्यांच्या मायबापाचाही आहेच की. संस्कार नावाची काही गोष्ट आहे की नाही? जे माय-बापाकडून आपोआप येतात, पण माय-बापच दोषी असतील तर? कोण्या संतांचं म्हणणं असं– स्वाध्याय पाठाचे वेळी भगवानदादा नेहमी ते वचन उच्चारतात - बीज पेरूनिया तेचि घ्यावे फळ । डोरलीस केळ कैची लागे। प्रश्न आहे मंकीचा. त्यांचे स्वभाव असे का झाले? दोष त्यांचा नाही; तर तो त्यांच्या मायबापांचा; पण आपण एकदा मंकीची आई तिच्या बहिणीच्या लग्नात पाहिली होती– किती सोज्वळ वाटली. ती मंकीसारखी असेल असं वाटत नाही. मग मंकी अशी कशी निपजली? त्या भट्टीच्या मायबापाचं आपल्याला काहीच माहीत नाही. गेल्या वर्षी मराठीच्या वर्गात आपणच मॅडमना विचारलं होतं, मुलगा-मुलगी वाईट प्रवृत्तीची निघाली तर त्याचा जास्तीत जास्त दोष आईलाच का दिला जातो? बापाला कमी का? त्यावर मॅडम बरंच काही बोलल्या होत्या. त्यांनी एक संस्कृत वचनही म्हटलं होतं. काय ते? कुपुत्र...कु ..हं... बरोबर, कुपुत्रो जायते क्वचिदपि। कुमाता: न भवति।।... मुलं वाईट वृत्तीची असली तरी आई तशी नसते... त्यांच्या मते, मुलं कळायला लागली की समाजाकडूनही संस्कार स्वीकारतात. ते चांगले-वाईट दोन्ही प्रकारचे असतात... त्यातले कोणते जवळ ठेवायचे, कोणते दूर करायचे हे ज्याचं त्याला कळलं पाहिजे. मॅडम अशा म्हणाल्या होत्या तरीही... तरीही आई-बापांनी 'आपलं लेकरू मोठं झालं तरी वाऱ्यावर सोडू नये. आपली मुलं सुलक्षणी निघावी हे जर त्यांचं ध्येय असेल तर....'

"अगं राणी, चलतेस ना?" बाहेरून संजनाचा आवाज आला. राणीनं झोपेतून उठल्यावर मुद्दाम दरवाजा उघडून लोटून घेतला होता. झेंडावंदनाला जायचं म्हणून ती साडेचार वाजताच उठली. सात वाजता कॉलेजात हजर व्हायचं होतं.

एरव्ही कॉलेज साडेआठ वाजता असते. आज एवढ्या सकाळी सिटीबस नसेल. कॉलेजपर्यंत-म्हणजे दीडेक किलोमीटर अंतर पायी जावं लागेल. नाही म्हटलं तरी पंचवीस-तीस मिनिटं लागतील. त्यातही सव्वासहा वाजताच फ्लॅटवरून निघायचं असं संजनानं रात्रीच फर्मावलं होतं. राणीला तिनं "चिंता करू नको; तुला काही होणार नाहीय. डॉक्टरांच्या गोळ्यांनी रात्रीतून फरक पडेल. सकाळपर्यंत ठीक होशील. बिंधास्त चल," असं म्हटलं होतं. त्यानुसार राणी लवकरच उठली. आज अंघोळ तेवढी केली नाही. तोंड धुऊन वेळ होता म्हणून अंगावर पांघरूण घेऊन पडून राहिली; तर मंकी-भट्टीबद्दल विचार करत बसली... मनात नुसतेच प्रश्न – असं का? तसं का? इंग्रजीचं एक आपलं आवडीचं सुभाषित आहे - A man is known by the company he keeps. मंकीचं, भट्टीचं भवितव्य त्यांचे त्यांना लखलाभ... आपलं आपल्याला.

"हो... चला." राणीनं अंथरुणातून उठत आवाज दिला. अन् ती पांघरुणाची घडी करून ठेवत निघालीही... मंकी अजूनही झोपेतच होती. नेहमीप्रमाणे राणीनं जरा मोठ्यानंच दार ओढून घेतलं. तेव्हा संजना म्हणालीही, "अगं एवढ्या मोठ्यानं जोरानं दार का ओढतेयस?" त्यावर राणीनं "मंकीला कळावं आपण चाललो म्हणून" असं स्पष्टीकरण केल्यावर "चल तिला तिची चाड नाही, अन् तू कशाला तिची चिंता करतेयस?" या वेळी आम्रपाली बोलली.

सगळ्या जणी लिफ्टनं खाली आल्या. थंडगार हवेचा झोत अंगावर आला... "अगं, भुरुभुरु पाऊस सुरू आहे वाटतं? आता कसं जावं आपण? रेनकोट आणावा का फ्लॅटमधून? रेवतीनं विचार मांडला. हं, तसं केलं तर बरं होईल. एकतर थंडी वाजणार नाही. दुसरं अंगही ओलं होणार नाही. चला परत..." संजनाच्या सूचनेबरहुकूम सर्व जणी लिफ्टनं परत वर गेल्या. पाच मिनिटांत परत आल्या. तर राणी जागीच कुडकुडत उभी...

"अगं राणी, तू का उभी? रेनकोट आणला नाहीस?" योगितानं विचारलं.

राणी गप्पच राहिली. "काय झालं राणी, तुझा रेनकोट?" आम्रपालीनंही तोच प्रश्न पुन्हा केला... संजनाच्या लक्षात आलं. ती पट्कन पुढे होत आपल्या हातचा तिचा स्वत:चा रेनकोट उकलून आपल्या हातानं राणीच्या अंगावर चढवत म्हणाली, "हा मी आणला तिचा रेनकोट. घे राणी..." राणीनं "ताई" म्हणत नकारार्थी मान हलवली. "वेडी आहेस का तू? ताई म्हणतेस अन्... गप्प रहा..." संजनानं तिच्या अंगावर रेनकोट चढवला. अन् एकाएकी राणीचे डोळे भरून आले. "डोन्ट बी मिसच्यूव्हस!" संजनानं दटावलं. अन् तिनं भावनांना आवर घातला.

गावाकडे तिला कधीच रेनकोट नसे. तशा अनेक मुलामुलींना नसत. त्यात

सगळेच काही गरिबाघरचे नव्हते, पैसेवाल्यांचेही होते; पण रेनकोट असलाच पाहिजे किंवा छत्री असलीच पाहिजे असं काही नव्हतं. हं, एक मात्र खरं, प्रत्येक मुलामुलीजवळ मोठी कॅरीबॅग असायचीच. पावसाळा असला की पुस्तकं कॅरीबॅगमध्ये हमखास ठेवलेली असायची. पुस्तकं सुरक्षित असायची. मग अंग, कपडे भिजले तरी चालतील. बऱ्याचदा ओल्या कपड्यांनी वर्गात जाऊन बसावं लागे. निळी बस या दोन वर्षांत सुरू झाली. आधी लाल बसची सोय होती. मात्र गावाशेजारी मोठ्या नाल्यावरचा पूल तुटल्याने कधीमधी म्हणजे ऐन पावसात गाडी गावात येत नसे. त्यासाठी फाट्यावर दीड किलोमीटर यावं लागे. या काळात पाऊस असला की हमखास भिजावं लागे. तसंच शाळेतून परत येतानाही.

शिवाय गावाकडे असल्यावर पावसात कुठे जायचं असलं की पोत्याचा घोंगता अंगावर घेतला की निघाले. मग गोदरीत परसाकडेला जायचे असो, पाण्याची खेप आणायला जायचं असो की धुणं धुवायला जायचं असो. अंगावर रेनकोट घालून गोदरीत गेल्यावर कसं बसावं? शिवाय रेनकोटने काखेत भरलेली घागर नीट धरता येईल का? ती खाली खाली सरकेल अन् धुणं तरी कसं धुवावं? रेनकोट हे चोचले शहरी... पोत्याचा घोंगता हा खेड्यातला व्यवहार्य तोडगा. भलेही त्यातून पुढचं पुढचं अंग भिजेल... पण आता आपण शहरात आलो. त्यातल्या त्यात आता पुण्यात आलो. इथे पोत्याचा घोंगता चालणार नाही. इथे हवा रेनकोटच. आपण घेऊ... तसा अर्धा अधिक पावसाळा संपलाही, आणि आपण गावाकडून आलो तेव्हापासून पुण्यात पाऊस पडला; त्या वेळी नेमके आपण कॉलेजात किंवा फ्लॅटवर... एकदा थोडं भिजलो होतो, तेवढंच. कालच बाबांना फोन लावला होता. गावाकडे तीन दिवसांपासून पावसाची झड सुरू आहे म्हणे... एरव्ही गावाकडे पाऊस जास्तच असतो... आजी सांगायची, आपलं गाव माहूरगडाच्या पट्ट्यात... या पट्ट्यात कधी कोरडा दुष्काळ पडत नाही... नेहमीच पाऊस पडत असतो.

"अन् ताई तुम्ही?..." राणीनं विचारलं. त्यावर आम्रपालीनं उत्तर दिलं, "अगं, हा माझा आहे ना, आमच्या दोघींसाठी... चल तू, हो पुढे..." त्या दोघींनी आम्रपालीचा रेनकोट हातानं दोघींच्या डोक्यावर धरला... अन् त्यांची ही वरात निघाली...

कॉलेज जवळ आल्यावर मागून बाइकवर येणाऱ्या एकानं मोठ्यानं हॉर्न वाजवला; अन् तेवढ्यानं राणी दचकली. मुलं मुद्दाम असं करतात. कधी समोरून वेगानं बाइक आणतात, अन् गचकन ब्रेक दाबून उभी करतात. आपण मात्र जाम घाबरतो. ते दात काढतात. मागून आले तर असे जवळून बाइक नेतील अन् एकदम हॉर्न वाजवतील... एकदा तर एकाने आम्रपालीच्या अंगावर रोडवरच्या

डबक्यातलं पाणी उडवलं होतं... केवढी जाम रागावली होती आम्रपाली? तो तेव्हा तिच्या हाती लागता तर, नक्कीच तिने हाणला असता. या मुलींचं पाहून आपणही बरेच धीट झालो. पुन्हा तोच मुद्दा – आपण तेवढे दिसायला... खरंच आपल्या फ्लॅटवरच्या ग्रूपमध्ये सगळ्यात सुंदर, सुंदर म्हणता येणार नाही पण त्यातल्या त्यात देखणी, निमगोऱ्या रंगाची रेवती आहे... बाकीच्या तिची मजाक घेतात. गावाकडचा कोणी तिचा बी.एफ. आहे म्हणे. तो सध्या औरंगाबादला बी.ई. फायनलला आहे. तो हिचा नात्याने चुलतबहिणीचा दीर. त्याची अन् हिची भेट चुलतबहिणीच्या लग्नातली. तेव्हा ही बारावीला होती... तर त्याने तिच्याशी ओळख काढून तिला चक्क 'लग्न करीन तर तुझ्याशीच' असं म्हटलं होतं. त्यानं तिच्या चुलतबहिणीजवळही हिचा विषय काढला होता. मग चुलतबहिणीनं हिच्या आईला म्हटलं, तर हिची आई म्हणाली, ''काउन गं, तुह्याघरचा नवरदेव लपवतीस की काय? चुलत देर दाखवतीस?'' तेही खरं होतं. तिचा सख्खा दीरही बी.एस्सी. बी.एड. होऊन नुकताच गावातल्या हायस्कूलात लागला होता. त्याच्यावर रेवतीच्या मायबापाची नजर होती. असं तिनं त्याला– त्याचं नाव म्हणे निळकंठ – निळकंठला मजाकमध्ये म्हटलं. तर तो काय म्हणाला माहीत आहे? तो म्हणाला, ''तेही चालेल. मला फक्त तू हवीस... कसंही करून.'' तिनं त्यावर विचारलं, ''तसं कसं? मी त्याची बायको असेन, तुमची थोडीच असणार?'' त्याचं यावर बोलणं फार विक्षिप्तपणाचं होतं. ''तू त्याची असली तरी मी तुला मिळवीनच...'' तिला त्याचा धाक वाटला होता... ''असे कसे बोलता तुम्ही? तुमचं करिअर... कुठल्या तरी पुण्या-मुंबईच्या कदाचित परदेशातल्या कंपनीत तुम्ही नोकरी कराल...'' त्यावर तो ताड्कन म्हणाला, ''मी ते सगळं सोडून तुझ्यापाशी गावातच ठाण मांडून राहीन; पण तुला सोडणार नाही...'' मजाक मजाकमध्ये तिनं फ्लॅटवरच्या मुलींना सांगितलं. तेव्हापासून त्या तिची खेचतात. तसा वर्गातलाही कोणी एक मुलगा तिच्याशी लगट करतो म्हणे... म्हणजे सुंदर असणंही... म्हणजे देखणं असणंही शापच आहे. त्यामुळे योगिता म्हणत असते रेवतीला, ''रेवती, बघ आम्ही. आम्हाला धनी टाकेना चोर नेईना...'' यावर सगळ्या जणी हसायच्या. योगिता म्हणते ते खरं आहे. आपल्यासारख्या मुलींकडे मुलं फारसं लक्ष देत नाहीत...

बरोबर सात वाजता त्या सगळ्या जणी प्रिमायसेसमध्ये होत्या. बरीच मुलंमुली ऑफिसपुढे जमली होती. काही येत होती. पावसाच्या भुरभुरीमुळे सगळ्यांच्या अंगावर रेनकोट. काहींच्या अंगावर चामड्यांचे जर्किन. प्राध्यापक मंडळी, कॉलेज स्टाफ. तोही तसाच. सर्व पावसापासून स्वत:चा बचाव करणारे. राणीला हसू आलं. अशा भुरभुर पावसात गावाकडे कोणीच अंगावर घोंगता वा छत्री घेत नाही

अन् इथे? गावाकडे मुसळधार पावसात माणसं बेधडक वावरतात. हे कसले नाजूक लोक? आपणही तसेच व्हायलो. पण संजनानं आपल्याला तसं प्रोटेक्शन दिलं. तिनं तिचा रेनकोट आपल्याला दिला नसता, तर आपण तसेच आलो असतो...

सर्वांनी रांगा धरल्या. कोणी कोठेही उभं राहिलं; म्हणजे वर्गवार रांगा नव्हत्या. मुलांच्या अन् मुलींच्या तेवढ्या वेगळ्या होत्या. राणीचा फ्लॅटवरचा ग्रूप तिच्यासोबतच होता... ''राणीऽ राणी'' मागून हाक आली. राणीनं मागं वळून पाहिलं. नेहा होती. ती म्हणाली, ''अगं, ती बघ मंकीसुद्धा आली...'' अं, मंकी? एवढ्या लवकर? संजनानंही तिला पाहिलं. अन् राणीला म्हणाली, ''राणी, तुझं दरवाजाचं अलार्म पक्कं ध्यानात ठेवते ती. मला वाटते, आपण निघालो की बेडमधून उठून सरळ कॉलेजात आली असावी...'' ते काही असो. ती वेळेवर आली, हे खूप झालं. राणीला याचंच समाधान वाटलं.

थोड्या वेळानं ध्वजारोहण झालं. राष्ट्रगीत म्हटलं गेलं. ते म्हणण्यासाठी सर्वांनीच एक सूर लावला. 'भारत माता की जय,' 'स्वातंत्र्य दिन चिरायू होवोऽऽ' हे नेहमीचे जयघोष झाले. अटेन्डन्ससाठी आपापल्या वर्गात जायला सांगितलं गेलं. राणी वर्गात आली. तिच्याजवळ नेहमी बसणारी आदित्या अजून यायची होती. काही वेळानं देविका आली... दाणी मॅडम वर्गात आल्या. त्यांनी अटेन्डन्स घ्यायला सुरुवात केली. अटेन्डन्स संपली तरी आदित्याचा पत्ता नव्हता. मागच्याच बेंचवर देविका बसत होती. पण दाणी मॅडम समोर बसलेल्या असताना मागे वळून देविकाशी बोलणं त्यांना आवडलं नसतं... म्हणून राणीनं दम काढला.

''थोड्याच वेळात आपल्या वर्गाला वृक्षारोपण करायला जायचं आहे. आपल्याला प्रिन्सिपॉल सरांकडून कॉल येईल तेव्हा आपण सर्व जण कॉलेजच्या इमारतीमागच्या बगिच्यात जायला निघू. तोपर्यंत कीप क्वाइट...'' दाणी मॅडम म्हणाल्या... खरंतर एवढ्या दिवसांत आज दाणी मॅडम वर्गात निवांतपणे बसलेल्या दिसल्या. पण लगेच काही आठवून त्या म्हणाल्या, ''हो, टी.जी. म्हणून माझ्या ग्रूपमध्ये येणाऱ्या मुलामुलींनी वृक्षारोपणाचा कार्यक्रम आटोपला की येथेच येऊन जमायचं. मी तुमच्याशी काही डिस्कस करेन... मग तुम्ही घराकडे जाऊ शकाल.''

त्यांचं बोलणं संपलं आणि प्यून दारात प्रिन्सिपॉल सरांचा निरोप घेऊन आला. खुर्चीवरून उठून दाणी मॅडम ''लेट अस गो'' म्हणाल्या. त्या बाहेर पडल्या. दारात उभ्या राहिला. आधी मुली बाहेर निघू लागल्या. दोघी-दोघींचा एक गट करायला अन् रांगेत प्यूनमागे जायला सांगितलं दाणी मॅडमनं. ''राणी, मी येते तुझ्यासोबत; म्हणत देविका पुढं आली. त्या दोघी बाहेर पडल्या. रांगेला लागल्या. तेव्हा राणी आदित्याबद्दल विचारणार, त्या आधीच देविका गंभीरपणे

सांगू लागली. "तुला माहिती नसेल राणी, पण रात्री आदित्याकडे फार भयानक इन्सिडन्ट झाला." "काय झालं?" असं घाबरून राणीनं विचारलं. मग देविका सांगू लागली. आदित्याची मोठी बहीण हिंजवडीला एका आय.टी. कंपनीत नोकरी करते. ती आय.टी.त बी.ई. झालेली आहे. गेल्या दोन वर्षांपासून ती हा जॉब करते. तिचा जॉब रात्रपाळीचा असतो. ती रात्री सव्वाआठला घर सोडते. सकाळी साडेपाचला घरी परतते. तिला घरून कंपनीत नेण्याआणण्यासाठी कंपनीची फोर व्हीलर येते. आदित्या धनकवडीत राहते. त्या कंपनीत धनकवडीतून तिची बहीणच एकटी आहे. तिच्या बहिणीला कंपनीच्या फोर व्हीलरचा ड्रायव्हर घेतो. तो माळवाडीचा राहणारा आहे. आदित्यासोबतच तो माळवाडीतून एकीला घेतो. वारजे, कोथरूड, पाषाण, बाणेर, बालेवाडी या भागातल्या काही मुलींना घेऊन तो सगळ्या आठ जणींना हिंजवडीला कंपनीत ड्रॉप करतो. सकाळी चारला पुन्हा त्या आठ जणींना घेऊन परततो. काल रात्री तो नेहमीचा ड्रायव्हर त्याची फोर व्हीलर घेऊन आला नाही. त्याच्याजागी दुसराच कोणी आला. त्याने आधीच्या ड्रायव्हरचं नाव सांगितलं. 'वेळ होतो, उशीर होतो' या सबबीखाली गाडीची वाट पाहणाऱ्या आदित्याच्या बहिणीने फारसा विचार न करता त्या गाडीत लिफ्ट घेतली... ती जाऊन पाचएक मिनिटं झाली असतील, नसतील की तिला नेहमी घेऊन जाणारा ड्रायव्हर आपल्या गाडीसह हजर झाला... तर आदित्याच्या आईनं – तिला बाबा नाहीत म्हटलं. "ती तुम्ही पाठविलेल्या ड्रायव्हरसोबत नुकतीच गेलीय." त्यावर तो ड्रायव्हर म्हणाला, "मी कुणालाच पाठवलं नाही. मलाच थोडा उशीर झालाय." "मग गं?" राणीनं काळजीनं विचारलं. "मग काय, तो ड्रायव्हर तर निघून गेला. कारण त्याला इतर मुलींना घेऊन जायचं होतं. इकडे आदित्याची आई शेजारच्या एका गृहस्थांना घेऊन पोलीस-स्टेशनमध्ये गेली. तेथे तिने रीतसर तक्रार दिली. पोलिसांनी 'तपास करतो' म्हटलं; पण आदित्याची आई तिथे दोन तास थांबलेली असताना काहीच हालचाल केली नाही. तिनं आत जाऊन विचारणा केली; तर 'गाडी नाही, बाहेर गेली. येऊ द्यावी लागते,' अशी अडचण सांगितली. बाहेर दोन गाड्या उभ्या होत्या. तसं तिच्या आईनं सुचवलं. तर 'त्या बंद आहेत.' अशी संभावना पोलिसांनी केली..."

"बी काम नाऊ. डोन्ट मेक नॉइस." दाणी मॅडम मोठ्यानं म्हणाल्या. राणी, देविका भानावर आल्या; पण राणीला चिंता वाटत होती, आदित्याच्या बहिणीचं काय झालं असेल? त्यावर "सकाळपर्यंत तरी तिच्या बहिणीचा पत्ता लागला नाही. पोलीस दोन वाजता तपासाला निघाले होते म्हणे... पोलीस कंपनीत जाऊन आले..." देविका हळू आवाजात सांगत होती –

"आपल्या कॉलेजमध्ये दरवर्षी पंधरा ऑगस्टचे झेंडावंदन झाले की बी.ई.

फर्स्ट इअरच्या विद्यार्थ्यांसाठी राष्ट्रीय सेवा योजनेअंतर्गत वृक्षारोपणाचा कार्यक्रम घेतला जात असतो... '' कोणीतरी सर बोलत होते. बाजूचा एक जण दुसऱ्याला सांगत होता; 'ते राष्ट्रीय सेवा योजनेचे दांडे सर आहेत म्हणे...' ''त्यासाठी तुम्हाला प्रत्येकाला एकेक रोपटं दिलं जाईल... ते घेऊन आपापल्या जागेवरच उभे राहा. प्रिन्सिपॉल सर येतील. तुम्हाला ते ॲडव्हाइस करतील; मग आपण वृक्षारोपण करू या. चालेल?'' त्यावर ''यस्सर'' म्हणत मुलांमुलींनी प्रतिसाद दिला. राष्ट्रीय सेवा योजनेचे स्वयंसेवक प्रत्येकाला जागेवर एकेक रोपटं देऊ लागले. राणीला सुबाभळीचं तर देविकाला गुलमोहराचं रोपटं दिलं गेलं.

प्रिन्सिपॉल सर आले. त्यांच्यासोबत फर्स्ट इअरचे एच.ओ.डी. जाधव सरही होते. शिवाय देशपांडे सर, पांडे सरही आले. विद्यार्थ्यांसमोर येऊन उभं राहिल्यावर प्रिन्सिपॉल सर म्हणाले, ''आपली ही कॉलेज सुरू झाल्यापासूनची परंपरा आहे. स्वातंत्र्यदिनाच्या दिवशी झेंडावंदनानंतर आपण बी.ई. प्रथम वर्षाच्या विद्यार्थ्यांकडून वृक्षारोपण करवून घेतो. वृक्षारोपण का करायचं हे तुम्हाला सांगण्याची आवश्यकता नाही. हे पर्यावरणाशी संबंधित अतिशय महत्त्वाचं काम आहे. झाडे लावा, झाडे जगवा या घोषणेतील ''झाडे जगवा'' हा भाग मन:पूर्वक ध्यानात घेऊन त्याची अंमलबजावणी करावयाची आहे. हे कसं शक्य होईल? तर माणूस आपल्या अपत्यावर जितकं, जसं प्रेम करतो, त्याची काळजी घेतो, तसं प्रेम, तशी काळजी आपण लावलेल्या रोपट्याला आपलं बाळ समजून घेतली गेली तर हे शक्य होईल. आज वृक्षारोपण केलं की झालं, असं नाही. हे झाड वर्षभर तुम्हाला काळजीपूर्वक वाढवावं लागेल. त्यासाठी त्याच्या बुडात तुमच्या नावाची पाटी लावली जाईल. हे झाड पुढे मोठं झालं की तीच पाटी या झाडाला खिळ्यानं ठोकली जाईल... पुढे जेव्हा तुम्ही तुमच्या मुलाबाळांना घेऊन या कॉलेजात याल तेव्हा 'हे बघा, मी वाढवलेलं झाड,' असं अभिमानानं म्हणत तुम्हाला तुमचं हे झाड त्यांना दाखवता येईल. या परिसरामध्ये अनेक लहानमोठी झाडं तुम्ही पाहता आहात. ही सगळी फर्स्ट इअरच्या मुलांनीच लावलेली आहेत. प्रत्येक झाडाला त्या त्या विद्यार्थ्याच्या नावाची पाटी लावलेली तुम्हाला दिसेल... हा झाला एक भाग... दुसरा आणि तुमच्यासाठी महत्त्वाचा भाग म्हणजे तुमचं झाड वर्षभर काळजी घेऊन तुम्ही वाढवलं तर तुम्हाला त्याचे चांगले मार्क्स पडतील... मार्कांसाठी तरी तुम्ही त्याची निगा राखलीच पाहिजे. ते जर वाळलं, सुकलं तर तुमचे मार्क्स कमी... या कॉलेजच्या प्रिमायसेसमध्ये सगळं काही मार्कांसाठी करायचं हे पक्कं ध्यानात ठेवायचं. आलं लक्षात?'' प्रिन्सिपॉल सरांनी आपल्या बोलण्याला विराम दिला. ''चला, आमचे स्वयंसेवक प्रत्येकाला आपल्या हातातलं रोपटं कोठे लावायचं ते सांगतील...'' दांडे सर म्हणाले. त्यांनी स्वयंसेवकांना

सूचना दिल्या आणि वृक्षारोपणाचं कार्य सुरू झालं...

मात्र हे सगळं करण्यात राणीचं मुळीच लक्ष नव्हतं. ती आदित्याच्या बहिणीच्या घटनेमध्येच गुंग झाली होती. तिला कोणी पळवली असेल? पळवणारा तिच्याच परिसरात राहणारा असेल का? की नेहमीच्या ड्रायव्हरच्या परिसरातला असेल? त्याने आदित्याच्या बहिणीविषयी, त्या ड्रायव्हरविषयी सर्वच माहिती काढली असेल का? त्याच्या या प्लॅनमध्ये त्याचे आणखी काही साथीदार सहभागी असतील का? की तो नेहमीचा ड्रायव्हरही त्यात इन्व्हॉल्व्ह असेल? तसंही काही सांगता येत नाही. कोण कसं प्लॅन करेल याचा नेम नाही. "आधी तू पळव, मग मी तुला जॉइन होतो. दोघं मिळून मग तिच्याशी मजा करू," असंही काही ठरलं नसेल कशावरून? त्यांनी कोठे नेली असेल तिला? तिच्यासोबत काय काय केलं असेल? बलात्कार... नंतर खून... या विचारासरशी तिच्या अंगावर सरसरून काटा आला.

"मॅम, नीट रोपटं लावा... तुम्ही ते पॉलिथिनसह खड्ड्यात ठेवत आहात. तसं कसं जगेल, वाढेल ते? ते पॉलिथिन वेगळं करा..." स्वयंसेवक थोडं मोठ्यानंच बोलला. ती भानावर आली. "सॉरी सर" म्हणत तिनं त्याच्या हातचा ब्लेड घेऊन पॉलिथिनला चिरा मारला...

रोपटं लावणं झालं. एक जीव जगवण्याची, वाढवण्याची हमी घेतली गेली. तसं हे सुबाभळीचं झाड अल्पायुषी – म्हणजे आंबा, लिंब, वड, पिंपळ या झाडांसारखं याला दीर्घ आयुष्य नाही याची वाढही भरभर होते; पण खोडात, फांद्यांत मजबुती नाही. वाऱ्याचा मोठा झोका आला की मोडून पडेल... माणसांचीही अशीच वर्गवारी करता येईल की नाही. काही माणसं दीर्घायुषी आंबा, वड, पिंपळ यांसारखी. काही या सुबाभळीसारखी अल्पायुषी... असंच काही आदित्याच्या बहिणीचं झालं तर? पळविणारांनी तिचा खूनबिन केला तर? तसंही ते जे काही अत्याचार करतील त्यांनी ती किती भेदरून जाईल? अर्धमेली होईल... किती आटापिटा करत असेल स्वत:ला वाचवायचा? अब्रू अन् जीवही. शहरातल्या काही मुलींना अब्रूचं काही वाटत नाही... डेटिंगसारखे फ्रीसेक्स फंडे त्या करत असतात. आदित्याची बहीण कशा स्वभावाची आहे, ते आपल्याला माहीत नाही; पण तशी नसावी. आदित्या तरी तशी वाटत नाही...

वृक्षारोपण झाल्यावर राणी पुन्हा देवकीजवळ आली. तिनं विचारलं, "तू भेटलीस आज आदित्याला?" त्यावर ती "नाही" म्हणाली. "माझं घर अलीकडे आहे, तिचं घर पलीकडे आहे. मुंबई-बंगळुरू हायवेजवळ. माझी मावशी तिच्या घराजवळ राहते. मी सकाळी आदित्याला फोन केला. तिचा लागला नाही; पुन्हा केला, तरी लागला नाही. म्हणून मी माझ्या मावशीला फोन केला तर तिनं ही

बातमी सांगितली..."

"मी लावून पाहू का तिला?" राणीनं विचारलं.

"बघ."

राणीनं दोनदा प्रयत्न केला... बंद असल्याचा उलट मेसेज आला...

"तू जाणार आहेस का तिच्याकडे?" राणीनं विचारलं.

"हो."

त्यावर राणीनं म्हटलं, "मग मला येऊ देशील? आपण भेटून येऊ तिला!"

"चालेल, कॉलेज संपल्यावर अशाच इकडच्या इकडे जाऊ."

"ठीक" म्हणत दोघी आपआपल्या टी.जी. ग्रूप मीटिंगसाठी नियोजित स्थळी निघाल्या. दोघींचे टी.जी. ग्रूप वेगवेगळे होते. मात्र राणी मनातून अस्वस्थ झाली होती. तिच्या अंगातली कसरही त्यामुळे कुठल्याकुठे गायब झाली होती.

◆

रात्रीचे नऊ वाजले. बाहेरचं गेट बंद झालं. अजूनही मंकीचा पत्ता नव्हता. कुठे गेली असेल, देव जाणे! आतापर्यंत म्हणजे इथं येऊन दीड एक महिना झाला. असं कधी झालं नव्हतं. सुटीच्या दिवशी ती दिवसभर बाहेर जायची; पण साडेआठ वाजेपर्यंत फ्लॅटवर यायचीच. आज का आली नसेल? काही कमीजास्त तर झालं नसेल? राणी अस्वस्थ झाली.

आज रविवार असल्याने सकाळी साडेदहापर्यंत मंकी अंथरुणातच होती. सुटीच्या दिवशी ती लवकर उठतच नाही. उठल्यावरही ब्रश करणं, अंघोळ करणं ही कामं ती फार झपाट्यानं करते असं नाही. उठली की डोक्याच्या झिंज्या सायाळाच्या अंगावरच्या काट्यांसारख्या पिंजारलेल्या, बऱ्याचदा लहान लेकरांसारखे दोन्ही गालांवर झोपेत गाळलेली लाळ सुकून गेल्याने उमटलेले पांढरट ओघळ, दोन्ही डोळ्यांच्या नाकाकडच्या कोपऱ्यात बारीक चिपडं, आधीच्या दिवशी अंगावर घातलेले बहुतेक चुरगळून गेलेले शॉर्ट्स. राणी दररोजच्या सारखीच सुटीच्या दिवशीही लवकर उठते. अनेकदा तिनं मंकीला अंगावर पांघरूण नसताना अन् कमरेतला शॉर्ट कमरेच्या वर गेल्याने तिचा आतला गुलाबी निकर उघडा पडलेला असताना पाहिलं. तिच्या अंगावर आपल्या हातानी पांघरूण घालावं असंही तिला मनातून वाटायचं, पण आपण तसं करताना तिची झोप मोडली तर ती ओरडेल. म्हणून ती तसं काही करायची नाही. बऱ्याचदा संजनासह इतर मुली राणीला हाका मारत यायच्या. त्यांच्यासाठी दार उघडलं की– असं काही असलं की राणी बहुतेक वेळा आतून दार बंद करायची– त्या मंकीचं असलं झोपणं पाहून चकित व्हायच्या. मुलींच्या बाईच्या जातीचं झोपणं किती सावध पाहिजे? झोपेतही तिचं कुठलंच अंग उघडं पडू नये. गावाकडे राणी आईसोबत अंगणात झोपते. आईसोबत म्हणजे घरात झोपायचं असलं तर तिच्या लहान्या भावासोबत– अक्षयसोबत. मात्र बाहेर अंगणात झोपायचं असलं तर आईसोबत. अक्षय तेव्हा बाबासोबत झोपतो– तेव्हा आई नेहमीच म्हणते, ''राणी, रात्रभर अंगावर पांघरूण घेऊन झोप. रस्त्यानं कोणीही कधीही येऊ-जाऊ शकते. पोरी, बाईच्या जातीनं झोपंत बी आपल्याले

जपावं.'' मग बाहेर गरमी होत असली तरी राणी अंगावर घेऊनच झोपते. आपल्यासारखं मंकीला काही तिच्या आईनं 'अमुक कर. तमुक करू नको' असं शिकवलेलं दिसत नाही. गावाकडून पुण्याला येताना एकाच बर्थवर त्या दोघी झोपून आल्या. तेव्हा राणीनं अनुभवलं होतं तिचं झोपणं...

ती झोपेतून उठल्यावर अंगावर घेतलेली रग, चादर जे काही असेल, त्याची घडी करून व्यवस्थित उशाला किंवा पायथ्याला ठेवणार नाही. तसाच बोळा पडू देईल. कधीकधी ते दिवाणच्या खाली पडलेलं असते. झोप झाली तरी लोळत पडायचं. मग कधीतरी उठायचं, गॅलरीत जाऊन किती तरी वेळ उभं राहायचं. नंतर ब्रश करायचा. तोही तोंडात फिरवायचा नाही. एका बाजूला ठेवायचा. हातातल्या मोबाइलवर काहीबाही कुटकुट करायचं. अर्ध्या एक तासाने तोंड धुवायचं. अंगावरचे चुरगाळलेले कपडे काढून ते कबर्डमध्ये बोळा करून फेकायचे... बाकीच्या बोळा केलेल्या कपड्यांतून त्यातल्या त्यात बरे वाटणारे कपडे अंगावर चढवून खाली चहासाठी जायचं. तोही समोरच्या खाणावळवाल्याकडे न घेता चौकातल्या टपरीवर जायचं. बिचारी संडासला कधी जात असेल तिचं तिलाच माहीत.

राणीचं तसं नसतं. उठल्या उठल्या पाण्यानं गुळणा करायचा, तसाच तोंडावरून हात फिरवायचा अन् पहिलं काम संडासात जायचं– गावाकडे तर मोठीच पंचाईत असते. सकाळी उजेडायच्या आत गोदरीत संडासला जाऊन यावं लागते. संडासला जायचं म्हणजे उघड्यावर. उजाडलं की मोठं कठीण होते. कारण गोदरीत लोकांचे उकंडे असतात. गडीमाणसं गोठ्यातलं गाई-म्हशींचं, बैलाचं शेण काढून ते टाकायला उकंड्यावर येतात. मग बायका पोरींनी कसं बसावं? त्यातही कधीकधी भानगडी होतात. गोदरीत गेल्यावर किंवा गोदरीत जाताना एकटी बाई-मुलगी दिसली की काही आगाऊ माणसं-तरणी पोरं काहीबाही म्हणतात, खेटतात. एकदा खाऱ्या विहिरीवरच्या गोविंदाची नव्यानंच नांदायला आलेली सून अशीच दिवस उगवल्यावर गोदरीत गेली. अन् त्याच्याच घराशेजारच्या जगनच्या बाळ्यानं तिला उचलून बाजूच्या कोठ्यात नेलं. बरं, तिला उचललं तेव्हा ती ओरडली नाही, काही नाही. काही वेळानं कोठ्यातून बाहेर पडताना रंजनाकाकूनं– ही बाळ्याची चुलती– त्या दोघांना पाहिलं. अन् मग ती रडायला लागली. बाळ्याच्या आईचं अन् रंजनाकाकूचं अजिबात पटत नव्हतं. तिलाही अशी संधी हवीच होती. तिनं त्या गोष्टीला हवा दिली. बायका-माणसं, पोरंसोरं जमले. काय झालं ते गोविंदाला, त्याच्या पोराला– विनोदला कळलं. ते आले. 'कोणीतरी म्हणे पोलिसात रिपोर्ट द्या.' गोविंदानं तसं काही केलं नाही. विनोदला मोटरसायकल आणायला लावली. तिथूनच सुनेला मोटरसायकलवर बसायला लावलं. अन् तिला तिच्या

माहेराला सोडून यायला सांगितलं. झाला, मोडला संसार... अशा चलवाद्या बायका-पोरींमुळे इतर चांगल्या बायका-पोरींनाही कधीकधी त्रास होतो. अंधारात-उजेडायच्या आत अन् नंतरही एकटीदुकटी बाई-मुलगी जातही नाही. घरच्या कोणाला, किमान शेजारणीला सोबत नेलं जातं. राणीसोबत नेहमीच तिची आई असायची. तेवढ्या सकाळी जायची राणीची सवय येथे पुण्यातही कायम आहे. त्याकामी कंटाळा केला तर मग दिवसभर त्रास होतो. मळमळ होणं, डोकं दुखणं, जेवावंसं न वाटणं वगैरे...

मंकीला तसं काही होत नसावं. पण मग ती केव्हा जात असेल? एक मात्र– ती सुटीच्या दिवशी अंघोळीला गेली की तास-तासभर स्वत:ला आतच कोंडून घेते. त्या वेळी ती सारं काही उरकत असेल.

सुटीचा दिवस राणीसाठी खूपच व्यस्त असतो. आठवडाभरातल्या वर्गातल्या नोट्स, असाइनमेंट एकदा वाचून काढणं, अर्धवट असतील तर कोणाची तरी मदत घेऊन त्या पूर्ण करणं, प्रॅक्टिकल्स, मॅन्युअल्समधले प्रॉब्लेम्स, फिगर्स, कम्प्लीट करणं, फर्स्ट सेमिस्टरच्या चारी विषयांच्या सर्व टॉपिक्सवरच्या क्वेश्चन बँकच्या झेरॉक्स तिनं काढून घेतल्या. त्यातलं जे वर्गात शिकवलं त्यावरचे क्वेश्चन सोडवून पाहणं, सेकंड इअरच्या काही मुलींशी ओळख काढून त्यांच्याकडून त्यांचे गतवर्षीचे मॅन्युअल्स, असाइनमेंट्स, नोट्सशीट्स तिनं मिळवल्या. त्या व्यवस्थित लावणं, वाचून काढणं... एक ना दोन. ही झाली कॉलेजची कामं. याशिवाय काही महत्त्वाची कामं करावी लागतात. आठ दिवसांत जे-जे कपडे अंगावर वापरले– तसे तिला जास्त कपडे नाहीत. फक्त चार ड्रेस. त्यातले दोन गेल्या वर्षीचे, दोन या वर्षी बाबांनी घेतलेले– ते ते, टॉवेल, इनर वेअर्स साबण लावून चकाचक धुऊन काढणे. अंघोळ करतानाही ती रविवारी जास्त वेळ घेते. कॉलेजच्या दिवशी भुडभुड अंघोळ करावी लागते. डोक्याला साबण, शॅम्पू लावता येत नाही. हात-पाय, अंग घासता येत नाही. हां अंग, हातपाय, घासण्यासाठी तिनं गावाकडून नाहाणीतला अंग घासायचा दगडही सोबत आणला होता. तरीही प्रॉब्लेम निर्माण होतो तो पाठ घासण्याचा. पाठीवर जिथपर्यंत हात जाईल तिथपर्यंत दगडाने घासणे, साबण लावणे हे करावं लागतं. जिथं हात पोचत नाही तो भाग बऱ्याचदा तिथं मळ साचल्याने खाजवतो. गावाकडे आठ-पंधरा दिवसाला ती आईच्या हातानं पाठ घासून घ्यायची. इथं कोण देईल घासून? बऱ्याचदा तिला वाटते संजना किंवा इतर कोणाला तरी म्हणावं, पण... तिला आठवली सायली– तिची चुलत बहीण. राणी अंघोळ करताना ती घरी यायची तेव्हा राणी 'नको नको' म्हणायची तरी ती तिची पाठ घासून द्यायचीच. मात्र राणीला कोणाची पाठ घासायचा फार कंटाळा येतो. आईनं पाठ घास म्हटलं तरी ती टाळायची. आई

नाहायची– त्या वेळीही 'पाठ घास' म्हणायची. दररोजच्या घाईघाईत केलेल्या अंघोळीपेक्षा नहाणं थोडंसं वेगळं, वेळ घेणारं, अंग घासणं, डोकं स्वच्छ धुऊन काढणं. त्या दिवशी बायकांना फार मोकळं मोकळं वाटतं म्हणे. म्हणजे नाहणं हे दररोज नसायचं, कधी आठ-पंधरा दिवसांनी कधी त्याहीपेक्षा जास्त दिवसांनी. मासिक पाळी आल्यावर चौथ्या दिवशी हमखास.

आजी सांगायची, तिचं लग्न झालं तेव्हाची गोष्ट. तिची सासू शेतातून काळ्या मातीचे ढेकळं उन्हाळ्यात घरी आणून जपून ठेवायची. तिच्या सासूला किंवा तिला जेव्हा जेव्हा नाहायचं असे तेव्हा तेव्हा काळ्या मातीचे आवळ्याएवढे दोन खडे अंघोळीच्या तांब्यात अर्ध्यापर्यंत पाणी घेऊन त्यात टाकायचे. ते चांगले मुरले की त्या पाण्यानं डोक्याचे केस धुवायचे. केस धुतल्यावर डोक्याला थोडंसं खायचं तेल किंवा एरंडीचं तेल लावायचं. बड्या घरच्या बायका खोबऱ्याचा रुपयाएवढा तुकडा तोंडात टाकून तो तोंडातल्या तोंडात चावायच्या अन् मग तो चोथा हातावर घेऊन तो डोक्याला लावायच्या. पुढं आईच्या काळात सोडा आला. मग कपडे धुवायची पावडर आली. खोबरेल तेलही आले. आता तर वेगवेगळ्या शॅम्प्यूच्या पुड्या मिळतात. दररोज डोकं धुतो म्हटलं तरी हरकत नाही; पण डोकं धुतल्यानंतर लवकर केस वाळत नाहीत. तशीच वेणी घातली तर डोकं दुखतं... त्यामुळे सुटीच्या दिवशी-किमान तीन-चार दिवसाला डोकं धुणं बरं वाटतं. सायली लग्न झाल्यावर पहिल्यांदा नांदून आली तेव्हा वेगळंच सांगू लागली. तिची सासू म्हणे, उठलं, संडासहून आलं की तोंड धुण्याबरोबरच अंघोळ– तेही डोकं धुण्यासह– करायला लावते. तिला कारण विचारलं, तेव्हा ती लाजून हसली. राणीनं खोदून विचारलं. त्यावर म्हणाली, "रात्री तुझ्या मेव्हण्यासोबत झोपलं की..."

"अच्छा म्हणजे... मग दररोजच डोकं धुवायचं का?"

"हो गं, वैताग येतो त्या गोष्टीचा..."

कधीही थट्टा न करणारी राणी बोलली, "त्या गोष्टीचा वैताग येतो तर मग पहिली गोष्ट बंद करायची..." मात्र तेव्हापासून ती डोकं धुऊन नाहालेल्या बायका-सुनांकडे– खरं सांगायचं म्हणजे त्यात तिच्या आईचाही समावेश – वेगळ्याच भावनेनं पाहायची. आईकडे पाहताना मात्र संकोच वाटायचा. मनात भलत्या सलत्या गोष्टी यायच्या. जुन्या हिंदी सिनेमात कधीकधी 'नहाने से पहले मेरे चौकेमें पाँव रखना मत.' असा सासूचा सुनेला उद्देशून बोललेला डायलॉग तिनं बऱ्याच वेळा ऐकला. त्यामागचा उद्देश असा असतो तर! मात्र बारावीत तिच्यासोबत शिकणारी अनघा पाटील तिचा घरचा तिच्या आई, वहिनीचा किस्सा सांगायची. तिची वैनी शिकलेली, नोकरी करणारी. ती अंघोळ न करताच चहा प्यायची, स्वयंपाक करायची. अनघाच्या आईला ते पटायचं नाही. शेवटी 'मी तुझ्या हातचं

पाणीसुद्धा प्यायची नाही' असं म्हणून तिची आई भावातून चक्क वेगळी राहू लागली. खरं म्हणजे हा मुद्दा शिवाशिवीपेक्षा स्वच्छतेचा अधिक आहे. आणि आजकालच्या शिकलेल्या बायका-पोरींनीही तो का ध्यानात घेऊ नये?

तर रविवार राणीचा न्हायचा दिवस. तिला विचार करता करता एक शंका आली – नव्या जमान्यातल्या कॉलेजच्या ज्या पोरी आपल्या बॉयफ्रेन्ड बरोबर आगाऊपणा करत असतील, त्या त्या दिवशी नाहत असतील का? हं, हे काय आपल्या मनात भलतंच आलं? तिनं मान झटकून ती शंका बाजूला सारली.

फ्लॅट झाडूनपुसून काढणारी बाई रविवारीच येते; पण नेहमीच येते असंच काही नाही. कधी येते, कधी चॅट मारते. आली तर दहा वाजेपर्यंत. नाही तर मग नाही. दहानंतर राणी स्वत: सगळ्या फ्लॅटमधला - हो मंकीच्या हॉलमधलाही केर काढते. मात्र तिची स्वत:ची बेडरूम पुसून घेते. कबर्डमधले अस्ताव्यस्त झालेले कपडे, पुस्तकं, रजिस्टर्स इतर सामान व्यवस्थित लावते. बाहेर ऊन पडलेलं असेल तर छतावर आपले अंथरुण-पांघरुणाचे कपडे वाळू घालते. तसं केलं नाही तर त्यांचा वास येतो. झोपताना गुदमरल्यासारखं होतं.

मंकी यातलं काय काय करत असेल? तिचं कबर्ड, टेबल, खुर्ची, दिवाण सगळं सगळं अनागोंदी माजल्यासारखं असते. एखादी वस्तू-पुस्तक जिथं पडलं ते तिथंच पडून राहील. त्याला ती हात लावणार नाही– तोपर्यंत जोपर्यंत त्याचं पुन्हा काम पडत नाही.

चहा पिऊन आल्यावर मंकी पुन्हा मोबाइल घेऊन बसते. कोणाला कोणाला कॉल करत राहते; किंवा एस.एम.एस. करते. नाहीतर नेटवर चॅटिंग, सर्फिंग करत बसते. तिनं रविवारी आतापर्यंत कधी अंगावरचे कपडे धुतल्याचं आठवत नाही. बरं, कोण्या धोब्याकडेही टाकताना दिसत नाही... बाकी रविवारी म्हणून करावयाच्या– इतर दिवशीच्याही – अभ्यासाची बोंबाबोंब. लायब्ररीतून अभ्यासाची पुस्तकं आणण्याऐवजी उघड्यावाघड्या सिनेमा स्टार्सचे मोठमोठे फोटो आणून भिंतीवर चिकटवते. सगळ्यात जास्त सलमान खानचे फोटो दिसतात. याचा अर्थ सलमान तिच्या आवडीचा स्टार आहे. तिचे बूट, सॅन्डल्स, चप्पल, स्लिपर्स कुठेही म्हणजे हॉलभर पसरलेले. इंस्टंट फूड खाण्याची जास्त ओढ. फ्लॅटसमोरच्या मेसवाल्याकडचा जेवणाचा टिफिन कधीचाच बंद केला. आता कुठं अन् काय खाते तिचं तिलाच माहीत.

'साहिल मंझिल'मध्ये एवढ्या मुली राहतात. त्यापैकी एकीशीही ती कधी बोलताना दिसली नाही. अनेक मुली राणीला म्हणतात, "कशी गं तुझी फ्लॅट पार्टनर? मुकी तर नाहीये ना?कसली टर्रेल वाटते. कॉलेजमध्ये तरी तिला कोणी फ्रेन्ड आहे की नाही?"

यावर राणी गप्प बसते. 'साहिल मंझिल'मधल्या मुली मंकीला 'गॉन केस' म्हणतात. राणीलाही ते मानावंच लागतं, कारण ते खरंच आहे. कॉलेजात मंकी त्या भट्टीसोबत असते. भट्टी कसली पोरगी आहे हे प्रिन्सिपॉल ॲड्रेसच्या दिवशी सगळ्यांनी पाहिलं. जर्किन बाजूला सारून तिनं जाहीरपणे स्वत:ची छाती दाखवली. तिच्या घरच्यांचे काय संस्कार असतील ते लक्षात आलं. शिवाय त्याचा परिणाम म्हणून त्या दिवशी देशपांडे सरांच्या लेक्चरमध्ये एका सीनिअर टारगट पोरानं भर वर्गात तिच्याशी झोंबाझोंबी केली... झाल्या प्रकाराबद्दल तिला नंतर काही वाटलंही नाही. देशपांडे सरांनी 'त्या मुलाविरुद्ध तक्रार करणार का?' असं विचारलं तर 'नाही' म्हणे. 'उस कॉक्रोचको मैने भगा दिया सर' असं बोलली. अशी आगाऊ पोरं तिला झुरळं वाटतात... म्हणजे केवढी हिंमत झाली तिची? त्या दृष्टीनं तिला दाद दिलीच पाहिजे. देशपांडे सरांनी तिचं कौतुक करून 'गिव्ह हर बिग हॅन्ड्स' म्हटल्यावर आपणही किती जोरकसपणे टाळ्या पिटल्या. देशपांडे सरांचं लेक्चर संपल्यावर बऱ्याच मुली तिला जाऊन भेटल्या. आपल्याला नाही भेटावंसं वाटलं. कारण मुळात तिचं वागणं अतिरेकीच आहे.

अशा भट्टीसोबत मंकीची मैत्री. म्हणजे मंकी कोणत्या मार्गानं चालली हे सहज लक्षात यावं... मात्र अजून कोण्या मुलाशी संबंध आल्याचं दिसत नाही. ते तरी एक सुदैव. तरीही तिचा तो प्रॅक्टिकल पार्टनर अधूनमधून तिच्याशी हसून बोलतो. पण तेवढंच. आज ती त्या भट्टीसोबत कुठंतरी गेली असावी. साधारणत: दीड-दोनच्या दरम्यान ती बाहेर पडली. पण मग नऊ वाजेपर्यंत तरी परत यायलाच हवं होतं तिनं. आता आलीही तरी तिच्यासाठी गेट उघडलं जाणार नाही. काय करावं आपण जाऊन सांगून पाहावं गेटमनला? 'ती आली तर तिला आत घ्या' म्हणून? बरं, तिच्याशी कॉन्टॅक्ट करावा तर तिचा एकही नंबर आपल्याजवळ नाही. असावा असं कधी आपल्याला वाटलंही नाही. भांगे सरांजवळ असेल तर त्यांना मागावा? नसेल तर त्यांना तिच्या पप्पांकडून घ्यायला सांगावा? पण नको, त्यासाठी त्यांना 'मंकी फ्लॅटवर आज परत आली नाही' हे सांगावं लागेल. मग तिचे पप्पा उगीच काळजी करतील. तिच्या पप्पांपेक्षा तिची आई जास्त चिंता करेल. बिचारी. एवढ्या घरंदाज आईच्या पोटी ही मंकी... उसापोटी काऊस. तिची मंकी गायब आहे, हे कळलं तर तिचा बिचारीचा नाकातून जीव जाईल. नको, गावाकडे कोणाला काही विचारणंच नको. बरं, मंकीची आई म्हणावी तर ती तिकडे पाचशे किलोमीटरवर आहे. पुण्यातल्या आया किती काळजी घेतात आपल्या पोरींची? आपण अनुभवलं आदित्याच्या बहिणीचं प्रकरण. तिच्या बहिणीला फोर व्हीलरवाल्यानं पळवलं, म्हणून देवकीनं आपल्याला सांगितलं. तेव्हा आपण देवकीसोबत आदित्याला भेटून आलो. पुढे पोलिसांनी तपास केला. तिच्या बहिणीला

अन् त्या फोरव्हीलरवाल्याला बंगळुरूला पकडलं. त्या दोघांचं आधीच सूत होतं म्हणे. आदित्याच्या बहिणीनं त्याच्यासोबत प्लॅन करून बंगळुरू गाठलं. तिनं तिथल्या एका कंपनीत नोकरी मिळवली होती. काय हाणून घ्यावं तिच्या आईनं? विचार करता करता राणी पुन्हा गॅलरीत आली. तिनं खाली पाहिलं. गेट बंदच होतं... पलीकडच्या चौकातून ढोलांचा आवाज ऐकू येऊ लागला. गेल्या चार-सहा दिवसांपासून येतो आहे. संजनाला तिनं याबद्दल विचारलं. तर ती म्हणाली, "अगं, पुण्यात गणपती विसर्जनाचे वेळी फार मोठ्या संख्येनं ढोलपथकं भाग घेतात. त्यातल्या एखाद्या ढोलपथकाची प्रॅक्टिस सुरू झाली असेल." संजनानं बरंच काही सांगितलं होतं या ढोलपथकांबद्दल. संजनाचं एक वैशिष्ट्य आहे. एखाद्या गोष्टीबद्दल तिच्या मनात उत्सुकता निर्माण झाली तर ती त्या गोष्टीच्या मुळापर्यंत जाते. ढोलपथकाबद्दलही तिनं अशीच माहिती मिळवली. तरुण मुलं वाईट मार्गाला लागण्याऐवजी त्यांची शक्ती, त्यांचा जोश चांगल्या गोष्टीसाठी वापरता यावा म्हणून कोणा अप्पासाहेब पेंडसे नावाच्या माणसानं १९७०मध्ये पुण्यात ढोल-ताशापथक पहिल्यांदा सुरू केलं. आज रोजी पुण्यात १२५ पथकं तयार झाली आहेत. वीस हजारांपेक्षा अधिक तरुण-तरुणी त्यात सहभाग घेत आहेत. अगदी अकरावी ते आय.टी., कार्पोरेट क्षेत्रांत काम करणाऱ्या तरुण-तरुणी ही मजा अनुभवत आहेत. ढोल-ताशांसोबतच लाठी-काठी, झांज-झेलीम, टिपरी, ध्वज, शंख इ. अनेक वाद्ये गणपतीच्या मिरवणुकीत दिसतात. तर तरुणी पांढरा सलवार-झब्बा घालून तरुणांच्या खांद्याला खांदा लावून ढोल वाजवतात. तरुणांच्या कानात भिकबाळी, गळ्यात रुद्राक्षांच्या माळा, हातात विविध रंगांचे ब्रेसलेट, पुणेरी पगड्या किंवा फेटे बांधून हा जल्लोष साजरा केला जातो.

या वर्षी राणीला गणेश विसर्जन पाहायला जायची तीव्र इच्छा आहे. त्यासाठी 'साहिल-मंझिल'च्या ऑफिसमध्ये दोन दिवस आधी अर्ज करावा लागतो. 'मी माझ्या स्वत:च्या जबाबदारीवर जाते' असे लिहून द्यावं लागतं. तेव्हा कुठे जायला परवानगी मिळते... हा फक्त एका रात्रीचा अपवाद हं. अपवाद आपल्यासारख्या नियम पाळणारांना. मंकीसारख्या नियम तोडणारांना काय? मंकी आज रात्रभर बाहेर राहिली तर काय करणार आहे 'साहिल-मंझिल'चं ऑफिस? कोणती ॲक्शन घेणार आहे? कोणत्या फ्लॅटमध्ये कोण, कोणासोबत राहते हे ऑफिस गांभीर्याने पाहते. कोणी नवखी मुलगी वाटली तर तिची चौकशी होते. 'साहिल-मंझिल' व्यवस्थापनाच्या मॅनेजर मिसेस दारूवाला अचानक कधीतरी धाड टाकल्यासारख्या 'साहिल-मंझिल'च्या सर्व फ्लॅट्समध्ये फिरतात. तेव्हा मात्र त्या प्रत्येकीची कसून चौकशी करतात. कोणी गैर पद्धतीनं राहणारी मुलगी आढळल्यास तिच्याकडून जबर दंड वसूल करून तिला हाकलून देतात. त्यांची ही धाड बहुतेक रात्री

नऊनंतरच पडते म्हणे. संजना सांगत होती, गेल्या वर्षी तीन वेळा अशा धाडी पडल्या. त्यात वेगवेगळ्या फ्लॅट्समध्ये चार मुली सापडल्या. अशा पद्धतीनं राहणाऱ्या मुलींना पॅरासाइट्स म्हटलं जातं. बऱ्याचदा या मुली ज्या फ्लॅट्समध्ये राहतात, त्या फ्लॅटवाली जी कोणी बॉस असेल ती त्या मुलींकडून पैसे वसूल करते. मात्र रात्री गैरहजर असणाऱ्या मुलींबद्दल इथलं व्यवस्थापन फारसं गंभीर असल्याचं संजनालाही जाणवलं नाही.

राणीनं मोबाइलमध्ये टाइम बघितला. दहा वाजत आले. आता मंकी येण्याची शक्यताच नव्हती. ती तिच्या स्कूटीने गेली की सिटीबसने? तेवढं जाणून घेण्यासाठी खाली जाऊन पार्किंगमध्ये तिची स्कूटी आहे की नाही ते पाहावं लागेल. राणी तेवढ्यासाठी लिफ्टनं खाली आली. मंकीची स्कूटी तिथं नव्हती. म्हणजे ती स्कूटीवर गेली. काय झालं असेल? स्कूटीचं चार्जिंग संपलं असेल का रस्त्यानं? की बिघडली असेल? की कुठं ॲक्सिडेन्ट झाला असेल? बापरे, ॲक्सिडेन्ट? जर तसंच झालं असेल तर तिची काय अवस्था असेल? खूप मार लागला असेल का? बेशुद्ध... की खल्लास? नको देवा... तसं काही होऊ देऊ नको... तिला सुखरूप असू दे...

काय करू? संजनाला सांगू? पण मग ही गोष्ट चर्चेची होईल. एरव्हीच मुली तिला 'गॉन केस' म्हणतात. ही गोष्ट जर मुलींना कळली तर... नको... नकोच. संजनालापण सांगू नये त्यापेक्षा हे सारं आपण आपल्या पोटातच ठेवू. तसंही मंकीनं तिचं वचन पाळलं. ती आपल्या घरी आली होती तेव्हा म्हणाली होती, 'पुण्यात गेल्यावर मी तुला आजिबात त्रास देणार नाही.' आणि खरंच तिनं आपल्याला तिळाचाही त्रास दिला नाही. मग तिला त्रास होईल असं आपण तरी का वागावं? हं, ती आपल्याला त्रास देत नाही आणि आपली दखलही घेत नाही... आपणही तिच्यासारखं स्थितप्रज्ञ... बापरे! किती मोठा शब्द आला मनात... येऊ दे! खरंच आपणही तिच्या विषयांत स्थितप्रज्ञ राहू... अजिबात या कानाची खबर त्या कानाला सांगायची नाही.

अस्वस्थावस्थेतच राणी फ्लॅटमध्ये आली. तिनं फ्लॅटचं दार आतून लावलं. हॉलमधला लाइट विझवला. झोपण्यापूर्वी एकदा बाथरूमला गेली. तोंडावर पाणी घेऊन बेडरूममध्ये आली. बेड बरोबर केलं. अंग टाकलं. डोळे मिटले. पाच मिनिटं, दहा मिनिटं, पंधरा मिनिटं. अर्धा तास. डोळा लागेना. शेवटी ती उठून बसली. मोबाइलमध्ये टाइम पाहिला. दहा पंचावन्न....

काहीतरी वाचत पडू. काही लोकांना झोपण्यासाठी काहीतरी वाचावंच लागतं म्हणे. आपल्याला तशी कधी गरज पडली नाही. गावाकडे असताना रात्री लोडशेडिंग असायचं. त्यामुळे रात्री आठ वाजल्यापासून दहा वाजेपर्यंत दिव्यावर अभ्यास

करायचा. मग झोपायचं... इथं आल्यापासून लोडशेडिंगचा प्रॉब्लेम नसल्याने साडेदहा वाजेपर्यंत राणी वाचत, लिहीत बसते. नंतर दिवाणावर पाठ टेकवली की पंधरा-वीस मिनिटांत झोप लागते. आज लागेना. काय करावं? वाचावं तर काय वाचावं? अभ्यासाचं काही? नको, दुसरं पाहू काहीतरी. उठून तिनं कबर्ड उघडलं. एका बाजूल प्रॅक्टिकल्स जर्नल्स ठेवलेले होते. त्यांच्याखाली कसलंतरी एक मॅन्युअल पडलेलं होतं. बहुतेक कॉलेजविषयी माहिती असणारं. कधीतरी ते वाचायचं असं जेव्हा जेव्हा तिच्या नजरेस पडे तेव्हा तेव्हा ती ठरवे. पण आजपर्यंत योग आला नव्हता. आज तेच काढून वाचू... तिनं ते काढलं. कबर्ड लावून घेतलं.

मॅन्युअल साधारण वीसेक पेजेस एवढं असावं. त्यासाठी वापरलेला कागद अतिशय महागडा होता. मुखपृष्ठावर कॉलेजच्या इमारतीचा फोटो. खाली कॉलेजचं नाव. संस्थापक-अध्यक्ष म्हणून वरच्या उजव्या कोपऱ्यात बाबासाहेबांचा राउंड फोटो. एडिटर म्हणून खालच्या उजव्या कोपऱ्यात प्रिन्सिपॉल सरांचं नाव. पाठीमागून कॉलेजची प्रमुख वैशिष्ट्ये... किमान पंधराएक तरी... मुखपृष्ठ! मलपृष्ठावर इंग्रजी लिपी. राणीनं मॅन्युअल चाळलं. सुरुवातीला अर्ध इंग्रजी, उरलेलं अर्ध मराठी इंग्रजी वाचण्यापेक्षा मराठी वाचू असं ठरवून तिनं मॅन्युअलचा मराठी भाग काढला....

बाबासाहेबांनी हे कॉलेज त्यांच्या आईंच्या नावानं असलेल्या ट्रस्टमार्फत त्यांच्या राहत्या गावी म्हणजे मोहोळवाडीला स्वतःच्या पंचावन्न एकर शेतात उभारलं. मोहळवाडी ही पुणे-सातारा रस्त्याला क्रॉस करणाऱ्या अरण्येश्वर मार्गावर अरण्येश्वर पार्कच्या पूर्वेला आहे. विशेषतः ग्रामीण भागातील मुलांना सक्षम बनवण्यासाठी उच्च दर्जाचं अभियांत्रिकी शिक्षण देण्याचा त्यांचा मानस होता. त्याचं कारण असं की त्यांना स्वतःला कधीकाळी बी.ई. व्हायचं होतं. पण त्या काळी आताच्या एवढ्या शिक्षणाच्या सोई नव्हत्या. त्यात त्यांचे वडील शेतकरी. शेती कसताना शिक्षणासाठी फार मोठा खर्च करण्याची त्यांची तयारी नव्हती. त्यामुळे बाबासाहेबांना नाइलाजानं बी.ए.वर समाधान मानावं लागलं. आपल्याला नाही होता आलं बी.ई... पण गोरगरिबांच्या होतकरू हुशार मुलांना तरी होता यावं. या उदात्त विचारानं त्यांनी या कॉलेजची मुहूर्तमेढ रोवली. ते साल होतं २००२. सुरुवात जरी अभियांत्रिकी शिक्षणानं झाली असली तरी त्याचबरोबर विज्ञान, स्थापत्यशास्त्र, व्यवस्थापनशास्त्र, जमल्यास वैद्यकीय शिक्षण देण्याची व्यवस्थाही याच ठिकाणी व्हावी हे स्वप्न बाळगून त्यांनी त्या दृष्टीनं या कॉलेजच्या भव्य वास्तूची उभारणी केली. गेल्या वर्षीच विज्ञानशाखेला मान्यता मिळाली. इतर शाखांच्या परवानगीचे प्रयत्न सुरू आहेत. केवळ महाराष्ट्रच नव्हे तर देशभरातून या संस्थेत विद्यार्थी शिकायला येतात... आज रोजी शिकणाऱ्या विद्यार्थ्यांची

संख्या सातशे ऐंशी एवढी आहे....

पुढं वाचायचा राणीला कंटाळा येऊ लागला. तिनं मॅन्युअल टेबलावर ठेवलं. दिवाणवर डोळे लावून पडली. पुन्हा पाच, दहा, पंधरा मिनिटे; पण झोप नाही. शेवटी प.पू. पांडुरंगशास्त्री आठवले दादांच्या सद्‌विचार दर्शन द्वारा प्रकाशित 'प्रार्थना प्रीती' या ग्रंथातील स्तोत्र म्हणायला तिनं सुरुवात केली. खरंतर त्यासाठी बैठक मारून बसणं, हात जोडणं आवश्यक आहे; पण राणीला झोप यावी यासाठी ती म्हणावयाची म्हणून तिनं प.पू. दादांचे स्मरण करून हा नियम मोडला... सुरुवात केली. शिवापराध क्षमापन स्तोत्रापासून...

आदौ कर्मप्रसङ्‌.गात कलयति कलुषं मातृकुक्षौ स्थितं मां
विण्मूत्रामेध्यामध्ये क्वथयति नितरां जाठरो जातवेदा: ।
यद्दत् वै तत्र दु:खं व्यथयति नितरां शक्यते केन वक्तुं
क्षन्तव्यो मेऽपराध: शिव शिव भो श्री महादेव शम्भो ।।

शिवापराध क्षमापन स्तोत्र झाल्यावर राणीनं श्रीकृष्णाष्टकम् म्हटलं. ते संपल्यावर ती श्री पांडुरंगाष्टकम् मधल्या पाचव्या स्तोत्रावर आली. तेव्हा तिचे डोळे जडावले...

शरच्चंद्र बिंबाननं चारुहासं
लसत्कुंडलक्रांन्त गंडस्थ ऽऽ लां ऽऽऽ ग ऽऽऽऽऽ म
जपारागबिंबाऽऽऽ ध ऽऽऽऽरं ऽऽऽ कं ऽऽऽ जं ऽऽऽऽऽऽ

या चरणातला नेत्रम् हा शब्दही तिला उच्चारता आला नाही... तिचा स्वर आतल्या आत निमाला... अन् तिला गाढ झोप लागली...

परब्रह्मलिंगम् भजे पांडुरंगम् ।।

हा शेवटचा चरण तसाच राहिला...

◆

राणी देविका, मंजुश्री, आदित्यासह प्रॅक्टिकल संपल्यावर लायब्ररीत आली. आदित्या आता रेग्युलर कॉलेजात येऊ लागली. या चौघींनी आपला एक ग्रूप बनवला. चौघींनी प्रत्येक विषयाची दोन-दोन पुस्तके घ्यायची. ती आठवडाभर वापरायची. मग परत करायची. त्यांनी आधी घेतलेल्या ऑथरची पुस्तकं बरी वाटली तर ती एक दुसरीच्या नावावर ट्रान्सफर करायची... जी बरी वाटणार नाहीत ती बदलायची. पुस्तकं कोणती बरी कोणती बुरी हे सेकंड इअरच्या मुलींशी डिस्कस केल्यावर कळतं. संजना या कामी राणीला फार मदत करते. तिच्या मते मेकॅनिक्सची दोन पुस्तकं ती म्हणजे आपल्याच कॉलेजचे फर्स्ट इअरचे एच.ओ.डी. जाधव सर अन् सेकंड इअरच्या डॉ. सुचिता मॅडम यांची. दोघांची पुस्तकं लायब्ररीत आहेत; पण जाधव सरांचं पुस्तक मागितलं तरी दिलं जात नाही. उलट डॉ. सुचिता मॅडमचं पुस्तक न्या असं सुचवलं जातं. जाधव सरांचं हवं असा आग्रह धरला तर 'त्यांच्या पुस्तकांच्या प्रती उपलब्ध नाहीत' असं सांगितलं जातं. मात्र पुस्तकांच्या कॅटलॉगमध्ये त्यांच्या पुस्तकांचं नाव आहे. ज्या अर्थी कॅटलॉगमध्ये पुस्तकाचं नाव आहे, त्या अर्थी पुस्तक उपलब्ध असायलाच हवं. असा आपण तर्क मांडला तर, 'लायब्ररीयन सरांना भेटा' असा खिडकीवर सल्ला दिला जातो. संजनाच्या मते, लायब्ररीयन सरांपर्यंत कोणी जात नाही. जाधव सरांचं पुस्तक सुचिता मॅडमच्या पुस्तकापेक्षा कळायला सोपं आहे. संजनाच्या आधीच्या बॅचच्या मुलींनाही असाच अनुभव आला होता. त्या आधीच्या मुलींना मात्र ते पुस्तक उपलब्ध करून दिलं जात होतं. म्हणजे गेल्या दोन वर्षांपासून लायब्ररीयन सरांनी जाधव सरांच्या त्या पुस्तकाबाबत अघोषित बहिष्कार (अनडिक्लेअर्ड बायकॉट-हे जाधव सरांचे शब्द) घातला गेला. संजनानं स्वत: जाधव सरांची भेट घेऊन याबाबत तक्रार केली. तेव्हा या अघोषित बहिष्काराबद्दल ते म्हणाले, "यू सी, इट हॅपन ड्यू टू द मोनापली ऑफ द हेड ऑफ लायब्ररी." यावर "बट इज इट गुड सर?" असं संजनानं विचारलं. त्यावर सर बोलले, "मे बी, दॅट पर्सन हॅज सम स्पेशल इंटरेस्ट इन दॅट पर्टिक्युलर लेडी ऑथर." संजनानं तरीही

जाधव सरांकडे आग्रह धरला. ''सर, यू मस्ट टेल दॅट पर्सन टू इश्यू युअर बुक टू द प्युपिल.''

त्यावर सरांचं म्हणणं, ''आय हॅड डन ऑल दीज थिंग्ज दॅट यू आर टेलिंग. नॉट ओनली धिस बट आय हॅड कम्प्लेन्ड टू द हायर अँथॉरिटीज. दे अॅश्युअर्ड मी टू डू समथिंग गुड अबाउट दॅट. अॅन्ड दे हॅड नथिंग डन एनीथिंग अबाऊट... सो आर यू एबल टू फाइट फॉर दॅट बुक?'' सरांनी शेवटचा प्रश्न विचारून संजनाला गप्प केलं होतं. संजनानं सरांचं पुस्तक रेफरन्स बुक्सच्या यादीत तर सुचिता मॅडमचं पुस्तक टेक्स्ट बुक्सच्या यादीत असं का असं विचारलं. त्यावर सरांनी विद्यापीठातलं संबंधित विषयाचं बोर्ड सिलॅबस सेट करताना पुस्तकांच्या दोन कॅटॅगरीज करते. त्यातली एक कॅटॅगरी टेक्स्ट बुक्स तर दुसरी कॅटॅगरी रेफरन्स बुक्स अशी असते. विद्यार्थ्यांनी सिलॅबससाठी विद्यापीठानं जी पुस्तकं नेमली तीच वापरली पाहिजेत असा नियमही केलेला असतो. अन् तरीही या कॉलेजातले लायब्ररीयन जाधव सरांचं पुस्तक उपलब्ध करून देत नाहीत. आता विद्यापीठाकडे तक्रार करावी, संजनाला असा प्रश्न त्या वेळी पडला होता.

पुढे संजनाला असंही कळलं की लायब्ररीयन सरांशी सुचिता मॅडमचं काहीतरी पर्सनल अफेअर आहे. पर्सनल अफेअर असेल, असू दे. पण त्याचा फटका विद्यार्थ्यांना का?आणि त्यांचं अफेअर असेल तर त्यात जाधव सरांचा काय दोष? त्यांच्यावर ते दोघं का खार खातात? सुचिता मॅडमनं राणीला जाधव सरांबद्दल भलतंच काही सांगितलं होतं. त्याची संगती सुचिता मॅडमच्या या अफेअरशी कशी लावावी? याचा अर्थ सुचिता मॅडमचं जाधव सरांसोबत काही विशेष बिनसलेलं आहे. संजनानं जे सांगितलं त्यावरून जाधव सरांची बाजू फार लंगडी दिसते. संजनाला ते म्हणाले की त्यांनी अगदी हायर अथॉरिटीजपर्यंत हे प्रकरण नेलं. हायर अथॉरिटीज म्हणजे कोण कोण? प्रिन्सिपॉल सर आणि बाबासाहेब. त्यापेक्षा तेच स्वत:हून विद्यापीठात तक्रार का करत नाहीत? कारण त्या दोघांनी जाधव सरांच्या तक्रारीचं निवारण केलं नाही? याचा अर्थ असा लावता येईल का की हायर अथॉरिटीजही सुचिता मॅडमच्या पाठीशी आहेत? पण हे कसं? जर सुचिता मॅडम आणि लायब्ररीयन सर यांचं काही अफेअर असेल तर ते हायर अथॉरिटीजना माहीत नसेल का? नसेल असं कसं म्हणता येईल? जर खरोखरच असेल तर मग कॉलेज प्रिमायसेसमध्ये असे प्रकार हायर अथॉरिटीजनी का खपवून घ्यावे? अशा अनैतिक गोष्टींचा विद्यार्थ्यांवर काय परिणाम होत असेल? मुले आणि मुली यांच्यावर एकमेकांशी बोलणं, गटा-गटानं राहणं, फिरणं यावर बंधनं घालायची अन् वरिष्ठ कर्मचाऱ्यांना मात्र मोकळी सूट द्यायची? हे कुठलं शहाणपण? याचा अर्थ हायर अथॉरिटीजना स्वत:च्या डोळ्यातलं हे मुसळ दिसत नाही; पण मुला-

मुलींच्या डोळ्यातलं नसलेलं कुसळ दिसतं. व्वा रे, खासा न्याय!

राणीच्या मनात आणखी एक तर्कट आलं. त्या दिवशी लायब्ररीयन सरांच्या केबिनमध्ये सुचिता मॅडमनी राणीला बोलावलं. लायब्ररीतल्या इतर कर्मचाऱ्यांसमोर – म्हणजे सरांची केबिन काचेची असल्याने आत काय चाललं हे सारं काही दिसतं – ते दोघं त्या दिवशी जसे बसलेले होते, तसे नेहमीच बसत असतील. त्यात आपल्यालाही त्या दोघांबाबत गैर वाटत नाही. लायब्ररीतल्या कर्मचाऱ्यांनाही तसं काही वाटत नसेल. कदाचित त्यांचं काही नसेलही. कदाचित लायब्ररीयन सर मॅडमबद्दल विशेष सहानुभूती बाळगून असतील. त्यापोटी ते जाधव सरांबाबत – म्हणजे त्यांच्या पुस्तकाबाबत काही एक दुराग्रह मनात ठेवून व्यवहार करत असतील; पण त्यांनी असं करणं यात जाधव सरांपेक्षा विद्यार्थ्यांचं नुकसान अधिक आहे. कॉलेज विद्यार्थ्यांसाठी आहे, लायब्ररी विद्यार्थ्यांसाठी आहे, मग लायब्ररीतली सगळीच पुस्तकं विद्यार्थ्यांसाठी असणार नाहीत काय? लायब्ररीचा एक खास सेक्शन प्राध्यापक मंडळींसाठी राखीव आहे. त्यांना हवे असणारे दुर्मिळ ग्रंथ, फॉरेन कन्ट्रीजमधले जर्नल्स वगैरे ठेवलेले असतात. ते विद्यार्थ्यांना नकोही असतात... पण जे विद्यार्थ्यांसाठी आहे ते तर?

''हं बोल राणी?'' राणी रांगेत उभी होती. प्रिन्सिपॉल अॅड्रेसच्या दिवसापासून या मॅडम तिला नावानं ओळखतात. तिच्या आधी सहा-सात मुली उभ्या होत्या. तिचा नंबर कधी आला ते तिला विचारा-विचारात कळलं नाही. भानावर येऊन तिनं जवळची दोन पुस्तकं सरकवली अन् हव्या असलेल्या दोन पुस्तकांची नावं, ऑथर्सची नावं, त्यांचे कोडनंबर्स एका चिठोऱ्यावर लिहून दिले. खिडकीवरच्या मॅडमने ''सीताराम'' म्हणून लायब्ररी अटेन्डन्सला आवाज दिला. त्याच्या हाती राणीची चिठ्ठी दिली. सीतारामनं त्या चिठ्ठीवरची नावं वाचली अन् तो मॅडमच्या कानाशी लागला.

''त्यातलं सुचिता मॅडमचं आण,'' मॅडम म्हणाली. त्यानं पट्कन सुचिता मॅडमचं पुस्तक आणून ठेवलं. मॅडमनं त्या पुस्तकाची नोंद घेतली. राणीकडे सरकवलं.

''मॅम, दुसरं पुस्तक?''

त्यावर आतून उत्तर आलं, ''सध्या अॅव्हेलेबल नाही. नंतर ये. पुढल्या वेळी.''

काय करावं? राणी क्षणभर गोंधळली. मग ती ठासून खोटं बोलली, ''मॅम, मी मागच्या वेळीही जाधव सरांचं पुस्तक मागितलं होतं. तेव्हा आपण हेच उत्तर दिलं होतं.''

मॅडमनं तिच्याकडं रोखून पाहिलं. मग जरा आवाज वाढवून म्हणाली, ''चल, दुसऱ्यांना येऊ दे. पुढल्या वेळेस बघू...''

मात्र राणी बाजूला झाली नाही. ती काहीशा आर्जवानं म्हणाली, ''प्लीज

मॅम, काइंडली हेल्प मी.''

मॅडमचा हेल्प करण्याचा मूडच नव्हता. ''नो अर्ग्युमेंट. आय से लीव्ह द रो.''

''अॅक्सेप्ट माय अर्ग्युमेंट, प्लीज मॅम.''

हा प्रकार दोन-चार मिनिटं चालला. रांगेच्या शेवटच्या टोकाला असणाऱ्या मुलींना खिडकीवर काय चाललं ते कळेना. खिडकीवरची मुलगी विनाकारण वेळ खाते आहे असं वाटून मागच्या मुलींनी आवाज वाढवला, ''हे, स्टॉप युअर नॉनसेन्स''

राणीनं ते ऐकलं अन् ती गर्रकन मागं वळली. रांगेतल्या बहुतेक मुलामुलींनी तिला ओळखलं. आवाज वाढवून बोलणाऱ्या मुलीही काहीशा वरमल्या. राणी त्यांच्याकडे बघून शांतपणे पण मोठ्या आवाजात म्हणाली, ''भगिनींनो, काय झालं माहीत आहे? मी मॅमना जाधव सरांचं मेकॅनिक्सचं पुस्तक मागच्या वेळी अन् आताही मागितलं; पण मॅम पुस्तक देण्यास टाळाटाळ करताहेत असं मला जाणवलं. मी त्यांना पुन्हा पुन्हा रिक्वेस्ट करते आहे. तर त्या मला रागावून रांगेतून बाजूला हो म्हणतात.''

''काय, कोण नाकारतं पुस्तकं?'' एक मुलगा आक्रमक होत पुढे येत मोठ्यानं घोषणा दिल्यासारखा बोलला, ''हे कॉलेज अन् ही लायब्ररी सांगा मग कोणासाठी आहे?''

''अर्थात आमच्याचसाठी.''

''अन् लायब्ररीतली पुस्तकं?''

मुलं ओरडली. ''तीसुद्धा आमच्यासाठीच'',

''मग आम्हाला पाहिजे ते पुस्तक का मिळत नाही?''

''बरोबर, मिळालंच पाहिजे,'' आता बाजूच्या रांगेतल्या मुलींनीही मुलांच्या आवाजात आवाज मिळवला.

त्या आक्रमक मुलानं खिडकीजवळ येत मॅडमला म्हटलं, ''मॅम, पुस्तक घेतल्याशिवाय ही मुलगी खिडकी सोडणार नाही. मॅडमने त्याच्याकडे पाहिलं. त्यांनी त्याला ओळखलं. हा अन् इथे? कसा? त्यांनी स्वत:शीच प्रश्न केला. इकडे मागच्या मुलामुलींनी घोषणाबाजी सुरू केली.

'कॉलेज कोणासाठी? ... आमच्यासाठीऽऽऽ'

'लायब्ररी कोणासाठी ? ... आमच्यासाठीऽऽऽ'

'पुस्तकं कोणासाठी ? ... आमच्यासाठीऽऽऽ'

'लायब्ररीयन हाय हायऽऽऽ'

'पाहिजे ते पुस्तक देणार का नाय?ऽऽऽ'

'तानाशाही नहीं चलेगी, नहीं चलेगी ऽऽऽ'

कारण राणीसारखा अनुभव अनेकांनी अनुभवला होता. त्यामुळं मुलांना ही संधीच मिळाली. त्यातल्या त्या आक्रमक मुलाला, तो सीनिअर असावा. मात्र त्याचा आक्रमकपणा पाहून राणी गोंधळात पडली. खरंच हा आपल्याबद्दलचा कळवळा म्हणून आक्रमक झाला की या आक्रमकपणामागे काही वेगळं कारण आहे? आता तिथली कोणतीच गोष्ट राणीच्या हातात राहिली नव्हती. सारी सूत्रं त्या आक्रमक मुलानं आपल्या हाती घेतली होती. त्या घोषणा, त्याचा निर्धार ऐकून मॅडम हादरली, बाजूचे मुंडे काका, सीताराम हेही बावरले... केबिनमध्ये बसलेले लायब्ररीयन सर केबिनच्या बाहेर पडून "अनन्या, काय झालं?" असं मॅडमला विचारू लागले. राणीला मॅडमचं नाव कळलं. अनन्या. तशा स्थितीतही मॅडमच्या काळ्या सावळ्या रूपाप्रमाणे तिचं नावही तिला आवडलं.

"त्या मुलीला आत बोलाव," लायब्ररीयन सरांनी म्हटलं, अन् ते परत फिरले.

"राणी, तुला सर बोलावताहेत." अनन्यानं राणीचं नाव घेतलं.

"नाही मॅम, जोपर्यंत पुस्तक मिळणार नाही, तोपर्यंत ती खिडकी सोडणार नाही..." आता आणखी काही मुलं म्हणाली.

मग मवाळ स्वरात अनन्या म्हणाली, "राणी, तुझ्यासारख्या स्कॉलर, आयडॉल मुलीनं इतकं इन्सिस्टंट नसावं. तू तुझं म्हणणं आत येऊन सरांना सांग. ते काय म्हणतात ते ऐक. प्लीज." आता अनन्यावर प्लीज म्हणण्याची पाळी आली तरी राणीला त्या मुलानं जागा सोडू दिली नाही.

इकडे मुलामुलींच्या घोषणांचा आवाज वाढला. तो ऐकून आजूबाजूची अनेक मुलं भराभर आली. 'काय भानगड आहे' ते इतरांना विचारू लागली. 'मारामारी चालू आहे' कोणी असं सांगे तर 'लायब्ररी असिस्टन्टने पुस्तक देताना कोण्या मुलीचा हात पकडला...' अशा मनाला वाटेल तशा वावड्या बाहेर उठू लागल्या. त्यातून मगं काही मुलंमुली संतापही व्यक्त करू लागली. त्या आक्रमक मुलाने पाठीवरची सॅक काढून बाजूच्या खिडकीच्या काचेवर मारली. काच खळ्ळकन फुटली. त्याचं पाहून इतरही तसंच करायला लागले. आजूबाजूच्या खिडक्यांना काचा उरल्या नाहीत. मग दरवाजांवर लाथा पडू लागल्या. हे लोण गॅलरीत दाटीवाटीनं उभ्या असलेल्या गर्दीपर्यंत पोचलं. अन् ते वणव्यासारखं पसरू लागलं. वर्गावर्गांच्या खिडक्यांच्या काचा, दरवाजे मोडून पडले... त्यात एकाच्या डोक्यात आणखी कली शिरला. त्यानं एका वर्गात शिरून लाकडी फर्निचर मोडून खिशातल्या लायटरने त्याला आग लावली. त्यासाठी त्याने आपल्या सॅकमधल्या दोन जर्नल्सचा वापर केला. झालं, त्याला इतरांची साथ मिळाली. तोपर्यंत ऑफिसातले कर्मचारी, प्राध्यापक, लेक्चरर्स, इन्स्ट्रक्टर्स, त्यांचे असिस्टन्ट्स, वर्गातले, प्रॅक्टिकल

क्लासमधले विद्यार्थी सगळे धावायला लागले. पाहतात तर लायब्ररीला लागून असणाऱ्या दोन-तीन वर्गांतून धूर निघतो आहे.

दुर्दैवानं त्या दिवशी प्रिन्सिपॉल सर अन् बाबासाहेब कॉलेजात नव्हते. ते असते तर त्यांनी या प्रकाराला आळा घालण्याचा प्रयत्न केला असता. आग विझविण्यासाठी फायर ब्रिगेडला फोन केला असता. बाकीच्यांनी यापैकी काहीच केलं नाही. 'का हो, काय झालं?' 'आफ्टर ऑल व्हॉट इज द मॅटर?' असे एकमेकांना प्रश्न करीत राहिले.

बाहेरचा धूर इकडे लायब्ररीपर्यंत पोचला. लायब्ररीच्या पोर्चमध्ये गर्दी करून बसलेल्या, घोषणा देणाऱ्या पोरापोरींना काहीतरी गलत होते आहे हे लक्षात आल्याने त्यांनी तेथून पळ काढला. राणीच्या मैत्रिणी देविका, मंजुश्री, आदित्या यांच्याही काहीतरी भयानक घडलं हे ध्यानात आलं. "राणी, बहुतेक कुठेतरी आग लागली, चल, आपण निघून जाऊ..."

त्यावर तो मुलगा ठामपणे म्हणाला, "नाही, जोपर्यंत तुला ते पुस्तक मिळत नाही तोपर्यंत तू ही जागा सोडणार नाहीस."

"अगं, काही ऐकू नको याचं. चल, जीव वाचव. पळ."

पण राणीला त्यानं जागा सोडू दिली नाही. "बघ, आम्ही जातो. तू जीव धोक्यात घालू नको." मैत्रिणींनी इशारा दिला.

"जा तुम्ही. तिची काळजी करू नका... जा पळा." त्यानं मंजुश्री-आदित्याला ढकललं. तशाही स्थितीत त्यांना त्या मुलाच्या दांडगाईचा राग आला. कोण हा? याला एवढा राणीचा का पुळका आला? राणीच्या ओळखीचा तर नाही? नाइलाजानं त्या निघाल्या.

धूर आता लायब्ररीत शिरला. अन् तो पाहून लायब्ररीयन सरांसह आतल्या सर्वांची पाचावर धारण बसली. "आग, आग" म्हणत ते सगळे बाहेर पडले... पळायला लागले. राणीवर त्यांच्यापैकी कुणीही लक्ष दिलं नाही... लायब्ररीयन सरांच्या डोळ्यांसमोर एकच भयानक चित्र होतं. ते म्हणजे या आगीच्या भक्ष्यस्थानी सगळी लायब्ररी पडली. लायब्ररीतली दुर्मिळातली दुर्मिळ, अनमोल ग्रंथसंपदा जळून खाक झाली. तशाही अवस्थेत जाधवांच्या त्या पुस्तकावर हट्टाग्रही भूमिका घेतल्याने कॉलेजचं न भरून येणारं नुकसान घडलं. सुचिता अन् जाधवांच्या वादात आपण सुचिताची बाजू घ्यायला नको होती. चुकलंच आपलं. खरंच चुकलं. तळमजल्यावर येण्यासाठी पायऱ्या उतरताना त्यांनी फायरब्रिगेडला कॉल केला... "फास्ट या. आग फैलावते आहे... लवकर... क्विक..." एका एका शब्दावर जोर देत ते एक एक पायरी उतरू लागले.

◆

चार दिवसानंतर आज प्रथमच राणी कॉलेजमध्ये येते आहे. कॉलेज परिसरातल्या डॉ. चांदे हॉस्पिटलमधून काल तिला सुटी झाली.

त्या दिवशी लायब्ररीच्या खिडकीवर ती मुलांसोबत उभी राहिली होती. देविका, मंजुश्री, आदित्या यांनी 'चल जीव वाचव. पळ' असा निर्वाणीचा इशारा देऊनही तिला त्यानं खिडकी सोडू दिली नव्हती. धूर हळूहळू वाढतो आहे त्यामुळे आपला जीव गुदमरतो आहे... फार काळ आपण इथे थांबू शकणार नाही. आपणही इतरांप्रमाणे निघून गेलं पाहिजे, हे सगळं कळत असूनही 'पुस्तक मिळाल्याशिवाय खिडकी सोडू नको' असं त्या मुलानं म्हटलं, आपणही तसेच वागत गेलो. अशा पद्धतीचं दुसऱ्याच्या मनानं ती कधीच वागली नाही. स्वत:ही आक्रमक झाली नाही.

गावाकडे असताना घरी, शाळेत, कॉलेजात, तिची नेहमी समन्वयाचीच भूमिका असते. गावातल्या जि.प. शाळेत सातवा वर्ग पास झाल्यावर अनसिंगच्या पी.टी.जे.एन. विद्यालयात आठवीत तिनं प्रवेश घेतला. शाळेचा पहिला दिवस. साधारणत: पहिल्या दिवशी पहिल्यांदा वर्गात जाऊन सर्वांत पुढची जागा पकडण्याचा मुलामुलींचा म्हणजे हुशार मुलामुलींचा प्रयत्न असतो. राणीचा नेहमीच वर्गात पहिला नंबर असल्याने ती नेहमीच सर्वांत पुढे बसलेली असायची. गावातल्या शाळेत तिला मागे बस असं कोणी म्हणत नसे. त्यामुळेच आठवीतही आपल्याला सर्वांत पुढची जागा मिळावी या इच्छेपोटी ती पहिल्या दिवशी वर्गात लवकर गेली आणि सर्वांत पुढच्या बेंचवर बसली. तिच्यासोबत गावातल्या दोन मुलीही बसल्या. प्रार्थना झाली. सगळी मुलंमुली वर्गात आले. त्यात नुकत्याच शाळेत आलेल्या दोन मुलींपैकी एक राणीजवळ आली अन् राणीला दरडावून म्हणाली, "ए, ऊठ गं इथून... चला, तुम्ही तिघी मागे जा... उठा."

राणीनं "का? आम्ही अगोदर येऊन जागा धरली," असं म्हटलं तेव्हा त्या मुलीनं राणीच्या झिंज्या लुचत "ऊठ, नाहीतर लाथा घालीन," अशी धमकी दिली. राणीचा स्वभाव आरे ला कारे असं वागण्याचा नव्हताच.

"चला गं, आपण पाठीमागे जाऊन बसू ..." म्हणत ती मुकाट्यानं बाकीच्या दोन मुलींसोबत मागं जाऊन बसली. तिच्या झिंज्या धरणारी ती मंकीच होती. 'बापाची शाळा, म्हणून दादागिरी' असं तिचं वागणं होतं. हे राणीला नंतर कळलं. पण राणीची हुशारी बघून सरांनी तिला मंकीच्या मागच्या बेंचावर येऊन बसायला लावलं. अन् ही दुसऱ्या बेंचावरची जागा बारावीपर्यंत कायम राहिली. वर्गात दोन रांगा मुलांच्या अन् एक रांग मुलींची असायची, त्यामुळे सरांनाही याशिवाय दुसरं काही करता आलं नाही.

घरीही वागताना असंच. 'मला अमुकच हवं' असा हट्ट ती कधी करत नसे... मग नेमकं जाधव सरांच्या पुस्तकाच्या बाबतच अशी मुळात आग्रहाची भूमिका आपण का घेतली, हे तिला कळेना. त्या मुलानं तिला हिप्नोटाइझ केलं ते नंतर. तिनं याबाबत संजनाशी चर्चा केली. संजनाचं म्हणणं तिनं राणीशी त्या पुस्तकाबाबत जी चर्चा केली होती, त्याचा तो परिणाम असावा; पण तेवढंच एक कारण नसावं असं राणीला वाटतं. मग तिनं स्वत:शीच जो तर्क केला, तो तिला पटायला लागला. मुळात सुचिता मॅडम या गोष्टीला कारणीभूत आहेत, असं तिचं ठाम मत बनलं. सुचिता मॅडमनं त्या दिवशी लायब्ररीमध्ये तिला जाधव सरांबाबत जे म्हटलं, त्यामुळे कुठंतरी सुचिता मॅडमबद्दल मनात राग निर्माण झाला. तो सुप्तावस्थेतला राग बाहेर पडण्याची संधी शोधत होता; त्याला पुस्तकाचं हे निमित्त मिळालं. सुचिता मॅडमचा राग येण्याचं कारण काय ? तर या कॉलेजात अगदी पहिल्या दिवशी आपल्या ईगोला कुणी कुरवाळलं असेल तर जाधव सरांनी. केवळ त्यांच्यामुळेच आपण प्रिन्सिपल अॅड्रेसच्या दिवशी व्यासपीठावर जाऊ शकलो. प्रिन्सिपॉल सरांनी आपला 'आयडॉल ऑफ द कॉलेज' असा गौरव केला. हे सगळं ज्या जाधव सरांमुळे घडलं, आपल्या मनात त्यांची जी उदात्त प्रतिमा निर्माण झाली, त्या प्रतिमेलाच सुचिता मॅडमच्या बोलण्याने धक्का बसला. पण ते आपल्या मनाला सहन झालं नाही. ते कुठेतरी आतल्या आत दुखावलं. त्यामुळे जाधव सरांचं पुस्तक मागूनही मिळत नाही म्हटल्यावर आपलं मन चवताळलं, अन् त्यानं आपल्याला आग्रही भूमिका घ्यायला भाग पाडलं... राणीनं स्वत:च्या मनाबद्दल केलेलं विश्लेषण अधिक योग्य वाटत होतं.

त्या दिवशी राणी आणखी काही वेळ खिडकीवर थांबली असती तर कदाचित गुदमरून जिवाला मुकली असती; पण देविका, मंजुश्री, आदित्या यांनी ग्राउंडफ्लोअरवर आल्यावर ओरडून-ओरडून "राणी अजूनही त्या मुलासोबत लायब्ररीच्या खिडकीजवळ आहे. कृपा करून त्यांना वाचवा," असं पुन:पुन्हा म्हटलं. तेव्हा जमावात हलकल्लोळ माजला. बरेच युवक "चला, चला" म्हणत धावले... वरून उतरणाऱ्यांच्या रेट्यामुळे त्यांना लवकर वर जाता येत नव्हतं. क्षण न् क्षण महत्त्वाचा आहे.

आपल्याला उशीर झाला तर त्या दोघांचं काही खरं नाही, हे त्यांना कळत होतं. म्हणून ते वर जाण्यासाठी धडपडत होते. फार कष्टानं त्यातल्या फायनल इअर कॉम्प्युटरच्या शेखरला यश मिळालं. तो धुराच्या लोटात आत शिरला; पण खिडकीपर्यंत जाणं मुश्कील आहे, हे त्याच्या लक्षात आलं. पहिल्यांदा त्यानं आपल्या नाकावर रुमाल बांधला. मग अंदाज घेत घेत खिडकीपर्यंत आला. खिडकीपाशी कोणीच नव्हतं. त्यानं हाक मारली, "राणी!" पुन:पुन्हा हाका मारल्या... पण 'ओ' आली नाही... कुठे गेली? खाली गेली की काय? बहुतेक गेली असावी. अन् तो मुलगा? तोही गेला असावा. चला आपणही... असं मनात म्हणत तो मागं वळला. दोन पावलं पुढं आला तर त्याच्या पायाला काहीतरी लागलं. खाली वाकून त्यानं स्पर्श करून पाहिलं तर ती राणीच होती. क्षणाचाही विलंब न लावता त्यानं तिला दोन्ही हातांनी उचललं अन् बाहेरच्या गॅलरीत आला. येथे धूर कमी होता. त्यानं तोंडावरचा रुमाल बाजूला केला. पोटभर श्वास घेतला. त्याला हुशारी वाटली. मग राणीला घेऊन तो जिन्याकडे निघाला. पुढच्या पाच मिनिटांत त्यानं राणीला खाली मोकळ्या ग्राउंडवर आणून झोपवलं.

राणीची हालचाल होत नव्हती. याचा अर्थ ती गुदमरल्यानं बेशुद्ध पडली असावी. "पट्‌कन दवाखान्यात हलवा," जाधव सर ओरडले. शेखरऐवजी आता दुसरी मुलं पुढं आली. त्यांनी तिला उचललं. महाद्वाराकडे नेलं. जाधव सरही त्यांच्यासोबत होते. त्यांनी पटापट पायऱ्या उतरून आपली कार पार्किंगमधून काढली. राणीला त्यात टाकायला लावलं. त्या मुलांना घेऊन त्यांनी कॉलेजजवळच्याच डॉ. चांदे हॉस्पिटलमधे दाखल केलं. डॉक्टरांनीही त्वरित उपचार सुरू केले.

दुपारी चार वाजता राणी ॲडमिट झाली. ते दुसऱ्या दिवशी सकाळी सात वाजता ती शुद्धीवर आली. समोर चिंताग्रस्त चेहऱ्याने उभे असलेले जाधव सर पाहून तिला काय घडलं ते आठवलं. सर म्हणाले, "घाबरू नकोस. नाऊ यू आर आउट ऑफ..." सरांचे पुढचे शब्द तिला कळलेच नाहीत. तिच्या भावना एकाएकी उचंबळून आल्या. डोळे आसवांनी भरून आले...

"संजना, टेक केअर ऑफ हर," असं बाजूला उभ्या असलेल्या संजनाला सांगून 'मी येतो आता' म्हणत सर निघून गेले.

संजनानं राणीचा हात हातात घेतला... काहीतरी बोलावंसं राणीला वाटू लागलं; पण "शांत पडून रहा. बोलू नको... बघ, आपल्या फ्लॅटवरच्या, वर्गातल्या, कॉलेजमधल्या, तुझ्या किती मैत्रिणी, मित्र तुला भेटायला आलेत. ते सगळे बाहेर उभे आहेत... तू शुद्धीवर आल्यावरच भेटायला जा असं डॉक्टरांनी सांगितल्याने ते काल पाच वाजल्यापासून ताटकळत बाहेर उभे आहेत ते रात्री आठ वाजेपर्यंत. शेवटी जाधव सरांनी त्यांना घरी जायला सांगितलं तेव्हा ते गेले. तर बघ,

सकाळीच तुला भेटायला परतही आले. सर तर तुझ्या उशाशी बसून होते रात्रभर...'' संजनाचा शेवटचा शब्द उच्चारायचा बाकी राहिला तेवढ्यात संजनाच्या फ्लॅटमध्ये राहणाऱ्या दोघीतिघी आत आल्या आणि मग जवळपास पाऊण तास हा सिलसिला चालू राहिला. कमीत कमी सत्तर-पंचाहत्तर जण तिला भेटले. त्यात फ्लॅटवरचे, वर्गातले अन् कॉलेजमधले सीनिअर्स होते... त्यांच्या भेटण्याने राणीला भरतं आल्यासारखं वाटू लागलं.

हॉस्पिटलमधल्या चार दिवसांत संजनानं तिची सारी काळजी घेतली. ''मॅम, तुम्ही जा कॉलेजात. कॉलेज बंक करू नका,'' असं अनेकदा म्हटलं तरी संजनानं ऐकलं नाही. तिच्यासोबत फ्लॅटवर राहणाऱ्या आम्रपाली, योगिताही संजनाला ''आम्ही थांबतो. तुम्ही जा,'' म्हणाल्या. राणीच्या क्लासमेट देविका, मंजुश्री, आदित्याही दोन दिवस कॉलेज बुडवून थांबल्या. त्या अन् संजना एकमेकींना 'तुम्ही जा कॉलेजात' असं म्हणत राहिल्या, पण कोणीच कॉलेजात गेलं नाही. कॉलेज सुटल्यावर अनेक ज्युनिअर्स, सीनिअर्स मुलंमुली राणीला भेटायला आल्या. त्यात शेखरही होता. तो कालही आला होता. आज आला तेव्हा संजनानं ''यांनी तुला खऱ्या अर्थानं वाचवलं,'' असं म्हणत तिला शेखरनं कसं आणलं ते सांगितलं. त्यावर भरल्या कंठानं ''थँक्यू व्हेरी मच दादा,'' एवढंच ती बोलली. नंतर प्रत्येक दिवशी तो आला तेव्हा ''या दादा,'' असंच ती संबोधायची. मग तोही ''येतो ताई, काळजी घे,'' म्हणत निघून जायचा. त्या दोघांमध्ये एक भावनिक नातं या निमित्तानं निर्माण झालं.

स्टाफमधले जाधव सर तर तिचे पुण्यातले गार्डियनच होते. तिचं जेवण, फळफळावळ, औषधं, डॉक्टरांना भेटणं, त्यांच्याकडे चौकशी करणं, हे सारंच ते करत होते. पेशंटचं बिल मी देईन असं त्यांनी डॉक्टरांना अन् मेडिकल स्टोअरवाल्याला सांगूनच ठेवलं होतं. एवढंच नाही तर संजनाजवळ दोन हजार रुपये काही लागलं तर म्हणून ठेवले. डॉक्टरांनी सांगितलेली औषधे मेडिकलवरून पैसे न देता आणायची असंसुद्धा तिला म्हटलं अन् हे राणीला सांगू नकोस असंही बजावलं.

तिसऱ्या दिवशी राणीनं आपलं ए.टी.एम. कार्ड संजनाला देत म्हटलं, ''मॅम, माझ्या ए.टी.एम.मधून बिलासाठी पैसे काढा...'' तेव्हा नाइलाजानं ती व्यवस्था जाधव सरांनी केली असं तिला सांगावंच लागलं.

सर आल्यावर ती ''सर, तुम्हाला कशाला दंड? माझ्या ए.टी.एम.मध्ये आहेत पैसे...'' असं ती बोलली.

तेव्हा तिला रिलॅक्स करत सर म्हणाले, ''राणी, टेक इट ईझी. तू कशाचीच चिंता करू नको. बरं, मला एक सांग, तुझ्या आईबाबांना कळवायचं का?''

त्यावर पट्‌कन राणी ''नको सर, उगीच काळजी करत बसतील ते अन्

धावपळ करत येतील. त्यापेक्षा सांगणंच नको. मी पुढे कधीतरी सांगीन त्यांना...''

त्यावर सरांनी तो विषय सोडून दिला. पण राणीच्या मनात आलं, भांगे सरांना सांगावं का? तिनं संजनाशी या बाबीवर विचार केला. संजना म्हणाली, ''नको सरांनाही सांगू नको. हे सांगायचं म्हणजे हे घडण्यामागचा सर्व प्रकार सांगावा लागेल. त्यावर ते तुझ्यावर रागावले तर तुलाच तापदायक होईल ते.''

सुटी झाली त्या दिवशी फ्लॅटवर गेल्यावर राणीनं संजनाला मेडिकल अन् हॉस्पिटलची बिलाची रक्कम विचारली. तिनं सांगायची टाळली. तरी राणीनं पुन:पुन्हा आग्रह केला, तेव्हा तिनं सांगितली चोवीस हजार चारशे अठरा रुपये...

''बापरे, इतकं बिल?'' राणी आकडा ऐकून ओरडलीच.

त्यावर संजनानं, ''राणी, हे तुझं अनसिंग नाही... हे पुणं आहे. इथं बोटाला ठेच लागली अन् ड्रेसिंग करायला खासगी दवाखान्यात जातो म्हटलं तर चारपाच हजार रुपये तरी नक्कीच लागतात. म्हणूनच मी नेहमी म्हणते, पुण्यात आहात तोपर्यंत अजिबात आजारी पडू नका. सुटीत गावाकडे गेल्यावर इथला बॅकलॉग भरून काढत चला...''

''संजना मॅम, कॉलेजमध्ये आग लागली होती ना? काय नुकसान झालं कॉलेजचं त्या आगीत? लायब्ररीपर्यंत पोचली होती का आग?'' राणी चांगली झाली तेव्हा तिनं संजनाला विचारलं होतं. त्या दिवशी जेव्हा देविका, मंजुश्री, आदित्या तिला सोडून निघून गेल्या अन् त्यांच्या मागोमाग लायब्ररीयन सर आणि लायब्रीतला स्टाफही गेला तेव्हा 'आपणही जायला पाहिजे' असा मनात विचार आला; पण मग तो आक्रमक मुलगा?... अशी मनातल्या मनात घालमेल सुरू असताना धुराचा प्रचंड लोट बाहेरच्या गॅलरीतून आत आला अन् तेव्हा तिचा जीव घाबरला. आग एकतर फार मोठ्या प्रमाणात लागली असेल... आणि ती आपल्यापर्यंतही पोचेल. ती आत पोचण्याआधीच आपण निघून जाऊ असं मनात ठरवून तिनं बाहेर पडण्यासाठी पाय उचललेही, पण धुराचा प्रचंड लोळ तिच्या नाकातोंडात जाऊन ती गुदमरली. तिला उभ्याउभ्याच चक्कर आली अन् मग काय झालं ते कळलंच नाही. शुद्धीवर आली तेव्हा ती दवाखान्यात होती.

कॉलेजमध्ये त्या दिवशी जे काही घडलं त्याला मुळात कारणीभूत आपणच आहोत. आपण जर जाधव सरांच्या पुस्तकासाठी आग्रह धरला नसता तर तो मुलगा आक्रमक झाला नसता. त्याने अन् इतरांनी तोडफोड केली नसती. बाहेरच्या मुलांनी वर्गात आग लावली नसती. अनन्या मॅडम पुस्तक देत नाही म्हटल्यावर आपण तिच्याशी बहसबाजी केली. रांगेतल्या मागच्या मुलींना आपण विनाकारण हुज्जत घालतो आहोत असं वाटलं असावं. त्यांनी आपल्याला निषेधात्मक आवाज दिला. आपण वळून त्यांना वस्तुस्थिती सांगितली. ती त्यांना अन् बाजूच्या रांगेत

उभ्या असणाऱ्या मुलांनाही पटली अन् तो मुलगा पुढं आला त्यानं इतरांना घोषणा द्यायला प्रवृत्त केलं. घोषणा देण्यापर्यंत ठीक होतं, पण मग आग लागण्याचं कारण काय ते कळलं नाही. ती कोणी लावली, का लावली? लावणाऱ्यांनी आपल्याला सहानुभूती म्हणून लावली का? की गुंडप्रवृत्तीच्या पोरांनी या घटनेचा गैरफायदा घेतला. आग लावली गेली ती कशाकशाला? लायब्ररीपर्यंत ती पोचली का? पोचली असेल तर ज्या पुस्तकासाठी आपण आग्रह धरला त्या पुस्तकासह लायब्ररीतली सगळी दुर्मिळ पुस्तकं जळून राख झाली असतील. आणि हे कॉलेजचं नुकसान कधीही भरून निघणार नाही. खरं म्हणजे आपण प्रिन्सिपॉल सरांची या सगळ्या प्रकरणाबद्दल माफी मागायला हवी... या विचारांमुळेच तिनं संजनाला आगीत कॉलेजचं काय नुकसान झालं ते विचारलं.

संजनाच्या माहितीनुसार लायब्ररीच्या बाजूच्या तीन वर्ग खोल्यांतील फर्निचरची मोडतोड करून जाळण्यात आलं. लायब्ररीसह एकूण आठ खोल्यांच्या खिडक्यांच्या काचा फोडण्यात आल्या. सुदैवानं लायब्ररीपर्यंत आग पोचण्याआधीच फायर ब्रिगेडच्या दोन गाड्यांनी आग आटोक्यात आणली. संजना तर राणीला दवाखान्यात नेत आहे हे पाहूनच सरांच्या मागोमाग दवाखान्यात पोचली होती. नंतर तिनं तिच्या वर्गातल्या, तिच्या फ्लॅटवरच्या मुलींना ''कॉलेजात काय काय घडलं?'' ते सविस्तर विचारलं. ''मुलं एवढी का रागावली? त्यांनी जाळपोळ, तोडफोड का केली?'' या तिच्या प्रश्नाच्या उत्तरात लायब्रीयन सरांनी राणीला त्यांच्या केबिनमध्ये बोलावून तिचा विनयभंग केला अशी अफवा त्या मुलांपर्यंत पोचली होती. त्यामुळे मुलं संतप्त झाली अन् त्यांनी तोडफोड, जाळपोळ केली. असं मुलींनी सांगितलं. खरंच तसं काही झालं असावं, असं संजनालाही वाटत होतं. त्यामुळं राणी शुद्धीवर आल्यावर तिला लायब्ररीत नक्की काय झालं? ते विचारायचं तिच्या मनात होतं. अनायसे राणीनंच तो विषय काढला म्हणून तिनंही मुळात काय घटना घडली ते विचारलं. तिच्या तोंडून स्पष्टीकरण ऐकून संजना हसली. तुम्ही का हसता? असं राणीनं विचारल्यावर बाहेरच्या गॅलरीत जमा झालेल्या मुलांपर्यंत कोणती अफवा पसरली होती ते संजनानं सांगितलं. तेव्हा राणीलाही हसू आलं. तिला आजीच्या एका म्हणीची त्या वेळी आठवण झाली. असा काही प्रकार झाला की आजी म्हणायची, 'लागो बाई लागो, साताघरी लागो. एका घरची सनकाडी, सतरा घर वसान पाडी.' तसलाच हा प्रकार...

मात्र त्यातही मुलांनी आपल्याबद्दल एवढी सहानुभूती दाखवावी, याचं तिला समाधानही वाटलं. तसं तिनं संजनाला म्हटलंही. त्यावर संजना म्हणाली, ''तसंच काही नक्की म्हणता येणार नाही. मुलांच्या मनात आधीच कॉलेजातल्या बंधात्मक गोष्टींविषयी राग असू शकतो. त्यांना तुझ्या घटनेचं केवळ निमित्त मिळालं. दुसरं

काही नसावं...'' संजनाचं हे स्पष्टीकरणही बिलकूल तसंच, जसं आपण सुचिता मॅडमच्या त्या विकृत सूचनेमुळं अस्वस्थ झालो. अन् आपली अस्वस्थता त्या घटनेतून प्रकट करून बसलो. त्याप्रमाणं या मुलांनाही कुठल्या ना कुठल्या गोष्टीचा राग असेल.

''हाय राणी, हाऊ आर यू?'' राणी कॉलेजच्या गेटवर पोचली तेव्हा चार-पाच सीनिअर्स तिच्याजवळ आले. तिनंही ''आय ॲम फाइन सर'' असं हसून उत्तर दिलं आणि मग तिच्या वर्गापर्यंत पोचेस्तोर तिला हेच उत्तर किमान शंभरेक मुलामुलींना द्यावं लागलं. त्यातल्या त्यात तिच्या वर्गातले मुलंमुली किमान पंचवीस-तीस जण तिच्यासोबत वर्गात आले. कॉलेजच्या प्रिमायसेसमध्ये एवढं घोळक्यानं– तेही मुलामुलींनी फिरण्यावर बंदी आहे, या गोष्टीची त्यापैकी एकानंही काळजी केली नाही. तिनं वर्गात पाऊल टाकलं अन् तिच्यासाठी सगळा वर्ग उभा राहून ''वेलकम राणी, वेकलम राणी'' म्हणत टाळ्या वाजवू लागला. ''थँक्यू'' म्हणत ती हात हालवत, हसतमुखानं जागेवर येऊन बसली, तेव्हा टाळ्या बंद झाल्या. पहिलं लेक्चर दाणी मॅडमचं, दुसरं लेक्चर देशपांडे सरांचं. दोघांनीही राणीला हार्दिक शुभेच्छा दिल्या.

शॉर्ट रेसेसमध्ये ती बाथरूमला जाण्यासाठी बाहेर पडली तेव्हाही कितीतरी जणांनी तिचं शुभचिंतन केलं. ''ही आपल्याप्रति मुलांची सहानुभूती नाहीतर काय?'' तिला संजनाचं बोलणं आठवलं– 'तसंच काही नक्की म्हणता येणार नाही. मुलांच्या मनात आधीच कॉलेजातल्या बंधात्मक गोष्टींविषयी राग असू शकतो... त्यांना तुझ्या घटनेचं केवळ निमित्त मिळालं. दुसरं काही नाही...' संजनाचं म्हणणं अन् आजचं हे मुलामुलींच वागणं यांचा मेळ कसा घालावा? मुलांना कॉलेजातल्या बंधनांविषयी राग असता तर त्यांनी जाळपोळ, मोडतोड केल्यावर आपल्याला आज एवढ्या मोठ्या प्रमाणात गुडविशेस द्यायची काय गरज होती? पण मग असंही असू शकतं. आपल्याविषयी सहानुभूती असणारे वेगळेच अन् त्या दिवशी गुंडागर्दी करणारेही वेगळेच. त्यांच्या त्या कृतीचा आपल्या सहानुभूतीशी संबंध नसावा... हे शक्य आहे.

चौथ्या लेक्चरला प्यून वर्गात आला. त्याच्या हाती कसलेतरी कागद होते. त्यानं त्यातला एक कागद सरांजवळ दिला. सरांनी तो वाचून पाहिला आणि आवाज दिला, ''राणी आघाव, नोटीस फॉर यू...''

नोटीस? राणीचा चेहरा तर उतरलाच; पण वर्गातल्या अनेकांचे चेहरे उतरले. त्या दिवशीच्या घटनेसंबंधी कॉलेजकडून आलेली नोटीस असावी ती... राणीनं नोटीस घेतली. प्यूनजवळच्या रजिस्टरवर सही केली. राणीनं जागेवर येऊन नोटिशीचा विषय वाचला– टू ॲपिअर बिफोर द बोर्ड ऑफ डायरेक्टर्स ऑन...

फ्रायडे ॲट ४:३० पी.एम.. इन प्रेसिडेंट्स चेंबर... फ्रायडे म्हणजे आजच. आपण आजच कॉलेजमध्ये आलो हे कसं कळलं बाबासाहेबांना? म्हणजे बाबासाहेब आपल्या पाळतीवरच होते की काय?. प्यूनच्या हाती बऱ्याच नोटिसेस असाव्यात का? कोणाकोणाला असतील?

आता आपण काय करावं? आधी कोणाला भेटावं? जाधव सरांना? त्यांचं मार्गदर्शन घ्यावं. ते नक्की सांगतील काय करायचं, कसं बोलायचं ते त्या डायरेक्टर बोर्डासमोर. आपण थोडेसे भावनावश झालो, त्याचा एवढा परिणाम होईल, असं वाटलं नव्हतं. कोण कोण असतात बोर्ड ऑफ डायरेक्टर्समध्ये? बाबासाहेब, प्रिन्सिपॉल सर, आणखी कोणी? काय विचारतील? आपल्याला जबाबदार धरतील का साऱ्या प्रकारांबद्दल? जर जबाबदार धरलं तर? त्याचे दुष्परिणामही भोगावे लागतील? पण ते नेमके काय असतील? माफीनामा लिहून मागतील? दंड करतील? की कॉलेजातून डिबार्ड करतील? जर डिबार्ड केलं तर? गावाकडे जाऊन आई-बाबांना, भांगे सरांना काय तोंड दाखवावं? भांगे सरांना मोबाइल लावून काय करायचं ते विचारावं का? पण मग त्यांनी आई-बाबांना सांगितलं तर? आपण दवाखान्यात ॲडमिट होतो हे पण आई-बाबांना कळवलं नाही. ते उगीच घाबरतील, रातोरात पुण्यात येतील. येऊन तरी काय करणार आहेत म्हणा...? त्यापेक्षा गावाकडे कोणालाच काहीच कळवायचं नाही, विचारायचं नाही. आजी म्हणायची, मसनातला मुडदा मसनातच गाडावा...

आपल्याला वाटतं तसं काहीही होणार नाही. त्या दिवशी काय काय झालं ते विचारतील. 'प्रिन्सिपॉल्स ॲड्रेसच्या वेळी तुम्हाला आयडॉल म्हणून जाहीर केलं, याची जाण ठेवा. आयडॉलसारखं वागा' असा दम देतील. त्यांनी आपल्याकडून तशी अपेक्षा करणं गैर नाही. आयडॉल म्हणून आपल्या नावाची घोषणा करून त्यांनी आपल्याला झिरोतून हिरो केलं. त्याचा गैरफायदा घेऊन आपण सुपरहिरो व्हायलो, हे बरोबरच नाही. चुकलंच आपलं. आपण संयम बाळगायला हवा. आपलं चुकलं का? चुकलंच. आपण जे केलं ते आपल्या हिताला बाधा आणणार आहे, याचा आपण विचार केलाच नाही. तुकारामाचा तो बाळबोध अभंग आपल्यालाही माहीत आहे– आपुलिया हिता। असे जो जागता ।। धन्य माता पिता । तयाचिया।। यातलं आपल्या बाबतीत काहीच खरं नाही. आपण आपल्या हिताकडे दुर्लक्ष केल्याचा फटका आपल्या आई-बापांना बसणं साहजिक आहे...

"राणी, बघू दे कसली नोटीस?" तीन-चार जणी राणीजवळ आल्या. लेक्चर कधी संपलं ते तिला कळलंच नाही. मधल्या लाँग रेसेसमध्ये जेवायला फ्लॅटवर जाण्याचा शिरस्ता होता. पण आता जेवणावरची तिची इच्छाच उडाली. तसंही नुकतंच आजारातून उठल्यानं सकाळीही फारसं जेवण तिला धकलं नाही. या

नोटिशीमुळे तर जेवणाचा विषयच बाजूला पडला. मुलींनी तिच्या हातची नोटीस घेतली. जवळपास सगळ्या वर्गालाच ऐकू जाईल अशी एकीनं डायसवर उभं राहून ती वाचली. मुलंमुली बाहेर पडले. सगळ्यांच्या तोंडी एकच गोष्ट - राणीला नोटीस, राणीला नोटीस... लाँग रेसेसमध्ये ही बातमी सर्वत्र पसरली... ''हम राणीको कुछ नहीं होने देंगे । वुई विल टेक अ स्टॅन्ड अगेन्स्ट बोर्ड ऑफ डायरेक्टर्स. कमॉन...'' आणि एक लहर उठली. भेटाभेटी, चर्चा, एस.एम.एस. यांना उधाण आलं... राणीला याची तिळमात्रही कल्पना नव्हती.

लाँग रेरेसमध्ये जाधव सरांना भेटावं म्हणून ती त्यांच्या ऑफिसमध्ये गेली. तर तिला कळलं की सर चार दिवसांच्या सुटीवर गेले. अचानक. आपल्यावर अशी वेळ आली असता? सर असते तर नक्कीच काही मार्ग निघाला असता. राणी काहीशी नर्व्हस झाली. अन् जाधव सरांच्या ऑफिसातून बाहेर पडली.

◆

प्रॅक्टिकल संपलं. सर्व मुलंमुली बाहेर पडल्या. मंकीही बाहेर पडली. दररोज प्रॅक्टिकल संपल्यावर भट्टी अन् ती आपापल्या स्कूटीवर कॉलेजबाहेर पडतात. कॉर्नरवरच्या वेलकम कॅफेमध्ये दोघी नूडल्स घेतात. मंकी कधीकधी चहाही घेते. भट्टीला चहाची विशेष आवड नाही. मग दोघी राहिलेला वेळ कसा घालवायचा, कुठे जायचं, काय काय करायचं, याचा प्लॅन करतात आणि सात वाजेपर्यंत सोबत सोबत फिरतात. अगदी स्वारगेट ओलांडून कधी सारसबागेत जातात, कधी पर्वतीवरही चढतात. नुसती भटकंती. लहर लागली तर लक्ष्मी रोडवर दुकानं न्याहाळत- कधी आत जाऊन, कधी बाहेरून– बिंधास्त फिरायचं... साडेसहाला परत निघायचं. भट्टी मुकुंदनगरात दीनानाथ मंगेशकर हॉस्पिटलजवळ चिंतामणी कॉम्प्लेक्समध्ये बहिणीकडे राहते. तिची मोठी बहीण, आपला नवरा, सासू अन् एका दिरासोबत भाड्याच्या फ्लॅटमध्ये राहते. त्यात भट्टीची भर. मागच्या रविवारी गंमतच झाली. त्या दोघींनी शनिवारीच ठरवलं होतं, अलंकार टॉकीजमध्ये मॅटिनी शो पाहायचा. मंकी फ्लॅटवरून दुपारी एक-दीड वाजता निघालीही. ठरल्याप्रमाणे दोघी मिळून अर्थात मंकीच्या स्कूटीवर अलंकारकडे निघाल्या. तेव्हा सव्वादोन वाजले होते. अलंकारवर त्या पोचल्या तेव्हा साडेतीन वाजले. कारण कसलीतरी मिरवणूक असल्याने ट्रॅफिक जाम झाली. त्यात रस्त्यानं खड्डे चुकवत स्कूटी चालवायची म्हणजे कसरतच. त्या पोचल्या तेव्हा आणखी एक प्रॉब्लेम उपस्थित झाला, तिकिटाचा. तिकीट बंद झालं. आता? एवढ्या दूर आलो, अन् परत जायचं म्हणजे? परतण्याशिवाय दुसरा पर्याय नव्हता. नवा सिनेमा-म्हणजे पहिला-दुसरा दिवस असता तर ब्लॅकचं तिकीटही मिळालं असतं, पण आज तीही सोय नव्हती...

त्या परत फिरल्याही; पण तेव्हाच भट्टीच्या बहिणीचा दीर भेटला.

"भट्टी, इकडे कुठे?" त्यानं चौकशी केली.

भट्टीनं पिक्चरबद्दल अन् तिकीट न मिळाल्याबद्दल सांगितलं. मग तिनं त्याला "तू इकडे कसा?" असं विचारलं, तर तो लाजत म्हणाला, "जी.एफ.

येणार होती पिक्चरला.''

''मग आली नाही?''

''नाही, ऐन वेळेवर तिचा काही फॅमिली प्रॉब्लेम झाला...''

''मग जाऊ या परत?''

''नाही, माझ्याजवळ एकूण तीन तिकिटं आहेत.''

''तीन?''

''हं, तिची धाकटी बहीण येणार होती सोबत...''

''अरे वा! दोघांच्या मध्ये ती तिसरी कशाला?''

''जाऊ दे. असं करा... चला, आपण तिघं सेलिब्रेट करू... चालेल?'' त्यावर त्या दोघींनी एकमेकींकडे पाहिलं... अन् 'चालेल' असं मंकी म्हणाली.

इंटरव्हलपर्यंत भट्टीमध्ये तर मंकी अन् तो– विदू त्याचं नाव– भट्टीच्या दोन्ही बाजूला... इंटरव्हलनंतर भट्टीनं मंकीला मध्ये बसविलं. हळूच कानात म्हणाली, ''एन्जॉय विथ हिम''... आणि त्यानं काही मंकीला नीट पिक्चर पाहू दिला नाही. सारखा काहीना काही करत होता...

''हाऊ आर यू मंकी?'' भट्टी अधूनमधून तिला विचारायची. ती हसायची. म्हणायची, ''आरामात एंजॉय करते आहे. असं वाटतं आपण अजूनही पुण्याच्या रस्त्यावरूनच फिरतो आहोत. तू त्याच्या धक्क्यांना कंटाळली होतीस का?'' भट्टी उत्तरली, ''नाही. त्यानं मला काही जेंटल टच केले होते; पण इंटरव्हल पूर्वी मला म्हणाला, प्लीज चेंज यूअर सीट आफ्टर इंटरव्हल... पण मी त्याच्याकडून प्रॉमिस घेतलं इफ माय जी.एफ. डिसअॅग्री विथ द चेंज, आय विल टेक माय सीट.'' अन् त्यानं ते कबूल केलं.

''तुला त्याचा फारसा त्रास वाटत नाही ना?''

मंकी हसली. म्हणाली, ''लेट इट बी. मलाही तो तुझ्यासारखेच जेंटल टच करतो आहे...'' त्यावर दोघीही हसल्या.

पिक्चर संपल्यावर मंकी अन् विदू हातात हात घालून थिएटरबाहेर पडले. या दोघांचं प्रकरण बरंच अनजेंटल झालेलं दिसतं, असं भट्टीच्या लक्षात आलं. ''आय विल गिव्ह हर लिफ्ट'' विदू भट्टीच्या जवळ येत पुटपुटला. ''इफ शी...?'' ''येस शी विल...'' अन् खरंच मंकी त्याच्या बाइकवर त्याच्यासोबत निघाली. तो बाइक चालवताना तिला खूश करण्यासाठी तऱ्हेतऱ्हेचे जोक्स त्यातले बहुतेक व्हल्गर एम.एम.एस. वर येतात तसे सांगत होता. त्यात त्यानं आणखीच चान्स घेतला. तिला इकडेतिकडे खूप फिरवलं. मग घरी आणलं. अर्थात त्या वेळी नऊ वाजून गेले होते. घरी आल्यावर मंकी भट्टीला म्हणाली, ''आता मला माझ्या फ्लॅटवर जाता येणार नाही.'' त्याचं कारणही तिनं सांगितलं. ती आजची

रात्र आपल्याकडेच थांबते आहे म्हटल्यावर विदू अधिकच उतू आला. त्यानं सरळच तिला भट्टीसमोर डेटिंगविषयी विचारलं. तेवढ्यानंच ती घाबरली. आपलं मन कसं हेच तिला कळेना. पुण्यात गेल्यावर अमुक करू तमुक करू असं म्हणणारं आपलं मन 'ते' पुढ्यात उभं राहिलं की घाबरलं. तिनं भट्टीला त्याबद्दल विचारलं. ती म्हणाली, "इट्स योर चॉइस. इट्स ऑल फॉर टेम्परररी प्लेझर. इट्स नॉट अ लव्ह मॅटर... इफ यू लाइक यू कॅन टेक रिस्क अॅन्ड एन्जॉय योर सेल्फ..."

मंकीनं खूप वेळ विचार केला. अन् मग नकार दिला. जेवताना ही गोष्ट भट्टीनं तिच्या बहिणीला सांगितली. त्यावर तिनं हसून विचारलं, "इज इट योर फर्स्ट एक्स्पिरिअन्स?" मंकीनं होकारार्थी मान हलवल्यावर ती पुढं म्हणाली, "इट्स अ कॅज्युअल थिंग हॅपन्स बायचान्स. आमच्या भट्टीनं पहिल्यांदा डेटिंग केली आठव्या वर्गात असताना..." भट्टीनं दुरुस्ती करून, "नाही गं ताई, सिक्स्थ स्टॅन्डर्डमध्ये असताना," यावर त्या दोघी हसल्या. अन् मंकीही हसली...

"हल्ली कंडोम्स अन् पिल्समुळे हे फार सोपं झालं. या सुविधांमुळे त्यात फारशी रिस्क उरली नाही. इट्स लाइक अ हवा का झोका, आया और गया. बस. तरी तुम्ही गावाकडच्या मुली खूप घाबरट, लग्नाआधी असं काही करणं म्हणजे पाप वगैरे तुमच्या मनात ठासून भरलेलं असतं. आमच्याकडे तसं नाही. तुम्हाला तसं करावंसं वाटतं का? आणि महत्त्वाचं ज्याच्यासोबत करायचं तो तेवढ्या काळापुरता तरी आवडतो का? तर मग बिंधास करा. मंकी, तुला आश्चर्य वाटेल. माझं लग्न झालं असलं तरी मी आजही त्याबाबत स्वतंत्र आहे. मीच नव्हे माझा नवरासुद्धा. मेनी टाइम्स ही वेंट विथ भट्टी... अॅन्ड आय हॅव नो एनी ऑब्जेक्शन..."

बापरे! अस्सं? म्हणजे मग भट्टी अन् तिची ही बहीण विदूसोबतही डेटिंग करत असतील? अशक्य काहीच नाही. म्हणजे आपण अतिसुधारित– अर्थात अनीतिमान अशा भट्टी अन् तिच्या बहिणीच्या संपर्कात आलो ते आपलं चुकलं काय? तसं चुकलं असं म्हणता येणारही नाही. कारण त्यांना जे करायचं ते त्या करतात. आपणही त्यांच्यासारखंच करावं अशी सक्ती त्या करत नाहीत... "बघ, तुला पुढे जेव्हा केव्हा डेटिंगला जावंसं वाटेल तेव्हा आमच्या विदूला कॉल कर... ठीक?" भट्टीच्या बहिणीनं म्हटलं. अन् तो विषय संपवला. मात्र मंकीच्या डोक्यात अजूनही त्यानं ठाण मांडलेलंच आहे.

नेहमीप्रमाणं मंकीनं दोन नूडल्स, एक चहा घेतला. काउन्टरवर येऊन पैसे पेड केले. दोघी बाहेर आल्या..

"लेट्स गो रिटर्न टू द कॉलेज?" भट्टीनं म्हटलं. त्यावर मंकीनं थोडंसं

चकित होऊनच विचारलं, "परत कॉलेजात? फॉर व्हॉट?" भट्टीनं सांगितलं, "फॉर राणी..." अविश्वासानंच ती उद्‌गारली, "फॉर राणी?"

मंकीला राणीचं सगळं प्रकरण माहीत होतं. इतकंच काय वर्गात चौथ्या लेक्चरला तिला कॉलेजच्या बोर्ड ऑफ डायरेक्टर्स समोर हजर राहण्याची नोटीस आली, तेही तिला कळलं होतं. त्याचं फारसं काहीच वाटलं नव्हतं मंकीला. दवाखान्यात अ‍ॅडमिट होती तेव्हा भट्टी तिला 'चल राणीला भेटून येऊ,' असं म्हणाली होती. मात्र तिनं टाळलं होतं. एकटी भट्टी जाऊन आली होती. त्या दिवशी लायब्ररीमध्ये जे काय घडलं– म्हणजे त्याबद्दल नक्की कोणालाच माहिती नाही. बहुतेक म्हणतात, लायब्ररीयन सरांनी राणीचा विनयभंग केला– असेल, त्याला जबाबदार राणीच आहे. खरंतर आपली औकात काय ते ध्यानात घेऊन तिनं वागायला हवं. इकडे पाच पैशाची सोय नाही, अन् गोष्टी करते क्रांतीच्या. त्या दिवशी तिच्यामुळंच मुलं चिडली. त्यांनी काचा फोडल्या, जाळपोळ केली, कॉलेजचं नुकसान झालं. बरं झालं, लायब्ररीला आग लागली नाही. भट्टी तर म्हणत होती, लायब्ररीला आग लागली असती तर जवळच्या बाबासाहेब अन् प्रिन्सिपॉल सरांच्या केबिन्सही आगीच्या भक्ष्यस्थानी पडल्या असत्या. प्रिन्सिपॉल सरांच्या केबिनखालीच ऑफिस आहे. खाली आग उतरली असती तर त्यातला एकही कागद वाचला नसता. मंकीला नुसत्या कल्पनेनंच अंगावर काटा येतो. म्हणजे राणीचा गुन्हा सामान्य नाही. त्यात कॉलेजनं तिला या वर्षीचं आयडॉल ठरवल्यावर... हे एखाद्या शेंबड्या पोरालाही कळतं; पण कळत नाही ते भट्टीसारख्या अनेक ज्युनिअर-सीनिअर पोरापोरींना. राणीसाठी आज संघर्ष करणार आहेत म्हणे म्हणजे नेमकं काय करतील ते तेच जाणोत.

"काय गरज आहे जाण्याची? चल जाऊ सिटीत..." मंकीनं म्हटलं. मात्र भट्टीनं नकार दिला. अन् तिनं उभ्या उभ्या एक लांब भाषण दिलं. तिचं म्हणणं राणीनं जे काही केलं ते विद्यार्थ्यांच्या भल्यासाठी... ज्या एका चांगल्या पुस्तकावर लायब्ररीवाल्यांनी अघोषित बहिष्कार टाकला होता, तो उठवण्यासाठी तिनं ते पुस्तक मिळालंच पाहिजे असा आग्रह धरण्यात गैर काही नाही. ते पुस्तक भट्टीलासुद्धा हवं होतं. तिनं ते मागितलं, तेव्हा तिलाही नकार ऐकावा लागला. पर्यायी पुस्तक म्हणून डॉ. सुचिता मॅडमचं पुस्तक दिलं. जाधव सरांच्या बरोबर काय तुमचा विरोध असेल तो असू द्या; त्यात त्या पुस्तकाला कशाला ओढता? त्यामुळं राणीनं उभा केलेला संघर्ष महत्त्वाचा आहे. तिच्यावर बोर्ड ऑफ डायरेक्टर्सनं अन्याय करू नये, यासाठी तिला पाठिंबा देणं आवश्यकच आहे.

"अगं, पण तिचं ती बघून घेईल," मंकीनं तरीही विषय ताणला. मग भट्टीही निर्वाणीवर आली, "हे बघ, तुला सिटीत जायचं तर अवश्य जा. पुन्हा या

विषयावर आपण एकमेकीस ताणू नये. तू म्हणजे तू आहेस. मी म्हणजे मी आहे. तुला काय करायचं ते तू कर. मला काय करायचं ते माझं मी पाहीन. मात्र एक लक्षात घे. तू, मी जे वागते ते सारं स्वच्छंदी आहे. बरंचसं अनीतिमान आहे. मला अंग उघडं दाखवून मुलांना चाळवणं आवडतं. तसं राणीचं नाही. तिचं वागणं नैतिक सामर्थ्याचा आदर्श नमुना आहे. अशी माणसं स्वत:पुरता विचार करू शकत नाहीत. आपल्यासोबत इतरांचं कल्याण व्हावं हीच त्यांची धडपड असते. त्यासाठी कोणतीही शिक्षा भोगावी लागली तरी ते त्याची पर्वा करत नाहीत. लाइफमध्ये अशा लोकांची भेट होणं ही दुर्मिळ गोष्ट असते... त्यातही तुझ्या-माझ्यासारख्यांना कॉलेजची ती नसती बंधनं नको आहेत. या संघर्षाचा साइड इफेक्ट म्हणून ती बंधनं सैल झाली तरी आपल्यासारख्यांचा त्यात फायदा आहे. तेव्हा आपण राणीसाठी थोडासा त्याग केला तर बिघडलं कुठं?''

तरीही मंकीला राणीच्या प्रकरणात इंटरेस्ट घ्यायची इच्छा नव्हती. ते स्वाभाविकही होतं. राणीला ती आठव्या वर्गापासून पाहते आहे. त्यामुळे राणीबद्दल भट्टीला जे काही आकर्षण वाटतं, तसं मंकीला वाटणारच नाही. राणी अन् आपण एकाच शाळेत, कॉलेजात शिकलो, आपलेच वडील तिच्यावर सध्या खर्च करताहेत. या भानगडी मात्र तिनं भट्टीला सांगितल्या नाहीत. त्या सांगायची तिला इच्छाही नव्हती त्यामुळं मंकीनं ''चलते मी'' म्हणत भट्टीला एकटी सोडलं... भट्टीनं मोबाइलमध्ये टाइम बघितला, चार दहा झाले होते. जाईपर्यंत पाच-दहा मिनिटं लागतात. 'चलायला हरकत नाही,' असं मनाशी ठरवून तीही कॉलेजकडे निघाली.

भट्टी कॉलेज प्रिमायसेसमध्ये आली तेव्हा तिथं चार-दोन मुलं, दोन-तीन मुली रेंगाळत होत्या. वास्तविक तिला तीन एस.एम.एस. आले होते. प्रत्येकातील मजकूर एकच होता-

Present without fail
b4 office
@ 4.30 2de 4 rani.

एस.एम.एस. कोणी पाठवला हे माहीत नव्हतं; पण तो फार मोठ्या प्रमाणात फॉरवर्ड केला गेला असावा, असं वाटतं. तसं असेल तर मग ऑफिसपुढे कोणीच कसं नाही? तिनं मोबाइलमध्ये टाइम पाहिला. फोर ट्वेन्टी सेव्हन. तीन मिनिटे बाकी आहेत. राणी आधीच गेली असेल ऑफिसात... मागून कसला तरी आवाज आला. भट्टीनं वळून पाहिलं. बाबासाहेब आणखी दोघांसोबत झपाट्यानं येत होते. भट्टीनं ओळखलं, हे दोघं कॉलेजच्या बॉडीचे डायरेक्टर्स असावेत... भट्टी झट्कन बाजूला झाली. ते तिघं निघून गेले...

फोर ट्वेन्टी नाइन... अन् एकाएकी चहूबाजूंनी मुलामुलींचे लोंढे आले.

अजिबात आवाज न करता. बहुतेकांच्या हातात घोषणा फलक. सगळे जागा मिळेल तसे पण रांगेत बसले. भट्टीही त्यात सामील झाली. ती भोवतालच्या मुला-मुलींच्या हातातले फलक वाचीत होती -
RANI IS BLAMELESS
RANI, DON'T BE AFRAID
WE ARE BEHIND U
बोर्ड ऑफ डायरेक्टर हाय हाय
लायब्ररीयन मुर्दाबाद
SUSPEND THE LIBRARIAN
UNITY IS OUR POWER

सीनिअर्सपैकी दोन मुलं, दोन मुली समोर उभ्या राहिल्या. त्यातला एक मुलगा बोलू लागला - Friends, you all are aware of the monday's incident. Rani asked to Dr. Jadhao's book on mechanics. But, library concernings had neglected her demand. They threatened her worstly. She is not responsible for the waste of college property, so we demand to the board of directors to release Rani from all the blames charged by the higher authority of college and suspend that non co-operative, intolerant librarian. Are you agree with me?

या प्रश्नावर सर्वांनीच एका आवाजात 'येस' म्हटलं. हा आवाज एवढा मोठा होता की ऑफिसमधले फोर्थ क्लास सर्व्हन्ट्स, 'काय झालं, कसला आवाज?' ते पाहायला बाहेर आले.

"आपणा सर्वांच्या सहमतीने एक निवेदन आम्ही बोर्ड ऑफ डायरेक्टर्सना देत आहोत. यावर जवळपास पन्नासेक जणांच्या सह्या आहेत. इथे उपस्थित असणाऱ्या सर्वांनीच सह्या करण्याची आवश्यकता नाही. तुमची प्रत्यक्ष उपस्थितीच पुरेशी आहे. एकच करा, कुठलाही गोंधळ न घालता असेच बसून राहा. बोर्ड ऑफ डायरेक्टर्समार्फत जोपर्यंत आपल्याला होकार मिळत नाही तोपर्यंत जागा सोडू नका..." आता त्या चौघांपैकी एक मुलगी बोलली.

पाहता पाहता दीड-दोनशे मुलंमुली तिथं जमा झाले. अजूनही येत होतेच. हे चित्र फारच उत्साहवर्धक होतं. हे कॉलेज सुरू झालं तेव्हापासून या कॉलेजनं असा अनुभव घेतला नव्हता.... चतुर्थ श्रेणी, तृतीय श्रेणी कर्मचारीच नव्हे तर लेक्चरर्स, प्राध्यापक मंडळींसाठीही हा कुतूहलाचा विषय होता. कॉलेज प्रिमायसेसमध्ये चार-चौघांच्या ग्रूपला बंदी होती, तिथं एवढ्या मोठ्या संख्येनं मुलं एकत्र जमली?

कॉलेज प्रशासन काय करणार यांच्यावर? ते आपापसात चर्चा करू लागले. काहींच्या मते हा सगळा फर्स्ट इअरचे एच.ओ.डी. जाधव यांचाच स्टंट आहे. डॉ. सुचिता आणि डॉ. जाधव यांच्यामधली अनबन या संघर्षाच्या मुळाशी आहे. डॉ. जाधवांनीच त्या राणीला प्रिन्सिपॉल्स अॅड्रेससाठी प्रमोट केलं होतं. आता तिचाच हत्यार म्हणून ते उपयोग करून घेत आहेत. इतरांनाही ते म्हणणं पटलं होतं.

खरंतर डॉ. सुचिता मॅडम या बाबासाहेबांच्या जवळच्या नातेवाईक. कॉलेज सुरू झालं त्या वर्षी बाबासाहेबांनी त्यांना फर्स्ट इअरचं एच.ओ.डी. म्हणून नेमलं. त्यावर डॉ. जाधवांनी ऑब्जेक्शन घेतलं. एच.ओ.डी.साठीची आवश्यक पात्रता खऱ्या अर्थाने त्यांच्याजवळ आहे. ते पी.जी. प्लस पीएच.डी.आहेत. पुसदच्या कॉलेजमध्ये त्यांना १० वर्षे शिकवण्याचा अनुभव आहे. पैकी ५ वर्षे साहाय्यक प्राध्यापक म्हणून आणि ५ वर्षे अधिव्याख्याता म्हणून. सुचिता मॅडम पी.जी. प्लस पीएच.डी. आहेत. त्यांना खेडच्या कॉलेजचा केवळ ६ वर्षांचाच शिकवण्याचा अनुभव आहे. म्हणून त्यांची प्रशासनाने केलेली एच.ओ.डी.ची नेमणूक अवैध आहे, असे जाधव सरांचे म्हणणे होते. हा मुद्दा डॉ. जाधवांनी व्यवस्थापनासमोर उपस्थित केला. त्यावर बोर्ड ऑफ डायरेक्टर्सच्या मीटिंगमध्येही चर्चा झाली. डॉ. जाधवांच्या म्हणण्यात तथ्य होतं. तरी बाबासाहेबांनी त्याकडे दुर्लक्ष केलं...

सतत दोन वर्षं पाठपुरावा करूनही काही होत नाही, असे पाहून डॉ. जाधवांनी शेवटी विद्यापीठाच्या टीचर्स ट्रिब्यूनलकडे रीतसर तक्रार केली. ट्रिब्यूनलने एका वर्षानंतर डॉ. जाधवांकडून निकाल दिला. तो बाबासाहेबांनी धुडकावला. शेवटी डॉ. जाधव हायकोर्टात गेले. तेथे दोन वर्षे केस चालली. तेथेही डॉ. जाधवांचीच सरशी झाली. प्राचार्यांकडून बाबासाहेबांची मनधरणी केली गेली. 'जाधवांच्या विरुद्ध लढण्यात अर्थ नाही' हे त्यांना पटवून दिलं गेलं. बाबासाहेब तयार झाले. जाधव एच.ओ.डी. झाले. पण त्यांच्या हाताखाली काम करणार नाही अशा आग्रहापोटी सुचिता मॅडमची सेकंड इअरसाठी नेमणूक झाली.

त्या दरम्यान दोघांचीही मेकॅनिक्सवरची पुस्तकं आली. बाबासाहेबांनी बोर्ड ऑफ स्टडीजकडे लॉबिंग करून सुचिता मॅडमचे पुस्तक टेक्स्टबुक म्हणून लावून घेतले. बोर्ड ऑफ स्टडीजच्या एका सदस्याच्या आग्रहामुळे जाधवांचे पुस्तक रेफरन्स बुक म्हणून लागले. दोन्ही पुस्तकं लायब्ररीत उपलब्ध असतानाही डॉ. जाधवांवर कुरघोडी करण्यासाठी म्हणून डॉ. सुचिता मॅडमनी लायब्ररीयन काळेसोबत संगनमत केले अन् डॉ. जाधवांच्या पुस्तकावर अघोषित बहिष्कार टाकला. काळेसुद्धा डॉ. सुचिता मॅडमचे नातेवाईकच लागतात.

डॉ. जाधव एस.सी.मधून आलेले. त्यामुळे या सगळ्या प्रकाराला वर्णसंघर्षाची

पार्श्वभूमी लाभली. त्यामुळेच बहुतेक प्राध्यापक मंडळींना 'राणी-प्रकरण' म्हणजे डॉ. जाधवांचा स्टंट वाटतो. तर राणी-प्रकरणात आपले हात भाजू नयेत म्हणून लायब्ररीयन काळेंनी राणी प्रकरणानंतर डॉ. जाधवांचे पुस्तक विद्यार्थ्यांसाठी खुले केले.

"You see Dayal sir, these four students, under whose leadership this struggle is going on, may be from S.C.?"

एकानं आपलं कुजकट मत प्रदर्शित केलं. मात्र दुसऱ्यानं ते पट्‌कन खोडलं. ते त्वेषाने बोलले, "नो नो डॉक्टर वऱ्हाडे, you see, out of that four, three are from most superior class. I know them so..." हा वादाचा मुद्दा होऊ पाहतो आहे हे लक्षात आल्यावर तिसरेच एक गृहस्थ म्हणाले, "धोंडेगावकर सर, छोड दो इन बातों को..." धोंडेगावकर मात्र कुरकुरत गप्प बसले.

अफिस कर्मचाऱ्यांत अशी उघड उघड चर्चा नव्हती. त्याचं कारण रामा कांबळे नावाचा प्युन. त्याच्याबद्दल कर्मचाऱ्यांत बरेच गैरसमज आहेत. त्यातला एक असा की, तो ऑफिसातल्या गोष्टी जाधव सरांना सांगतो. एवढंच नाही तर पुणे जिल्हा महाविद्यालयीन चतुर्थ श्रेणी कर्मचारी संघटनेचा तो सचिव आहे. त्यामुळे कॉलेजातल्या आतल्या गोटातल्या भानगडीही तो त्याच्या संघटनेच्या लोकांना सांगतो. डॉ. जाधव, डॉ. सुचिता मॅडम प्रकरण कोर्टात गेले तेव्हा ऑफिसातल्या बऱ्याच जणांनी जाधव सरांना सुपिरिऑरिटी कॉम्प्लेक्सची बाधा असल्याचं मत व्यक्त केलं. तसं म्हणण्यात वाळके बाबू आघाडीवर होते. ही चर्चा झाली त्याच्या तिसऱ्याच दिवशी डॉ. जाधव सरांनी वाळकेबाबूंना गाठून त्यांची झाडाझडती घेतली. अगदी ऑफिसात येऊन इतरांसमोर... त्यामुळे बाकीचेही तेव्हापासून त्यांच्याशी वचकून वागत. तरी रजिस्ट्रार बोन्डे अन् त्यांचे दोन असिस्टन्ट्स– औंधकर अन् दांडेकर– यांची गुपचूपपणे आजही खिचडी शिजत होती. त्यांच्या मते संस्थानात बंडाळी माजण्यापूर्वीच पेशव्यांनी सावध होऊन पुरता बंदोबस्त करायला हवा होता. आता फार उशीर झाला आहे. आता कधीही, कुठेही शनिवारवाड्याला आग लागू शकते "आणि बरं का पंत" दांडेकरांनी बोन्डेंच्या अधिक जवळ सरकत बातमी पेरली, "मी असं ऐकलंय की त्या दिवशीची दंगा करणारी मुलं- म्हणजे लायब्ररीच्या खिडकीसमोर त्या राणीसोबत दांडगाई करणारा तो तरुण अन् वर्गात जाळपोळ करणारी ती पोरं– आपल्या कॉलेजातली नाहीतच. ती बाहेरच्या कुठल्यातरी कॉलेजची आहेत म्हणे. म्हणजे बंड यशस्वी करण्यासाठी बाहेरून कुमक मागवली गेली म्हणायची." औंधकरांनी अभिप्राय दिला.

जाधवांच्या रजेबाबत त्यांच्यातही दोन प्रवाह होते... रजिस्ट्रार बोन्डेंच्या मते बाबासाहेबांनीच आज विद्यार्थ्यांची चौकशी करण्यात अडथळा येऊ नये म्हणून डॉ. जाधवांना सक्तीनं रजेवर जायला सांगितलं. जर ते आज हजर असते तर त्यांनी या प्रकरणी काही ना काही हस्तक्षेप केला असता. तर औंधकर अन् दांडेकर म्हणाले, "तसं नाही सर, जाधव सर स्वत:च रजेवर गेले. त्यांना ही चौकशी होणार हे आधीच माहीत झालं असणार. घडलेल्या घटनेमध्ये आपला काहीही सहभाग नाही, हे सिद्ध करण्यासाठी त्यांनीच स्वत:हून चार दिवसांची रजा मागितली. जाण्यापूर्वी बाहेर जमा झालेल्या पोरांच्या लीडरांना आणि त्यांच्या त्या लाडक्या राणीला त्यांनी हे प्रकरण कसं हाताळायचं याचं मार्गदर्शन केलं असणार. म्हणजे साप भी मरे और लकडी भी ना टूटे..."

अशी सगळ्या कॉलेजमध्ये कुठे दबक्या आवाजात, कुठे उघडपणे चर्चा सुरू होती. यातून अपवाद होता फक्त दोन जागांचा. पैकी एक म्हणजे कॉलेजचं मुख्य गेट– गेटमन देशपांडेला कॉलेजात काय चालू आहे वा असते हे कळायला मार्ग नसतो. दुसरी कॅन्टीन. कॅन्टीनवाला कानडी भय्या. त्याला कॉलेजातल्या मॅटरशी देणं-घेणं नव्हतं. कॅन्टीनवर विकलेल्या मालाचे पैसे घेणे एवढंच 'घेणं' त्याला माहीत होतं. त्यानं हाताखाली दोन मराठी पोरं ठेवली होती. सर्व्हिस द्यायला– कृष्णा अन् विजय– त्यांनाही कॉलेजातल्या भानगडीत नाक खुपसायची गरज वाटत नाही. पोरापोरींना चहा-कॉफी-फराळाचं सर्व्ह करताना पोरंपोरी गटागटानं तावातावात कॉलेजातल्या घटनांवर चर्चा करत; पण कृष्णा अन् विजयला त्यातलं काही ऐकू येत नव्हतं. कॅन्टीन बंद करून कॉलेजच्या बाहेर पडल्यावर मग भलेही ते दोघं एखाद्या मुलीच्या दिसण्याबद्दल, एखाद्या मुलामुलीच्या अफेअरबद्दल चर्चा करीत... पण तेही तेवढंच!

एक गेटमन देशपांडे अन् कॅन्टीनवाले तिघं सोडले तर बाकी सर्व जण एका उत्सुकतेनं ताणले गेले होते– बाबासाहेब हा प्रकार खपवून घेतील की नाही? खपवून घेतला तर शिस्तभंग होतो, नाही खपवून घेतला तर जागृत झालेली ही संघटित युवाशक्ती काय करेल याचा भरवसा नाही. संघटित नसतानाही चार-पाच माथेफिरू पोरांनी त्या दिवशी कॉलेजात जाळपोळ-मोडतोड केली. त्या पोरांवर, त्या राणीवर, बाबासाहेब काय कारवाई करतात, जाधव सरांबद्दल काय? हाही एक विचार- जर या पोरापोरींवर कारवाई केली नाही तर ही भुतावळ अख्खं कॉलेज जाळून टाकेल. काही काळानंतर काय चित्र असेल इथलं देव जाणे? कॉलेज सुरू झाल्यापासून एवढा तणावाचा मुद्दा कधीच उपस्थित झाला नाही. अगदी जाळपोळीच्या-मोडतोडीच्या दिवशीही एवढा तणाव जाणवला नाही.

◆

राणी मंजुश्री, देविका, आदित्यासह जिम्नॅशिअम हॉलमधून ब्लड डोनेट करून बाहेर पडली. त्या चौघींच्या हाती स्वामी विवेकानंद रक्तपेढी आणि कम्पोनंट सेंटरचं अभिनंदनपत्र होतं. आपण आज फार मोठं राष्ट्रीय कार्य केलं या भावनेनं भारली गेलेली देविका एकाएकी "अगं, चालता चालता ऐका मी हे अभिनंदनपत्र वाचते मोठ्यानं. वाचू?" आदित्यानं वाच म्हटलं. देविका वाचू लागली. तिनं 'अभिनंदनपत्र' येथपासून सुरुवात करून त्या रक्तपेढीचं त्या पत्रावरचं ठळक अक्षरातलं नाव, त्या खालचा पत्ता, टेलिफोन नंबर, वेबसाइट असं वाचायला सुरुवात केली.

तेव्हा मंजुश्री म्हणाली, "ये बावळट, ते कसलं वाचतेस?"

"मग?" देविकानं विचारलं.

"हे आपलं नाव लिहिलेलं आहे ना, त्याखालचं वाच." मंजुश्रीनं तिच्या हातातलं 'अभिनंदनपत्र' दाखवत सांगितलं.

- वर्तमान समय में 'नरनारायण' की सर्वश्रेष्ठ पूजा रक्तदान है।
- रक्तदान से समाज ऋण से आंशिक रूपसे मुक्ती मिलती है।
- इतनाही नहीं समाजपुरुष के साथ अपनेपन की भावना दृढ हो जाती है।
- 'रक्तदान श्रेष्ठ दान' इस अभियान को आपने रक्तदान करके उजागर कर दिया है ।
- रक्तदान के माध्यम से स्वस्थ समाज का रक्त रुग्ण समाज को प्रवाहित हो इस पावन कार्य को बल प्रदान करेगा।
- हम प्रभुसे प्रार्थना करते है कि, अन्य व्यक्ति को रक्तदान हेतु आपसे प्रेरणा मिले ।
- स्वामी विवेकानंद रक्तपेढी आपका हार्दिक अभिनंदन करती है।"

खालचे सचिव, मार्गदर्शक अर्थात बाबासाहेब, वैद्यकीय संचालक आणि रक्तसंकलन अधिकारी यांची नावेही तिनं पटापट वाचून काढली.

तिनं एवढं सारं केल्यावरही तिघींपैकी कोणीही काहीही प्रतिक्रिया दिली नाही. यावर ती थोडी गुश्शातच बोलली. "ए, मी टी.पी. (टाइम पास) करते

असं वाटलं की काय तुम्हा सगळ्यांना?'' तरीही तिची कोणीच दखल घेतली नाही. अं, काय झालं यांना? या अशा एकाएकी मुक्या का झाल्या? पण आपण 'अभिनंदनपत्र' वाचतो म्हटल्यावर आदित्या अन मंजुश्री बोलल्या होत्या. हं, राणी मात्र गप्पच आहे दिवसभराची. म्हणजे नेमकं राणीला काय झालं असावं, ते देविकाला कसं कळणार?

खरंतर सकाळी कॉलेजात येताना राणीला ती भयंकर बातमी कळल्यावर प्रचंड अस्वस्थ वाटायला लागलं होतं. बातमीच तशी होती. महाद्वाराच्या पायऱ्या चढतानाच तिला मागून ''राणी'' म्हणून कोणीतरी हाक मारली. तिनं मागं वळून पाहिलं. लायब्ररी अटेन्डन्ट सीताराम होता. तो जवळ येताच राणीनं त्याला ''गुड मॉर्निंग सर,'' म्हटलं. त्यानंही इंग्रजीत प्रतिसाद दिला.

''राणी, तुला अनन्या मॅडमबाबत कळलं काही?'' त्यानं विचारलं.

''नाही सर, काय झालं?'' राणीनं अधीरतेनं विचारलं.

''अनन्या मॅडमवर काल ॲसिड हल्ला झालाय.''

''काय? कुठं? कोणी केला? कशा आहेत त्या आता?'' एकाएकी आवाज वाढवत राणीनं प्रश्न केले. त्यामुळं तिच्या बाजूनं जाणाऱ्या काही मुलंमुली थांबून ''राणी, व्हॉट हॅपन्ड?'' असं विचारू लागल्या. त्यावर ''नथिंग मॅम, नथिंग सर'' असं हसून तिला उत्तरं द्यावी लागली. मुलामुलींनीही ते ॲक्सेप्ट केलं... अन् ते पुढे निघाले.

''काल त्या कॉलेजमधून गेल्यावर मार्केटमध्ये आपल्या बहिणीसोबत त्यांच्या स्कूटीवर चालल्या होत्या. तर घरापासून थोड्या दूर अंतरावर एकानं मोटरसायकल आडवी आणून त्यांना थांबविलं. त्याच्या मागे दुसरा एक जण बसला होता. तो उतरला अन् त्यानं अनन्या मॅडम आणि त्यांच्या बहिणीला कळायच्या आत त्यांच्या अंगावर बीकरमधलं ॲसिड फेकलं. त्यांचा चेहरा आणि गळ्याखालचा बराचसा भाग जळाला. त्यांच्या बहिणीनं रस्त्यावरच्या इतरांच्या मदतीनं हॉस्पिटलमध्ये नेऊन भरती केलंय.''

''आता कशा आहेत त्या?''

''आता म्हणजे सध्याच काही सांगता येणार नाहीय.''

''म्हणजे?''

''म्हणजे डॉक्टरांच्या मते जखमा खोल आहेत. त्यांच्या जिवाला धोका नाही; पण बहुतेक दोन्ही डोळे, चेहरा...''

राणीला ते ऐकणं असह्य झालं. आपल्यालाच चक्कर येते की काय असं तिला वाटलं. ती जागेवरच उभी राहिली.

''राणी, तू ठीक आहेस?''

“सर, बातमी ऐकूनच माझा जीव घाबरला...”

“मग, खाली बसतेस, की...”

“नको, इट्स ओके सर...”

“येऊ मी...”

“सर, पण त्या कोणत्या हॉस्पिटलमध्ये आहेत?”

सीतारामनं हॉस्पिटलचं नाव सांगितलं अन् जाता-जाता म्हणाला, “मी रात्रीच गेलो होतो दवाखान्यात. पोलिसांनी त्या दोघांना पकडलंसुद्धा. त्यातला ॲसिड फेकणारा त्या बच्चीसिंगचा भाऊ आहे.”

बच्चीसिंगचा भाऊ? टपोरेगिरीचं वाटणारं हे सारं प्रकरण अनन्या मॅडमच्या जिवावर बेतेल असं कधी त्यांनाही स्वप्नातदेखील वाटलं नसेल. आणि त्याचा आपल्यालाही विनाकारण फटका बसलाच ना? अनन्या मॅडममुळे आपण त्यातून सहीसलामत बाहेर पडलो ते ठीकच झालं. नाहीतर आपलं सगळं करिअर वाया गेलं असतं. बच्चीसिंग... साल्याची गच्ची पकडून जीव जाईपर्यंत करकचून आवळली पाहिजे. राणीच्या भावना तीव्र झाल्या. त्यावर कन्ट्रोल करणं तिला जड जाऊ लागलं. तिच्या डोळ्यांसमोर अनन्या मॅडम, त्यांचा जळालेला चेहराच वारंवार येऊ लागला. तिचे पाय आपोआप नेहमीच्या सरावानुसार वर्गाकडे वळले... ती वर्गातही येऊन बसली. दाणी मॅडम वर्गात आल्या. हजेरी सुरू झाली. राणीचा नंबर उच्चारला गेला. आदित्यानं तिला हलवलं.

‘तुझा नंबर आलाय’ म्हटलं, तेव्हा ती ‘येस मॅम’ म्हटली. दाणी मॅडमच्या लक्षात आलं. त्यांनी राणीला, “राणी, इज ॲनिथिंग रॉंग विथ यू?” असं विचारलं. त्यावर, “नो मॅम, आय ॲम ऑल राइट.” असं कसनुसं हसत उत्तर दिलं. दाणी मॅडमनं, “सिट डाउन,” म्हटल्यावर ती बसली.

मात्र तिचं मन चारी पिरिअडमध्ये सैरभरच झालेलं होतं. ती आज जेवढी अपसेट झाली, तेवढी आयुष्यात कधीच झाली नाही. अगदी तिची आजी मरण पावली तेव्हाही नाही. अनन्या मॅडमच्या व्यक्तिमत्त्वानं तिच्या जिवाला चटकाच तसा लावला होता.

शुक्रवारी पाच वाजता बोर्ड ऑफ डायरेक्टर्स समोर ती हजर झाली. तेव्हा तिच्या आधी तेथे बाबासाहेब, प्रिन्सिपॉल सर, बाबासाहेबांसोबतचे डायरेक्टर्स, लायब्ररीयन सर, त्यांचा अनन्या मॅडमसह स्टाफ हजर होता. त्या दिवशी खिडकीवर ज्या ज्या मुलामुलींना शेवटची पुस्तकं इश्यू केली होती, त्या मुलामुलींनाही बोलावलं गेलं होतं. सुरुवातीला बाबासाहेबांनी कॉलेज स्थापन झाले तेव्हापासून असला प्रकार पहिल्यांदा घडला त्याबद्दल चिंता व्यक्त केली. हे असं का

घडावं? याच्या मागची कारणं काय असावीत? यावर परिणामकारक उपाय कोणते? पोलीस केसबाबत त्यांचं मत असं पडलं की, कॉलेजात चुकूनही पोलिसांचा शिरकाव न व्हावा. तशी काळजी सर्वांनीच घ्यावी. ते बोलत असताना चपराशी प्रिन्सिपॉल सरांच्या कानाजवळ येऊन काही बोलला. ते ऐकून त्यांनी मान हलवली. त्याला जायला खुणावलं. मग त्यांनी समोरच्या कोऱ्या कागदावर काहीतरी लिहिलं. अन् तो कागद बाबासाहेबांसमोर सरकवला. बाबासाहेबांनी तो कागद वाचला. अन् कपाळावर आठ्या पाडून बोलले, ''मला वाटते, या सगळ्याला कारणीभूत आपल्या कॉलेजनं आयडॉल घोषित केलेली राणी आघावच आहे.'' हे ऐकून राणीनं खाली मान घातली. ''म्हणजे असं की त्या दिवशीचा तो सारा प्रकार करूनही आपण त्यातले नाहीच हे सिद्ध करण्यासाठी राणी आताही दबावतंत्राचा वापर करते आहे; पण कॉलेज मॅनेजमेंट असल्या प्रकारांना भीक घालणार नाही.''

बाबासाहेब काय बोलताहेत ते राणीच्या लक्षात येईना. आपण दबावतंत्राचा वापर करतो आहोत म्हणजे नेमकं काय करतो आहोत? तिला वाटलं, बाबासाहेबांनाच उलट विचारावं; पण त्याची गरज भासली नाही. ''राणी, स्टॅन्ड अप युवरसेल्फ.'' बाबासाहेबांनी म्हटलं. राणी उभी राहिली.

''मला सांग, बाहेर जो प्रकार सुरू आहे, त्याचा काय अर्थ लावायचा आम्ही? तू ग्रामीण भागातली असूनही एवढी ॲडव्हान्स असशील असं वाटलं नाही मला.'' बाबासाहेबांचं बोलणं ऐकून ती आणखीनच गोंधळात पडली.

''म्हणजे नेमकं काय करायचं ठरवलंस तू? कॉलेज मॅनेजमेंटला आव्हान देणं तुला महाग पडेल. अन्यथा तुझ्या हातानं खाली जाऊन तो प्रकार बंद कर. गो.'' जवळजवळ बाबासाहेब ओरडलेच. बाबासाहेबांच्या आसनामागच्या भिंतीवर महाभारतातलं एक दृश्य आहे. श्रीकृष्ण अतिशय त्वेषानं आपलं चक्र पितामह भीष्म यांच्यावर सोडतो आहे. बाबासाहेबांचा आताचा आवेशही चित्रातल्या त्या कृष्णासारखाच वाटला राणीला. पण आपण मॅनेजमेंटला आव्हान देण्याएवढे पितामह भीष्म नाही. तरी?

''सॉरी सर; पण...?'' ती अडखळत एवढंच बोलली, ''कोणता प्रकार खाली चालू आहे? त्यात माझा काय संबंध आहे?'' एवढंच तिला विचारायचं होतं.

''मला माहिती आहे. मानवभावीपणानं तू मला विचारणार, की सर, माझा काय दोष? मि. प्रिन्सिपॉल सर, सांगा तिला.''

मग प्रिन्सिपॉल सरांनी बाहेर मुलामुलींनी जो प्रकार सुरू केला, त्याबद्दल राणीला सांगितलं. ते ऐकून ती चकितच झाली. त्यातलं तिला काहीच माहीत नव्हतं. तिनं तसं सरांसमोर म्हटलं. ते म्हणाले, ''मे बी. यू गो डाउनस्टेअर ॲन्ड स्टॉप दॅट ऑल नॉनसेन्स. गो...''

राणी मीटिंग हॉलमधून बाहेर आली. गॅलरीत येऊन तिनं खाली पाहिलं. जवळपास दोनशे मुलंमुली हातात फलक घेऊन शांतपणे बसून होते. राणी जिना उतरून धावतच खाली गेली. बसलेल्या मुलामुलींसमोर हातात फलक घेऊन उभ्या असणाऱ्या चौघांना ती आर्जव करत बोलली, "दादा, प्लीज हे थांबवा. आपणा सर्वांना माझी काळजी वाटते, त्यापोटी आपण हे सगळं करत आहात हे मला कळते; पण जर मी गुन्हा केला असेल तर त्याची जी काही सजा असेल ती मला भोगू द्या. मॅनेजमेंट आणि मी यांच्यामध्ये कृपा करून आपण येऊ नका. आपण जे करताहात त्यासाठीही मॅनेजमेंट मलाच दोषी धरत आहे." सर्व मुलामुलींकडे वळत हात जोडून सद्‌गदितपणे राणी बोलली, "प्लीज, लीव्ह मी अलोन ऑन माय कॉस्ट, प्लीज... प्लीज..."

"राणी, ठीक आहे. तू म्हणतेस तर जातो आम्ही; पण तुला जर काही झालं– म्हणजे मॅनेजमेंटनं काही सजा फर्मावली तर आम्ही ते सहन करणार नाही. टेल सिरिअसली दॅट बाबासाहेब ॲन्ड हिज कलिग. फ्रेन्ड्स, स्टॅन्डअप ॲन्ड लेट डिस्पर्स... बट, वी विल वॉच द हॅपनिंग्ज. वी विल मीट अगेन ॲन्ड ट्वेल्व्ह ॲन्ड हाफ पी.एम... राणी टेक केअर..."

सर्वच जण उठले आणि महाद्वाराकडे चालायला लागले. आजूबाजूच्या गॅलऱ्यांतून हा तमाशा पाहणारांना राणीचं कौतुक वाटलं. सगळे महाद्वाराच्या बाहेर पडले. तेव्हा राणी मागं वळून जिन्याच्या पायऱ्या चढू लागली.

"इज इट ओके.?" प्रिन्सिपॉल सरांनी हॉलमध्ये येण्यासाठी परवानगी मागणाऱ्या राणीला म्हटलं. तिनं "येस सर" म्हटलं. ती आत आली. आसनस्थ झाली.

"आम्ही केलेल्या चौकशीनुसार तू कसल्याशा पुस्तकासाठी आग्रह धरलास. ते दिलं जात नाही म्हणून तिथं शांतपणे रांगेत उभ्या असणाऱ्या मुलांना तू संघर्षासाठी प्रवृत्त केलंस... मी म्हणतो ते बरोबर आहे?" बाबासाहेब.

"सर, आपण म्हणताहात त्यातला पहिला भाग बरोबर आहे. पुस्तकासाठी मी आग्रह धरला हे सत्य, पण मी मुलांना प्रवृत्त केलं नाही."

"मग मुलं एवढी आक्रमक कशी झाली? तुला असं म्हणायचं आहे काय की काही कारण नसताना त्यांनी तोडफोड केली, जाळपोळ केली?"

"सर, एक मुलगा..."

"त्याचं नाव सांग."

"सर, तो माझ्या ओळखीचा नव्हता; पण सीनिअर असावा.."

"तू त्याचं नाव, त्याचा वर्ग सांग."

बाबासाहेबांचा हा आग्रह तर राणीची त्याबाबतची अगतिकता ही बाब जवळपास दहा मिनिटे चालली. शेवटी राणीला हे सारं असह्य झालं अन् ती ढसढसा

रडायला लागली. तिथला सगळा सीनच बदलला. बाबासाहेब, प्रिन्सिपॉल सर एकमेकांच्या तोंडाकडे पाहायला लागले.

''हे बघ, असं रडण्यानं तुझा गुन्हा मवाळ होईल असं जर तुला वाटत असेल तर ते मनातून काढून टाक. नवीन कॉलेजात येणारी मुलंमुली त्यांच्या अंगवळणी इथले नियम पडेतोवर आम्ही त्यांचे बारीकसारीक गुन्हे डोळ्याआड करतो. पण जिथं कॉलेजची मोडतोड होते, आग लावली जाते... कल्पना कर, जर ती आग लायब्ररीपर्यंत पोचली असती तर लायब्ररी, माझी, प्राचार्यांची केबिन आणि खालचं ऑफिस सारं काही आगीच्या भक्ष्यस्थानी पडलं असतं... पण तसं घडलं नाही हे आमचं नशीब. असं पुन्हा घडू नये म्हणून तुला अन् तुझा तो पार्टनर अशा दोघांना कॉलेजमधून केवळ कडक शासनच नव्हे तर कॉलेजचं जे काही नुकसान झालं त्याची भरपाई करून द्यावीच लागेल.... मला माहिती आहे, वरवर कॉलेज फार शिस्तीत चाललं असं वाटत असलं तरी इथेही बरीच खदखद सुरू असते. मुख्य म्हणजे आमची प्राध्यापक मंडळी– सगळी नाहीत तरी काही– गटबाजी करतात. त्यातले काही तर तुझ्यासारख्या निष्पाप मुलामुलींना हाताशी धरून वेगवेगळी षड्यंत्रे रचतात. असंच काही तुझ्या बाबतही झालं असावं. तुला जे काही कडक शासन केलं जाणार आहे, त्यातून सुटका होण्यासाठी तू तुझ्या त्या सहकारी मुलाचं नाव तर सांगच; पण हे सारं करण्यासाठी तुला कोण्या प्राध्यापकानं प्रवृत्त केलं ते सांग. जोपर्यंत तू ही दोन नावं सांगत नाही, तोपर्यंत तुला सुटका नाही.''

बाबासाहेबांनी राणीवर दुसरा वार केला. त्यामुळे राणी पूर्णत: गर्भगळित झाली. आपल्याकडून यांना डॉ. जाधव सरांचं नाव अपेक्षित आहे हे तिच्या लक्षात आलं. वास्तविक तिला डॉ. जाधव सर आणि सुचिता मॅडम यांच्यातील वादाशी काही देणंघेणं नाही. डॉ. जाधव सर आपल्याबद्दल सहानुभूती दाखवतात म्हणून आपण त्यांच्या म्हणण्यानुसार वागतो, असं बाबासाहेबांनी म्हणणं याला काही अर्थ नाही. मुळातच आपली ती प्रवृत्ती नाही. तसं काही करण्यापेक्षा आपण शिकणं सोडून गावाकडे जाऊ. या विचारानं ती मनातल्या मनात चमकली... अन् रडणं आवरून हुंदके देत बोलली, ''सर, आपल्याला माझ्याबद्दल आपण म्हणता तशा काही शंका असतील तर सर, मी उद्यापासून कॉलेज सोडून देते. राहिला प्रश्न आपल्या नुकसानभरपाईचा...''

''राणी, थांब,'' एकाएकी अनन्या मॅडम उभ्या राहिल्याचं राणीनं पाहिलं.

''सर, मला काही सांगायचंय... आपण जर परवानगी देत असाल तर...''

''यू कॅन...'' बाबासाहेबांआधी प्रिन्सिपॉल सर बोलले.

''सर, घडलेल्या प्रकाराबाबत ही राणी नाही तर खरी दोषी मी आहे.''

अनन्या मॅडमचं वाक्य ऐकून राणीसकट सगळेच चकित झाले.

"काय बोलते अनन्या तू? भानावर आहेस?" बाबासाहेबांनी आवाज चढवून विचारलं.

आणि मग, "सर, मी पूर्ण भानावर आहे." असं म्हणून त्यांनी जे काही सांगितलं ते सारं अतर्क्यच होतं. त्यांनी जे काही सांगितलं ते असं होतं–

मी पर्वती रोडला समांतर असणाऱ्या सानेगुरुजी रोडवर डॉ. विवेक परांजपे चौकाजवळच्या इंदिरानगरात राहते. तिच्या शेजारी शिर्के नावाचं एक कुटुंब राहतं. त्या कुटुंबात एकूण चारजण. आई, वडील, एक मुलगा, एक मुलगी. आई एका खासगी हॉस्पिटलमध्ये नर्सिंगचं काम करते. वडील ट्रक ड्रायव्हर आहेत. ते सदैव बाहेरच असतात. मुलगा अकरावीला शिकतो. मुलगी वय वर्षे नऊ. एका पायानं अधू. कुबड्यांवर चालते. जवळच्याच महापालिकेच्या शाळेत पाचवा वर्ग शिकते. शाळा जवळ असल्याने ती स्वतःच जाते-येते. तरी पाठीवर सॅकमध्ये ओझं घेऊन चालताना तिला बराच त्रास होतो, तरी ती तो सहन करते. मात्र वस्तीतली काही टारगट पोरं तिला येता-जाता त्रास देतात. मागच्या रविवारची गोष्ट. दुपारची ती काही सामान घ्यायला दुकानावर गेली. सामान घेऊन घराकडे परतली. तर दोघा पोरांनी तिला अडवलं. एकानं तिच्या हातातलं सामान हिसकावून घेतलं. ती गयावया करू लागली. तेवढ्यात दुसऱ्यानं तिच्या कुबड्या हिसकल्या. ती बेसावध असल्याने कुबड्यांशिवाय उभी राहू शकली नाही. धाड्दिशी खाली पडली. त्या दोन पोरांना आता आणखी दोघे टपोरी येऊन मिळाले. पहिले दोन बारा ते पंधरा वर्षं वयाचे होते. तर नंतरचे अठरा ते वीस वर्षं वयांचे होते.

आता त्या चौघांचा तिला सतावण्याचा खेळ रंगात आला. जाणारे येणारे- त्यातले काही हटकू लागले; पण पोरं ऐकत नाहीत हे पाहून ते चालू लागले. काही आंबटशौकीन गंमत पाहत उभे राहिले. त्या वेळी अनन्या घरीच होती... तांदूळ निसत होती. तेवढ्यात तिची बहीण अनघा धावत आली. तिनं रस्त्यावर सुरू असलेला प्रकार अनन्याला सांगितला. हातातलं तांदळाचं ताट तसंच बाजूला ठेवून अनन्या धावली. पाहते तर सगळा तमाशा सुरू... खाली पडलेली विदुला रडते आहे... पोरं तिची मस्करी करताना तिच्या अंगाला कुठे कुठे स्पर्श करताहेत. बघणारे बेशरमपणे सारं पाहत आहेत. तिला हे सारं असह्य झालं. तीव्र संतापाच्या भरात ती त्या पोरांवर मोठ्यानं ओरडली... पोरं पण चपापली. थोडीशी बाजूला झाली. सगळ्यात थोराड वाटणाऱ्या पोराच्या दोन थोबाडीत लगावत अनन्या गरजली, 'नालायक हो, लाज नाही वाटत तुम्हाला एका अपंग मुलीशी असं वागताना...? चला चालते व्हा... निघा, नाहीतर सगळ्यांना एक एक ठेवून देईन... '

पोरं निघाली; पण निघता निघता त्यातला एक म्हणजे ज्यानं अनन्याच्या

थापडा खाल्ल्या म्हणाला, ''ए, तू मारलेल्या थापडांचा पुरेपूर बदला घेईन, तर नावाचा गट्टासिंग.''

त्यावर अनन्याही त्वेषानं बोलली, ''जा रे डुकरा, तुझ्यासारखे छपन्न पाहिले मी..'' एवढं बोलून तिनं विदुलाला उचललं. उभं केलं. तिच्या हाती कुबड्या दिल्या. तिच्या सामानाच्या पुड्या त्या टारगटांनी सोबत नेल्या होत्या. अनन्यानं विदुलाचे कपडे झटकले... अन् भोवतालच्या बेशरम गर्दीकडे एक तुच्छ कटाक्ष टाकीत विदुलाला घराकडे घेऊन निघाली.

त्याच दिवशी संध्याकाळी तो गट्टासिंग आपल्या मोठ्या भावाला बच्चीसिंगला घेऊन आला. ''मॅडम टी.के. गँगच्या शार्प शूटर तेजासिंगचं नाव ऐकलं?'' तिला ते नाव चांगलंच ठाऊक होतं. वस्तीत त्याच्या नावानं बरेच लोक घाबरत होते... शोभा समर्थ नावाच्या विधवा बाईच्या घरी तो नेहमी पडलेला असायचा. भर वस्तीत त्याचे चाळे चालायचे तरी त्याच्या विरोधात कोणी ब्र शब्द उच्चारत नसे... तीन-चार मर्डर केसेसमध्ये तो पोलिसांना हवा होता. तरी तो पोलिसांच्या हाती लागत नव्हता. म्हणजे त्याच्याकडे पोलीसही दुर्लक्ष करायचे. त्या तेजासिंगच्या मुलाला आपण हाणलं तर... अनन्याच्या लक्षात प्रकरणाचं गांभीर्य आलं; पण घटना घडून गेली... आता घाबरून चालणार नाही.

''मॅडम, तुम्ही माझ्या भावावर हात टाकलात, बरं नाही केलं. याचा थोडाफार त्रास तुम्हाला होईल. आपण काहीही करू शकतो मॅडम. मनात आलं तर आताच्या आत्ता तुम्हाला उचलून पर्वतीवर नेऊन रात्रभर आपल्या चार-सहा दोस्तांसोबत तुमच्याशी मस्ती करू शकतो... मनात आलं तर...''

त्यानं बोलणं अर्धवट सोडून पॅन्टच्या खिशातून पिस्तूल काढलं. हसत म्हणाला, ''खेळातलं नाही. खरं आहे...'' त्यानं ते उघडलं. त्यातल्या गोळ्या हातावर काढल्या, ''बघा, गोळ्याही खऱ्या आहेत. पण घाबरू नका... वेळ आलीच तर याचा उपयोग करीन. नाही तर... भेटू पुन्हा लवकर...'' एवढं बोलून तो निघून गेला.

तेव्हापासून तो अनन्याला येता-जाता भेटत होता. तिची स्कूटी अडवत होता. हसून ''काय मॅडम, कशा आहात?'' असं विचारीत होता; पण त्याला पाहिलं की अनन्याला धडकी भरू लागली.

आणि तो त्या दिवशी– म्हणजे राणीनं लायब्ररीत येऊन डॉ. जाधव सरांच्या पुस्तकासाठी आग्रह धरला तेव्हा– अचानक तेथे उगवला. राणीला कळायच्या आत त्यानं तिच्या आग्रही मागणीची सूत्रं आपल्या हाती घेतली. अनन्याला काय करावं ते सुचलं नाही. ती गोंधळात असतानाच पुढील सगळा प्रकार त्यानं घडवून आणला. तोडफोडीला त्यानंच सुरुवात केली. नंतर तिला असं कळलं की

तोडफोड करणारी, जाळपोळ करणारी दहा-बारा पोरांची गँग त्याचीच होती...
"सर, या सगळ्या घडामोडींच्या मुळाशी राणी नव्हे, मी आहे. मी त्या अपंग विदुलाला छळणाऱ्या गट्टासिंगला मारलं नसतं तर बच्चीसिंगनं हा प्रकार इथं येऊन केला नसता. त्यानं माझ्याशी बदला घेतला तो असा. सर, या सगळ्या प्रकाराबद्दल मी आपली माफी मागते आणि आपण म्हणाल ती शिक्षाही भोगते."

या प्रकरणानं एवढं आश्चर्यकारक वळण घेतलं की कोणाला पट्कन काय बोलावं तेच कळेना... राणीला आपण एका मोठ्या संकटातून बाहेर पडलो, याचा आनंद होण्याऐवजी आपल्याशी रक्तामांसाचा वा अन्य कुठलाही संबंध नसणाऱ्या एका अपंग मुलीची टारगट पोरांच्या हातून सुटका करून स्वत:ला फार मोठ्या संकटात टाकणाऱ्या अनन्या मॅडमबद्दलच आता काळजी वाटू लागली. तिनं तशा भावनेनं अनन्या मॅडमकडे पाहिलं... मनातलं सारं काही बाबासाहेबांसमोर सांगून अनन्या मॅडम मात्र आता रिलॅक्स वाटत होत्या.

बाबासाहेब, प्रिन्सिपॉल सर, बोर्ड ऑफ डायरेक्टर मेंबर्स यांनी आपसात चर्चा सुरू केली... बराच वेळ आपसात बोलल्यावर बाबासाहेब अनन्या मॅडमला म्हणाले, "ही मुलं बाहेरची असल्यानं आपल्याला त्यांच्यावर कारवाई करण्यासाठी पोलिसांची मदत घ्यावी लागेल. जर पोलिसांनी त्या मुलाला– काय त्याचं नाव? बच्चीसिंग? हां तर त्याला अन् त्याच्या साथीदारांना अटक केली तर अनन्या, तुला काही त्रास होईल?"

"सर, मला काय त्रास होईल याचा विचार नका करू. गुन्हेगाराला पकडून त्याला शासन झालंच पाहिजे या मताची मी आहे. तेव्हा..."

आणि पोलिसात तक्रार करायचं ठरलं. दुसऱ्या दिवशी रीतसर तक्रार दिली गेली. पोलिसांनी बच्चीसिंगला अन् त्याच्या सात साथीदारांना अटक केली. ही गोष्ट परवाची अन् आज सीतारामनं ही बातमी सांगितली... केवढं संकट ओढवून घेतलं अनन्या मॅडमनं हे?

आज राष्ट्रीय सेवा योजनेद्वारा दुपारी जिम्नॅशिअम हॉलमध्ये रक्तदान शिबिराचं आयोजन केलं गेलं. आणि हे बी.ई. फर्स्ट इअरच्या मुलांसाठीचं होतं. आणखी रक्तदानासाठी हेही महत्त्वाचं की जो कोणी बी.ई. फर्स्ट इअरचा – रक्तदान करेल त्याला दोन गुण मिळतात आणि फर्स्ट टर्ममध्ये ज्या विषयात तो नापास होत असेल त्या विषयाच्या गुणात हे गुण अॅड केले जातात. तसे नसेल तर टोटलमध्ये अॅड केले जातात. राष्ट्रीय सेवा योजना प्रत्येक टर्ममध्ये एकदा अशा शिबिरांचं आयोजन करते.

कॉलेजच्या प्रिमायसेसमध्ये आलं की, 'सारं काही गुणांसाठी' हे तत्त्व राणीच्या

अंगवळणी पडलं होतं. त्यामुळं मन:स्थिती चांगली नव्हती तरीही ती इतर मैत्रिणींसोबत ब्लड डोनेट करण्यासाठी आली होती. या मन:स्थितीमुळे ब्लड डोनेशनसंबंधीचं 'अभिनंदनपत्र' वाचण्याच्या देविकाच्या धडपडीकडे तिचं लक्ष नव्हतं. त्यात सीतारामनं 'ती' बातमी सांगितली.

अर्थात, आता आज कोणतंच प्रॅक्टिकल होणार नव्हतं. दुपारी सुटीच होती. फ्लॅटवर जाण्याऐवजी अनन्या मॅडमला भेटायला जावं, असा विचार तिच्या मनात आला. देविका, मंजुश्री किंवा आदित्याच्या स्कूटीवर जावं का? की आपण एकटीनंच सिटीबसनं जावं? असं एक विचारांचं द्वंद्व राणीच्या मनात सुरू असतानाच "राणी, चलतेस हॉस्पिटलमध्ये? मी जात आहे..." असं सीतारामनंच मागून येत विचारलं. आंधळ्यानं मागितला एक डोळा... अन् अगदी तसंच झालं हे... राणीनं पट्कन "हो" म्हटलं. ती बाकीच्या मुलींना म्हणाली, "ए अगं, मी सीतारामभाऊंसोबत हॉस्पिटलला जाऊन येते."

"कशासाठी? कोण आहे हॉस्पिटलमध्ये?" आदित्यानं विचारलं.

"सांगते उद्या..." अन् त्यांना फारसा वेळ न देता ती सीताराम मागे निघाली. सीताराम लायब्ररी अटेन्डन्ट होता तरी तो स्वत:च्या कारनं कॉलेजात येत होता. त्यामुळं तो चर्चेचा विषय होता. वास्तविक मुळशी धरणाखाली त्याची पंचवीस एकर ओलिताची जमीन गावाकडे आई पाहते. वडील नाहीत. हा बायको-पोरांसोबत पुण्यात राहतो. त्याची बायको महापालिकेच्या एका प्रायमरी हेल्थ सेंटरमध्ये ऑपरेटर म्हणून काम करते... सकाळी निघताना तो बायकोला कारने हॉस्पिटलला सोडतो. परत जाताना तिला घेतो. एवढी श्रीमंती असूनही त्याचा स्वभाव निगर्वी होता. राणीला दवाखान्यात ॲडमिट केलं होतं, तेव्हा तो दररोज एकदा तिला भेटायला यायचाच. येताना कधी सेब, कधी अनार, कधी मोसंबी, तर कधी ओली नारळं घेऊन यायचा. तेही थोडंथोडकं नव्हे; दोन दोन किलो. नारळंही पाच-पाच... त्याच्या एकूणच वागण्या-बोलण्यामुळे राणीला त्याच्याबद्दल मनातल्या मनात आदरभाव वाटत होता. त्यामुळेच त्यानं 'हॉस्पिटलमध्ये चलतेस का?' असं विचारल्याबरोबर तिनं 'नाही' म्हटलं नाही.

"राणी, तू गेटपर्यंत चालत जा. मी गाडी आणतो."

त्यानं तसं म्हटलं तेव्हा आपण कॉलेजमध्ये आहोत. कॉलेजचे नियम आपण आणि सीतारामनंही पाळले पाहिजेत, हे ओघानंच आलं. अन्यथा पार्किंग विंगमधूनच सीतारामच्या गाडीत आपण बसून गेलो. अन् ही बाब बाबासाहेब वा प्रिन्सिपॉल सरांपर्यंत पोचली, तर पुन्हा पंचाईत... त्यापेक्षा....

"हो" म्हणत ती पाय उचलत कॉलेज गेटकडे निघाली.

◆

'इंजिनिअर्स सायकल मॅरेथॉन २०१२'च्या प्रवेशपत्राचा कोरा फॉर्म मंकीच्या हातात होता. कॉलेजातल्या राष्ट्रीय सेवा योजनेच्या को-आर्डिनेटरकडून तिनं तो काल मिळवला होता. पंधरा सप्टेंबर रोजी येणाऱ्या 'इंजिनिअर्स डे'च्या निमित्ताने 'दि इन्स्टिट्यूशन ऑफ इंजिनिअर्स' (इंडिया) पुणे आणि पुणे जिल्हा अमॅच्युअर सायकल असोसिएशन यांच्या संयुक्त विद्यमाने ही सायकल मॅरेथॉन आयोजित केली गेली आहे. 'इंजिनिअर्स डे'च्या निमित्ताने कॉलेजात आणि इतरत्र होणाऱ्या स्पर्धांच्या संदर्भात भट्टी-मंकी अन् ग्रूपमध्ये चर्चा झाली. भट्टीला सायकल चालवणे हा पोरकटपणा वाटत होता. ती पाचवीपासून ते ज्युनिअर कॉलेजपर्यंत सायकलवरच जा-ये करत होती. इथं कॉलेजात आल्यावर तिची सायकल सुटली. याउलट मंकीला बारावी पास होईपर्यंत कधी सायकल हाणण्याचा संबंध आला नव्हता. घरापासून ज्यु. कॉलेज अन् शाळा जवळ असल्याने मैत्रिणींसोबत पैदल जा-ये करत होती. मात्र ती लहर आली की खेड्यावरच्या एखाद्या मुलीची सायकल हिसकावून घ्यायची – विशेषत: नवी असलेली– अन् ज्यु. कॉलेजच्या आवारात भन्नाट सायकल चालवायची. तिची सायकल चालवणं सुरू झालं की मुलंमुली आपोआप बाजूला पळत. मात्र एकदा चुकून पाचवीतल्या एका मुलीला तिनं उडवलं. तिचा हात फॅक्चर झाला. पायाला मोठी जखम झाली. शिक्षकांनी तिला दवाखान्यात हलवलं. तेव्हापासून कोणीही न म्हणता मंकीची सायकल बंद झाली. ज्यु. कॉलेज अन् शाळेचं गॅदरिंग असताना मात्र ती स्लो अन् फास्ट सायकल रेसमध्ये भाग घ्यायची; पण तेही मुलींच्या गटात नव्हे तर मुलांच्या. तेवढ्यावर भागायचं नाही. तिलाच पहिला नंबर हवा असायचा. आणि परीक्षकही डोळे बंद करून देत... बाकीचे स्पर्धकही डोळे मिटून सारं मान्य करत.

"मला वन मिनिट शोच जास्त आवडतात," भट्टीनं आपली पसंती व्यक्त केली होती. वन मिनिट शोमध्ये एका मिनिटात जास्तीत जास्त गोष्टी करून दाखवणे हा प्रकार असतो. त्यात भट्टीला मजा वाटते... मात्र मंकीला ते फारच पांचट वाटते....

फॉर्म भरून परत को-ऑर्डिनेटरकडे आज परत द्यायचा होता; पण मंकीचे स्टार सकाळपासून बिघडलेले होते. सुरुवात झाली वेदान्तच्या सकाळीच आलेल्या फोनने. तिची कॉलेजात जायची घाई अन् त्याचा मध्येच फोन. तिनं त्याला एस.एम.एस. करायला सांगितला. तरी तो फोनवरच बोलतो म्हणे... अन् नाइलाजानं तिनं फोन घेतला; तर म्हणाला, ''मंकी, आपलं पुण्यात सोबत राहायचं स्वप्न भंगलं. सॉरी यार...'' त्यानं जे सांगितलं ते सहन करण्याच्या पलीकडचं होतं. त्याचा एम.बी.बी.एस.साठी नंबर पुण्याला न लागता नांदेडला लागला.

''ओ, शट्, आता मी इथं एकटी काय करू? मीही हे कॉलेज सोडून नांदेडला येते.'' मंकीनं नाराजीचा सूर आळवला.

''ते कसं जमेल? ते तुझे पप्पा... ती काळी घोरपड, आय मीन राणी. त्यांनी तुझ्या गळ्यात बांधली ना? तुला यायचं तर तिला सोबत घेऊन यावं लागेल. अन् त्यासाठी तुम्हा दोघींचा कॉलेज कोट्यातून नंबर लावावा लागेल. अन् ते का इतकं सोपं आहे? खासगी कॉलेजवाले खूप पैसे घेतात म्हटलं!''

त्या वेळी मंकी तर रडकुंडीलाच आली. ''मग काय करू? सांग.''

''काय नाही, जे आहे ते ॲक्सेप्ट करायचं... गावाकडे भेटू सुटीत... बाय... तू कॉलेजला जा. नंतर बोलू.'' त्यानं फोन कट केला.

मंकीचा त्या गोष्टीने मूडच बदलला. तरीही ती तशीच कॉलेजला जायला निघाली. माइन्डली अपसेंट बट फिजिकली प्रेझेंट– हे सूत्र खरंतर भट्टीचं– तिनंही पुरेपूर अंगीकारलं होतं.

इकडून तिकडून कॉलेजात आलो तर दाणी मॅडम नावाचा ग्रह आडवा आला. टी.जी. म्हणून ती कुठून मंकीच्या राशीला उतरली, देव जाणे? नियम असा की टर्म सुरू झाल्यापासून महिना झाला की दोन युनिटवर विद्यापीठ ऑनलाइन टेस्ट घेते. प्रत्येक विषयाला पंचवीस मार्क्स असतात. त्यामध्ये पास होणं आवश्यक असतं. जे पास होतात त्यांचे आणि जे नापास होतात त्यांचेही त्यांच्या महिनाभराच्या प्रेझेंटीसह अहवाल टी.जी.नं एच.ओ.डी.ला अन् मुलांच्या पालकांना कळवायचे असतात. त्यासाठी मुलांकडून पालकांचा पत्ता लिहिलेले पाकीट घेतले जाते. पालकांचे मोबाइल नंबर मागितले जातात. ते यासाठी की पाकीटही पाठवायचे आणि पाल्याच्या प्रगतीविषयी मोबाइलवरही बोलायचे. विशेषत: जे नापास होतात त्यांच्या पालकांशी. हेही एकदम केलं जात नाही. नापास झालेल्यांची कॉलेज री-टेस्ट घेते. त्यांच्यातही नापास झालाच एखादा तर त्याला असाइनमेंट म्हणून युनिव्हर्सिटीचे दोन-चार टेस्टचे पेपर्स दिले जातात.

तर मंकी दाणी मॅडमच्या फिजिक्सच्या पहिल्या युनिट टेस्टमध्ये नापास झाली. नापास झाली म्हणजे काय, पंचवीसपैकी फक्त एक मार्क तिला मिळाला.

वर्गात सगळ्यात कमी मार्क्स तिला होते. नवल म्हणजे भट्टीला तेरा मार्क्स होते! म्हणजे ती चक्क पास झाली होती. ते ऐकून मंकीला धक्का बसला. म्हणजे भट्टी कॉलेजात, वर्गात मस्ती करते अन् घरी गेल्यावर निमूटपणे अभ्यास करते तर! आपलं तसं नाही. आपलं जसं कॉलेजात तसंच घरीही...

"स्टॅन्ड अप मंकी जाधव... ॲन्ड हॅव अ बिग हॅन्ड फॉर मंकीज मॅग्निफिसन्ट अचिव्हमेंट..." दाणी मॅडमनं असं म्हटलं अन् स्वत:च टाळ्या वाजवल्या. मात्र वर्गातल्या इतर कोणीही टाळ्या वाजवल्या नाहीत. किमान दहा मिनिटे तरी दाणी मॅडमनं मंकीला एकसे एक बढकर शॉट्स मारले. वर्गात तोंड दाखवण्याचीही तिला लाज वाटू लागली. नंतर मॅडमनं वर्गातल्या टॉपर्सची नावं सांगितली. "राणी आघाव सेकंड रँक सिक्युअर्ड ट्वेन्टी थ्री मार्क्स," टाळ्यांचा अक्षरश: पाऊस पडला... राणीलाही गदगद झाल्यासारखं वाटलं. पण तरीही 'फर्स्ट रँक का नाही?' म्हणून खंतही वाटली. एकट्या राणीलाच नव्हे तर दाणी मॅडमलाही. मग फर्स्ट रँक कोणाला?

तिच्या मनातल्या या प्रश्नाचं उत्तरही दाणी मॅडमनं दिलं. "टॉपर ऑफ द क्लास इज वेदान्त..." वेदान्त? तिचा प्रॅक्टिकल-मेट तो एवढा हुशार आहे? पण त्यानं तसं कधी दाखवलं नाही... मंकी अन् भट्टीला त्याचं नवल वाटलं. तसा त्या दोघींनाही तो प्रसंग आठवला, अगदी पहिल्यांदा भट्टीनं त्याला डोळा मारून मामा बनविलं होतं. एकूणच वेदान्त याचा अर्थ खट्टा-मीठा चिवडा आहे तर! सगळा वर्ग वेदान्तसाठी टाळ्या वाजवत होता... तो मात्र एखाद्या पोरीसारखा लाजतबुजत उभा होता...

"टू वेदान्त ॲन्ड राणी, आय विलंट सजेस्ट टू कीप देअर रँक्स ॲज इट इज. कीप कॉम्पिटिशन टू मेंटेन फर्स्ट रँक इन ऑल सब्जेक्ट्स फॉरएव्हर. आय हार्टली काँग्रॅच्युलेट टू यू बोथ..." आणि त्या दोघांसाठीही दाणी मॅडमनं सगळ्या वर्गाला पुन्हा एकदा टाळ्या वाजवायला सांगितल्या.

दाणी मॅडमचा पिरिअड संपला. काही मुलंमुली मंकीकडे विचित्र नजरेनं पाहत होते... एक मुलगी मंकीला ऐकू जाईल अशा आवाजात दुसरीला म्हणत होती, "यू सी, दाणी मॅडम मे हॅव गिव्हन वन मार्क फॉर नीटनेस ॲन्ड टायडीनेस ऑफ द पेपर"...

मंकीला ते बोलणं झोंबलं. पेपर नीटनेटका ठेवल्याबद्दल दाणी मॅडमनी एक मार्क दिला म्हणते काय? "यू बिच" म्हणत त्वेषानं मंकी उठली. अन् तसं म्हणणाऱ्या या मुलीचं बखोट पकडून तिनं दरडावून विचारलं, "हे, यू रास्कल, हॅव योर फादर स्पेंड ऑन मी एनी सिंगल पैसा? हू आर यू रिमार्किंग ऑन माय पोझिशन अबाउट माय मार्क्स?"... तिच्या या आकस्मिक पवित्र्याने ती मुलगी

गारच झाली. आजूबाजूच्या मुलीही चकित झाल्या. राणीनंही हे सारं ऐकलं– पाहिलं. तिला मंकीचीच कीव आली. किती वेडी आहे ही? खरं म्हणजे आपले पप्पा आपल्यावर एवढा पैसा खर्च करतात तर आपलंही अभ्यास करणं, वर्गात आपलं एक स्टेटस राखणं, कर्तव्य आहे. ते सोडलं अन् ही ऐश करणाऱ्याच्या नावाखाली भट्टीसारख्या मुलीच्या नादाला लागली. बरं भट्टीला तरी– ती पुण्याची म्हणून– वाईट कसं म्हणावं? म्हणजे महानगरातल्या मुली शंभर टक्के वाईटच असतात असं म्हणताच येणार नाही. त्यातही भट्टी भलेही आगाऊ असेल, पण टेस्टमधले तिचे मार्क्स दाणी मॅडमनं मंकीसारखी उपेक्षा करण्याइतके कमी नाहीत. म्हणजे निश्चितच ती सतर्क आहे. अन् मंकी, तिच्यातल्या चांगल्या गोष्टींकडे ध्यान देतच नसावी, असंच सगळं तिचं चित्र दिसतं...

मंकीचा आणखी आवाज वाढतो आहे. अन् ती मुलगी मात्र गर्भगळित होते आहे, आणि त्यांच्यामध्ये कुणीही पडत नाही हे पाहून राणीलाच राहावलं नाही. ती उठून त्या दोघींजवळ गेली अन् तिनं मंकीला ''प्लीज मंकी, बी काम अ‍ॅन्ड क्वाइट. कन्ट्रोल योर सेंटिमेंट्स... प्रस्तुतीच्या वतीनं मी तुझी मन:पूर्वक क्षमा मागते. सोड तिचा हात...'' आणि काय प्रभाव पडला राणीचा मंकीवर? नवल वाटावा असा. तिनं त्या प्रस्तुतीचा चक्क हात सोडला. ''माइंड वेल... दुबारा छोडूँगी नहीं'' असं गुरगुरत ती आपल्या जागेवर जाऊन बसली...

राणीनं प्रस्तुतीच्या पाठीवर हातानं थोपटत तिला शांत करण्याचा प्रयत्न केला. ''प्रस्तुती, ग्लोरिफाय योर थिंकिंग्ज, प्लीज...'' प्रस्तुतीनंही मान हलवून मूक संमती दर्शवली. ती खाली बसली. तशा बाकीच्या मुलीही पूर्वपदावर आल्या.

या दोन घटना– म्हणजे वेदान्तची अन् ही वर्गातली– कमी म्हणून की काय, राणीला तिसऱ्यांदा अपमानित व्हावं लागलं– प्रॅक्टिकल्सच्या वेळी. त्यातही इंजिनिअरिंग ड्रॉइंगच्या प्रॅक्टिकलचे इन्स्ट्रक्टर होले सर यांच्याकडून. एरव्हीच ते तुच्छतेनं मुलांना नावानं वा आडनावानं हाक न मारता मुलांना 'ए झेंडू' असं तर मुलींना 'ए कमळे' असं म्हणतात. त्यांनी प्रॅक्टिकल सुरू असताना 'ए कमळे' अशी मोठ्या आवाजात हाक मारली. सर्व मुली त्यांच्याकडे पाहू लागल्या. आपल्याला तर सर म्हणत नाही ना? अशी प्रत्येकीच्या मनात भीती निर्माण झाली. तर सरांनी आपल्या हातातलं प्रॅक्टिकल असाइन्मेंट वर उंच धरून विचारलं, ''ही कमळी, एम. जाधव. इकडे ये...'' मंकीचं असाइन्मेंटवर एम.जाधव असं नाव टाकते. ''हे एम. जाधव काय? तुझं पूर्ण नाव टाक आधी याच्यावर.'' ती जवळ येताच त्यांनी तिला झापलं. तिला वाटलं. एवढंच! ठीक आहे. तिनं पूर्ण नाव टाकलं. मग सरांकडे पाहत म्हणाली, ''सर, जाऊ मी जागेवर?'' त्यावर सर केवढ्यानं ओरडले, ''नो नो... थांब, मी तुला पुरणपोळी खायसाठी बोलवलं.''

प्रकार काही औरच आहे हे मंकीच्या अन् इतर मुलामुलींच्या लक्षात आला. "व्हॉट्स धिस? काय आहे हे?" मागच्या वेळी घरून सॉल्व्ह करून आणायला दिलेला प्राब्लेम तिच्या तोंडासमोर नाचवत सरांनी करड्या आवाजात विचारलं... आज आपली चलाखी उघड होणार हे मंकीच्या लक्षात आलं...

"या प्रॉब्लेमची ही फिगर तू सरळ सरळ टोपो केली आहेस. तुला काय होले सरांचं डोकं म्हणजे गटर होल आहे असं वाटलं. त्यांना काही कळणार नाही? आतापर्यंत माझ्या हातून तुझ्यासारख्या सतराशे साठ पोरी गेल्यात... तू एकसष्टावी..."

राणीनं सरांचं बोलणं ऐकलं... अन् हे टोपोप्रकरण काय असतं, हेच तिला कळेना... मागच्या वेळचा प्रॉब्लेम डायग्राम काढण्यासाठी क्लिष्ट होता हे खरं; पण प्रयत्न केला तर जमणारच नाही असं काही त्यात नव्हतं. राणीलाही पुन:पुन्हा विचार करावा लागला; प्रयत्न करावा लागला. तो प्राब्लेम कित्येकदा वाचल्यामुळे तिला पाठच झाला होता. प्रॉब्लेम असा होता–

The equal cranks AB and CD rotate in opposite direction about A and C are connected by rod BD. Plot the locus of the end P of the link PQ attached at right angles to BD at its mid point Q for one complete revolution of the cranks.

AB = 30 cm

BD = AC = 105cm

PQ = 22.5

सरांनी तीनतीनदा समजावून सांगितलं तरी राणीला दोनदा संजनाला विचारावं लागलंच. आणि मंकी तर कधीच काही करताना दिसत नाही. तरी तिनं कधी, कुठे हा प्रॉब्लेम कम्प्लीट केला असेल; अन् सर हे टोपो टोपो काय म्हणतात?

सरांनी असाइन्मेंटचं नेमकं त्या प्रॉब्लेमचं पेज टराटरा फाडून टाकलं अन् असाइन्मेंटच तिच्या अंगावर फेकत म्हटलं, "उचला ते. पुन्हा तसला प्रकार केलात तर याद राखा... जरा स्वत: मेहनत करायला शिका. बी.ई. होणं म्हणजे बर्गर-पिझ्झा खाणं नव्हे..."

मंकीला हा आघात सहन करणं फार जड गेलं. बरं, नवल हे की हे तिचं चौथं असाइन्मेंट वर्क आहे... या पूर्वीचे तीन प्रॉब्लेम तिनं टोपो पद्धतीनंच पूर्ण केले. ते या सरांना ओळखता आले नाहीत; अन् हे मात्र? ती जागेवर आली. तेव्हा तिला वाटलं, आपण फार मोठी चूक केली. आपण सरांच्या समोरच सरांना म्हणायला पाहिजे होतं की, हे टोपो नाही... आपण स्वत:च्या हातानं ड्रॉ केलं; पण आपल्या ते लक्षात आलं नाही. आपण गुपचूप असाइन्मेंट उचलून जागेवर

आलो. याचा अर्थ सरांनी केलेला आरोप आपण मान्य केला... आणि आरोप खराही होता म्हणा सरांचा... पण मुजोरी करून पाहायला काय हरकत होती? तिच्या मनात आणखी एक विचार आला. आपली टोपोगुरू म्हणजे भट्टी. तिची लबाडी आपल्यासारखीच उघडी पडली असेल का? विचारावं लागेल तिला.

खरं म्हणजे ड्रॉइंग या विषयात मंकीला गतीच नाही. पाचवी, सहावी, सातवीत ड्रॉइंग असायचं, पन्नास मार्कांचं. परीक्षेत तिनं कधीच स्वत: पेन्सिल हाती घेतली नाही. परीक्षा सुरू असताना वर्गात सर असतानादेखील ती वेदान्तच्या हातून आपला पेपर सोडवून घेत असे. ते ड्रॉइंग अन् हे ड्रॉइंग मात्र वेगळं. आपण बी.ई.ला गेलो तर तिथंही इंजिनिअरिंग ड्रॉइंग हा विषय असतो म्हणे मग आपलं कसं होणार? त्यावर कुणीतरी म्हटलं होतं की या ड्रॉइंगचा त्या ड्रॉइंगशी काडीचाही संबंध नाही... अन् ते खरंही आहे पण पेन्सिलच हाती घ्यायचा कंटाळा म्हटल्यावर...

तिनं आपली व्यथा भट्टीला बोलून दाखवली होती. तेव्हा ती म्हणाली होती, "तू बिनधास्त राहा. काय करायचं ते मी सांगीन..." आणि पहिल्या प्रॉब्लेमच्या वेळी तिनं तो गुरुमंत्र दिला ही. ड्रॉइंगबोर्डच्या आकाराचा एक काच विकत आणायचा. एक होल्डर, एक बल्ब, दहाएक फूट वायर, एक पिन हे सारं भट्टीच्या मार्गदर्शनाखाली विकतही घेतलं. अन् मग भट्टीनं तिच्या बहिणीच्या घरी गेल्यावर त्याचा उपयोग कसा करायचा ते शिकवलं– भट्टीनं एका सीनिअर मुलीचे फर्स्ट इअरचे असाइन्मेंट्स मिळविले होते त्यात हे प्रॉब्लेम असायचे... त्यातलं आपल्याला पाहिजे ते प्रॉब्लेम-पेज काढायचं ते काचेवर ठेवायचं... काचेखाली बल्ब ठेवता येईल अशा पद्धतीनं त्याला दोन्ही बाजूंनी पुस्तकांचा वापर करून उंच करायचं. बल्ब लावायचा त्या जुन्या प्रॉब्लेम पेजवर आपल्या असाइन्मेंटचं पेज ठेवायचं. लाइट लागल्याने खालच्या पेजवरच्या पेन्सिलीच्या रेषा स्पष्ट दिसतात. त्या कंपासच्या, स्केलच्या साहाय्यानं पाहिजे तशा काढायच्या... झाली प्रॉब्लेमची फिगर तयार...

आता सरांनी चोरी पकडली म्हटल्यावर किती अवघड गोष्ट? कशी काढावी आपण फिगर? याचा अर्थ आपलं काही खरं नाही. मोठं कठीणच दिसते... बाथरूमला जायच्या निमित्ताने तिनं भट्टीशी मोबाइल-कॉन्टॅक्ट केला. तिनं जे काही घडलं ते सांगितलं. सांगतानाच ती रडकुंडीला आली. त्यावर "चिंता करू नको. आपण त्यावरचं सोल्यूशन काढू. बिनधास्त राहा..." असं म्हणत तिनं मोबाइल बंद केला... काय काढणार आहे ही सोल्यूशन? हिच्याजवळ का जादूगाराजवळ असते तशी पोतडी आहे? की कुठलाही प्रॉब्लेम आला की त्याचं सोल्यूशन तयार...

प्रॅक्टिकल करताना वेदान्तही तिच्याशी किंवा ती त्याच्याशी म्हणजे एकमेकांशी

काहीच बोलले नाहीत... वास्तविक तिला त्याला फिजिक्सच्या पहिल्या टेस्टमध्ये वर्गात जास्त– महत्त्वाचं म्हणजे राणीपेक्षा जास्त-मार्क्स मिळाले म्हणून कॉंग्रॅट्स करायचं होतं; पण ते राहिलं बाजूला, हे भलतंच उभं राहिलं...

कसंबसं प्रॅक्टिकल संपलं. ती स्कूटी घेऊन कॉलेजबाहेर पडली. त्या नेहमीच्या हॉटेलवर आली... ही अन् भट्टी मागेपुढे झाल्या तर त्या एकमेकींची त्या हॉटेलवरच वाट पाहतात. भट्टी तिथं नव्हती, याचा अर्थ ती अजून यायची. एरव्ही लाँग रेसेसमधे खाते तशी मंकी कॉलेज सुटल्यावरही काही ना काही खाते; पण आज काही खाण्याचा तिचा मूडच नव्हता. तिनं सॅक मांडीवर ठेवली... आतून दोन मोबाइल काढले. गावाकडे वेदान्तशी बोलावं, असा एक विचार तिच्या मनात आला; पण तिनं तो टाळला. नंतर बोलू. मग काय करावं? तिला खरंतर मोबाइलचा कंटाळा आला. एक-दोन तास नव्हे सलग आठ-आठ, दहा-दहा तास ती मोबाइल हाताळत राहते... पण त्या त्या वेळी तसा मूड असतो... आता नाही... तिनं मोबाइल आत टाकले. तर काल राष्ट्रीय सेवा योजनेच्या को-ऑर्डिनेटरकडून घेतलेला 'इंजिनिअर्स सायकल मॅरॅथॉन २०१२' चा कोरा प्रवेशअर्ज फोल्ड करून टाकलेला दिसला... तिनं तो बाहेर काढला... भरावा का फॉर्म? द्यावा नेऊन परत कॉलेजात को-ऑर्डिनेटरकडे... बराच वळ तिनं त्यावर विचार केला अन् अगदी निर्दयपणे टराटरा फाडून त्याचे दोन तुकडे केले.

"हाय मंकी... आज दिवसभराचा सगळा राग त्या कागदावर काढतेस की काय?" वेदान्त होता तो. तिच्या समोरच्या खुर्चीत येऊन बसत त्यानं विचारलं... तिला काय उत्तर द्यावं ते कळलं नाही... दिवसभरात ज्या एकामागून एक घटना घडल्या त्यातून ती एक उद्विग्नता तिच्या मनात निर्माण झाली, तिला वाट करून देण्यासाठीच हा कागद तिने टराटरा फाडला हे वास्तव आहेच. तसं ती बोलली नाही. गप्पच राहिली. तेवढ्यात वेटरनं वाफाळ चहाचे दोन कप समोर ठेवले...

"बी रिलॅक्स. घे चहा... की काही खायचं?" त्यानं विचारलं.

ती म्हणाली, "नको; खरंतर चहावरही मन होत नाही..."

"इट्स सिंपली ट्रूथफुल... तेच तुझं मन आहे ज्यानं दिवसभरात मोठमोठे आघात सहन केलेत... अन् तेच मन तुला साधा चहा पिऊ देत नाही. तुला आठवत असेल; आपल्याला मराठीमध्ये एक कविता होती, बहिणाबाई चौधरींची... मन नावाची... त्या एका कडव्यात म्हणतात...

मन लहरी लहरी
त्याले हाती धरे कोन?
उंडारलं उंडारलं
जसं वारा वाहादन ... "

मंकीला मागलं असं कधी काही आठवत नव्हतं. याच कारणं ती कधी मन लावून शिकलीच नाही. तिचं स्वत:चंच मन उंडारलेल्या वाऱ्या वाहादनासारखं होतं. ते तिला कधीच काबूत करता आलं नाही. म्हणजे कधी तिनं तसा प्रयत्न केला नाही. कधी आईनं हटकलं तर तिचंही ऐकलं नाही. पप्पा तर कधी काही म्हणतच नव्हते. झालं, शाळेतही तोच प्रकार... कधीच कोण्या शिक्षकाने- शिक्षिकेने तिला 'अगं कागं' म्हंटलं नाही. पहिली ते ज्युनिअरपर्यंत ती पप्पांच्याच शाळेत शिकली.

"पण बहिणाबाई म्हणतात त्यावरचा उपाय एका संतानं सांगितला... तो म्हणतो– 'मन करारे प्रसन्न, सर्वसिद्धीचे कारण?' तूही तसा प्रयत्न कर. बघ, मी सांगतो कसं करायचं. मनातल्या मनात एक, दोन, तीन असं दहापर्यंत म्हण ...बघ... सुरू कर... केलं...?"

तिला वेदान्तचा रागही येऊ लागला, अन् कौतुकही वाटू लागलं. राग यासाठी तो तिला डिस्टर्ब करत होता. कौतुक यासाठी की तो तिला तिच्या हिताची गोष्ट सांगत होता. एक तो गावाकडचा वेदान्त होता, ज्यानं तिला कधी अशा पद्धतीनं समजावून सांगितलं नाही. अन् एक हा वेदान्त... नावं दोघांची तीच. पण विचारात, वागण्यात जमीन-अस्मानाचं अंतर... तिला मनातल्या मनात हसूही आलं. पहिल्यांदा वर्गात या वेदान्तनं जेव्हा भट्टीकडं वळून वळून पाहिलं... भट्टीनं डोळा मारल्यावर तो गडबडला. त्याबाबत मंकीनं प्रॅक्टिकल करता करता गंमत म्हणून त्याला विचारलं होतं. त्यावर तो हसून म्हणाला होता, "जिच्याबद्दल प्रचंड आकर्षण आहे अशी दुर्मिळात दुर्मिळ गोष्ट सहज पाहायला भेटत असेल तर मन बेकाबू होणारच... अशा वेळी मनाला सावरण्यासाठी गुरूची गरज असते. त्या वेळी मला डोळा मारणारी भट्टी गुरूच वाटली. तिनं माझं भरकटू पाहणारं मन जागेवर आणलं. मी नेहमी अशा गुरूंच्या शोधात असतो..." हे आठवलं अन् तिचं हसणं विरलं. ती गंभीर झाली... अरे, हा आपल्यालाही गुरुमंत्र देतो आहे की... आपल्या अस्वस्थ मनाला स्वस्थ करण्याचा प्रयत्न करतो आहे. म्हणजे आपणही याचं ऐकायला पाहिजे. पाहू तर खरं... याच्या सांगण्याचा आपल्यावर काय प्रभाव पडतो ते? "हं, एक, दोन, तीन..." तिनं अंक म्हटले. "तसं नाही, एकदम भराभर नको. श्वास आत रोखून धरायचा... हळूहळू सोडत एक म्हणायचा. तसंच दोन, तीन. अगदी दहापर्यंत..." तिनं चहाकडे पाहिलं तो बोलला, "चहाची चिंता नको. थंड झाला तर दुसरा बोलवू. बघ... कर सुरू. श्वास रोखून धर... हळूहळू श्वास सोड... मग एक म्हण... म्हण..."

आणि तिनं तो प्रयोग सुरू केला. ती जेमतेम आठपर्यंत आली... तिला आता खूपच स्वस्थ वाटत होतं. मनासह संपूर्ण शरीराची जी बेचैनी होती ती

आता हळूहळू लोप पावू लागली, मनाची अवस्था प्रसन्न होऊ लागली... तिनं "दहा" म्हटलं अन् उद्‌गारली, "ओह, इट्स फॅन्टॅस्टिक! रिअली... थँक यू वेदान्त... खरंच मला आता एकदम रिलॅक्स वाटते आहे. आता चहा... दुसरा बोलव..." त्यानं पहिली चहाची ऑर्डर कॅन्सल केली; दुसरी दिली... चहाचा घोट घेता घेता तो तिच्याकडे रोखून पाहू लागला. ते लक्षात आल्यावर तिनं त्याला सरळ विचारलं, "काय पाहतोस?"

"हं, एक गोष्ट विचारायची, एक गोष्ट सांगायची..."

"विचार, सांग..."

दोघांनी चहा घेतला. त्यानं हातातला मोबाइल हाताळला... थोड्याच वेळात तिच्या मोबाइलमध्ये एस.एम.एस. आला. "बघ" त्यानं म्हटलं. तिनं सॅकमधले दोन्ही मोबाइल काढून ज्यात नुकताच एस.एम.एस. आला तो ऑन केला. इनबॉक्स ओपन केला. "शेवटचा नंबर पंचवीस सव्वीस? तुझाच ना?" "हो." तिनं त्याचा एस.एम.एस. ओपन केला. वाचला. 'I4U' मनात हसली. त्याच्या एस.एम.एस.चा लाँगफॉर्म होता 'I Love you'.... वेदान्तच्या रूपानं तिच्या मनाला जे हवं ते पुढ्यात उभं होतं. पहिला तो गावाकडचा वेदान्त... पण त्याच्या ठिकाणी काहीसा रांगडेपणा होता. मागच्या वेळी भट्टीच्या बहिणीचा दीर विदू– अलंकार टॉकीजमध्ये त्यानं आपल्याशी लगट केली... पण एका मर्यादेपर्यंत... त्यातही त्याचा सोबरनेस जाणवला. त्या रात्री त्यानं डेटिंगसाठीही आपल्याला भट्टीमार्फत विचारलं होतं, मात्र आपणच घाबरलो... हं, मध्यंतरी त्या डॉलीनंही आपल्याशी धसमुसळेपणा केलाच होता. तेव्हाही आपण घाबरलो... आता हा वेदान्त म्हणतो, 'आय लव्ह यू...' म्हणजे काय? आपल्याला जे हवं ते कशापद्धतीनं आपल्यापुढे पेश व्हावं? ही चौथी वेळ आहे– गावाकडचा वेदान्त, विदू, डॉली, अन् आता हा वेदान्त... गावाकडच्या वेदान्तला आपलं शरीर नको होतं, बस्स त्याला गंमत करावीशी वाटत होती. विदूला आपलं शरीर हवं होतं; पण आपण ते देऊ केलं तरच. डॉली? त्याला... संधी मिळाली असती तर त्यानं ते ओरबाडून घेतलं असतं... हा वेदान्त... आर्जव करतो. विनवणी करतो आहे 'I4U'... काय उत्तर द्यावं? I2 म्हणजे आय टू (I too) की सरळ नकार... तिला या वेळी प्रकर्षानं आठवलं भट्टीच्या बहिणीचं बोलणं, 'इट्स अ कॅज्युअल थिंग हॅपन्स बायचान्स.' आपल्या संबंधात ही कॅज्युअल म्हणजे प्रासंगिक, फारशी नेमून न घडणारी गोष्ट... पण हा वेदान्त? यालाही ही गोष्ट कॅज्युअलीच सुचली असेल का? नसेल. नक्कीच तसं नसेल. अनेक दिवसांपासून ही गोष्ट त्याच्या मनात असेल. आपल्याला विचारावं की विचारू नये असा बराच काळ त्याच्या मनात संघर्ष चालू असेल. आज त्यानं ते विचारायची हिंमत केली असेल. म्हणजे ही

गोष्ट त्याच्या दृष्टीनं प्रीप्लॅन्ड. नॉट कॅज्युअल. आपण काय उत्तर द्यावं?... त्याला तर अपेक्षा असेल 12च्या एस.एम.एस.चीच... त्यानं त्याला आपल्यासमोर प्रपोज केलं... त्यावर आपण काय करायचं? सरळ नकार द्यायचा की त्यावर विचार करून मग उत्तर द्यायचं? पण हेही खरं की वेदान्त आपल्याला किती आवडतो? आपण त्या दृष्टीनं त्याचा विचार कधी केला का? इतके दिवस तरी नाही. आधी तर तो आपल्याला बावळटच वाटला होता. भट्टीनं त्या वेळी त्याचा मामा केला होता. तो पुढे आपल्या प्रॅक्टिकल मेट झाला. भट्टीच्या त्या गुरुमंत्राबद्दल त्यानं सांगितलं तेव्हा त्याच्याबद्दल वेगळीच भावना बनली आपली. आज आपल्याला मनाच्या त्रस्त अवस्थेतून बाहेर काढण्यासाठी तो आपला त्याच्या भाषेत गुरू बनला. अन् आता लव्हर बनून आपल्याकडे याचना करतो... यातला कोणता वेदान्त खरा? मग पुढे त्याचं, आपलं भवितव्य काय? तो वर्गातला टॉपर, आपण वर्गातले अगदी तळाशी असलेले. त्याची अन् आपली कुठल्या तत्त्वावर जोडी जमेल? त्यालाही आपल्यात काय दिसलं आकर्षण वाटण्याजोगं...? आपला काहीसा बिनधास्तपणा, आपलं राहणीमान, आपलं रंग-रूप, नक्की काय? आपल्याला हे जाणून घ्यावं लागेल... आणि 'I4U'चा शेवट काय? गंमत म्हणून 'I4U' की, त्याची लग्नात... पण मग आपले पप्पा? परवानगी देतील? कोण-कुठला हा वेदान्त... त्याच्याबद्दल आपल्याला काही म्हणजे काहीच माहिती नाही अन्...

"मंकी, कुठे हरवलीस?" वेदान्तनं तिला भानावर आणलं. "मला आत्ताच घाई नाही. तू यावर विचार कर. नंतर कधीतरी सांग. मी वाट पाहीन. चालेल?"

यावर ती नुसती हसली. "आता दुसरी गोष्ट," चहा संपवून तिनं म्हटलं.

"आता नको. नंतर कधी तरी. लेट अस गो..." तो उठला.

पण ती दुसरी गोष्ट ऐकण्यासाठी मात्र ती अधीर बनली होती. त्यामुळं तीही पट्कन उठली. अन् त्याचं मनगट पकडून म्हणाली, "नाही आत्ता सांग."

ती पट्कन अशी काही प्रतिक्रिया देईल, असं त्याला वाटलंच नव्हतं. त्यानं सभोवताली पाहिलं. हॉटेलमध्ये काही कॉलेजमधले, काही बाहेरचे गिऱ्हाईक होते; पण त्यांपैकी कोणाचंही या दोघांकडे लक्ष नव्हतं.

तो हसला. म्हणाला, "खरंच आता नको. नुकताच तुझा नॉर्मल झालेला मूड पुन्हा बदलेल."

त्यावर ती आग्रहपूर्वक बोलली, "बदलू दे; पण आताच सांग..." तिनं त्याचं मनगट सोडलं. तो बसला. ती बसली. त्यानं आपला मोबाइल काढला.

"तुझ्या फास्ट फ्रेन्डचा नेकेड फोटो आहे व्हॉट्सअपवर..." तो मोबाइलची बटनं दाबत म्हणाला.

"कोणत्या? भट्टीचा?"

"हं."

"बघू दे मला."

"दाखवतो थांब," म्हणत त्यानं नेट उघडलं. अन् काही वेळात तिच्यासमोर आपला मोबाइल धरला.

"बाप्प रेऽऽऽ!" तिनं पाहिलं. अन् ती ओरडली. भट्टीचा संपूर्णतया नग्न फोटो. त्याच्या हातचा मोबाइल घेऊन ती तो फोटो निरखून पाहू लागली... त्यावर तो हसून विचारू लागला,

"मंकी, फोटोतलं नेमकं काय पाहतेस?"

तिनं त्याच्या बोलण्याकडे दुर्लक्ष केलं. म्हणाली, "मजाक सोड. मला हे सांग हा कोणी अपलोड केला? कधी केला?"

"कोणी केला ते मला सांगता येणार नाही. पण गेले आठ दिवस तो आपल्या कॉलेजच्या बहुतेक मुलांच्या ग्रूप्सवर फिरतो आहे. मुलं चवीनं तो पाहतात. भट्टीबद्दल चर्चा करतात. तुमचं दोघींचं लक्ष आहे की नाही देवजाणे; पण भट्टी दिसली की मुलं एक्साइट होताना मी प्रत्यक्ष पाहिली आहेत..."

"आणि ते भट्टीला माहीत नसेल?" तिनं विचारलं.

"नसेल कदाचित..." मग ती मनात म्हणाली, आणि समजा तिला माहीत झालं तरी चरफडण्याशिवाय ती काय करणार आहे? कोणाकोणाच्या मोबाइलमधलं ती डिलिट करत फिरेल? शक्य तरी होईल ते?... ती पुन्हा फोटो पाहत स्वत:शीच बोलली. "काय मस्त फिगर आहे भट्टीची! पायांच्या नखापासून ते डोक्यापर्यंत. मांसल मांड्या, चेस्ट आणि हे बेंबीखाली?..." खरं म्हणजे तिला वेदान्तसमोर हे पाहताना लाजबिज वाटायला हवी होती; पण तिला तसं काही वाटत नव्हतं. आणि हो, गावाकडे ती तिच्या बाथरूममध्ये अगदीच नेकेड असते ना? मागच्या पुढच्या भिंतीवर मोठमोठे आरसे मुद्दाम लावून घेतलेत पप्पांकडून तिनं. स्वत:चं मागचं पुढचं रूपडं न्याहाळण्यासाठी. तिच्या मोबाइलमध्ये गंमत म्हणून तिनं तीन-चार नेकेड पोझेस सेव्ह केल्या होत्या. त्या तिनं रिमा, सोनू, अनुप्रिया या मैत्रिणींना दाखवल्या होत्या; पण त्यांनी त्या डिलिट करायला लावल्या होत्या... इथं मात्र भट्टीची एकच समोरासमोरची पोज आहे. मागून, साइडनं कशी दिसेल ती? या फोटोकडे पाहता पाहता तिला प्रवेशची आठवण आली. त्यानं राणीची अन् भांगे सरांची, तिची अन् तिच्यासोबत... "हे मंकी... चल, दे माझा मोबाइल. मला उशीर होतो..."

"मला हे सांग हा फोटो बनावट आहे ना?"

"मग तुला काय वाटलं, त्या भट्टीनं अशी पोझ दिली? पागल..."

"एक कर. तू माझ्या मोबाइलवर डाउनलोड कर हा फोटो..."

"म्हणजे तू भट्टीला दाखवशील, त्यात मग माझं नाव सांगशील अन् मला तिच्या हातून मार खायला लावशील... बस कर माझे आई... दे तो मोबाइल. तुझी ती मैत्रीण म्हणजे आग्यामोहळ आहे... त्याला कोण दगड मारील..."

"आई शपथ मी तुझं नाव तिला सांगणार नाही. तिची हा फोटो पाहून काय प्रतिक्रिया असेल ती पाहण्याची मला उत्सुकता आहे... कशी आदळआपट करेल ती...?"

"हो, नाहीतर मलाच आपटेल भर वर्गात सर्वांसमोर..."

"नाही प्लीज... तसं नाही होणार... प्लीज, एवढं करच..."

त्यानं होकार भरला. अन् त्यानं तिच्या अकाउंटवर तो फोटो अपलोड केला... "बस आता, या गोष्टीवर मी तुला कॉफी पाजते..." तो फोटो आपल्या मोबाइलमध्ये सर्च करत ती बोलली...

"नको... उशीर झाला... नंतर कधीतरी..." अन् तो जाता जाता काउन्टरवर पैसे देऊन निघून गेला...

मंकी त्या फोटोकडे मग भान हरपून पाहत बसली.

♦

दि. १४ सप्टेंबरला प्रॅक्टिकल चालू असताना राणीला शेजारच्या रमावैनीचा मिसकॉल आला. रमावैनीचा मिसकॉल म्हणजे आईचा किंवा बाबांचा काहीतरी खास निरोप असणार. तिला कॉल करायचा म्हणून ती बाथरूमच्या निमित्ताने बाहेर पडली. बाथरूममध्ये येऊन तिनं रमावैनींना कॉल केला. रमावैनीनं उचलला. म्हणाली, ''ताई, आईशी बोला...''

आई बोलू लागली. तिनं राणीच्या अभ्यासाची, तब्येतीची चौकशी केली. पण नेमका फोन कशासाठी केला ते काही सांगेना...

''आई, कशासाठी फोन केला ते सांग नं?'' त्यावर तिची आई गहिवरल्या आवाजात बोलली, ''काय नाही गं. तुही लय आठवण आली, मनून केला फोन! कव्हा येतं गावाकडं...?''

''आई, मला सांग, येण्यासारखं काही कारण घडलं का गावाकडे?''

''नाही, तसं काहीच नाही...''

''मग आई. सध्या तरी मला येता येणार नाही... फुरसद होईल तेव्हा सांगीनच तुला अगोदर... ठीक आहे.... ठेवू? माझं प्रॅक्टिकल सुरू आहे...''

''हो ठेव...''

राणीनं मोबाइल ऑफ केला... ती बाथरूममधून बाहेर पडली. पण तिला अस्वस्थ झाल्यासारखं वाटू लागलं. आई, फोनवर तू कधी येतेस? असं कधीच विचारत नाही. बाबा तरी कधी म्हणतात तू एकदा ये. भेट घेऊन जा. पण मग आईनं आजच का ये म्हणावं? काही विशेष घडलं असावं का? पुन्हा मोबाइल लावून विचारावं का? पण आई सांगेल? मग रमावैनींना विचारावं... पण आत्ता? आत्ता नको. आई असेल तिच्या घरी. कॉलेज सुटल्यावर विचारू.

त्यानंतर प्रॅक्टिकलमध्ये तिचं मन रमलं नाही. तिला गावाकडची ओढ लागली. प्रॅक्टिकल एकदाचे कधी संपते अन् रमावैनींना बोलतो, असं तिला झालं. तो एक तास काळासारखा वाटला तिला. प्रॅक्टिकलमधून ती बाहेर पडली. अन् तशीच धावत बाथरूमकडे गेली. बाथरूममध्ये जाऊन तिनं रमावैनींना कॉल केला. रमावैनी

तिकडून बोलली.

"वैनी, आई आहे तिथं?"

"नाही."

"म्हटलं, आईनं मला गावाकडे येतेस का? असं का विचारलं? काही विशेष?"

त्यावर "अऽऽऽ" करत रमावैनी घोटाळली; पट्कन बोलली नाही. याचा अर्थ काही तरी घडलं खास... "वैनी, काय झालं, सांगा ना?"

"तसं काही नाही झालं. सहज विचारलं आईनं."

"नाही वैनी, काही तरी कारण आहे, तुम्हाला माझी शप्पथ, तुम्ही माझ्यापासून काही लपवू नका. प्लीज टेल मी..."

बोलता बोलता इंग्रजी शब्द, वाक्ये घुसडायची सवय तिलाही लागली होती.. संजना यासाठी आग्रही असायची. बऱ्याचदा तिनं याबाबत राणीला खोडलं.

"अहो, खरंच तसं काहीच नाही..."

"घाला माझी शपथ." रमावैनी गप्पच राहिली.

"वैनी, तुम्ही काय झालं ते नाही सांगितलं तर मी आज रात्री गावाकडे यायला निघते... ठीक..."

तिकडून रमावैनीनं मोबाइल ऑफ केला. ते पाहून राणीनं कपाळावर आठी पाडली. नक्कीच काहीतरी आहे. तिनं पुन्हा कॉल केला. या वेळी रमावैनीनं कट केला. आणखी घराशेजारचे २-३ नंबर तिच्याजवळ होते. त्यातले दोन आउट ऑफ रेंज. अन् एक उचलला गेला नाही... दोन तीनदा करूनही.

तिला आता कॉलेजात क्षणभरही उभं राहावंसं वाटेना. ती तडक गेटबाहेर आली. सिटीबसची वाट पाहत उभी राहिली. तेव्हा तिनं भांगे सरांशी कॉन्टॅक्ट केला...

"गावाकडे काही झालं का?" असं त्यांना विचारलं. तर ते म्हणाले, "काहीतरी भानगडी झाल्या एवढं कळलं... पण कोणाकोणात झाल्या ते माहिती नाही..."

भानगडी झाल्या म्हणजे कोणाकोणात. तसे बाबा, आई कोणाच्या अध्यातमध्यात नसतात. गावात ग्रामपंचायत निवडणुकीवरून एवढं वातावरण बिघडलेलं... नावापुरते बाबा नव्या सरपंचाकडून आहेत. पण काम पडलं तर जुन्या सरपंचाकडेही जातात. त्यांच्याकडे कोणी लक्षही देत नाही. कारण त्यांच्या इकडच्या-तिकडच्या पार्टीवाल्यांच्या घरी जाण्यानं वा त्यांच्याशी बोलण्यानं कोणत्याच पार्टीचं हलकं-भारी होत नाही. गावात आहेत की नाहीत असं आईबाबांचं वागणं... गावात तंटामुक्ती अध्यक्ष निवडीवरून एवढी दंगल झाली. दोन्ही पार्ट्यांवर पोलीस केसेस झाल्या. एकमेकांच्या कागाळ्या, लावालाव्या ही आम बाब झाली. कोण कुठं, कोणाशी, कशावरून

भांडण उभं करेल याचा नेम नव्हता... तसं तर काही झालं नाही ना? या वेळी पोळ्याच्या वेळी हमखास मारामारी होणार असं दोन्ही पार्टीवाले भाकीत करीत होते... त्या वेळी दोन दिवसांआधीच राणीनं तिच्या आईबाबांना 'पोळ्याच्या दिवशी जपून राहा... वाटल्यास पोळ्याकडं जाऊ नका. घरीच बसून राहा' असं निक्षून सांगितलं होतं. तिचे बाबा पोळ्याकडे गेले; पण कोणाचीच भानगड झाली नाही. पोळा निर्विघ्नपणे पार पडला. पोळ्याच्या दिवशी ते पुण्यात ऐकून राणीचा जीव भांड्यात पडला. मग आता काय घटना घडली असावी? कोणाकोणात घडली असावी? त्यात आईचाबाबांचा काय संबंध? आपल्याला तसं कोणी सांगणारच नाही. भांगे सर ''काहीतरी घडलं.'' एवढंच बोलले.

''सर, मी गावाकडे यायला निघते आहे. माझ्या बाबांचं काहीतरी बरंवाईट झालं सर...'' बोलता बोलता तिचा आवाज गहिवरला... सर काही बोलणार तो ''सर, सिटीबस आली. ठेवते.'' असं म्हणून तिनं मोबाइल बंद केला. नंतर ती फ्लॅटवर पोचेपर्यंत सरांनी दोन-तीनदा तिला कॉल केले; पण तिनं ते मुद्दाम उचलले नाहीत.

फ्लॅटवर आल्यावर ती लगेच तयारीला लागली. रात्री सातला शिवाजीनगर बस स्टॅन्डजवळ वाशीमसाठी एस.टी.बस निघते हे तिला माहीत होतं. त्या दृष्टीनं ती घाई करू लागली... कॉलेजमध्ये पुस्तकं घालून न्यायच्या सॅकमध्येच तिनं एका दिवसासाठी आवश्यक कपडे, ब्रश, पेस्ट, एक चादर भरलं. तिनं संजनाला फोन लावला. ''हॅलो, मॅम मी अर्जंट गावाकडे जाते... घरी काहीतरी प्रॉब्लेम झाला... नाही. नक्की कळलं नाही... हो, पैसे आहेत. हां परवाला परत येईन संध्याकाळपर्यंत... ठीक. हो-हो... येते...'' म्हणत तिनं मोबाइल ऑफ केला. बाकी कोणाला विचारायची गरज नव्हती; पण उद्या १५ सप्टेंबर... कॉलेजमध्ये 'इंजिनिअर्स डे' निमित्त विविध कार्यक्रमांचं आयोजन होणार. दोन-चार कार्यक्रमात तिनं नावही दिलं होतं; पण इलाज नव्हता... तिनं एक केलं, एच.ओ.डी. जाधव सरांशी कॉन्टॅक्ट केला. त्यांना सांगितलं. ते म्हणाले, ''सावकाश जाऊन ये...'' आणि ती निघाली.

शिवाजीनगर बस स्टॅन्डवर येताना गणेश भवनला लागून गणपती नेत्रालय आहे. त्या नेत्रालयातच अनन्या मॅडमला भेटायला राणी दोनदा आली. पहिल्यांदा सीताराम भाऊंसोबत, दुसऱ्यांदा संजनासोबत. दोन्ही वेळा अनन्या मॅडमला प्रत्यक्ष भेटता आलं नाही. डॉक्टरांनी शर्थीचे प्रयत्न केल्यावरही मॅडमचा फक्त एक म्हणजे डावा डोळा वाचवता आला. उजवा पूर्णपणे निकामी झाला. त्यात प्रॉब्लेम चेहऱ्यावरच्या जखमांचाही..., पण आधी तातडीनं डोळ्याचा इलाज होणं महत्त्वाचं होतं... अनन्या मॅडमचा एक डोळा गेला हे राणीला कळलं तेव्हा तिला अक्षरशः

रडायला आलं. कशी माणसं असतात ही? यांना स्वत:साठी सुरक्षित जगणं कळत नाही. दुसऱ्यांच्या जिवांसाठी हे काळासोबतही पंगा घेतात. ''शिवाजीनगर ऽऽऽ'' कंडक्टर ओरडला. राणी विचारातून बाहेर आली. सॅक पाठीवर लटकवून गेटवर आली. बसमधून उतरली.

सात वाजता वाशीम बस लागली. बसमध्ये खूपच गर्दी होती... त्यात कोणत्या सीटपर्यंत रिझर्व्हेशन आहे, हे कळायला मार्ग नव्हता. गर्दीत घुसून राणी गाडीत आली. फार मागे बसावं तर गाडी उडते. पुढे बसावं तर रिझर्वेशन असू शकते. तिच्या बाजूला कोणी वयस्क माणूस बसला. ''कुठं जातेस?'' त्यानं विचारलं. 'प्रवासात कोणालाच कधीच खरं सांगू नये' असं अनेकांच्या तोंडून तिनं ऐकलेलं होतं. पण ही व्यक्ती तशी वाटत नव्हती; म्हणून ती म्हणाली, ''वाशीमला.''

''मी मेहकरला चाललो,'' तिनं न विचारता त्यानं स्वत:हून सांगितलं.

बरोबर सात वाजता बस निघाली. पुणं मागे पडलं. गाडीतले मागचे लाइट कंडक्टरनं तिकीट फाडल्यावर बंद केले गेले. कंडक्टरच्या सीटवरचा एक लाइट तेवढा चालू होता. गाडीनं वेग पकडला. पुढून येणाऱ्या गाड्यांचे लाइट्स डोळे चमकवत झपकन मागे जात होते.

संपूर्ण प्रवासात त्या मेहकरवाल्या बाबाजींनी तिची खूप काळजी घेतली. त्यांनी मध्यंतरी जवळचे वेफर्स पुडे काढले. ती 'नाही' म्हणे तरी तिला जबरदस्ती एक पुडा दिला. त्यांच्याजवळचं पाणीही दिलं. खरंतर पाणी, खायला काही घ्यावं, हे तिला सुचलंच नाही...

''झोप आली तर अगदी बिंधास्त झोप. माझ्या खांद्यावर मान टाकलीस तरी चालेल. कारण मला प्रवासात कधीच झोप लागत नाही,'' त्यांनी खाणं संपवता संपवता म्हटलं. त्यांनी म्हटलं तरी ती सावध होती. नगर मागे पडलं. अन् मग मात्र तिला झोप अनावर झाली... काही केल्या आवरेना. मग तिनं आयडिया केली. सॅकमधून हेडफोन काढला. कानाला लावला... मोबाइलमधले गाणे ऐकू लागली. त्यानंही फार वेळ मन रमलं नाही. कसंबसं औरंगाबाद आलं... तिला हायसं वाटलं. औरंगाबादवरून गाडी निघाली... अन् मेहकरवाल्या बाबाजींना झोप आवरेनाशी झाली. राहून राहून ते डुलक्या देऊ लागले. एकदोनदा राणीच्या अंगावरही लवंडले. लक्षात आल्यावर ''सॉरी'' म्हणत स्वत: सावरून बसले. राणीला हसू आलं. आपल्याला प्रवासात कधी झोप येत नाही म्हणणारे बाबाजी... एकाएकी गाडीचा वेग कमी झाला. गाडी रस्त्याकडेला उभी राहिली... ''टायर बैठ गया,'' ड्रायव्हर खाली उतरत म्हणाला. चला, म्हणजे टायर काढून दुसरा टायर बसवेपर्यंत खाली जायला हरकत नाही... इतरांसोबत राणीही उतरली.

अर्ध्या तासाऐवजी तिथं एक तास लागला. त्यामुळे गाडी वाशीमला एक

तास लेट पोचली. ही गाडी राइट टाइम पोचली असती तर वाशीम–सावळी व्हाया ब्रह्मा जाणारी गाडी सापडली असती... आता एखाद्या बसने फाट्यापर्यंत जावं लागेल. तेथून दीड किलोमीटर पैदल जावं लागेल. वाशीमला पोचल्यावर आधी गावाकडचं स्टॅन्डवर कोणी भेटेल का याचा तिनं शोध घेतला. कोणीही दिसत नव्हतं. उमरखेड बस आली. राणी बसली. गाडी सुरू झाली. पुढे पुसद नाक्यावर आली. उभी राहिली. दोघं-तिघं गाडीत चढले. त्यात तिच्या गावचे वामनकाका दुकानदार होते. त्यांनी राणीला पाहिलं, अन् म्हणाले, ''राणी, अशीच यायली तू पुण्यावरून?''

''हो काका.''

''तुझ्या बापाले भेटाय आली?''

तिला काय झालं ते माहीतच नव्हतं. तरी ती ''हो'' म्हणाली.

''मंग गावाकडं काहाले चालली? तुझ्या बापाले अजून सुटी नाही झाली.'' म्हणजे मारबिर जास्त आहे का? की आणखी काही वेगळं?

''तू इथंच उतर... सरकारी दवाखान्यात भरती हाये तुहा बाप? भेटून घे त्याले... अहो, कंडक्टरसाहेब, या पोरीले इथंच उतरू द्या...'' त्यावर कंडक्टर कद्रावून बोलला, ''उतरायचं व्हतं तं आदुगर बसलीच कायले मावले. चाल, उतर जल्दी...'' ती पट्कन उतरली... कंडक्टरनं बेल मारली...

आता सरकारी दवाखाना कुठे असेल? रिक्षा करावी लागेल... ती ऑटोस्टॅन्डकडे निघाली... रोड क्रॉस करून अर्ध्या मधात आली तर एका मोटरसायकल वाल्याने ''राणीऽऽऽ'' म्हणत आवाज दिला. गावातला रंजना मावशीचा विनोददादा होता तो... त्यानं तिच्याजवळ मोटरसायकल उभी केली.

''दवाखान्यात यायली का? मी चाललो.''

ती ''हो'' म्हणाली. त्यानं ''बस'' म्हणण्याआधीच बसली.

''दादा, काय भानगड झाली रे? बाबाले कोण मारलं? कुठं मार लागला? मले काहीच कळलं नाही. गावाकडं काहीतरी घडलं एवढंच कळलं...''

मग त्यानं सविस्तर भानगड सांगितली. मागच्या पोळ्याच्या दिवशी नेहमीप्रमाणे तिच्या बाबानं चिंचेखालच्या गणपत आबाचा बैल धरला होता. बैल गरीब होता... तिच्या बाबानं बैल तोरणाखालीही उभा केला नाही. तोरणामागच्या मोकळ्या जागेत इतर बैलांबरोबर त्याचाही बैल उभा होता. पोळा फुटला बैलं घराकडे निघाले. पोरासोरांनी बैल दामटलेही. बाकीचे बैल शांततेत चाललेले. त्यात तिच्या बापाचाही बैल. राजाराम मानदाराच्या घरासमोर आल्यावर काय झालं, मागून एकानं बैल पळवत आणला. ते पाहून माणसं इकडंतिकडं झाले. त्यात सोना सखारामचा आज्या भिरू गडबडला. तिच्या बापाच्या हातच्या बैलाच्या

अंगावर आला. बैलानं मान फिरवली. तेवढ्यानं भिरू आज्या खाली पडला. 'अरे, उचला उचला' म्हणत चारचौघांनी उचललं. भिरू आज्याला काही लागलं नव्हतं. भिरू आज्या घराकडं चालत गेला. गणपत आबा अन् भिरू आज्या दोन पार्टींचे; पण त्यांनी त्या गोष्टींकडे काणाडोळा केला. गावात जुन्या काळी ते दोघं दोन पार्ट्या चालवायचे; पण कसे? तर आपापल्या भावकीची खुटं आपापल्या सोबत घेऊन... म्हणजे त्यांच्या काळात खुटा-खुटांवरून पार्ट्या होत्या. आता सारं वगेळंच झालं... खुद्द गणपत आबाचा मोठा पोरगा जुन्या सरपंचांकडून अन् लहान पोरगा नव्या सरपंचांकडून... सगळ्या गावात हे असंच... अन् भानगड केली या दोघा भावांनीच. मागच्या गुरुवारी राणीचे बाबा अन् गणपत आबा त्यांच्या ओट्यावर बोलत बसले होते. तर आबाचा मोठा पोरगा- यशवंता समोरून चाललेला... एकाएकी तो राणीच्या बाबांच्या जवळ येत म्हणाला, 'का रे, शहाण्या, त्या भिरू आज्यासारखं आमच्या मथाऱ्याले एखांद्या दिशी कर. मंग मी हो अन् तू हेस. त्या भिरू आज्याचे पोर गरीब मनून त्याह्यनं तुले सोडलं, त्याह्यच्या जागी मी असतो तं तुव्हं टकुरं लाल केलं असतं...'

राणीचा बाप अचंबित झाला. काही गोष्ट नाही, माष्ट नाही... अन् एकाएकीच यशवंता त्याच्या अंगावर आला. बरं, तेवढ्या बोलण्यावर भागलं नाही तर त्यानं धरलं, ओट्यावरून खाली पाडलं... अन् वरून बुटाच्या लाथा हाणत बसला. गणपत आबा ''अरे, अरे'' करू लागले. त्यातच यशवंताची दोन पोरं घरातून पळत आली, काय झालं, काय नाही याची काडीचीही चौकशी न करता त्यांनी राणीच्या बाबाला धरलं अन् उभं करून हातातल्या दांडक्यांनी मारायला सुरुवात केली... दहा-पाच मिनिटातं खेळ आटोपला... माणसं पांगली... तेव्हा राणीचा बाप रक्ताच्या थारोळ्यात पडलेला होता... गणपत आबाच्या लहान्या पोरानं– गजाननानं त्याला उचललं. अनसिंगच्या पोलीस स्टेशनात नेलं. पोलिसांनी रिपोर्ट लिहिला. त्याला ग्रामीण दवाखान्यात भरती केलं. तिथल्या डॉक्टरांनी वाशीमला सिव्हिल हॉस्पिटलमध्ये पाठविलं. तीन दिवस झाले तो तिथं आहे.

दवाखान्यात पोचेपर्यंत ही कथा पुरली. दवाखान्याच्या आवारात तिला तिची आई भेटली.

''माय राणी, आली तू ...? पाहाय माय कसं आलं आपल्या नशिबी?'' अन् ती एकाएकी रडायला लागली. राणीला काय बोलावं ते समजेना... तिचे डोळे भरून आले... भावना अनावर झाल्या.

तरीही संयम बाळगत तिनं आईला विचारलं, ''आता कसे हायेत बाबा?''

''बरे हायेत... माहा कुखू बळकट मनून वाचले.''

''मंग तुवा मले काल काहून नाही सांगितलं?''

"काय करणार व्हतीस तू येऊन? उग्गा तुहा अभ्यास बुडाला असता..." "चाल, बाबाकडं..." दोघी मायलेकी जायला निघाल्या... "डावीकडच्या दोन बरगड्या टिचल्या, उजव्या हाताचे दोन बोटं मोडले... डोक्शाले आठ टाके पडले... जागोजागी छोट्यामोठ्या जखमा झाल्या..." चालता-चालता राणीची आई सांगत होती.

राणीला प्रश्न पडला, कसं राहावं बाबांनी यापुढं गावात? काही कारण नसताना मारहाण? बरं केली तर केली त्या मारहाणीचा रिपोर्ट बाबांची इच्छा नसताना दिला गेला... म्हणजे दुश्मनी वाढली... कसं गाव आहे आपलं? या गावाचा लौकिक मुंबई- पुण्यापर्यंत पोचलेला. घरपरत एक-दोन-तीन जणं नोकऱ्या करतात. काही बाहेरगावी व्यवसाय करतात... अन् गावातले?

"राणी, बाबा," आईनं तिला भानावर आणलं.

तिनं बाबांकडे पाहिलं अन् तिला रडू आवरता आलं नाही. जागजागी प्लास्टर्स, बॅन्डेजेस... आयुष्यात कधी काटा मोडला नसेल; आता हे भोग...

"बाबा, बरं वाटलं की या गावात राहू नका..." ती काही वेळानं म्हणाली.

"येडी, पांढरी सोडून कुठं जावावं मंग?"

"कुठंबी... मामाच्या गावाले... नाही तं चला माह्यासंगं पुण्याले... इथं मजुरी करता तिथं बी करा..."

"मले बरं व्हवू दे आदुगर! मंग पाहू काय करायचं? तू तव्हरक सायबीन व्हय... तुझ्यासंगंच येतो आम्ही," बाबा हसून बोलले.

चार वाजता आई म्हणाली, "गावाकडं जाय... अक्षयले भेट... तुही लय याद येते त्याले... रमाजवळ ठेवलं त्याले." बाबांना सोडून जायची तिची इच्छा नव्हती; पण बाबाही तेच म्हणाले. "किती दिवस सुटी काढली तुवा?" असंही त्यांनी विचारलं.

त्यावर ती जड अंत:करणानं म्हणाली, "उद्या सकाळीच जावं लागते मला... उद्या रविवार. परवाला कॉलेज..."

"जाय, जाय. आमची चिंता करू नको... मन लावून अभ्यास कर... माहा नाव, आईचं नाव उजळून टाक... कळू दे जगाले, गावाले..."

एकाएकी बाबांना ठसका लागला. राणीनं "बोलू नका... पाणी प्या" म्हटलं. तेही गप झाले. पाणी प्यायले...

'अक्षयला भेटायला जाय' असं चार-चारदा म्हणूनही ती गावाकडे गेली नाही... तिथंच थांबली... दुसऱ्या दिवशी मोठ्या कष्टानं पुण्यासाठी परत फिरली. मंगळूरपीर-पुणे बसमध्ये बसली. बस निघाली... रोडच्या उजव्या बाजूला असणाऱ्या सरकारी दवाखान्याजवळ गाडी आली अन् एकाएकी तिला भडभडून आलं...

तोंडात हातरुमालाचा बोळा कोंबून तिनं तोंड दाबलं. पण डोळे? ते झरझर गळायला लागले. त्यामुळे हाकेच्या अंतरावरचा सरकारी दवाखाना पार अंधूक झाला...

◆

चारही पिरिअड संपले. आता दुपारी इंजिनिअरिंग ड्रॉइंगचं प्रॅक्टिकल, होले सरांचं. मंकी जाम धाकात. मागच्या प्रॅक्टिकलच्या वेळी तिला होले सरांनी खूप झापलं. तिनं टोपो केलेली डायग्राम त्यांनी फाडून टाकली. आणि वरतून... "पुन्हा तसला प्रकार केला तर याद राखा... जरा स्वत: मेहनत करायला शिका. बी.ई. होणं म्हणजे बर्गर-पिझ्झा खाणं नव्हे..." हे बोलल्याचं मंकीनं भट्टीला सांगितलं. तर ती म्हणाली, "चिंता करू नको. आपण त्यावरचं सोल्यूशन काढू... बिनधास्त रहा..." दुसऱ्या दिवशी वर्गात तिला पुन्हा विचारलं, तर म्हणाली, "मागच्या वेळी केली तशी ती डायग्राम पुन्हा टोपोच कर. तीच काय यापुढे कोणतीच डायग्राम स्वत: हातानं काढायची नाही. टोपोच करायची... होले सर काहीच म्हणणार नाहीत. जर त्यांनी काही म्हटलं तर मी या कॉलेजात पाय टाकणार नाही. चॅलेंज..." ही एवढी आत्मविश्वास कशाच्या बळावर दाखवते? खरंच अशी काय जादूची कांडी आहे तिच्याजवळ? की आपल्याला नुसतंच दिलासा देणारं बोलते? काय करावं? ती डायग्राम आपण स्वत: हातानं काढावी की भट्टी म्हणते तशी टोपोच करावी? काय करावं या विचारात दोन दिवस गेले. तिसऱ्या दिवशी फ्लॅटवर रात्रीच्या वेळी तिनं पसारा मांडून ठेवला... अनायसे त्या रात्री राणी कुठंतरी गेली होती. ती फ्लॅटवर नव्हती, तेही बरंच झालं. नाहीतर आपण सिरिअसली डायग्राम काढतो आहोत हे पाहून तिलाही हसू आलं असतं. कारण होले सरांनी झापलं तेव्हा ती तिथं होतीच. डायग्राम स्वत: काढायसाठी तिनं भट्टीजवळून तिच्या कोणा सीनिअर जी.एफ.नं मिळविलेलं असिसमेंटही आणलं. कोठून, कशी सुरुवात करावी यातच तिचा अर्धा तास गेला. खरंतर होले सरांनी ती डायग्राम कशी काढायची ते समजून सांगितलं, तेव्हा तिनं अजिबात लक्ष दिलं नव्हतं... त्या वेळी तिला इंजिनिअर्स डेसाठी गावाकडच्या अनुप्रिया देशपांडेच्या औरंगाबादला शिकणाऱ्या बहिणीकडून दोन एस.एम.एस. आले होते. मुद्दाम भट्टीसह बाकीच्या ग्रूपमधल्या जी.एफ.साठी तिनं तिच्याकडून ते मागवले होते. ते गुपचूप वाचण्यात ती मग्न होती. त्यातला पहिला असा होता,

U r cheaters...
but U dont cheat humanity!
U hate study...
but U love Techonology!
world cant change us
but U can change d world...
U dont have book in hand...
but have revolutionary
ideas in mind...
because U r d engineers...
happy engineers day !
यानंतरचा दुसरा reply म्हणून होता.
U build d world (civil)
U create d magic (cs/it)
U move d world (mech/auto)
U give power 2 d world (ee)
U connect d world n make it
smaller (ec/tc)
U r d world
and its creators
b couse
U r engineers
happy engineers day!

अर्थात 'इंजिनिअर्स डे'च्या दिवशी होले सरांचं भूत डोक्यावर सवार असल्याने तिने ना कोणाला एस.एम.एस केला, ना कोणत्या कार्यक्रमात भाग घेतला. तसं आदल्या रात्री ती डायग्राम कशी स्केच करायची यातच जवळपास रात्रीचा एक वाजला अन् शेवटी नाइलाजानं ती टोपो केली... टोपोचं साहित्यही ती भट्टीच्या घरून घेऊन आलीच होती...

तेव्हापासून मंकी मनातल्या मनात देवाचा धावा करीत होती. देवा, होले सरांना सद्बुद्धी दे किंवा त्यांच्यावर भट्टी जो काही प्रयोग करणार आहे तो यशस्वी होवो अन् टोपो केलेली ही डायग्राम त्यांनी ॲक्सेप्ट करो. तसं जर झालं तर तुला मी... अरे, पण आपण कोण्या विशिष्ट अशा देवाला उद्देशून हा संकल्प करीत नाही... मग आपण जे पेढे वाटणार ते कोणत्या देवाच्या नावानं? काय

करावं? ठीक आहे, तूर्तास आपण पुण्याच्या प्रसिद्ध दगडूशेठ हलवाई गणपतीला विनवणी करू या. तो अनेकांना पावणारा गणपती म्हणून प्रख्यात आहे... त्याने कित्येकांना महासंकटातून बाहेर काढले असेल... आपलं एवढं छोटंसं काम जर त्यानं तडीस नेलं तर...

"बघू दे तुझी ती डायग्राम" नेहमीच्या हॉटेलमध्ये चहासाठी आल्यावर भट्टीनं मंकीला म्हटलं. मंकीनं नर्व्हस मूडमध्ये सॅकमधलं इंजिनिअरिंग ड्रॉइंगचं ते असिसमेंट काढलं... त्यातली ती टोपो केलेली डायग्राम तिला दाखवली.

"व्वा! काय मारू काढलीस? अगं होले सरांनी आणखी चार डोळे लावून म्हणजे दोन दोन चश्मे लावून पाहिली, तरी त्यांना अजिबात कळणार नाही." भट्टी हसत म्हणाली; पण मंकीनं कुठलाच रिस्पॉन्स दिला नाही.

मग तिनं मंकीच्या खांद्याला धरून हलवत म्हटलं, "ए, मी काय म्हणतेय?"

त्यावर मंकी थंडपणे बोलली, "आय डी. के. (आय डोन्ट नो)."

मात्र भट्टी उसळलीच. "व्वा गं, मी म्हणतेय तरी तुझा माझ्यावर विश्वास नाहीय?"

"तसं नाही, तू ते काय टेक्निक की गारुड काय करणार आहेस, ते सांग नं प्लीज?"

"सांगीन, पण प्रॅक्टिकल संपल्यावर... तुझं प्रॅक्टिकल आधी संपलं तर तू माझी किंवा माझं आधी संपलं तर मी तुझी महाद्वारात वाट पाहू. एकमेकींना भेटल्याशिवाय जायचं नाही. आणि हो, माझी ट्रिक सक्सेस झाली तर आज अलंकारमध्ये सहाचा शो तुझ्याकडून... प्रॉमिस?"

मंकीनंही तिच्या हातावर हात टाकीत "प्रॉमिस," म्हटलं.

नेहमीप्रमाणे मंकीनं नूडल्स खाल्ले. भट्टीनं चहा घेतला. आणि दोघी उठल्या. निघाल्या... बाहेर निघण्यासाठी दरवाजात आल्या तर काउन्टरवरला मालक ओरडला, "ओ मॅम, पैसे?" मंकीच्या लक्षात आलं. निदान या हॉटेलमधलं तरी बिल ती स्वत: देते; पण आज डायग्रामच्या टेन्शनमध्ये तिला बिल द्यायचं भानच राहिलं नाही. "सॉरी" म्हणत ती काउन्टरवर आली. तिनं बिल पे केलं. दोघी बाहेर पडल्या. कॉलेजात आल्यावर "जा... काही होणार नाही. भेटू प्रॅक्टिकल झाल्यावर." भट्टी बोलली. मंकी केविलवाणी हसली... अन् खाटकाने कापायला चालवलेल्या बोकाडासारखी पाय घासत ती निघाली...

चार वाजून पंचावन्न मिनिटांनी पुन्हा त्या दोघी महाद्वारात भेटल्या. दुरून येत असलेल्या भट्टीला पाहून मंकी ओरडतच तिच्याकडे धावली. अन् तिनं भट्टीला गच्च मिठी मारली, अन् काही बोलण्याऐवजी तिच्यावर किसेसचा महावर्षाव केला. बाजूनं जाणारे मुलंमुली हे दृश्य थक्क होऊन पाहत होते... तिचा भर

ओसरल्यावर भट्टीनं विचारलं, ''म्हणजे आजचा सहाचा अलंकारमधला शो पक्का!'' मंकीनं हसून हो म्हटलं.

''चल, आधी गरम गरम चहा पाज... मग शोचं पाहू या''

''पण मला ती तुझी ट्रिक दाखव आधी...''

''दाखविन; पण चहा घेतल्यावर... ''

दोघी आपापल्या स्कूटी घेऊन हॉटेलमध्ये आल्या. मंकी भलतीच खूश होती. होले सरांनी तिचं असिसमेंट पहिल्यांदा काढून ती डायग्राम पाहिली आणि ''ओ कमळाबाई'' अशी मंकीला हाक मारली. ''ए कमळे'' ऐवजी ''ओ, कमळाबाई'' ही हाक ऐकूनच मंकीला धाक वाटला; पण त्यांच्या हाक मारण्यात जरब नव्हती. ''इकडे या'' असं सरांनी म्हटलं तेव्हा एक एक पाय उचलत ती जणू सुळावर चढायला जाते आहे असं तिला वाटलं आणि सगळा वर्ग आता होले सर हिचा नक्कीच शब्दांच्या धारदार तलवारीनं एका झटक्यात मुडदा पाडणार या भीतियुक्त अपेक्षेनं त्या दोघांकडे पाहू लागला; पण झालं वेगळंच...

''या. काँग्रॅट्स फॉर युवर सिन्सिअर ट्राय फॉर ड्राइंग द अ‍ॅक्युरेट अ‍ॅन्ड इन्टॅक्ट डायग्राम. बघा रे, शिका या कमलाबाईकडून नाहीतर लेको तुम्ही, चार-चारदा तुमच्या शीट्स फाडाव्या लागतात... गो अहेड, आय विल नॉट योर पर्सिक्युटर. माइंड वेल... टेक योर असिसमेंट अ‍ॅन्ड गो बॅक...''

तिच्यासह सगळ्या वर्गालाच नवल वाटलं. तिला नवल वाटलं, ते याचं की भट्टीनं म्हटलं ते खरं झालं अन् वर्गाला नवल वाटलं– त्यातल्या त्यात राणीला विशेष– की, नुसता टुकारपणा करणारी मंकी अन् होले सरांसारखा खडूस माणूस तिची तारीफ करतो. वरतून मी तुझा पर्सिक्युटर नाही म्हणजे छळ करणारा नाही म्हणतो म्हणजे खूपच झाली...

नंतरच्या प्रॅक्टिकलमध्ये तिनं काहीच केलं नाही. सारं काही वेदान्तनंच केलं. कधी एकदाचं प्रॅक्टिकल संपतं, अन् कधी भट्टीची भेट होते असं तिला झालं होतं. भट्टी महाद्वारात दिसल्यावर पळत जाऊन तिला गच्च अलिंगन दिल्यावाचून अन् तिला अनेकदा किस केल्यावाचून तिला राहवलं नाही.

मंकीनं दोन चहाचे पैसे देऊन दोन कूपन्स घेतली. या हॉटेलमध्ये आधी कूपन्स घेण्याची किंवा नंतर बिल पेड करण्याची अशा दोन्ही सुविधा आहेत. साधारणत: मुलींसाठी नंतर बिल पे करण्याची सुविधा हॉटेलवाल्यानं ठेवली. मुलांसाठी मात्र कूपन्सचा कधीमधी अपवादही केला जातो-वापर केला जातो... दुपारी मंकी बिल पेड न करताच निघाली होती. म्हणून तिनं आता आधी कूपन्स घेतले.

''दाखव तुझा तो फंडा आता,'' ती भट्टीनं होले सरांसाठी वापरलेली ट्रिक पाहण्यासाठी भलतीच अधीर झाली होती. मात्र भट्टी तिला एकाएकी दाद देत

नव्हती. शेवटी ती रडकुंडीला आली; तेव्हा तिला शांत करीत भट्टीनं आपल्या मोबाइलची बटणं दाबली अन् काही वेळानं स्क्रीन तिच्यासमोर धरला... स्क्रीनवरचं चित्र पाहून मंकी उडालीच. ते चित्र होले सर अन् भट्टीचं होतं. त्यात होले सर अन् भट्टी हसत-हसत एकमेकांच्या गालाला गाल लावत आहेत असं दृश्य होतं...

"भट्टी, हे कसं केलं? म्हणजे हे सगळं खरं तर नाही ना?" मंकीनं कपाळावर आठ्यांचं जाळं पसरवत विचारलं.

"बावळट, याला फोटो मॉर्फ करणं म्हणजे फोटोत अदलाबदल करणं म्हणतात. मी त्या पिगच्या गालाला गाल कशाला लावीन?"

"मग हे का केलंस तू? फक्त माझ्यासाठी?"

"अंहं, त्यानं तुझ्यासारखाच मलाही त्रास द्यायला सुरुवात केली होती... मग उतरवला शिशीत... घाबरला... म्हटला, 'कोणाला दाखवू नको. मी तुला अजिबात त्रास देणार नाही...' तेव्हा तुझंही नाव सांगायचं मला सुचलं नाही... परवाला भेटली, म्हटलं मंकीला सोड... 'पूर्ण नाव सांग' म्हणे... मला काय माहिती तुझं पूर्ण नाव... मी तुझ्या मागच्या वेळच्या डायग्रामबाबत सांगितलं... म्हटला, बघतो मी. चिंता करू नको... अन् आज स्टोरी सक्सेस..."

"थँक्यू भट्टी, पण मला सांग असं काही करणं गुन्हा आहे ना?"

"हो, मला चांगलं माहिती आहे. इतकंच काय, हा कायदा म्हणजे आय.टी. कायदा २००० साली निर्माण झाला तेही माहीत आहे. २००९ मध्ये मुंबई पोलिसांनी सायबर पोलीस ठाणेही सुरू केलं. ते बांद्रे-कुर्ला संकुल पोलीस ठाण्याच्या आवारात, तेही मी जाणून आहे. एवढंच काय इंटरनेट आणि मोबाइलच्या माध्यमातून आर्थिक फसवणूक, बदनामी, अश्लील मजकूर-फोटो क्लिप, धमक्या यांपैकी कोणत्याही गोष्टींसाठी थेट सायबर सेल– हां हा सेल १८ डिसेंबर २००० साली मुंबई पोलिसांनीच कार्यान्वित केला– किंवा सायबर पोलीस ठाण्यात तक्रार करता येऊ शकते. ते नाहीच जमलं तर जवळच्या कुठल्याही पोलीस ठाण्यात तक्रार करता येते..."

"अगं, तू तर अशी माहिती सांगतेस, जसा हा कायदा तूच केलास?"

"तसं नाही, माझ्या चुलतबहिणीचे मिस्टर मुंबईला या सायबर सेलमध्ये काम करतात. ते जेव्हा जेव्हा भेटतात तेव्हा तेव्हा या सगळ्या गोष्टींची उजळणी करतात, आणि..."

"ए का गं?" तिला मध्येच गप्प करीत मंकीनं विचारलं, "या कायद्याचा वापर करून त्या झांगूनं आय मीन होले सरनं जर तुझ्याविरुद्ध तक्रार केली तर?"

"चल हट्, तो इतका पादरू आहे की तो असं काही करूच शकणार नाही. त्यातही टेकसॅव्ही, अँटीटेकसॅव्ही असले प्रकारही आहेत ना!"

"हे काय असतं आणखी?"

"अगं, टेकसेव्ही म्हणजे आपलं जनरेशन. हे नवं टेक्निक सहजासहजी हाताळणारं... अन् अँटीटेकसॅव्ही म्हणजे होले सरांच जनरेशन... त्यांच्या जनरेशनच्या लोकांना मोबाइलच्या सर्व प्रोसेस ॲक्टिव्हेट करता येत नाहीत, मग नेटबद्दल काय बोंबलतील? मी जो फोटो दाखवला तो कुठून, कसा आला हेच जिथं त्यांना कळत नाही..."

बरोबर. त्याचमुळे आपण राणी आणि भांगे सरांची तशी क्लिप बनवूनही त्या दोघांपैकी कोणीही पोलीस स्टेशनमध्ये तक्रार केली नाही.

आणि अचानक मंकीला भट्टीच्या पोर्नसाइटवरच्या नेकेड फोटोची आठवण आली.. सांगावं का हिला? रागवेल का? बघूच. असं म्हणत तिनं गप्पांच्या ओघात भट्टीला विचारलं, "मला सांग, तुझा एखादा व्हल्गर फोटो कुणी नेटवर लोड केला तर तू काय करशील?"

भट्टी क्षणभर गप्प झाली. तिनं मंकीकडे रोखून पाहिलं. तेवढ्यानंच मंकीचा जीव धडधडला. मग विचारलं, "माझं तसलं काही आढळून आलं की काय तुला?" मंकीनं एकाएकी उत्तर दिलं नाही.

ते पाहून भट्टीनं आवाज चढवला, "ए, मी काय विचारते? काय ते मला खरं खरं सांग... तो जो कोणी असेल, त्याला माझ्या बहिणीच्या मिस्टरांच्या हातानं अंदर घातल्याशिवाय मी गप्प बसणार नाही. सांग. खरं काय ते?"

आणि मग मंकीला सांगावंच लागलं. इतकंच काय तिनं तिच्या मोबाइलमधला नेटवरचा तो नेकेड फोटो ओपनही करून दाखवला. ते भट्टीनं पाहिलं अन् ती तीनताड उडाली. तिनं असल्या फोटोची कधी अपेक्षाच केली नव्हती. कारण तिच्या बहिणीच्या मिस्टरांनी गंमत म्हणून तिला वेळोवेळी ज्या ज्या सूचना दिल्या होत्या, त्या त्या ती गंभीरपणे पाळत आली होती. व्हॉट्स अप, फेसबुक, ई-मेल्स वरून मुलींचे विकृत, चावट फोटो, नट्यांचे मार्क केलेले फोटो, ॲडल्ट जोक्स, हॉट व्हिडीओ क्लिप्स एकमेकांना फॉरवर्ड करण्याची, शेअर करण्याची फॅशन अलीकडे मुलांमध्ये सुरू झालेली आहे. काहींकडे ८ ते १० पिक्सल किंवा त्याहूनही अधिक क्षमतांचे कॅमेरे असलेले मोबाइल्स असतात. ते प्रचंड झूम होतात. असे हे कॅमेरे झूम करून, वाइड अँगलने मुलींचे लांबून फोटो काढले जातात किंवा शूट केले जातात, मग ते एकमेकांत शेअर करतात. त्यावर अश्लील, चावट चर्चा करतात. ज्याच्याजवळ अशा गोष्टींचा साठा जास्त तो इतर सर्वांचा हिरो. बाइक चालवताना तंग कपडे घालणाऱ्या मुलींचं, स्टॅन्ड, रेल्वे स्टेशन, पिकनिक-स्पॉट्स असं जिथं तिथं मुलींचं विकृत चित्रण केलं जातं. त्यासाठी आपलं असं कोणी शूटिंग तर केलं जात नाही ना यावर अधिक लक्ष

दिलं पाहिजे. एवढंच नव्हे तर मुलींनी तरी आपल्या खासगी गोष्टी, फोटो फेसबुकवर टाकू नये. फेसबुकवरून फ्रेन्डशिप रिक्वेस्ट वाढवू नये, फेसबुकवर आपला मोबाइल नंबर देऊ नये. कोणी इमोशनली ब्लॅकमेल करत असेल तरी त्याला बळी पडू नका. जर तसं काही झालंच असेल आणि कोणी इमोशनल ब्लॅकमेल करीत असेल तर थेट पोलिसांकडे तक्रार करा. हिमतीनं करा. पोलीस तुमचं नाव गुप्त ठेवतील याची खात्री बाळगा. क्षणार्धात चुलतबहिणीच्या मिस्टरांचं बोलणं तिला आठवलं. आपण एवढी काळजी घेतो तरी... काय चुकलं? कधी चुकलं? अन् तिला पट्कन क्लिक झालं... प्रिन्सिपॉल डे रोजी आपण जर्सी बाजूला करून ब्रेस्ट दाखवण्याचं जे धाडस केलं... शंभर टक्के तेच आपल्या अंगलट आलं. कित्येक पोरांनी आपल्या मोबाइल्समध्ये ते शूट केलं असेल. त्याचाच वापर हा फोटो अपलोड करणारानं केला असला पाहिजे.

''थांब, आत्ता हिसका दाखविते साल्याला. भट्टीनं आपल्या मोबाइलमधली बटणं दाबून चुलतबहिणीच्या मिस्टरांचा नंबर काढला– भरत वाडेकर. कॉललिस्टमधल्या त्या नावावर तिनं क्लिक केलं. रिंग वाजली. मोबाइल उचलला गेला. ''हॅलो, मी भरत वाडेकर, सायबर सेल इन्स्पेक्टर, वांद्र्याहून बोलतो...''

''भाऊजी, मी भट्टी बोलते...''

''हं बोल भट्टी, कशी आठवण केलीस?'' आणि ती बसल्या जागेवरूनच मोठ्यानं काय काय घडलं ते सांगायला लागली. गंमत अशी की तिचं हे बोलणं हॉटेलमध्ये बसलेले लोक ऐकायला लागले. तेव्हा मंकीनं तिला सावध केलं. अवताल-भोवतालच्या लोकांकडे पाहत आवाज कमी करून ती उठली. बाहेर आली. तिच्या मागोमाग मंकी होतीच.

पंधरा मिनिटे ती सारखी बोलतच होती... एक दोनदा तर रडकुंडीला आली. शेवटी तिनं मोबाइल बंद केला. ती मंकीला म्हणाली, ''चल माझ्यासोबत.''

''कुठं?''

''आपण पोलीस स्टेशनला जाऊन तक्रार लिहून देऊ! माझे भाऊजी तिथल्या ठाणेदाराला बोलणार आहेत. आपल्याला नुसतं जायचं, तक्रार लिहायची अन् लगेच परत यायचंय. बाकी सगळं भाऊजी पाहतो म्हणाले...''

तिला अर्थातच 'नाही' म्हणता आलं नाही...

दोघी पोलीस स्टेशनमध्ये पोचल्या. तेव्हा भाऊजींनी ज्यांना भेटायला सांगितलं ते ठाणेदार बाहेर कुठेतरी गेले होते.

''ते अर्ध्या तासाने येतील,'' असं ड्यूटीवरच्या एका जमादारानं सांगितलं.

''काय काम होतं?'' असंही त्यानं विचारलं. त्यावर ''त्यांचेशी काम आहे'' एवढंच ती बोलली. ''बसा, ते येईपर्यंत,'' असं त्यानं सुचवल्यावरून त्या दोघी

बेंचावर बसल्या.

तेवढ्यात भट्टीचा मोबाइल वाजला. "हां, भाऊजी?" पोलीस स्टेशनमध्ये ठाणेदार नसल्याचं तिनं सांगितलं. त्यावर तिथं कोणी असेल तर त्याला मोबाइल द्यायला सांगितलं. तिनं मघाशी चौकशी करणाऱ्या जमादाराला दिला... तो 'होय साहेब', 'होय साहेब' म्हणत ऐकत होता. शेवटी त्यानं भट्टीजवळ मोबाइल दिला. "भट्टी, ते जमादार जे काही डिटेल्स विचारतील ते सारे सांग... अन् तू निघून जा. बाकी काय करायचं ते मी बघतो. ठीक?"

भाऊजींनी सांगितल्याप्रमाणं भट्टीनं जमादाराकडे तक्रार लिहून दिली. जमादाराने विचारलेल्या प्रश्नांची उत्तरे दिली. "या तुम्ही," असं जमादारानं म्हटलं तेव्हा दोघी पोलीस स्टेशनबाहेर पडल्या.

त्यानंतर मंकी-भट्टीचे चार दिवस अस्वस्थतेत गेले. पाचव्या दिवशी कॉलेज गेटवर सकाळीच हंगामा झाला. पोलिसांनी भट्टीसंदर्भात केल्या गेलेल्या सायबर-क्राइममध्ये बी.एस.एन.एल.ला अटक केली. ही चर्चा सगळ्या कॉलेजभर पसरली... त्याचं विशेष कारण हे की बी.एस.एन.एल. ह्याचं 'बाबासाहेब का नालायक लडका' असं लाँगफॉर्म होतं. म्हणजे बी.एस.एन.एल. या टोपणनावानं खुद्द बाबासाहेब जाधवांचा म्हणजे अध्यक्षांचाच मुलगा. तो कॉलेजात मस्तवालपणे वागतो. बाबासाहेबांनी इतर मुलामुलींसाठी जेवढे नियम तयार केलेत, ते सगळे तो मोडतो, पण महत्त्वाचं म्हणजे त्याच्या विरोधात तक्रार करायची कोणाचीही हिंमत होत नव्हती. प्रिन्सिपॉल्स डे नंतर एक दिवस तो वर्गात येऊन– देशपांडे सरांचा पिरिअड चालू असताना– 'शो मी युवर दिल' असं म्हणत तिला झोंबला होता. तेव्हा भट्टीनं त्याला एक ठेवून दिली होती. तेव्हा तो कोण आहे हे भट्टीला माहीत नव्हतं. मात्र नंतर तिला त्याच्याबद्दल कळलं होतं. मग त्याच वर्गात देशपांडे सर असताना बेधडक घुसून भट्टीशी अशिष्ट, अभद्र वागणं आणि तरीही देशपांडे सरांनी कुठलंच टेन्शन न घेणं– याची तिला संगती लागली. तसं उग्गं विचारायचं म्हणून सरांनी 'तुला ऑफिसमध्ये कम्प्लेंट करायची का?' असं विचारलं होतं. तिलाही त्याची आवश्यकता वाटली नव्हती... आणि समजा तिनं तक्रार केलीही असती तरी कॉलेजनं त्याच्यावर कोणतीच कारवाई केली नसती. त्या नालायक बी.एस.एन.एल.नं आपला नेकेड फोटो नेटवर टाकला. घे म्हणावं आता... त्यानं भट्टीचा नेकेड फोटो नेटवर टाकला हे ज्यांना माहीत होतं, ते भट्टीच्या हिमतीबद्दल चर्चा करीत होते. दोघाचौघांनी तर तिला कॉंग्रॅट्स केलं होतं. त्यावर ती नुसती हसली होती. चर्चा करणारा दुसरा गट मुलींचा होता- त्या मुलींचा ज्यांना बी.एस.एन.एल.ने कसल्या ना कसल्या प्रकारे छळलं होतं. त्यात सीनिअर्सच्या मुलींचा भरणा जास्त होता. ज्या कोणी त्याच्याविरुद्ध तक्रार केली

त्याला-तिला ते धन्यवाद देऊ लागले. तिसरा मुलामुलींचा गट असा होता की बी.एस.एन.एल.ला कोणत्या प्रकरणात अटक झाली हेच त्यांना माहीत नव्हतं. म्हणजे बी.एस.एन.एल. हा आगाऊ आहे हेही त्यांना ठाऊक नव्हतं... काहींना तर बी.एस.एन.एल. कोण याचाही पत्ता नव्हता.

खरा हादरा बसला प्रिन्सिपॉल अन् बाबासाहेबांना. हे कसं झालं हेच त्यांना कळत नव्हतं. कारण त्याच्या गुन्हेगारी प्रवृत्तीबद्दल गेल्या तीन वर्षांत एकही तक्रार अद्याप पावेतो त्यांच्याकडे कोणी केली नव्हती. प्रिन्सिपॉल-बाबासाहेबांचे समर्थक प्राध्यापक-कर्मचारी हळहळले. त्यांची संख्या जास्त होती... जे छुपे विरोधक होते, ते मनातल्या मनात खूश झाले. कॉलेजमध्ये त्या दिवशी सगळा असा माहोल होता. तरीही सर्व पिरिअड्स अन् प्रॅक्टिकल्स नियमितपणे पार पाडलं. वातावरण असं जसं काहीच घडलं नाही.

भट्टी अन् मंकीनं मात्र ती घटना मस्त सेलिब्रेट केली. त्या दोघींनी मधल्या रेसेसमध्ये हॉटेलात बर्गर-चहा घेतला. कॉलेज सुटल्यावर दोघी अलंकारला जाऊन पहिला शो पाहून आल्या. अर्थात सगळा खर्च भट्टीनं केला. पिक्चरहून आल्यावर भट्टीच्या बहिणीनं दोघींना पोटभर खाऊ घातलं... भट्टीचं कौतुक करत तिनं भाऊजींनाही मोबाइलवरून दुआ दिल्या.

भट्टीनं भाऊजींना मेसेज टाइप केला–

उपकाराचे तुमच्या ओझे
असह्य होते मला ।
रविवारी जाऊ चला दोघं
डेटिंगला।। - तुमची भट्टी...

तिनं तो मंकीला अन् तिच्या बहिणीला दाखवला. दोघीही हसल्या.

"भट्टी, तुला कविता लिहिता येते?" मंकी नवलानं ओरडली. भट्टीनं होकारार्थी मान हलवली. थोडीफार शब्दांची जाडजोड तिला जमते.

"कर सेन्ड," तिच्या बहिणीनं म्हटल्यावर तिनं सेन्ड केलं.

रात्री झोपताना कितीतरी वेळ भट्टी, "भाऊजी असे, भाऊजी तसे," असं भाऊजी पुराण सांगत होती. तेव्हा तेव्हा मंकीला एक प्रश्न सतावत होता, सायबर-क्राइम ब्रँचचा इन्स्पेक्टर. अन् त्याला ही असला सायबर क्राइम फुल मेसेज करते? यावर तो नक्की कोणती ॲक्शन घेईल? हिच्या मेसेजकडे दुर्लक्ष करेल? हिच्यासोबत खरेच डेटिंगला जाईल? की हिच्यावर सायबर क्राइमचं एखादं कलम लावेल?

भट्टीची ही सायबर क्रिमिनॅलिटी तिला पुरेपूर गोंधळात टाकून गेली.

◆

कॉलेजचा धडाका असा सुरू झाला की अक्षरशः श्वास घ्यायला फुरसद नव्हती. पिरिअड्स, प्रॅक्टिकल्स, असाइन्मेंट्स, होमवर्क... रविवार किंवा इतर सुटीचा दिवसही पुरत नव्हता. ते तरी बरं फ्लॅटवर कोणी ट्यूशन लावण्याच्या फंदात पडत नव्हतं. सगळे काही सेल्फ स्टडीवर विसंबून होते. आणि एकटी मंकी सोडली तर कोणी कोणाला बोलतही नव्हते. राणी घाईघाईत गावाकडून आल्यावर गावाकडचं सारं काही या व्यापात विसरून गेली. बाबांची तब्येत कशी तेवढी मोबाइलवरून अधूनमधून चौकशी करत होती. तेवढंच. ती गावाकडून परत आल्यावर एक दिवस भांगे सरांचा फोन आला. तेव्हा 'वेळ नसल्याने मी भेटायला येऊ शकले नाही,' असं म्हणून तिनं दिलगिरी व्यक्त केली होती. सरांनीसुद्धा ती गोष्ट फारशी सिरिअस घेतली नाही.

याच काळात मंकीचं टोपो प्रकरणही गाजलं. होले सरांनी नंतरच्या प्रॅक्टिकलला तिची केलेली स्तुती सगळ्यांनाच खटकली. त्यातही तिचं ते टोपो-टेक्निक आता फ्लॅटवर बेधडकपणे सुरू होतं. राणीनं पहिल्यांदा पाहिलं तेव्हा तर ती हा काय प्रयोग करते तेच तिला कळेना. तिनं संजनाला कॉन्टॅक्ट केला. संजना आली. तिनं पाहिलं. तेच हे टोपो-टेक्निक असल्याचं तिनं राणीला सांगितलं. एक डायग्राम काढायचा. डायग्रामच्या साध्या वा क्लिष्टतेनुसार वेळ द्यावा लागतो. साधी रचना असेल तर एक-दीड तास, क्लिष्ट असेल तर तीन-तीन, चार-चार तास... मंकी मात्र कोणतीही रचना टोपो-टेक्निकनं अर्ध्या तासात काढून मोकळी होत होती. तिचं पाहून संजनाच्या सोबतच्या एक-दोघींनी तसलं काही करायचा विचार बोलून दाखवला. तेव्हा त्यांना संजनानं झापलं. त्यामुळं त्यांनी तो विचार सोडून दिला.

मंकी सगळ्या डायग्रॅम टोपो करीत होती, तरी होले सर तिला 'गुड' म्हणत होते, यामागचं रहस्य राणीला कळत नव्हतं. मंकीनं जसं आपल्याला मोबाइल-शूटिंग करून ब्लॅकमेल केलं, तसंच काहीतरी तिनं होले सरांसोबत केलं असणार, यात तिला शंका वाटत नव्हती. त्यातच बी.एस.एन.एल. प्रकरण उद्भवलं. त्या

बाबतीत वर्गात सगळी भट्टीच्या नावाचीच चर्चा होती. ही भट्टी मंकीला सवाई होती. पण एक नवल वाटलं. फर्स्ट टेस्टमध्ये भट्टी सर्व विषयांत पास झाली, तर मंकी तीन विषयांत नापास झाली. त्यातला एक दाणी मॅडमचा फिजिक्स होता. त्या मंकीच्या टीचर-गार्डियन असल्याने ऊठसूट तिला टार्गेट करीत होत्या. ती नेमकी अभ्यास का करत नाही, हे वर्गात, टी.जी. मीटिंगमध्ये तिला इतरांसमोर विचारीत होत्या. मंकी गप्पच राहत होती. त्यांनी तिची री-टेस्ट घेतली. तिला आणखी दोघे जण सोबती होते. एक मुलगा, एक मुलगी. त्यांच्या अभ्यासात प्रगती झाली. पण मंकी? जागच्या जागीच... त्यांनी तिचा रिझल्ट, अटेन्डन्स एच.ओ.डी. सरांना अन् तिच्या पप्पांना पाठवला होताच.

"तुझ्या पप्पांचा नंबर दे..." असं म्हटल्यावर तिनं झटक्यात नंबरही दिला होता. दाणी मॅडम तिच्या पप्पांना इतरांसमोर बोलल्या...

"मॅडम, तुम्ही तिचं टेन्शन घेऊ नका..." असं ते तिकडून म्हणत होते. हे राणीला, ती समोर बसत असल्याने, ऐकायला येत होतं. शेवटी कंटाळून त्यांनी मोबाइल बंद केला. अन् मंकीला म्हणाल्या, "कमाल आहे, तुझे पप्पाही तुझ्यासारखेच निर्विकार दिसतायत. पण लक्षात घे, येत्या आठ-पंधरा दिवसांत तुझ्यात बदल झाला नाही तर एच.ओ.डी.मार्फत प्रिन्सिपॉलकडे तुझी तक्रार करेन. प्रिन्सिपॉल काय करतील त्याचा तुला अंदाज असावा. हे युनिव्हर्सिटी पेपर्सचे दोन असाइन्मेंट देतेय. ते सोडवून आण. पुढच्या सोमवारी दे."

अर्थात त्यानंतर मंकी फ्लॅटवर लायब्ररीचं पुस्तक घेऊन बसलेली अन् असाईन्मेंट सोडवताना दिसली, हे दृश्य राणीसाठी खूपच चकित करणारं होतं.

एक दिवस आणखी तिनं कमालच केली. बहुतेक बुधवार होता. ती साडेचार वाजता कॉलेज सुटल्यावर सरळ फ्लॅटवर आली. तिच्यामागंच राणीही आली. तिनं भिंतीवर चिकटवलेली सगळी चित्रं टराटर फाडून टाकली. ते झाल्यावर मग त्या कागदांची नीट विल्हेवाट– अगदी अपार्टमेंटच्या समोर ठेवलेल्या मोठ्या कचराकुंडीत ते कागद तिनं आणून टाकले, फ्लॅटसमोर ठेवलेल्या डस्टबिनमध्ये न टाकता. तिनं कबर्डमधले कपडे नीट लावले. पुस्तकं नीट लावली. दिवाणावरची गादी, रग व्यवस्थित केली. कव्हरं बदलली... आणि शेवटी हॉल तर झाडलाच; पण किचन गॅलरी, बाथरूमची बोळ ही चकाचक झाडली. सगळा कचरा भरून बाहेरच्या डस्टबिनमध्ये नेऊन टाकला. नंतर बाथरूममध्ये जाऊन फ्रेश झाली. कपडे चेंज केले. आता अंगावरचे कपडे नॉर्मल होते, जशी ती गावाकडे घालायची. हे काय नाटक? ते राणीच्या लक्षातच येईना. हे सारं चकाचक करायला सांगणारा कोण गुरू भेटला हिला? आणि नवल हे की तिनं त्याचं निमूटपणे ऐकलंही. ही गोष्ट राणीनं संजना आणि ग्रूपला सांगितली, तेव्हा त्यांनाही मोठंच आश्चर्य

वाटलं; पण या आश्चर्याची फोडही झाली, ती रात्री साडेनऊ वाजता. ती तिच्या पप्पांना काहीशा रागानं बोलत होती, ''पप्पा, तुम्हाला नगरवरून परस्पर नाशिकला जायचं होतं तर मग मला का येतो म्हणून टेन्शन दिलं?''

अस्सं! म्हणजे हिचे पप्पा पुण्याला येणार होते तर? त्यामुळं तिनं फ्लॅट स्वच्छ करण्याचा एवढा आटापिटा केला? व्वा रे! किती फसवतात पोरी मायबापांना? वर्गातली वृषाली सांगत होती एक दिवस दीप्तीची गंमत. तिचे आई-बाबा तिच्यावर जाम रागावलेले असतात म्हणे. त्यांचं म्हणणं ती घरात आली की त्यांच्याशी फार कमी संपर्क ठेवते. त्यांनी जेवढं विचारलं तेवढंच सांगते. स्वत: काही बोलत नाही. सतत कानाशी मोबाइल. ''एवढं कोणाशी बोलतेयस गं सारखं सारखं...'' आई विचारायची. तरी ती गप्पच. तिचे आई-बाबा तिच्यापुढे हतबल झाले. त्यांनी जवळपासच्या नातेवाइकांना तिची समजूत घालायला सांगितलं. त्याचा उलटा परिणाम असा झाला की दीप्ती आता घरीच जात नाही. ती एका बॉयफ्रेन्डच्या घरी राहते. तिचे आईबाबा एक दिवस तिला न्यायला गेले. तर तिच्या बी.एफ.नं त्यांना घाण घाण शिव्या देऊन हाकलून लावलं. शेवटी ते पोलिसात गेले... पोलीस त्यांना घेऊन त्या बी.एफ.च्या घरी आले, तर दीप्ती म्हणाली, ''मी वयाची अठरा वर्षे पूर्ण केली आहेत. त्यामुळे माझे स्वत:चे निर्णय घ्यायचा मला पूर्णपणे अधिकार आहे. कोणीच मला मी जे काही करणार त्यापासून रोखू शकणार नाही...'' आणि शेवटी नाइलाजानं आईबाबांनी तिचा नाद सोडला. इकडे दीप्तीचं त्या बी.एफ.शी पटेना. आता ती दुसऱ्या सोबत राहते. मंकीचं वागणंही दीप्तीच्या वळणावरंच केव्हा होईल ते सांगता येत नाही. अधूनमधून ती फ्लॅटवरून गायब असते. काय सांगावं? कोणाकडे जाते? काय करते? तिला ना कोणी बोलणारं, ना कोणी म्हणणारं?

राणीचा मोबाइल वाजला. आम्रपाली होती. ''राणी, गंमत पाहायची असेल तर पट्कन ये!'' ती बोलली.

अशी काय गंमत दाखवते ती? राणीनं हातचं पुस्तक बाजूला ठेवलं. ती तशीच आम्रपालीच्या फ्लॅटमध्ये आली. तर तिथे सात-आठजणींचा हा गोंधळ सुरू. काय झालं ते राणीला कळेना. ती काही वेळ नुसतीच पाहत उभी राहिली... तेवढ्यात आम्रपालीचं तिच्यावर लक्ष गेलं. ''अगं, ये ये... थांबा गं, राणीला पाहू द्या...'' अन् तिनं आपला मोबाइल राणीसमोर धरला. स्क्रीनवर चित्र होतं नवरी-नवरदेवाचं. एकमेकांच्या गळ्यात हार टाकताना. मध्ये भटजी. पलीकडे कुठल्यातरी मंदिरातली मूर्ती...

''ओळखू आली नवरी?'' योगितानं तिच्या खांद्यावर दोन्ही हात ठेवून विचारलं.

''अंऽऽऽ!'' राणीला खरंच ओळखू आली नाही...

''हरलीस?'' आम्रपालीनं म्हटलं.

''हो.''

''आता हा बघ...'' तिनं दुसरा फोटो दाखवला. नवरी-नवरदेव एकमेकांचा हात धरून उभे... अन् पट्कन राणीच्या लक्षात आलं, ''रेवती?'' ती ओरडली.

''हो, हो, रेवती... रेवती मॅरीड विथ हर निळकंठ...''

''कोण गं तो? तोच ना तिला नेहमी कॉल करणारा... तिच्या बहिणीचा चुलत दीर...''

''बरोबर...''

''पण हे घडलं कसं?'' राणीनं विचारलं.

''सिंपल'' असं म्हणत योगिता सांगू लागली, ''तिच्या बहिणीकडचं कोणी रुबी हॉलमध्ये ॲडमिट आहे असं तिला परवा कळलं. ती त्याला भेटायला परवालाच कॉलेज सुटल्यावर गेली. काल-आज परतली नाही... अन् आता पंधरा मिनिटांपूर्वी तिनं तिचे लग्नाचे फोटो माझ्या अकाउंटवर डाउनलोड केले. मी तिला मोबाइलनं कॉन्टॅक्ट करायचा प्रयत्न केला तर तिचा मोबाइल स्विच ऑफ आहे म्हणे. आम्ही तिघी-चौघींनी नंतर प्रयत्न केला तरीही स्विच ऑफ. म्हणून तिचं कॉंग्रॅच्युलेशन करणारा मेसेज केला... आपल्या सगळ्याजणींची नावं टाकली. बोल आता!''

यावर काय बोलावं ते राणीला काही कळत नव्हतं. रेवती ही तशी शांत मुलगी. दिसायला चांगली. म्हणून तिच्या बहिणीचा चुलतदीर 'मी करीन तर तुझ्याशीच लग्न करीन' म्हणायला लागला. तिच्या बहिणीची इच्छा तिनं तिच्या सख्ख्या दिराशी लग्न करावं अशी. तर हा चुलतदीर म्हणायला, 'तू त्याच्याशी लग्न केलं तरी मी तुझ्याशी तुझ्या संमतीनं किंवा मग जबरदस्तीनं संबंध ठेवीन...' त्याचा मेसेज, फोन आला की रेवती खूप अस्वस्थ व्हायची. अन् तीच रेवती त्याच्याशी लग्न करते?

''म्हणजे मग तिच्या बहिणीकडचा कोणी नातेवाइक रुबी हॉलमध्ये ॲडमिट नाही म्हणायचा. तिनं आपल्यासाठी तो बहाणा केला...'' राणीनं तर्क लढवला.

''तू म्हणतेस ते बरोबर. आमचाही तसाच अंदाज आहे...''

या सगळ्या गोंधळात संजना आपल्या बेडवर निवांत पडलेली होती. राणीनं ते पाहिलं. अन् तिच्याजवळ जाऊन म्हणाली, ''मॅम, तुम्हाला हे पाहून धक्का बसला नाही?''

''कसला धक्का अन् कसलं काय? अगं, आपण तुझ्या त्या मंकीला गॉन केस म्हणत होतो... एकदाची ती परवडली. तिला जे काही करायचं ते ती कोणाची भिडभाड न ठेवता करते. रेवतीसारख्या मुक्या माजाच्या मुलींचं काय

खरं असतं? यांच्या डोळ्यांसमोर कसलंच ध्येय नसतं. नुसता गोंधळ असतो. हे करू का ते करू... आपण म्हणतो, पुण्यातल्या पोरी अशा अन् तशा... आपण खेड्यातल्या कोणत्या कमी आहोत त्यांच्यापेक्षा? राणी, आता एक सांगू. मला फक्त माझाच भरवसा देता येईल... मला कोणी म्हटलं, 'राणी फार चांगली मुलगी आहे.' तर मी 'हो' म्हणणार नाही. कारण राणीचं बाह्यरंग अन् अंतरंग यांची संगती मला लावता येणार नाही. निदान रेवतीनं जे काही केलं, त्यात तरी तिला समाधान मिळावं..." संजनानं सुस्कारा सोडत आपल्या बोलण्याला विराम दिला.

बराच वेळ थांबून राणी परत आपल्या फ्लॅटमध्ये आली; पण ती पुरती उदास झाली होती. जेवणाचा डबा आणायला खाली जावं, डबा आणावा, तो खावा किंवा होमवर्क करावं, अभ्यास करावा असं काहीच तिला करावंसं वाटत नव्हतं. गावाकडे 'अमक्याची पोरगी पळाली, तमक्याची पोरगी पळाली' याची मोठी खमंग चर्चा चालू असते. पळून जाणाऱ्या त्या मुली अर्धवट शिकलेल्या असतात. त्यांना त्यांचं कशात भलं आहे ते कळत नाही... मात्र रेवती? बी.ई. सेकंड इअरला असणारी... तिचं हित तिला कळलं नाही, असं कसं म्हणावं? तिला तुकारामाचा तो प्रसिद्ध अभंग आठवला – 'आपुलिया हिता। जो होय जागता। धन्य मातापिता। तयाचिया।। कन्यापुत्र होती जी सात्त्विक। तयाचा हरिख। वाटे देवा।।' तुकारामांनी काय खोटं लिहून ठेवलं? रेवतीच्या या प्रकारानं खरंच तिचे माता-पिता धन्य होतील?

"राणी, चल डबा आणायला." आम्रपालीनं आवाज दिला. "हो" म्हणत राणी डबा आणायला निघाली. अस्वस्थ चित्तानेच.

◆

"व्हेरी गुड मंकी, आफ्टर ऑल यू हॅव डन," तिसऱ्या असाइन्मेंटच्या चेकिंगनंतर टी.जी. ग्रूप मीटिंगच्या वेळी दाणी मॅडम म्हणाल्या. मंकी या असाइन्मेंटमध्ये का प्रगती करू शकली, याच्यामागचं रहस्य मात्र एकट्या मंकीलाच माहीत होतं. तसं तिच्या प्रॅक्टिकल मेट वेदान्तलाही. कारण तोच सगळा कर्ताधर्ता आहे. पहिल्या असाइन्मेंटच्या वेळी तिला खूपच त्रास झाला. एकतर ते असाइन्मेंट कोणत्या युनिटवर आधारित आहेत, अन् ते कोणत्या पुस्तकात सापडू शकतात, तेच तिला माहीत नव्हतं. तिनं बी.टी. कार्ड बरेच दिवसांपासून काढलं होतं; पण त्यावर एकही पुस्तक उचललं नाही... आणि मग तिची पंचाईत अशी झाली की कोणत्या विषयाची, कोणत्या ऑथरची पुस्तकं मागायची... राणीनं पहिल्या की दुसऱ्या वेळीच एच.ओ.डी. जाधव सरांच्या पुस्तकाचा आग्रह धरला होता आणि त्यानंतर केवढा हंगामा झाला होता? एकतर ती अभ्यासाच्या कोणत्याच गोष्टी सिरिअस घेत नाही. प्रत्येक गोष्ट टाळत आली. त्यातच टोपो करणं आलं. प्रॅक्टिकलचं असेसमेंट तयार करण्याचाच केवढा कंटाळा येतो तिला? त्या कामी ती वेदान्तची मदत घेते... वेदान्तचा अभ्यास चांगला आहे. पहिल्या टेस्टमध्ये ॲग्रिगेट त्याच्यापेक्षा राणीला जास्त पडले. पाच-सात मार्कांचा दोघांत काहीतरी फरक पडला. राणीला अन् त्याला दाणी मॅडमनी स्वत:तर्फे प्रत्येकी एक-एक छानपैकी पेन प्रेझेंट दिला. अन् मंकी? तिची री-टेस्ट घेतली. त्यातही तिची बोंब. पहिली असाइन्मेंट. तीही बोंबलली. मारे ती फ्लॅटवर पुस्तकं घेऊन बसली. नुसताच आव आणला. त्याचा काही फायदा होणारच नव्हता. शेवटी दाणी मॅडमनी तिच्या पप्पांचा मोबाइल नंबर मागितला. अर्थात हे अपेक्षित होतंच. त्यासाठी तिनं प्री-प्लॅन केला होता. नांदेडला एम.बी.बी.एस.साठी जॉइन झालेल्या गावाकडच्या वेदान्तला तिनं या भानगडी सांगितल्या. अन् म्हटलं, "पपांचा म्हणून मी तुझा नंबर देईन. तू आवाज बदलून 'तुम्ही तिचं टेन्शन घेऊ नका मॅडम' एवढंच वाक्य रिपीट करत रहा." आणि तशी वेळ येताच तिनं तसं केलंही. त्यानंही बरोबर भूमिका वठवली. यातलं वर्गात कोणालाच काही कळलं

नाही. अगदी भट्टीलासुद्धा. गावाकडे दाणी मॅडमनी रिसल्टसह प्रेझेंटीचा रिपोर्ट पाठवला असेल. अर्थात तो पप्पांना मिळाला तरी ते त्यावर फारशा गांभीर्यानं ॲक्शन घेतील असं तिला वाटत नव्हतं आणि अर्थात झालंही तसंच. एक दिवस आई फोनवर बोलताना म्हणाली होती, "तुझे पप्पा सांगत होते, तुझे मार्क्स कमी आहेत म्हणून..." त्यावर तिनं आईला सरळच सांगून टाकलं, "आई, तुला काय वाटते की भराभरा पास व्हावं, कुठल्यातरी कंपनीत नोकरी करावी, पैसा मिळवावा, पप्पांना आर्थिक मदत करावी?" आई काय बोलणार? "आई तू कशाला टेन्शन घेतीस माझं? होईल हळूहळू सगळं सुरळीत...काय?..." त्यानंतर त्या विषयावर गावाकडून कोणीच तिच्याशी बोललं नाही.

मात्र दाणी मॅडमचं दडपण वाढत होतं. वर्गात, टी.जी. मीटिंगमध्ये त्या तिला अगदी घालूनपाडून बोलत होत्या. ते तिला असह्य व्हायचं; पण भट्टीनं तिला गुरुमंत्र दिला होता– गांधीजींच्या तीन माकडांचा– डोळे असून पाहायचं नाही, कान असून ऐकायचं नाही, तोंड असून बोलायचं नाही. आपण एवढं बोलतो तरी ती काहीच रिस्पॉन्स देत नाही, म्हणनू मग दाणी मॅडम तिच्यावर जास्तीच चिडत. तरी ती घुम्यासारखी गप्पच राही.

एक दिवस फिजिक्सच्या प्रॅक्टिकलच्या वेळी वेदान्तनं तिला छेडलं. तू दाणी मॅडमचं एवढं बोलणं कसं सहन करतेस? ती पट्‌कन बोलली नाही. तिनं गुपचूप मोबाइल काढला. त्याच्या नावे एसएमएस टाइप केला– I4U2 त्याला दाखवला. तो पाहून त्याला खरंच वाटेना. "रिअली?" त्यानं विचारलं. तिनं त्याच्या अधिक जवळ सरकत त्याचा नकळत हात दाबला. तो हा एक हजार व्होल्टचा झटका एकाएकी सहन करूच शकला नाही.

"मात्र एका अटीवर." ती त्याच्या कानाजवळ तोंड नेत बोलली.

"कोणती अट?"

"तू हुशार आहेस. मला यातलं काहीच जमत नाही. जसं दाणी मॅडमनं दिलेल्या ॲसाइन्मेंट्स कशा लिहायच्या तेच कळेनात. तू त्याबाबत माझी मदत कर... आणि असंच पुढेही कुठं काही अडलं तर... चालेल?" इतरांना सहज वाटेल असा पण मंकीनं मुद्दाम त्याला आपल्या ब्रेस्टचा धक्का दिला. त्यानं तो पूर्णपणे पाघळला... त्या दिवशीचं सगळं प्रॅक्टिकल याच्यातच वाहून गेलं.

आणि त्या दिवसापासून तो तिच्यासाठी रात्री रात्री जागू लागला. परिणामी तिसऱ्या असाइन्मेंटच्या चेकिंगनंतर दाणी मॅडमनं मंकीचं तोंड भरून कौतुक केलं. मंकीला अर्थातच बरं वाटलं. तिनं त्या वेळी मागे वळून वेदान्तकडं पाहिलं... तोही किंचित हसला होता. कारण याचं सारं श्रेय त्यालाच होतं.

राणीसकट वर्गातल्या सगळ्यांना– अगदी भट्टीलासुद्धा– वाटलं, मंकी बदलते

आहे. मात्र दुसऱ्या टेस्टच्या वेळी काय, हा प्रश्न मंकीलाच सतावत होता. तिनं तिच्या गावाकडच्या दोन-तीन मैत्रिणींना– ज्या बी.ई.लाच वेगवेगळ्या ठिकाणी गेल्या होत्या– टेस्टबाबत विचारलं. तर त्या सगळ्या जणी म्हणत की त्यांच्या कॉलेजात कोणीच– मुलंही आणि प्राध्यापकही– फारसं सिरिअस घेत नाहीत. टेस्ट घेतल्या का? घेतल्या. चेक केल्या का? केल्या. तुम्ही पास झालात काय अन् नापास कोणाला काहीच देणंघेणं नसतं. अन् हे कॉलेज मात्र मंकीचा सूड उगवत होतं. त्यात दाणी मॅडमसारखी खाष्ट प्रोफेसर तिच्या राशीवर पक्कं ठाण मांडून बसली होती. नाहक या कॉलेजात ॲडमिशन घेतली. आपल्याला पुण्यात शिकायची हौस होती, त्यात वेदान्तही एम.बी.बी.एस.साठी पुण्यालाच येतो म्हणाला होता, दोघं मिळून पुण्यात ऐश करता येईल... कसचं काय अन् कसंच काय? 'मॅन पझेसेस ॲन्ड गॉड डिसपझेसेस' असं काहीतरी अकरा-बारावीचे इंग्रजीचे सर म्हणायचे. त्याचा आता खरा अर्थ कळला. बरं, आता काहीच करता येत नाही. हे कॉलेज सोडून दिलं तर दुसरीकडं कुठेच ॲडमिशन मिळत नाही. म्हणजे कॉलेज सोडायचं असेल तर मग घरी जाऊन बसा... आणि गावाकडे जाऊन बसायची आपली तयारी नाही. तरी त्यातल्या त्यात या कॉलेजच्या वैराण वाळवंटात भट्टी अन् वेदान्त थोडीफार हिरवळीची सुखद भावना निर्माण करतात. त्यात अलीकडे वेदान्त तिचं काम करायला लागला; तसा लगटही जास्तच करू लागला... भट्टीनं तिला एकदा हटकलंही होतं, ''काय गं, काही शिजतेय का?''

''हॅट गं... तो कसला बावळट... मी त्याला धूप घालते का?''

यावर भट्टी म्हणाली, ''मंकी, झुलव साल्याला असंच. काही तुझं कामही असेल तर करून घे त्याच्याकडून. साला, वर्गातला हुशार विद्यार्थी म्हणवतो, अन् पोरींच्या समोर, लाळ गाळतो... मी पहिल्यांदा त्याला कटवलं म्हणून, नाहीतर तो तुझ्याऐवजी माझ्याच मागे लागला असता. खरं की नाही?'' त्यावर मंकीही हसली होती.

पोरी कॉलेजात असले फंडे वापरतात. अगदी प्राध्यापक मंडळींपासून ते चपराश्यापर्यंत... अन् वर्गातल्याच नव्हे तर सीनिअरवाल्यांशीसुद्धा; पण फसणारे -फसणाऱ्या फार कमी. वापरून घेणारे- घेणाऱ्याच जास्त. त्यामुळे बऱ्याच अंशी पोरंपोरी अशा भानगडीत पडत नाहीत. त्यात काही अपवाद असतात– वेदान्तसारखे. अपवादच आहे तर मग वापरा. जेव्हा त्याला कळेल की आपण वापरला गेलो, तेव्हा पाहू काय ते. तोपर्यंत चिंता करायचं काहीच काम नाही.

मधली रेसेस सुरू झाली. आज भट्टी कॉलेजात आली नव्हती. ती आज काही घरगुती कामानिमित्त जुन्नरला जाणार होती. तिचं काय काम होतं ते तिनं सांगितलं नव्हतं. पण तिने एक आवर्जून सांगितलं, ती जुन्नरला ज्यांच्याकडे

जाणार होती त्या सोळंके सरांचं घर शिवनेरी किल्ल्याच्या पायथ्याशीच आहे. त्यांच्या घराच्या मागच्या खिडक्यांतून पाहिलं की शिवनेरी हा अख्खाच्या अख्खा डोळ्यांत भरतो. टेरेसवर उभं राहिलं अन् हात लांबवला की शिवनेरीच्या तटबंदीला स्पर्श करता येईल... तिथं गेलं की तासन्‌तास खिडकीशी किंवा टेरेसवर उभं राहायचं तिला वेड लागतं. त्याचमुळे शाळा-कॉलेज असलं अन् सुट्ट्या नसल्या तरी शाळा-कॉलेजला चाट मारून ती चान्स आला की जुन्नरला जातेच. आजही तिनं तेच केलं. दोन दिवस येणारही नाही म्हणे. खरंतर ती वर्गात नसल्यामुळे मंकीला एकेकटं वाटत होतं. तसं निम्फीशी भट्टीचं अन् तिचं बऱ्यापैकी पटत होतं. निम्फीचं वागणं थोडं वेगळंच होतं. तिला कार्सचं वेड होतं. ती स्वत:च्या स्कूटीनं वगैरे येत नव्हती. बहुतेक जयेश नावाचा तिचा एक सीनिअर बी.एफ. होता. त्याच्याकडे सहा-सात वेगवेगळ्या कंपन्यांच्या कार होत्या. दररोज वेगवेगळी कार तो आणायचा. ही निम्फी त्याच्यासोबत त्याच्या कारमधून यायची, जायची. तिला वाटलं तर वर्गात असताना भट्टीशी, मंकीशी बोलायची. आताही भट्टी आज आली नसल्याने मंकी एकलीच वर्गाबाहेर पडली तर मागून निम्फीनं आवाज दिला... ''चल कॅन्टीनमध्ये. चहा घेऊ या. जयेशशी मी तुझा परिचय करून देते... तू सतत भट्टीसोबत असतेस म्हणून कधी म्हटलं नाही... आज ती दिसत नाही. बाहेरगावी गेली की आजारीबिजारी?''

मंकीनं ती जुन्नरला गेल्याचं सांगितलं. ''चल. मग आपण जाऊ या.'' ती आग्रहानं म्हणाली. पण मंकीचा तिच्यासोबत जायचा मूड नव्हता. ''सॉरी, मला फ्लॅटवर जावं लागते, अर्जंट. माझं आजच्या प्रॅक्टिकलचं ॲसिसमेंट विसरलं घरी आज... सॉरी यार... पुन्हा कधीतरी...''

''ओके.'' तिनंही फारसा आग्रह केला नाही.

आपण फ्लॅटवर जाणार असं निम्फीला म्हटल्यावर आता निदान कॉलेजबाहेर जाणं भाग... अन्यथा तिच्या मनात असा एक विचार आला होता, ऑफिसच्या रिसेप्शन हॉलमध्ये जावं, तेथे प्रियंवदा मॅडम असतील तर काहीतरी निमित्त काढून त्यांच्याशी बोलावं. तिथे बराच वेळ त्यांच्याकडे पाहत रेंगाळावं. त्यामुळे मनाला आलेली मरगळ तरी नाहीशी होईल. पण मध्येच ही निम्फी उगवली. निम्फी... काय नाव? खरंच नाव आपल्यासारखंच वेगळं आहे. सगळेच तिला निम्फी म्हणतात. निम्फीचा काय अर्थ असेल तो तिलाच ठाऊक. वर्गाचा अपवाद सोडला तर ती सदैव त्या जयेशच्या आगेमागेच असते. इतकं त्याचं काय आकर्षण असेल तिला देव जाणे ? काही मुली ऐश करण्यासाठी हवा असणारा पैसा पुरवणाऱ्या मुलांना गटवतात... जयेश त्यापैकीच एक दिसतो. बरं, तो हिच्याच सोबत राहतो असंही नाही– त्याच्यासोबत मंकीनं बऱ्याचदा दुसऱ्या

मुलीही पाहिल्या– तरी निम्फी त्या जयेशच्या आसपासच रेंगाळते. हे सगळं कॅन्टीनमध्ये असतानाच... जाऊ द्या. या कॉलेजात मुलामुलींचे कसेकसे अन् किती नमुने असतील? सगळ्यांचाच विचार केला तर माणूस पागल व्हायचं. आणि हो... आपणही त्यातला एक नमुनाच आहोत की...

ती बाइक स्टॅन्डवर आली. स्टॅन्डमधून तिची स्कूटी बाहेर काढू लागली. तेवढ्यात डॉली अन् बंटी एका मोटरसायकलवर स्पीडनं आले. अन् तिच्याजवळ येऊन बाइकचे करकचून ब्रेक दाबले. मंकी आता हे आपल्याला उडवणार या विचारानं मनात भ्याली; पण तिच्या स्कूटीला किंचित धक्का मारून डॉलीनं त्याची बाइक उभी केली अन् तिच्या तोंडाजवळ तोंड आणत– त्यांच्या तोंडाचा भपकारा तिच्या नाकात गेला– म्हणाला, "यू बिग ब्लॅक मोल... लिसन, जल्दीही काउंट डाउन याने उल्टी गिनती सुरू होगी. तेरे उस फ्रेन्ड को बता... और तू भी ध्यानमें रख..." अन् एवढं बोलून तो तिच्या बाजूनं बाइकचा वेग वाढवून पुढे निघून गेला...

तो काय बोलला हे मंकीच्या लक्षातच आलं नाही. एक मात्र त्याच्या मनातला मंदारबाबतचा राग अजूनही कमी झाला नव्हता. काउंट डाउन याने उल्टी गिनती शुरू हो जायेगी म्हणतो. म्हणजे नेमकं काय? काय करणार आहे तो? मंदारला सांगावं का? पण भट्टी मागच्या वेळीच म्हणाली होती, हा नुसता गरजणारा आहे. तो बरसणार नाही. तो प्रसंग घडून जवळपास दोनेक महिने होत आले. मागेही तो असंच काही बोलला होता. काय केलं इतके दिवसांत? आणि आताच काय करणार आहे? जाऊ द्या. काय टेन्शन घ्यायचं त्याचं? जेव्हा तो काही करेल तेव्हा काय करायचं ते पाहून घेऊ...

ती स्कूटीवर बसली. तिनं स्कूटी स्टार्ट केली अन् जागेवरूनच वेग वाढवीत गेटकडे निघाली...

◆

दुसऱ्या पिरिअडच्या वेळी वर्गात नोटीस आली. आज प्रॅक्टिकल होणार नाही. कारण कॉलेजमध्ये दुपारी २.०० वाजता वाय-फाय टेक्नॉलॉजीचे उद्‌घाटन सुप्रसिद्ध संगणकतज्ज्ञ पद्‌मश्री केतन वालावलकर यांच्या हस्ते होणार आहे. सर्व मुलांनी दीड वाजेपर्यंत जिम्नॅशिअम हॉलमध्ये एकत्र जमावे. नोटीस अर्थात इंग्रजीत होती. ही नोटीस ऐकून मुलांमध्ये वर्गातच आपसात चर्चा सुरू झाली. काही जणांनी वाय-फाय टेक्नॉलॉजीचं नुसतं नावच ऐकलं होतं, तर काहींना त्याबाबत थोडीफार माहिती होती... त्यामुळे 'देशपांडे सरांनाच विचारू' या विचारावर बहुतेकांचं एकमत झालं. अन् वेदान्तनं उभं राहून सरांना विचारलं. त्यावर सर म्हणाले, ''मला त्यातले सगळे डिटेल्स माहिती नाहीत; पण वाय-फाय म्हणजे Wireless Fidelity. म्हणजे तारांच्या जंजाळांचा वापर न करता आपण इंटरनेट वापरू शकतो. जिथे कुठे म्हणजे कॉलेजात, विद्यापीठात, एखाद्या इन्स्टिट्यूटमध्ये, घरातही वाय-फायची सुविधा असेल तर इंटरनेट असलेली उपकरणे म्हणजे डेस्कटॉप, टॅबलेट, लॅपटॉप, मोबाइल आपण वापरू शकतो. त्याचा फायदा असा की प्रवासातही तुम्ही तुमचा लॅपटॉप उघडून काम करू शकता. म्हणजे तुमचं ऑफिसच तुमच्या सोबत असतं.

''पण सर एरव्ही आपण वापरतो ते नेट आणि वाय-फाय यातला नेमका फरक आणखी स्पष्ट करून सांगा ना.'' एका मुलीनं शंका काढली.

देशपांडे सरांचं हे एक वैशिष्ट्य की, त्यांचा पिरिअड चालू असताना एखाद्याने त्यांच्या विषयाशी संबंधित नसणारी चर्चा सुरू केली की मग सरही वाहवत जातात. मुलं बऱ्याचदा या ट्रिक्सचा वापर करून त्यांचा पिरिअड डायव्हर्ट करतात. टोल पडतो तेव्हा सर भानावर येतात आणि म्हणतात, 'अरे, आपलं शिकवायचं तसंच राहिलं. भलत्याच विषयावर आपण बोलत राहिलो. ठीक आहे; बाकीचं उद्या पाहू...' हे असं नेहमीचंच.

''म्हणजे नेमकं कसं?'' सरांना तिचा प्रश्नच कळला नाही.

''मी सांगू सर?'' सरोज तांबेकर जागेवरून उठत म्हणाली. सरांनी तिला

परवानगी दिली, आणि मग तो पिरिअड सरोज आणि इतरांमध्येच रंगत गेला. इतरांनी प्रश्न करायचे अन् सरोजनं समाधान करायचं. तिनं जे काही सांगितलं त्यातले महत्त्वाचे मुद्दे असे -

- वाय-फाय तंत्रज्ञानात संगणक वायरशिवाय जोडलेले असतात. चक्रीवादळ, वादळ, रस्त्यावरची कामे किंवा इतर कोणत्याही कारणाने सेवा खंडित होते, मात्र वाय-फाय तंत्रज्ञानात तसे कधीच होत नाही.
- वाय-फाय तंत्रज्ञान खूपच महागडे आहे. वायर्ड इंटरनेट त्यांच्यापेक्षा खूपच स्वस्त असते.
- केवळ प्रतिष्ठेसाठी वाय-फाय तंत्रज्ञान वापरणे खूप महागाचे असते.
- त्यामुळे केवळ प्रतिष्ठा म्हणून बऱ्याच ठिकाणी वाय-फाय टेक्नॉलॉजी सुरू केली जाते...
- ज्यांना घरी, कार्यालयात, सार्वजनिक ठिकाणी, प्रवासात सतत नेट हवा असतो, त्यांच्यासाठी वाय-फाय सोईचा आहे.
- नेहमीच्या इंटरनेटपेक्षा वाय-फायचा वेग फारच कमी असतो.
- वाय-फाय हा ट्रेडमार्क द वाय-फाय एलिहंस या संस्थेने नोंदविलेला आहे.
- सार्वजनिक ठिकाणी वाय-फाय वापरल्याने सुरक्षितता धोक्यात येऊ शकते. वाय-फाय इंटरनेट हॅक होऊ शकते.
- त्यासाठी सतत पासवर्ड बदलावेत ते किचकट, अवघड असावेत. आपले वाय-फाय नेट सुरक्षित आहे ना याची सतत काळजी घ्यावी.
- वाय-फायचा किती फायदा, किती तोटा ह सतत लक्षात ठेवावे...

"सरोजला एवढी माहिती कशी काय?" असे राणीने विचारले तर ती म्हणाली की, तिची मोठी बहीण संगणकतज्ज्ञ आहे. ती ज्या इन्स्टिट्यूटमध्ये – अर्थात बंगळुरूला– काम करते तेथे वाय-फाय टेक्नॉलॉजी सेक्शनचीच ती हेड आहे. तिच्याशी चर्चा करते. ती सुटीत घरी येते तेव्हा तिचा लॅपटॉप ती सतत वापरत असते. सरोजही त्यात नेहमीच इंटरेस्ट दाखवते...

"तुझ्या ताईशी तू आत्ता कॉन्टॅक्ट करू शकतेस?"

"कधीही," असं म्हणत तिनं आपला मोबाइल ऑन केला. लगेच कनेक्ट झाला. "हाय ताई, मी कॉलेजमधून... हां... आमच्या कॉलेजमध्ये वाय-फाय टेक्नॉलॉजीचं उद्घाटन... हो... नाही... नाही... वालावलकर सर... हां ... एक मिनिट... माझी फ्रेन्ड बोलते... एक मिनिट..." अन् तिनं राणीला मोबाइल दिला...

"गुड मॉर्निंग मॅम... मला... नाही... काय तारा नाहीत, बटणं नाहीत? तरी

चालते? व्वाव! मग व्हायरस?... एक मिनिट... मी स्पीकर ऑन करते... बाकीचेही ऐकतात..." राणीनं स्पीकर ऑन केला.

सरोजची बहीण बोलत होती... "जगात जे जे काही नवे उदयाला येते, त्याला मर्यादा असतातच... परिपूर्ण असं काहीच नसतं... त्यामुळेच व्हायरस, हॅकिंगसारखे प्रकार होतात... तसे तेही एक प्रकारचं संशोधनच असतं... पण ते विधायक नसतं... विध्वंसक असतं... तर आपलं वाय-फाय सुरक्षित ठेवण्यासाठी ते वापरात नसेल तेव्हा ते राउटरमधून बंद करावं. नेटचा वापर होत नसेल तेव्हा मोडेम बंद ठेवावं... वाय-फाय वापरताना संगणक तसेच राउटरची फायरवॉल सुरू ठेवल्यास व्हायरसचा किंवा हॅकिंगचा फटका बसू शकतो... आणखी काही?"

"नाही... थँक्यू मॅम... सरोजजवळ देते..." तिनं मोबाइल सरोजला दिला... सरोजनं "ठेवते" म्हणत बंद केला... अन् तेव्हाच पिरिअड संपल्याची बेल झाली... देशपांडे सरांनी हसत गाशा गुंडाळला अन् क्लासबाहेर पडले...

"बोला, वाय-फाय महाराज कीऽऽ" एका जणानं घोषणा दिली. इतरांनी मोठ्यानं हसत जयजयकार केला. राणीच्या लक्षात आलं. आपणही त्या पापात सक्रिय सहभाग घेतला. तिनं मान झटकली. "लेट इट बी" म्हटलं. अन् इतरांबरोबर वर्गाबाहेर पडली.

♦

मंकी कॉलेजगेटबाहेर आली. अन् तिची स्कूटी बंद पडली. "ओहऽऽऽ शट्" ती वैतागत पुटपुटली. स्कूटी पूर्णपणे डिस्चार्ज झाली होती. कालचा रविवार होता. काल सकाळी स्कूटी पूर्ण चार्ज झालेली होती. शनिवारीच ठरवल्याप्रमाणे काल मंकी आणि भट्टी बालेवाडीला भट्टीच्या एका मैत्रिणीला भेटायला गेल्या होत्या. नंतर त्या मैत्रिणीसोबत पुणे विद्यापीठ कॅम्पसमध्ये गेल्या. म्हणजे मंकी सकाळी अकरा वाजता फ्लॅटवरून निघाली. तो रात्री भटकत भटकत साडेनऊला भट्टीच्या घरी त्या दोघी परत आल्या. तेव्हा मंकीनं चार्जिंग मीटर पाहिलं होतं. ते एक काडी दाखवत होतं. तिच्या अंदाजाप्रमाणे सकाळी कॉलेजला जाणं अन् तेथून फ्लॅटवर जाणं होऊ शकेल. पण हे काय? मंकी कॉलेजगेटमधून बाहेर आली आणि स्कूटी पूर्णपणे डिस्चार्ज झाली. आता? भट्टीही तिला पट्कन घरी जायचे होते म्हणून तिच्या स्कूटीवर निघून गेली होती. अन्यथा तिचा हात धरून आपल्याला फ्लॅटपर्यंत ही स्कूटी नेता आली असती. आता कोणाला तरी म्हणावं लागेल; पण कोणाला म्हणावं? तेवढ्यात तिच्या कानावर आवाज आला, "हाय मंकी!" ती मंदार होती. तिच्या ग्रूपसोबत ती चालली होती. मंदार दिसली अन् तिला आठवण झाली डॉलीची. त्या दिवशी कॉलेजच्या बाईक स्टॅन्डवर त्यानं आपल्याला धमकी दिली होती– 'यू बिग ब्लॅक मोल... लिसन... जल्दीही काउंट डाउन याने उलटी गिनती शुरू होगी. तेरे उस, फ्रेन्डको बता... और तू भी ध्यानमें रख...' तशी त्या आधीही त्यानं अशीच धमकी दिली होती. तेव्हा आपल्या सोबत भट्टी होती. भौंकनेवाले कुत्ते काटते नहीं, असं काहीसं भट्टी म्हणाली होती. त्याच्या बोलण्याकडे त्यामुळे आपल्यालाही लक्ष द्यावंसं वाटलं नाही. पण या वेळी... सांगावं का मंदारला? हो, उद्या खरंच त्या डॉली अन् बंटीनं तिच्यासोबत आणि आपल्याही सोबत तसं काही कमी जास्त केलं तर? आपण मंदारला पूर्वसूचना दिली नाही म्हणून आपल्यालाही वाईट वाटेल. त्यापेक्षा 'काही होवो न होवो, सांगितलेलं बरं,' असं वाटून तिनं मंदारकडे पाहिलं, तर ती बरीच दूर गेलेली... आता? मोबाइलवरून सांगू. तिनं मोबाइल काढला. मंदारचा नंबर

काढला. तिला कॉल केला. रिंग गेली, टोन वाजू लागली. मात्र मंदारनं उचलला नाही. स्कूटीवर जाताना तिला आवाज येत नसावा... तिनं पुन्हा रिकॉल केला. तरीही तसंच. मग तिसऱ्यांदा कॉल केला. तेव्हा मात्र मंदारनं उचलला. अन् विचारलं, "काय गं मंकी? काही प्रॉब्लेम?"

त्यावर मंकी म्हणाली, "प्रॉब्लेम नाही, पण तुला एक सांगायचं..."

"काय सांगायचं? नंतर सांग... आता मी घाईत आहे... बाय..." अन् तिनं मोबाइल ऑफ केला. आता? मंकीला प्रश्न पडला मग तिनं दुसरा पर्याय निवडला. एस.एम.एस.चा. तिनं मंदारच्या नावे एस.एम.एस.टाइप केला. त्यात डॉलीनं दिलेली धमकी जशीच्या तशी टाइप केली अन् सेंड केला... सेंट झाल्याबद्दलचा डिलिव्हरी रिपोर्ट स्क्रीनवर झळकला. तिनं मोबाइल ऑफ करून सॅकमध्ये टाकला.

आता तिचं लक्ष स्कूटीवर गेलं... तिनं रोडवर आगे-मागे पाहिलं. अन् ती भ्यालीच. धूम स्टाइलनं दोन बाइक कॉलेजकडून तिच्या दिशेनं येऊ लागल्या. त्या सरळ आपल्याच अंगावर येत आहेत हे तिच्या ध्यानात आलं. आपण पट्कन बाजूला झालो नाही तर त्या दोन बाइक स्वारांपैकी दोघंही किंवा कोणीतरी एक जण आपल्याला उडवणार... बाजूला होण्यासाठी तिनं पावलं उचलली अन् तेवढ्यात त्या दोन्ही बाइक करकचून ब्रेक दाबत गच्चकन तिला मध्ये घेत तिच्या मागून-पुढून उभ्या राहिल्या. तिनं गपकन डोळे मिटले. तिच्या अंगाचं पाणी पाणी झालं... "हेऽऽऽ यू प्रियांका चोपडा?" तिच्या कानावर हाक आली... प्रियांका चोपडा? कोणाला म्हणतात हे? तिनं डोळे उघडले. ते तिलाच म्हणत होते. आपण अन् प्रियांका चोपडा? कोणत्या अँगलनं हे आपल्याकडे पाहत आहेत? आपल्यात अन् प्रियांका चोपडात कुठलंच साम्य नाही. यांनी डोळ्यांवर चढवलेल्या काळ्या गॉगल्समध्ये काही दोष असावेत.

"चल हमारे साथ, रातको रेव्ह पार्टी जॉइन करेंगे। कम ऑन..." रेव्ह पार्टी? तिनं अशा पार्ट्यांबद्दल बरंच ऐकलं होतं. पुण्यात आल्यावर आणि येण्याआधी अनसिंगला असतानाही पुण्यातल्या एका नामवंत महाविद्यालयाच्या साडेचारशे मुलामुलींना पोलिसांनी रेड टाकून पकडलं होतं. तेव्हाचे सीन तिनं टी.व्ही.वर पाहिले होते. कशा मुलींनी आपल्या चेहऱ्यांभोवती स्कार्फ गुंडाळल्या होत्या? तर मुलं आपापले चेहरे हातांनी झाकत होते. तेव्हापासून मंकीला या रेव्ह पार्टीचं फारच आकर्षण वाटत होतं. पुण्यालाच शाळेच्या पोरांची अशीच चिल्लर पार्टीही पोलिसांनी पकडली होती... म्हणजे रेव्ह पार्टी, चिल्लर पार्टी हे पुण्यातील शाळा-कॉलेजांतील मुलामुलींचं खास फाइंडिंग दिसते. या पार्ट्यांचे मेसेज कोड-लँग्वेजेसमध्ये नेटवरून दिले जातात म्हणे. हे दोघं ज्या अर्थी आपल्याला आज रात्री होणाऱ्या रेव्ह पार्टीला चल म्हणतात त्या अर्थी त्यांना नेटवरून आमंत्रण

मिळालं असेल. निश्चित माहिती नसल्यानं आपल्यासारखीला नेटवर ते सर्चही करता येणार नाही. खूपच धुंद-फुंद माहोल असतो म्हणे अशा पार्ट्यांत! जावं आपण? पण यांच्यासोबत कसं जावं? हे दोघं कोण? ते आपल्या ओळखीचे नाहीत... किमान यांची थोडीफार ओळख असती तर तसं धाडसही केलं असतं. त्या पार्टीत सहभागी व्हायला खूप पैसा लागतो म्हणे... काढले असते ए.टी.एम.मधून; पण यांच्यासोबत नको.

"हे ऽऽ क्या सोच रही हो? सिट ऑन माय बाइक..." एकानं सरळ तिचा हात धरला. इतका वेळ ती काही बोलली नाही. आता मात्र त्याचा हात झटकत ती त्याच्या अंगावर ओरडली, "ए, सोड माझा हात"... तिला नवल वाटलं, एवढं बळ आपल्यात कुठून आलं? ते कुठून का येईना; पण तिच्या या आक्रमक पवित्र्यानं ते दोघं काहीसे वरमले. "ए, क्यों गुस्सा हो रही हो? प्लीज, चल ना हमारे साथ..."

आता ते... तेवढ्यात एक जिप्सी कर्रकन ब्रेक दाबून तिथं येऊन उभी राहिली. जिप्सीतून आवाज आला, "मंकी, काय भानगड आहे?"

मंकीनं आवाजाच्या दिशेनं पाहिलं. निम्फी होती ती. तिचा बी.एफ. जयेशच्या कारमध्ये ती बसलेली होती...

"अगं, हे दोघं..." असं त्या दोघांकडे पाहत मंकी अर्धवट बोलली. त्या दोघांनी आडदांड जयेशकडे पाहिलं अन् त्यांची सटपटली, त्यांनी निम्फीला उद्देशून म्हटलं, "नो सिस्टर, नथिंग एल्स..."

मग मंकीला "बाय मंकी, सी यू अगेन" असं म्हणत धूम स्टाइलनं बाइक्स उडवत गेलेही...

निम्फी उतरून तिच्याजवळ आली. "का गं? कोण होते ते?" तिनं विचारलं. मंकीनं काय घडलं ते सारं सांगितलं. मंकीची अडचण लक्षात घेऊन तिनं जयेशला म्हटलं, "जयेश, हिची स्कूटी डिस्चार्ज झालीय. उचलून जिप्सीत टाकू, चल."

जयेशही उतरून आला. त्या तिघांनी मिळून स्कूटी जिप्सीत टाकली. "चल, ये बैस," म्हणत त्या दोघी समोर बसल्या. जयेशनं जिप्सी स्टार्ट केली.

"त्या टपोरींनी तुझ्याकडे रेव्ह पार्टीचा विषयच काढला म्हणून सांगते. आम्ही दोघं त्या पार्टीला चाललोच आहोत... जर तुझी इच्छा असेल तर तूही चल." निम्फीनं मंकीला म्हटलं. अन् लगेच जयेशला विचारलं. जयेशनंही आनंदानं मंकीला रेव्ह पार्टीला सोबत घ्यायला संमती दर्शवली.

"अगं, पण पैसे किती लागतात?" मंकीनं प्रश्न केला.

"अगं, तू त्याची चिंता करू नकोस. ते सारं जयेश पाहून घेतो." खरंतर

मागच्या आठवड्यातच एक दिवस निम्फीनं मंकीला जयेशची ओळख करून देते, असं म्हटलं होतं तेव्हा मंकीनं तिला टाळलं होतं. अन् आता अशा अडचणीच्या परिस्थितीत जयेशची गाठ पडत आहे... जे होतं ते बऱ्याचसाठी होतं म्हणायचं... अन्यथा मंकीला स्कूटी फ्लॅटपर्यंत ढकलत न्यावी लागली असती... जयेशच्या जिप्सीत स्कूटीही विनासायास फ्लॅटपर्यंत नेता यायली. अन् वरून रेव्ह पार्टीचा बोनस.... यालाच म्हणतात, आम के आम गुठली के दाम.

फ्लॅटवर आल्यावर मंकीनं स्कूटी उतरवून घेतली. पार्किंगमध्ये नेऊन चार्जिंगला लावली. लॉकअप करून "मी सॅक ठेवून येते," असं निम्फीला म्हणाली. ती लिफ्टनं वर गेली. दहा मिनिटांत वनफोर्थ ड्रेस घालून खाली आली. "व्वावऽऽऽ मंकी" निम्फीनं तिला पहिल्यांदा वनफोर्थ जीन्स अन् टॉपमध्ये पाहिलं.

तेथून ते सरळ जयेशच्या घरी आले. त्याचं घर म्हणजे सिनेमातल्यासारखं ऐसपैस आवार, फुलांच्या वेली, झाडं, हिरवळ, कटिंग केलेली मेंदी, तेवढेच ऐसपैस रस्ते, रस्त्यांलगत कुंड्या, कारंजी, विविध आकाराचे लॅम्प्स, मध्यभागी बंगला... कुशल इंजिनिअरनं आखीवरेखीव स्वरूपात बांधलेला. जयेशचे बाबा कोणी मोठे ऑफिसर, उद्योगपती, इंजिनिअर, वकील, डॉक्टर वा तसेच कोणीतरी असावेत... गाडी गेटवर आल्याबरोबर गेटमननं गेट उघडलं. गाडी वळणं घेत बंगल्याच्या पोर्चला ओलांडून पुढे आली. जयेश मोठ्याने ओरडला. "मॉमऽऽऽ!" त्यानं आवाज वाढवून आणखी एकदा आवाज दिला. दुसऱ्या आवाजानं त्याची मॉम वरच्या गॅलरीत आली.

"क्या है जयेश?"

तसा तो मॉमला म्हणाला, "प्लीज मॉम, फॉट्टी थाउजंड रुपीज?"

त्यावर मॉम बोलली, "येस माय सन, वेट अ मिनिट..." अन् ती खरोखरच आत जाऊन एका मिनिटात परत आली. वरून तिनं हजार रुपयांच्या नोटांचं एक बंडल त्याच्या अंगावर फेकलं. अन् म्हणाली, "फोट्टी फाय थाउजंड्स बंडल."

"थँक्यू मॉम," म्हणत त्यानं ते बंडल वरच्यावर झेललं. "सी यू" असं ओरडत त्यानं कार तशीच एकदम वेगानं पुढं घेतली. त्यामुळं मंकी अन् निम्फीला झटका बसला. तसा मंकीला हा पहिला झटका नव्हता. त्या आधीचा झटका कारच्या या झटक्यापेक्षाही मोठा होता. तो म्हणजे जयेशनं त्याच्या मॉमला चाळीस हजार रुपये मागितले अन् तिनं 'कशाला?' असा साधा प्रश्नही न करता त्याला पंचेचाळीस हजार रुपये दिले... मंकीला मंकीचे पप्पा तिनं मागितले तेवढे पैसे देतात; पण मंकीची मागणीच किती असते? पुण्यात आली तेव्हापासून फार तर दहा हजार. तेही पप्पांना सांगावं लागते. अमुक घ्यायचं, तमुक घ्यायचं. तसं ते विचारत नाहीत तरी. अन् इथं घरात पायही न टाकता जयेश कारमधून त्याच्या

मॉमला पैसे मागतो. अन् तीही तो मागतो त्यापेक्षा पाच हजार जास्त देते... म्हणजे जयेशच्या बाबांची कमाई किती असेल? तिनं निम्फीला याबद्दल छेडलं. तर ती म्हणाली, "मी जयेश सोबत गेली दोन वर्षं राहते. हे त्याचं नेहमीचंच असते. मलाही अगदी पहिल्यांदा तुझ्यासारखंच नवल वाटलं होतं; पण पुढे काही वाटेनासं झालं. त्याचे बाबा म्हणशील तर ते एका इंटरनॅशनल कंपनीत तेही अमेरिकेत सुप्रीमो आहेत. जयेशच्या मते त्याच्या बाबांना दर महिन्याला पेमेंट म्हणून नव्वद लाख रुपये मिळतात. बाकी ट्रॅव्हल, राहणं, खाणं-पिणं हे सारं कंपनीमार्फत. त्यांच्या अंगावरचा सूट अन् पायातला बूट तेवढा त्यांनी खरेदी केलेला असतो... हे झालं त्या एका कंपनीचं. बाकी जगातल्या कित्येक कंपन्या कन्सलटंट म्हणून त्यांच्याशी ऑनलाइन कॉन्टॅक्ट करतात. त्यासाठी एका मिनिटाला दहा हजार रुपये असा त्यांचा रेट बसतो. खरं, तर हे सगळं डॉलर्समध्येच असतं... या सगळ्या प्रकारांमुळे जयेशला त्याच्या बाबांचा फार अभिमान वाटतो..."

"पण मग जयेश असे पैसे उडवतो, ऐश करतो, त्याच्याकडे कित्येक कार्स आहेत... मग त्याचा अभ्यास?"

"तीच गंमत आहे, तो प्रत्येक सेमिस्टरमध्ये युनिव्हर्सिटी टॉपर आहे..."

मंकीनं जयेशकडे पाहिलं. त्याचं डोकं असावं की कॉम्प्युटर... असा सगळा आगाऊपणा करून तो अभ्यासाचं कसं मॅनेज करत असावा? आपल्या खोक्यात तर काहीच घुसत नाही. आपण वेदान्तला मामा बनवत कसेबसे क्लास टेस्टमध्ये पास होत आहोत...

"त्याचे बाबा आपल्या प्रिन्सिपॉल सरांच्याच नव्हे तर त्याच्या सर्व लेक्चरर्सच्या नेहमी कॉन्टॅक्टमध्ये असतात. अलीकडेच आपल्या कॉलेजात वाय-फाय सिस्टिम सुरू झाली. तिचा पूर्ण खर्च जयेशच्या बाबांनी केला. त्यामुळे त्याच्याकडे प्रिन्सिपॉल सरांसह सगळ्या सरांचं लक्ष असतं..."

"त्याची ऐश?"

"हे त्याचं पर्सनल लाइफ आहे. त्यामुळे त्याला याबाबत कोणीही डिस्टर्ब करत नाही... मात्र वर्गात, कॉलेजात तो असला की त्याला यातलं ते काहीही करू देत नाहीत."

"अन् तरीही तू मागच्या आठवड्यात कॅन्टीनमध्ये मला नेऊन त्याची ओळख करून देणार होतीस?"

"ही गोष्ट नॉर्मल आहे. त्यात काय..."

ती पुढचं बोललीच नाही... जयेशनं करकचून ब्रेक लावले. त्या दोघी एकदम पुढे झुकल्या... तरी बरं दोघी नाकातोंडाला लागता लागता वाचल्या.

जयेशनं टर्न घेतला होता... पुन्हा त्यानं कारला वेग दिला. थोड्याच वेळात

पुणे शहर मागं पडलं. कार हायवेला लागली. बाजूला हिरव्यागार डोंगरांची रांग लागली होती. त्यावरची एकटीदुकटी घरं मोठी खुलून दिसत होती. दुसऱ्या बाजूला हिरवीगार शेतं... पलीकडे मावळतीला झुकलेला तांबूस-तांबूस होत जाणारा सूर्य...

अंगावरून हवेचा झोत घेत केसांच्या बटा सावरत मंकी हे सारं कौतुक तनामनानं अनुभवत होती... अगदी प्रसन्नतेने!

◆

राणी स्टाफरूममध्ये आली. तिला देशपांडे सरांनी– ते पिरिअड घ्यायला आले असता– दुपारच्या सुटीत भेटायला सांगितलं होतं. दुपारच्या सुटीत सरांना भेटायचं म्हणजे फ्लॅटवर जेवायला जाणं बंद. म्हणजे पाच वाजेपर्यंत ताणणं... तात्पुरता उपाय म्हणून कॅन्टीनमध्ये एक कट चहा, चहाबरोबर बिस्कीट किंवा चहा आधी काही खातो म्हटलं तर ते परवडणारं नव्हतं. 'आजका दिन देशपांडे सर के नाम' असं मनाशी म्हणत चौथा पिरिअड संपल्यावर ती स्टाफरूमकडे निघाली होती. कशासाठी भेटायला सांगितलं सरांनी? काही विशेष असावं? हं, त्याशिवाय सर आपल्याला "भेटायला ये," असं म्हणणार नाहीत. पाहू, काय आहे ते? तिला स्टाफरूममध्ये येताच जाधव सरांची आठवण झाली. ते केबिनमध्ये असतील. बऱ्याच दिवसांत तिची अन् जाधव सरांची खास अशी भेट-बोलणं झालं नव्हतं. मागे पहिल्या टेस्टमध्ये तिला वर्गातून सर्वाधिक गुण मिळाले म्हणून जाधव सरांनी तिला केबिनमध्ये बोलावून तिचं खास अभिनंदन केलं होतं. त्या वेळी त्यांनी ज्या पुस्तकासाठी राणीनं मागे संघर्ष केला होता त्या पुस्तकाची एक प्रत स्वतःची सही करून भेट म्हणून दिली होती. त्या आधीची गोष्ट, सरांनी तिच्यावर दवाखान्यात जो खर्च केला होता, तो परत करण्यासाठी तिनं ए.टी.एम. मधून पस्तीस हजार रुपये काढून आणले होते. संजनाला सोबत घेऊन एक दिवस तिनं ते सरांच्या केबिनमध्ये येऊन सरांच्या टेबलावर ठेवले होते. एवढे सारे पैसे पाहून सरांनी अचंबित होऊन विचारलं होतं, "हे काय? कशासाठी?" त्या वेळी राणी गप्पच बसली होती.

संजनाच बोलली, "सर तुम्ही हॉस्पिटलमध्ये केलेला खर्च,"

राणीनं दोन तर्क केले होते– एकतर सर रागावतील, दुसरा असा की ते गुपचूप पैसे स्वीकारतील... पण या दोन्हीही गोष्टी घडल्या नाहीत. त्यांनी मोबाइल उचलला. कुणाला तरी लावला.

"मॅम, मी डॉ. जाधव बोलतो. आपल्या स्टुडंट्स वेलफेअर फंडातून राणी आघावसाठी किती रक्कम मंजूर झाली?"

पलीकडून आवाज आला, ''चाळीस हजार.''

''ठीक, मॅम, मी... एक मिनिट मॅम,'' त्यांनी मोबाइलवर हात ठेवला.

''हे किती रुपये आहेत?'' असं संजनाला विचारलं. आपण स्वत:तर्फे राणीला अमुक इतके पैसे देतो आहोत हे सांगायचा त्यांच्या मनात क्षणभर विचार आला होता. पण मग तो त्यांनी मनातून झटकून टाकला.

''पस्तीस हजार रुपये,'' संजनानं उत्तर दिलं.

त्यावर लक्ष न देता त्यांनी त्या मॅडमशी बोलायला सुरुवात केली, ''मॅम, राणी आघावच्या नावाचा आपला चेक तयार असेल तर पाठवू का तिला?''

''हो पाठवा''

''थँक्स मॅम...'' अन् त्यांनी मोबाइल बंद केला.

सरांनी त्यांच्या स्वत:च्या बॅगमधून चेकबुक काढलं. एक पस्तीस हजार रुपयांचा चेक तयार केला. संजनाच्या हाती देत म्हणाले, ''राणीला अशक्तपणामुळे एवढ्या मोठ्या नोटांचं ओझं होईल... म्हणून हा चेक... तोही सध्या तुझ्याजवळ ठेव... हा चेक अन् आपल्या कॉलेजच्या ऑफिसमध्ये स्टुडंट वेलफेअरच्या जायभाये मॅडम आहेत. त्यांच्याजवळून चाळीस हजारांचा चेक घेऊन दोन्ही चेक राणीचं ज्या बँकेत खातं असेल त्या बँकेत जमा कर... पुन्हा असलं ओझं घेऊन माझ्यापर्यंत येऊ नका. कळलं?... ठीक. या आता.''

त्या दोघी चेक घेऊन खालच्या मानेनं बाहेर पडल्या होत्या. सरांनी नोटा ठेवून घेतल्या, तेवढ्याच पैशांचा चेक दिला... शिवाय कॉलेजच्या स्टुडंट्स वेलफेअर ऑफिसमधूनही राणीला काहीही न सांगता चाळीस हजार रुपये मिळवून दिले... म्हणजे राणीला मालामाल केलं... हे सारं ज्या आस्थेनं सर करतात, त्या आस्थेला कधी धक्का पोचेल असं काहीही करायचं नाही. इतकंच काय काही खासच काम असेल तर त्यांना भेटायचं. असं तिनं मनाशी पक्कं ठरविलं होतं. त्यामुळेच आज जरी ती देशपांडे सरांना स्टाफरूममध्ये भेटायला चालली असली तरी ती जाधव सरांना त्यांच्या केबिनमध्ये जाऊन भेटणार नाही.

देशपांडे सरांसोबत आधीच सीनिअरच्या दोन मुली कसली तरी चर्चा करीत होत्या. त्यांची चर्चा सुरू असताना आपण मध्येच जाऊन त्यांना डिस्टर्ब करू नये म्हणून राणी आत जाऊन थोडीशी दूर उभी राहिली. काही वेळानं बोलता बोलता देशपांडे सरांचं तिच्याकडे लक्ष गेलं. अन् ते म्हणाले, ''ये राणी.''

राणीही गेली. सरांनी त्या दोघींना राणीची ओळख करून देत सांगितलं, ''वेदान्ती, या राणीचं स्मरण गजबचं आहे...'' वेदान्तीआधी तिच्या सोबतची भानुप्रिया राणीकडे पाहत विचारती झाली, ''सर, ही तीच ना प्रिन्सिपल डेच्या वेळी...''

''हां, हां. हीच ती,'' सरही आनंदले.

मग त्यांनी त्या दोघींची राणीला ओळख करून दिली. एकीचं वेदान्ती देवरुखकर असं नाव तर दुसरी भानुप्रिया सराफ. वेदान्ती अन् भानुप्रिया दोघीही पुण्यातल्या दख्खन नाट्य अकादमीतर्फे वेगवेगळ्या नाटकांत भूमिका करतात. शिवाय दोघींनीही आत्तापर्यंत साताठ मराठी चित्रपटांत अन् तेवढ्याच मराठी मालिकांतून काम केलेलं आहे. सध्या 'उंच उंच हिंदोळ्यावर' या आम्ही-मराठी चॅनलवर सुरू असलेल्या मालिकेत दोघीही काम करताहेत...

राणीला वेदान्ती देवरुखकर या नावावरून काही बोध झाला नाही; पण भानुप्रिया सराफ म्हणजे प्रसिद्ध अभिनेता अशोक सराफ यांच्या जवळच्या नात्यातली तर नसेल ना, अशी शंका आली. मात्र तिनं तसं काही विचारलं नाही.

''राणी, तुला अन् या दोघींनाही यासाठी बोलावलं की आपल्या विद्यापीठाच्या मराठी नाट्यशास्त्र विभागानं पुढच्या महिन्यात पहिल्या आठवड्यात चार-पाच तारखांचं म्हणजे दोन दिवसांचं पुणे विद्यापीठातील विद्यार्थ्यांसाठी अभिनयाचं शिबिर आयोजित केलं आहे. प्रत्येक कॉलेजातून त्यासाठी तीन विद्यार्थ्यांची नावं पाठवायची आहेत. तुम्हा तिघींची नावं पाठवायचं मी ठरवलं आहे ...''

सरांच्या बोलण्यावर राणीनं काही प्रतिक्रिया दिली नाही; पण तिला हा सरांचा सगळा आगाऊपणाच वाटत होता. ज्या वाटेने आपल्याला मुळी जायचेच नाही, ती वाट सर दाखवत आहेत. काय करावं ? सरांना सरळ सरळ 'नाही' म्हणणंही अवघड होतं. अन् 'होकार' दिला तर इकडे कॉलेज दोन दिवस बुडणार... काय करावं? राणीला मोठा प्रश्न पडला. तेव्हाच -जेव्हा सरांनी आपल्याला कुठल्याशा नाटकातला तो उतारा येथेच म्हणजे या स्टाफरूममध्ये म्हणायला लावला होता. तोच आपण त्या वेळी चुकीच्या पद्धतीनं म्हटला असता तर आज ही पाळी आपल्यावर आली नसती... त्या वेळी तर ते पात्र देशपांडे सरांसारखंच आपल्याही अंगात पुरेपूर संचारलं होतं... राणी, घे आता...

''राणी, वेदान्ती, भानुप्रिया सध्याची तुमची तिघींची नावं मी पाठवतो. ऐन वेळेवर काही अडचण आलीच तर पाहून घेऊ. चालेल?''

''चालेल सर,'' त्या दोघींच्या आधी राणीच म्हटली. अन् तेवढाच तिला दिलासा वाटला.

सरांचा निरोप घेऊन ती बाहेर पडली... तेव्हा 'ऐन वेळेवर तब्येत बिघडल्याचं सोंग आणू,' असं तिनं मनाशी ठरविलं.

''राणी, एक मिनिट,'' राणीच्या कानावर आवाज आला. राणीनं मागे वळून पाहिलं. वेदान्ती अन् भानुप्रिया तिच्याकडे येत होत्या.

''सरांचा प्रस्ताव तुला जसा आवडला नाही, तसाच आम्हा दोघींनाही आवडला

नाही.'' वेदान्ती बोलली... ते ऐकून आपल्या मनातलं हिला कसं कळलं? असं कोडं राणीच्या मनात निर्माण झालं. तसं तिनं मोकळेपणाने वेदान्तीला विचारलं. तर भानुप्रिया म्हणाली, ''अगं, ते सारं तुझी बॉडी लॅंग्वेज सांगत होती... बॉडी लॅंग्वेज हे अभिनयाचं फार महत्त्वाचं अंग आहे... त्याची आम्हाला सवय आहे...''

''खरं म्हणाल तर नाटकात भाग घ्यायला किंवा त्याचं शिबिर अटेंड करायला माझ्याजवळ वेळ नाही. माझी परिस्थिती- म्हणजे घरची आर्थिक परिस्थिती फार नाजूक आहे. मी शिक्षण घेते आहे तेच इतरांच्या मर्जीवर. शिकायचं सोडून मी नाटकं-बिटकं करायला लागले तर माझ्या जिवाचंच नाटक झाल्याशिवाय राहणार नाही. आणि हे सरांना कसं बोलून दाखवावं तेच मला कळत नाही...''

''आमचा प्रॉब्लेम तुझ्यासारखा नाही,'' भानुप्रिया सांगू लागली, ''गेली सहा वर्षं आम्ही नाटकं, सिनेमा, मालिका, इ.तून अभिनय करतो आहोत. आता आम्हाला या अभिनय शिबिराची फारशी उपयुक्तता नाही. आमच्यासाठी हा प्रकार वेळखाऊ आहे; पण सरांना सांगेल कोण?''

वेदान्तीनं राणीला ''एक विचारू?'' अशी परवानगी घेऊन प्रश्न केला, ''तू खरंच अभिनय करणार असशील तर एक सुचवू?''

खरंतर हा प्रश्नही राणीच्या कामाचा नव्हता. तरीपण पाहू या काय सांगते? या विचारानं तिनं वेदान्तीला अनुमती दिली.

''माझे काका गावाकडच्या विषयावर एक मराठी फिल्म काढणार आहेत... म्हणजे त्या दृष्टीनं त्यांचं काम सुरू झालेलं आहे. शिक्षणासाठी एका खेडवळ पण दोन्ही पायांनी अधू, गरीब मुलीची तडफड, तगमग, जिद्द... तिच्या मार्गात येणाऱ्या अनंत अडचणी यावर मात करून तिचं सी.ए.च्या परीक्षेत देशातून तिसरं अन् महाराष्ट्रातून प्रथम येणं असा सगळा संघर्षाचा तो विषय आहे. त्यादृष्टीनं त्यांचा पात्रांचा शोध सध्या सुरू आहे. मुख्य मुलीच्या पात्रासाठी अनेक मुलींची ऑडिशन्स त्यांनी घेतली. पण अजून त्यांना हवी तशी मुलगी मिळाली नाही. तुझी इच्छा असेल तर एक दिवस मी तुला त्यांच्याकडे– अर्थात सुटीच्या दिवशी घेऊन जाईन ऑडिशनसाठी. जर तू त्यात उतरलीस तर तुला मी हेही आश्वासन देते की त्यांचं शूटिंग उन्हाळ्याच्या सुटीत होईल. म्हणजे एप्रिलमध्ये सेमिस्टर संपली की साधारणत: एक दीड महिना आपल्याला सुटी असते. त्या काळात... म्हणजे तुझा अभ्यास बुडणार नाही. आणि छंदही– अर्थात सध्या तुला तो छंद लागला असं म्हणता येणार नाही. तरीही जोपासता येईल... बघ, यावर विचार कर... चार दिवसानंतर मी तुला फोन करते. मला तुझा सेल नंबर सांग...''

राणीला क्षणभर वाटलं. तिला नंबर देऊ नये. नको हे सिनेमाचं गारुड. यात आपण फसलो तर मग आपलं शिक्षण– जे सिनेमापेक्षाही जास्त महत्त्वाचं आहे–

रखडेल. मात्र हा विचार तिनं मागे सारला अन् वेदान्तीला तिनं आपला नंबर दिला. तिचाही नंबर घेतला...

राणी सिनेमा, नाटक, शिक्षण अशा संमिश्र भावनांच्या हिंदोळ्यावर झोके घेत कॅन्टीनकडे निघाली.

◆

दाणी मॅडमचा पिरिअड सुरू असतानाच एकाएकी निम्फी उभी राहिली. अन् म्हणाली, ''सॉरी मॅम... ''

दाणी मॅडमनी शिकवणं थांबवून विचारलं, ''येस, व्हॉट्स रॉंग विथ यू?''

निम्फी रडवेली होत बोलली, ''मॅम, मला माझ्या सिस्टरचा एस.एम.एस. आला. माझे बाबा डेड झाले.''

ते ऐकून सगळा वर्ग सुन्न झाला. त्यातही मंकीला सर्वाधिक सुन्नता जाणवली. त्याचं कारण होतं. वर्गातल्या एकटी मंकी सोडली तर बाकीच्या कोणीही निम्फीच्या बाबांना पाहिलं नव्हतं, किंवा कदाचित तिचं घरही पाहिलं नसेल... आणि मंकी तरी का मुद्दाम तिचं घर, तिचे बाबा पाहायला थोडीच गेली होती... मंकीच्या मनात आलं, आपण मुद्दाम गेलो नाही हे खरं; पण निम्फीनं मात्र आपल्याला त्या रात्री मुद्दामच तिच्या घरी नेलं होतं. तिच्या बहिणीला– गीला त्या वेळी ती म्हणाली होती, ''गी, सांभाळ तुझी ही गिफ्ट. मी जाते.'' आणि ती तेवढ्या रात्री बाहेर निघून गेली होती.

खरंतर तो दिवस अन् संपूर्ण रात्रही मंकीसाठी कधीही न विसरण्याजोगी होती. मंकीची स्कूटी रस्त्यातच डिस्चार्ज झाल्याने बंद पडते काय? दोन टुकार पोरं तिची छेड काढतात काय? नेमकी त्याच वेळी निम्फी जयेशबरोबर त्याच्या जिप्सीतून तेथे अवतरते काय? ते पोरं ढुंगणाला पाय लावीत पळतात काय? आणि नंतर... नंतरचं काय काय सांगावं अन् काय काय नाही? आतापर्यंत तिनं ते कोणालाच– अगदी भट्टीलासुद्धा सांगितलं नाही. काय काय अनुभवलं नाही त्या रात्री तिनं? जयेशनं त्याच्या मॉमकडून पंचेचाळीस हजार रुपये घेतल्यावर पुण्याबाहेर हायवेनं आठ-दहा किलोमीटर गेल्यावर एका आड वळणाच्या रस्त्यावरून तीनेक किलोमीटर– त्यातला नंतरचा एक किलोमीटरचा संपूर्ण रस्ता अवघड वळणावळणांचा अन् घाटांचा होता– आत गेल्यावर डोंगराच्या पायथ्याशी एका आलिशान, सुसज्ज फॉर्महाउसवर ते तिघं पोचले. तर तिथे पंचवीसेक विविध

आकार-प्रकारच्या कार्स, मोटरसायकली, स्कूटींना तर गणती नव्हती- दोन -अडीचशे तरी असाव्यात. फार्महाउससमोर मोठा, भव्य, बंदिस्त पेंडॉल. आतून सेक्सी गाण्याच्या धून ऐकू यायलेल्या. मावळत्या सूर्याच्या साक्षीनं झगमगणारे, तीव्र प्रकाशांचे फोकस– जागजागी. अन् मंकी, निम्फीच्या वयाच्या अर्धनग्न, अहं– त्याहीपेक्षा काही जणी नग्नतेच्या जवळपास वावरणाऱ्या. एकट्यादुकट्या, घोळक्यानं, तसेच पोरंही... जी.एफ+बी.एफ अशी जोडपी-जोडपी. त्यांची संख्या जास्त. त्यातही काही पोरं-पोरी ८व्या, ९व्या, १०व्या वर्गातल्या वाटणाऱ्या. काही थोराड. तिशी-पस्तिशीच्या... एकमेकांशी हसणं, खिदळणं, एकमेकांना घट्ट आवळणं, किस करणं– सगळा उन्माद. इथे एकाही मुलीच्या चेहऱ्यावर स्कार्फ बांधलेला नव्हता. आपल्याला कोणी ओळखेल, किंवा आपण दिसायला चांगल्या, सेक्सी म्हणून आपल्याला कोणी त्रास देईल याची कसलीच फिकीर कोण्याच मुलीच्या वागण्यात दिसत नव्हती... उलट सिंगल असणारी मुलं-मुली पट्कन कोणाशी तरी जोडली जाऊ लागली. मंकी, निम्फी, जयेश तिघं त्या माहोलमध्ये शिरले... अर्थात निम्फी, जयेश एकमेकांशी घट्ट झाले. त्यांच्या मागून मंकीला एकेकटं चालताना कसंतरी वाटलं. अन् तेवढ्यात एकानं तिला "हाय, कमॉन विथ मी," म्हणत तिचा हात धरण्याचा प्रयत्न केला; पण मंकीला ते आवडलं नाही. ती त्याच्यावर जवळजवळ ओरडलीच. तिचा नकार पाहून तो बाजूला झाला. हे ना निम्फीला कळलं ना जयेशला. खरंतर त्या दोघांनी तिला जिप्सीतून उतरल्यावर बेदखलच केलं. तिलाही काही वेळ अवघडल्यासारखं वाटू लागलं.

"मंकी, थांब, थांब इथंच थोडी. जयेश आपल्यासाठी काउन्टरवरून पासेस आणतो. निम्फीनं तिला थांबविलं अच्छा, म्हणजे येथे फुकट प्रवेश नाही तर! पासेस काढावे लागतात. त्याचेही पैसे भरावे लागत असावेत. तिनं निम्फीला विचारलं. ती सांगू लागली– अशा इव्हेंटसाठी ऑनलाइन बुकिंग करता येते. किंवा प्रत्यक्ष काउन्टरवर पैसे भरता येतात. नेटवरून विशिष्ट संकेतस्थळावर सर्च केलं की कुठे अशी पार्टी अरेंज केली ते कळते. पार्टीच्या ठिकाणी पोचण्यासाठी मॅपसुद्धा दिला जातो. त्यामुळे पुण्यातून निघून पार्टीच्या स्थळी पोचेपर्यंत कोणाला-रस्त्याने-विचारायची गरज उरत नाही. एरव्ही जयेश ऑनलाइन बुकिंग करत असतो, निम्फीचं अन् त्याचं; पण या वेळी त्याच्या अकाउंटमध्ये पुरेसे पैसे नसल्याने आणि सोबत मंकी आली असल्याने आता तो काउन्टरवर बुकिंग करतो आहे. बुकिंग करून पासेस मिळविल्यावर त्या गेटवर दाखवल्याशिवाय आत प्रवेश नाही... मंकीनं एकेकाचे किती पैसे भरावे लागतात ते विचारलं. "प्रत्येकी बारा हजार," हा निम्फीच्या तोंडचा आकडा ऐकून ती उडालीच. बारा हजार?

एका रात्रीचे? या बारा हजारात काय मिळणार आत?''

''वाटेल ते खा, वाटेल ती, वाटेल तितकी वाइन प्या... फार्महाउसच्या हॉलमध्ये डीजेच्या तालावर कोणाही सोबत मनसोक्त नाचा...''

कोणाही सोबत फक्त नाचायचं की...? मंकीच्या या शंकेला निम्फीनं ''ॲज यू ॲन्ड योर पार्टनर विश,'' असं उत्तर दिलं. त्यामुळे मंकीचं मन धडधडायला लागलं. तिला परवलीचं वाक्य आठवलं, 'नो इंटरसेक्शन विदाऊट कंडोम,' अनुप्रिया देशपांडेच्या बहिणीनं सांगितलेला हा मंत्र. त्यानुसार आपण आपल्या सॅकमध्ये चार-पाच कंडोम सदैव बाळगतो. भट्टीलाही कधीमधी आवश्यकता वाटली तर देतो... अन् नेमकं आता, या क्षणी आपल्याजवळ एकही कंडोम नाही. कारण आपण सॅक फ्लॅटवर ठेवून आलो... आपल्या लक्षातही आलं नाही सॅक आणायची. किमान त्यातलं एक-दोन कंडोम... आता? इथं तर पार्टनर... ही निम्फी तेच म्हणते आहे... ''हिअर पार्टनर इज मस्ट... नो चार्म विदाउट पार्टनर...'' आपल्यालाही आपण एकटे असल्याने कोणीतरी पार्टनर पाहावा लागेल... कसा असेल तो? कसा वागेल तो आपल्याशी! 'बागबान' सिनेमात कसं दाखवलं? व्हॅलेंटाईन डेच्या पार्टीत हेमामालिनीच्या नातीशी तिचा पार्टनर जबरदस्ती करतो... इथं आपला पार्टनर आपल्याशी तसं काही करेल... 'बागबान'मधल्या त्या प्रसंगी हेमामालिनी तिथं अचानक प्रकट होऊन त्या प्रसंगी नातीची सुटका करते. सिनेमात ते शक्य आहे. इथं तसंच काही घडलं तर आपली कोण सुटका करेल? तसंच काही जबरदस्तीनं आपल्या पार्टनरनं आपल्यावर– म्हणजे रेप केला तर? रेप अन् विदाउट कंडोम? बाप रे? त्यातून मग गर्भधारणा... मग अबॉर्शन... पण त्यावर आता कडकपणे बंदी आली... परळीच्या कोण्या त्या डॉक्टर पती-पत्नीचं फार मोठं अबॉर्शन रॅकेट उघडकीस आलं अन् सरकारनं अशा गोष्टींवर निर्बंध आणले. म्हणजे मग नको ते पोटात सांभाळा. ते सहन करा. सहन नाही झालं तर मग आत्महत्या करा... सहन झालं तर मायबापांना सांगा... ते मग गावाकडे आपल्याला कोणाच्या तरी गळ्यात बांधणार... नको नको... तसं काही होण्यापेक्षा...

''मंकी,डू यू वॉन्ट कंडोम?'' अचानक निम्फीनं प्रश्न केला... अन् ती उत्तर देण्याआधीच निम्फीनं तिच्या हातात तीन-चार कंडोम ठेवले... तेवढ्यानंच मंकीच्या गळ्यात अटकलेला श्वास एकदम मोकळा झाला.

कोणी काढलं असेल हे रेव्ह पार्टीचं खूळ? कोणीही काढो; पण जे अशा पार्ट्यांचं आयोजन करतात ते किती पैसा कमावत असतील? त्यामुळंच पोलिसांची यांना भीती वाटते? पोलिसांना कळू नये म्हणून मुख्य शहरांपासून दूर अशा डोंगरकपारीत, फार्महाउसवर अशा पार्ट्यांचं आयोजन केलं जाते. मात्र मंकीला हेही माहीत होतं की, पोलीस त्यांच्या खबऱ्यांच्यामार्फत अशा पार्ट्यांची गुप्तपणे

माहिती मिळवतात. अन् मग धाड टाकतात. पुण्याच्या एका नामवंत कॉलेजच्या साडेचारशे विद्यार्थ्यांना– त्यात अधिक मुलीच– मागे नव्हतं पकडलं पोलिसांनी? तसाच काही धाडीचा प्रकार येथेही झाला तर? या विचारानं मंकी आणखी एकदा अस्वस्थ झाली. तिनं आपली शंका निम्फीजवळ बोलून दाखवली. तर ती म्हणाली, "पार्ट्यांचं आयोजन करणारेही कच्च्या गुरूंचे चेले नसतात... त्यांचंही स्वतःचं नेटवर्क असतं. जागोजाग त्यांची माणसं असतात. पोलिसांची रेड पडण्याची शक्यता असली तर ते ताबडतोब कळवतात आणि मग आयोजक सगळ्यांना ताबडतोब स्पॉट सोडायला सांगतात..."

म्हणजे चला, इथं तशीही काही भीती नाही.

"लेट अस गो, कमॉन गाईज," जयेश तिथं येऊन म्हणाला. त्यापूर्वी त्यानं एक स्वतःच्या, दुसरी निम्फीच्या तर तिसरी मंकीच्या गळ्यात लेस लावलेल्या पासेस टाकल्या... त्या पासला हाताने स्पर्श करीत मंकीच्या मनात विचार आला, यावर आपलं खरं नाव टाकलं असेल का? तिनं प्रकाशात न्याहाळून पाहिलं तो पास कोरा होता अन् त्यावर एक कोडवर्डसह नंबर होता... एवढासा हा दोन बाय तीन इंची पास अन् त्याची किंमत बारा हजार रुपये. जयेशची तिला यासाठी कमाल वाटली की त्याची अन् तिची अजिबात ओळख नसताना निम्फी म्हणाली म्हणून तिच्यावर तो एवढा पैसा खर्च करतो आहे. बारा हजारांपैकी किती पैशांचा उपभोग अन् आनंद मंकीला येथे घेता येईल? खरंतर ती मुळात मनातून धास्तावलेलीच आहे. कारण अशा पार्टीत ती यापूर्वी कधीच सामील झाली नव्हती. गावाकडे ग्रूपमधल्या कोणाचा बर्थ डे असला तर गाड्यावर भेळपुरी, भेळपाणी किंवा फार तर हॉटेलात आइस्क्रीम... बस्स! वाइन, डान्स, त्यापलीकडे जाऊन तसला काही आगाऊपणा... या गोष्टींना थारा नव्हता. वेदान्तनं एकदा तिच्याशी 'स्लमडॉग मिलेनिअर' सिनेमा पाहताना केली होती तेवढीच लगट. तीही तशी मर्यादितच. इथे काय काय होईल? म्हणजे बाकीचे एकमेकांशी काय काय करतील? आपल्याशी कोण काय करेल? सगळेच काही जयेश असणार नाहीत. जयेशनं तिच्या गळ्यात पास टाकण्याखेरीज– तेही अधर, किंचितही स्पर्श न करता– तिच्याशी अवाक्षर बोलला नाही किंवा तिच्याकडे त्यानं साधा कटाक्षही टाकला नाही. वास्तविक आपण हिच्यावर एवढा खर्च करतो म्हणजे आपण हिच्याशी... तो निम्फीशी कसा वागत असेल? ते त्या दोघांनाच माहीत!

"मंकी, एक लक्षात घे. आता आत गेल्यावर कदाचित आपली फाटाफूट होईल. तू तुझ्या पद्धतीनं पार्टीची मजा घे; पण पार्टी संपल्यावर एन्ट्री गेटवर आमची वाट पाहा. आम्ही लवकर बाहेर आलो तर आम्हीही पाहू... चालेल?"

निम्फीच्या या सूचनेला तिने होकार दिला. अन् ते तिघं एन्ट्री गेटकडे निघाले...

निम्फीच्या म्हणण्यानुसार आत गेल्यावर ते दोघं मंकीपासून वेगळे झाले. आत प्रचंड गर्दी होती... खाण्याचे, पिण्याचे अनेक काउन्टर्स होते... तिथंही गर्दीच गर्दी होती. बरेच जण-जणी हाती पेग घेऊन आजूबाजूला आपापल्या जी.एफ., बी.एफ.बरोबर उभे राहून आस्वाद घेत होते. काही ग्रूपनं उभे होते. काही एकेकटे होते...

एक जण मंकीजवळ आला. त्याच्या दोन्ही हाती दोन पेग होते. डाव्या हातातला पेग मंकीपुढे करीत तो बोलला,''प्लीज, शेअर विथ मी! आय ॲम अलोन. आय थिंक यू मे बी...?''

पण मंकी झटक्यात बोलली, ''नो थँक्स, माय बी.एफ. इज विथ मी.'' अन् ''सॉरी'' म्हणत तो पुढे सरकला.

मंकी एका काउन्टरवर गेली. तो आइस्क्रीमचा काउन्टर होता. तिनं एक चॉकलेट आइस्क्रीम कोन घेतला. बाजूला झाली. जसजसा वेळ जाऊ लागला तसतशी वातावरणात धुंदी चढू लागली. काही जण आधी पेगमागून पेग रिचवून काहीबाही खाऊ लागले. काही आधी खाऊन मग पेगवर पेग घेऊ लागले. काही नुसतेच पेग– एकानंतर दुसरा, दुसऱ्यानंतर तिसरा, तिसऱ्यानंतर चौथा घेऊ लागले. मात्र अजूनही कोणी लडखडताना वा जमिनीवर लोळताना दिसत नव्हतं. नाहीतर गावाकडे काय चित्रं असते. जुन्या बस स्टॅन्ड चौकातल्या देशी दारूच्या दुकानासमोर कधीही पहा– आठ-दहा जण बडबडताना अन् दोन-तीन जण मातीवर लोळताना दिसतात. बुधवारच्या दिवशी बाजार असतो, तेव्हा तर तिथलं चित्र भीषणच असते. आपल्या घरच्या हॉलमधल्या पप्पांच्या कबर्डमध्ये वेगवेगळ्या विदेशी दारूच्या बाटल्या असतात. रात्री झोपण्यापूर्वी ते माफक प्रमाणात घेतातही. नंतर झोपतात. मात्र त्यांच्याकडे त्यांचे कोणी राजकारणी मित्र आले की मग ते मित्रांसमवेत रात्री बराच वेळ पीत गप्पा मारतात. एकदा कोणी एक मुंबईचा त्यांचा मित्र आला होता. रात्री त्याने खूप प्यायली होती. मग त्याची तब्येत बिघडली. तेवढ्या रात्री त्याला डॉ. काळेंच्या दवाखान्यात हलवले गेले...

''हाय मिसऽऽ'' एकाएकी मागून कोणीतरी मंकीच्या गळ्यात हात टाकले. वाइनचा दर्प तिच्या नाकात शिरला. झट्कन तिनं त्याचे हात बाजूला केले. असं करताना तिच्या हातचा कोन खाली जमिनीवर पडला.

त्यानं पुन्हा तिच्या कमरेत हात टाकत म्हटलं, ''चल, आपण हॉलमध्ये जाऊन डान्स करू या...'' त्यावर ती त्याच्या कमरेभोवतीचा हात बाजूला करून म्हणाली, ''माझा बी.एफ. माझ्यासोबत आहे. मी त्याच्यासोबत डान्स शेअर करणार आहे... प्लीज... सॉरी,'' असं बोलता बोलता ती तेथून बाजूला झाली.

हे एक तिच्या लक्षात आलं की इथं असं एकटं एकटं उभं राहणं अवघड आहे. बी ड्युअल, नो सिंगल हे इथलं तत्त्व दिसते. सिंगल असणारा कोणी आपल्यासारखा सिंगल असणाऱ्या कोणाला तरी आग्रह करतो. आपल्याला अशा पार्ट्यांची सवय नसल्याने आपल्याला कोणी शेअर करण्यासाठी विनवलं तरी आपण नकार द्यायलो. ज्यांना सवय असेल त्या त्या सिंगल असणाऱ्या पट्कन ड्युअल होत असतील. तिनं अवताल-भोवताल पाहिलं. तिला कोणतीच मुलगी सिंगल दिसली नाही. मोठाच्या मोठा हॉल. हॉलमध्ये जागोजाग वरून रंगीत फोकस सोडलेले– निळे, हिरवे, लाल, गुलाबी. त्यामुळे ज्यांच्या अंगावर जसे फोकस पडत तसे तसे चेहरे दिसत फोकसच्या रंगामुळे कोणाचाच चेहरा स्पष्टपणे ओळखू येत नव्हता. आपल्यापासून वेगळे झालेले निम्फी अन् जयेश आता नेमके कुठं असतील, काय करत असतील?

"लेट अस गो इन इंटरकोर्स- रूम..." मंकीच्या कानावर कोण्यातरी मुलीचं बोलणं पडलं. अन् तिला झटका बसला... एक मुलगी दुसऱ्या मुलाला स्वत:हून म्हणते आपण इंटरकोर्स- रूममध्ये जाऊ? आणि त्यासाठी इथं इंटरकोर्स- रूमसुद्धा उपलब्ध आहे. म्हणजे हे खुलम्खुले हाय प्रोफाइल वेश्यालयच आहे की नाही?

'नो जिग्मी, ऑल्मोस्ट ऑल इंटरकोर्स- रूम्स आर एन्गेज्ड..." तिच्यासोबतचा तो म्हणाला... ओ, म्हणजे इथे एकच इंटरकोर्स रूम नाही तर अनेक आहेत... जे जे या रूम्समध्ये जातात ते ते कंडोमचा वापर करून इंटरकोर्स करत असतील काय?... पार्टी आयोजित करणारे कंडोम पुरवत असतील काय? की इंटरकोर्स करणारे पूर्व नियोजनानुसार आपल्यासोबत कंडोम आणत असतील? जसे निम्फीनं आणले... त्यातले काही तिनं आपल्यालाही दिले... ज्यांच्याजवळ नसतील, पार्टीवाल्यांनीही पुरवले नसतील, ते बिनाकंडोमचं इंटरकोर्स करत असतील काय? पण ते किती रिस्की...? हं, त्यावर उपाय आहेच की? पिल्सचा! इंटरकोर्स झाल्यापासून बहात्तर तासांच्या आत पिल घेतली की झालं. नुसत्या विचारांनीच मंकीचं डोकं तापायला लागलं. तरीही तिला आठवलं, पुण्यातल्या सिटीबसेसच्या मागच्या भागात ठळकपणे लिहिलेलं असतं- 'कंडोम कब कब, यौनसंबंध जब जब.' हे अशा मुलामुलींसाठीच की नाही? शिवाय ती जागोजाग असणाऱ्या कॉइन टाकलं की कंडोम बाहेर टाकणाऱ्या मशिन्सही– तेही अशांसाठीच ना?

"लेट अस गो आउटडोअर इन माय कार" त्या मुलीनं सुचवलं.

त्यावर तिचा बी.एफ. म्हणाला, "ओ नो, दॅट विल बी मोस्ट कंजेस्टेड."

"देन, व्हॉट..." तिचं बोलणं अर्धवट तोडत त्यानं तिला ओढत म्हटलं, "वी विल सेलिब्रेट अवरसेल्फ इन द कॉर्नर ऑफ धिस हॉल..."

बाप रे! म्हणजे... मंकीच्या अंगावर सरसरून काटा आला... देवा, त्यांना

सद्बुद्धी दे! कधी नव्हे तो मंकीच्या ओठांवर देव आला.

तेवढ्यात काही एक गोंधळ सुरू झाला. तिघं जण एका मुलीला अक्षरश: हवेवर उलचून नेत होते... अन् ती हातपाय झाडत होती, ओरडत होती. पण इतर कोणीही त्यांच्याकडे लक्ष दिलं नाही. बहुतेक ते तीन धटिंगण तिच्यावर जबरदस्ती करणार? आणि त्यांनी तसंच केलं. अगदी हॉलमध्येच. ते सेलिब्रेट करत होते अन् बाकीचे आपापल्या डान्समध्ये मश्गुल होते... सगळा प्रकार पशूवत सुरू होता. असंच काही आपल्याही वाट्याला येऊ शकते. त्या आधी आपण बाहेर जाऊ या... या विचारानं मंकी हॉलमधून बाहेर पडण्यासाठी चार पावलं चालत आली. तर एकानं तिला अडवलं. दंडाला धरून तिला त्यानं आपल्या बाहुपाशात खेचलं. आवळलं. तिचे किस घेण्याचा त्याचा प्रयत्न सुरू झाला. अन् ती सावध झाली. तिनं जोर खाऊन त्याच्या खांद्याला कडकडून चावा घेतला. तो ओरडला, विव्हळला, त्यानं तिला सोडलं. अन् ती धावतच बाहेर आली... बाहेर तिला मोकळं वाटलं. तिनं मोबाइलवर टाइम पाहिला, एक वाजत आला होता. बापरे, एवढ्या झपाट्यानं वेळ गेला? आपण सातेक वाजता इथं पोचलो. म्हणजे इथं येऊन आपल्याला सहा तास झाले? आपण वाइन पिली नाही, शुद्धीवर होतो, तरी आपल्याला वेळ कसा गेला हे कळलं नाही. जे पिऊन धुंद झालेले आहेत त्यांचं काय? आणि ही पार्टी अशानं कधी संपेल?

एवढ्यात घोषणा झाली, ''प्लीज, क्विकली डिस्पर्स द पार्टी. पोलीस इज कमिंग फॉर रेड. गो. गो... कृपया त्वरित आपापल्या वाहनाने येथून निघून जा... पोलीस, पोलीस... फास्ट... जल्दी... जल्दी.'' उद्घोषक आवाज वाढवून अक्षरश: ओरडत होता. अन् त्याचा परिणाम म्हणून टेन्टमध्ये गोंधळ सुरू झाला...

''मंकी, तू एन्ट्री गेटवर आमची वाट पाहत उभी राहा...'' निम्फीनं आधीच सुचवलं होतं. त्यानुसार मंकी एन्ट्री गेटवर जाऊन त्यांची वाट पाहू लागली.

गंमत म्हणजे त्यानंतर तिसऱ्या दिवशी निम्फी कॉलेजात मंकीला म्हणाली, ''अगं, त्या दिवशी जयेशला कोण्या मुलीने खांद्याला कडकडून चावा घेतला होता? मंकीला मनातल्या मनात हसू आलं, ते ऐकून... म्हणजे तो जयेश होता तर?

''लेट मी सी दॅट एस.एम.एस.'' दाणी मॅडमनी निम्फीला म्हटलं. त्यावर निम्फी गडबडली. ''मॅम,मॅम...'' असंच करायला लागली. बाकीची मुलंमुलीही चकित झाली. दाणी मॅडमकडून वर्गात एस.एम.एस. दाखविण्याबद्दल कधीच विचारणा झाली नाही. खरंतर एस.एम.एस. आल्यावरून कोणी अचानक सुटीही मागितली नव्हती. निम्फीवर आज तशी वेळ आली. निम्फीनं माझे बाबा मरण

पावल्याचा एस.एम.एस. आला असं म्हटल्यावरही ती का गडबडली? तो एस.एम.एस. दाणी मॅडमना दाखविण्यात तिला काय अडचण असावी? मंकीलाही हे कोडे उलगडेना. तिचं, तिच्या बहिणीचं वागणंही तसंच...

वास्तविक त्या पार्टीवरून रात्री दोन वाजता जयेशने तिला अन् निम्फीला निम्फीच्या घरी आणून सोडलं. त्या वेळी नवल असं की निम्फीच्या घराचं दार नुसतं लोटलेलं होतं... ती मंकीला घेऊन आत आली अन् हॉलमध्ये तेवढ्या रात्रीपर्यंत जागत बसलेल्या तिच्या बहिणीला म्हणाली, ''गी, सांभाळ तुझी गिफ्ट. मी जातेय.''

पुढे काहीही न बोलता ती पाठीवरची सॅक दिवाणावर फेकून क्षणार्धात घराबाहेर पडली. ''आता ही कुठे चालली?'' मंकीनं तिच्या बहिणीला– गीला विचारलं.

त्यावर ती म्हणाली, ''बस, रिलॅक्स हो. सांगते मी सारं. निम्फीबद्दल, माझ्याबद्दल, आमच्या कुटुंबाबद्दल...''

''आणि ती मला तुमची गिफ्ट असं का म्हणाली?''

मंकीच्या या प्रश्नावर हसत गी बोलली, ''अगं, किती शंका विचारशील? तुला फ्रेश व्हायचं का? कशी झाली पार्टी? मजा आलीय?'' आता तिनं प्रश्नांची सरबत्ती सुरू केली....

मंकीला फ्रेश होण्याचं तसं काही विशेष कारण नव्हतं. तिनं तिथं ना काही खाल्लं, ना पिलं, ना डान्स केला, ना इंटरसेक्शन. तसं म्हटलं तर तिच्यावर जयेशनं खर्च केलेले पैसे पूर्णपणे वायाच गेले... पण मंकीला रेव्ह पार्टी म्हणजे काय ते पुरेपूर कळलं. किती हिडीस, ओंगळ वागणं असतं तिथं सर्वांचं? पुन्हा दुसऱ्यांदा अशा पार्ट्यांना चुकूनही जायचं नाही... तिनं पार्टीतच तसा मनाशी निर्धार केला होता.

''आय ॲम गी, निम्फीज सिस्टर... एल्डर सिस्टर...!'' ती मंकीच्या खांद्यावर दोन्ही हात ठेवून म्हणाली, ''आत बेडरूममध्ये माझे बाबा आहेत. गेल्या नऊ महिन्यांपासून ते कोमात आहेत. इन्डिव्हिज्युअली, आय ॲम इगरली वेटिंग फॉर हिज डेथ...''

कम्माल आहे? बापाच्या मरणाची वाट पाहते गी... एवढं बाबांचं जगणं - कोमा म्हणजे जगणं थोडंच– असह्य होतं आहे हिला? बोलत बोलत गीनं मंकीला बेडरूममध्ये आणलं. लाइट लावला... दिवाणवर तिचे बाबा निष्प्राण अवस्थेत पडलेले होते... कसल्याच जाणिवा नसलेले.

''तुला माहिती आहे की नाही तुझं तुला माहीत... गेल्या वर्षी २५ जानेवारीला स्वारगेट बसस्टॅन्डवरून एका माथेफिरू ड्रायव्हरने बस बाहेर काढून ती रोडवरून

अंदाधुंद चालवली होती. त्यात नऊ जण ठार अन् पस्तीस जण जखमी झाले होते. त्या अपघातात आमचे आई-बाबाही सापडले. बाबा आईसोबत दवाखान्यामध्ये चालले होते. त्या वेळी बाबांच्या स्कूटीवर चार-पाच मोटरसायकली येऊन आदळल्या. त्यात आई-बाबा जबर जखमी झाले. कोणीतरी दोघांनाही दवाखान्यात भरती केलं. आम्हाला चार दिवस आई-बाबा कुठे आहेत ते कळलंच नाही. पाचव्या दिवशी कळलं, तर आई दवाखान्यातच एक्स्पायर झाली होती आणि बाबा कोमात गेले होते.''

मंकीनं, ''या घटनेनं तुम्ही हादरला असाल?'' असं गीला विचारल्यावर ती जे बोलली ते ऐकून मंकीनं डोळेच वासले.

ती म्हणाली, ''ॲक्चुअली आईची डेथ झाली हे ऐकून मला तरी आनंद झालाय...''

सख्खी आई मेल्याचा आनंद? मंकीला ते गूढ कळेचना. तिनं स्पष्ट विचारल्यावर गी सांगू लागली, ''गेल्या पाच वर्षांपासून आई, मी लग्न करावं म्हणून हात धुऊन माझ्यामागे लागली होती.

''मग त्यात काय एवढं?'' कोणत्याही आईला आपल्या वयात आलेल्या मुलीचं लग्न व्हावं असं वाटतंच.

''तू म्हणतेस ते बरोबर आहे. पण माझं ऑर्डिनरी मुलींसारखं नाही. मी ''गे आहे.''

''गे? म्हणजे काय ?''

''गे म्हणजे समलिंगी.''

गे, समलिंगी हे दोन्हीही शब्द मंकीला कळले नाहीत.

गीनं त्यावर तिला जवळ ओढीत म्हटलं, ''आपण झोपू तेव्हा कळेल तुला...''

म्हणजे काय? काय कळेल? मंकीला हे सगळं विचित्रच वाटू लागलं. पुढं गीनं तिला सांगितलं की, आठव्या वर्गापासून गीचा तिच्या वर्गातल्या एका मैत्रिणीशी संबंध आला. सुरुवातीला कधीकधी ग्रॅज्युएशन करताना, एकत्र अभ्यास करण्याच्या बहाण्याने त्या एकमेकींच्यात आणखी घट्टपणा आला. एकमेकींनी मग आणाशपथा घेतल्या. त्या यासाठी की दोघींनीही आयुष्यभर एकत्र राहायचं, कोणाही तरुणाशी लग्न न करता. आणि त्या तशा राहू लागल्या. ग्रॅज्युएशन पूर्ण झाल्यावर गी कॉर्पोरेशमध्ये तर तिची मैत्रीण इंदौरला नोकरीला लागली. मैत्रिणीच्या ओढीने रविवारच्या सुटीच्या दिवशी गी इंदौरला जायची... असं फार दिवस चाललं. गीच्या आईनं नातेवाइकांत गीच्या लग्नाची गोष्ट काढायला सुरुवात केली. त्यानुसार पहिल्यांदा एक मुलगा गीला पाहायला येणार. तर गीनं स्पष्टपणे

'आपण गे असल्यामुळे कुठल्याही तरुणाशी लग्न करणार नाही. उलट आपल्या एका मैत्रिणीसोबत आपण पती-पत्नीसारखे लवकरच राहणार आहोत,' असं जाहीर केलं. त्यातून आईशी तिचे खटके उडू लागले. आई वेगवेगळ्या तरुणांना गीसाठी घरी बोलवायची. अन् पुढेपुढे गी त्या मुलाला, त्याच्या सोबत आलेल्या त्याच्या नातेवाइकांना आपल्या गेपणाबद्दल न संकोचता सांगे... या प्रकाराने तिची आई अलीकडे अधिकच त्रस्त झाली. तिचा त्रागा, चिडचिड, वाढली. परिणामी आजारपणानं मूळ धरलं. दवाखाना सुरू झाला. त्या दवाखान्यापायी तो अपघात झाला अन् त्यात आई गेली. त्यामुळे 'आपण सुटलो' अशी गीची भावना झाली.

"मग बाबा?" मंकीनं भीडभाड न ठेवता विचारलं. "त्यांच्या डेथची वाट का पाहता?"

त्याचं गीनं स्पष्टीकरण केलं. गीला तिच्या इंदौरच्या मैत्रिणीकडे कायमसाठी जायची ओढ तीव्रपणे लागलेली आहे. आईचा अडथळा दूर झाला; पण बाबा कोमात गेल्याने त्यांच्या अवतीभोवती थांबणं भाग आहे. ॲक्चुअली गीनं बाबांच्या देखरेखीसाठी एका वयस्कर बाईला महिना दोन हजार रुपये देऊन ठेवलं. तिनं सकाळी आठ ते रात्री ७ पर्यंत त्यांचं सारं करायचं. नंतर गी लक्ष देऊ लागली. सुरुवातीला ती अधिक काळजी घ्यायची, औषधं द्यायची, कधी रात्र-रात्र जागायची. पुढं ते करणं कठीण होऊ लागल्यानं ती 'बाबा मेलेले बरे' या निर्णयावर येऊन ठेपली. पण बाबांचं मरण ना बाबांच्या हातात होतं ना गीच्या. शिवाय बाबांचा अडथळा दूर झाला की तिच्या इंदौरच्या मैत्रिणीकडे ती कायमची जाणार... त्यामुळे त्या अनिश्चित क्षणाची गी तीव्रतेने वाट पाहू लागली...

"कमॉन, शो मी दॅट एस.एम.एस." दाणी मॅडमनी एस.एम.एस. पाहण्याचा आग्रह धरला. मुलंमुली चॅट मारण्यासाठी कधी आईला, कधी बाबांना, कधी आजीला, कधी आजोबांनाही मारतात, याचा दाणी मॅडमना चांगलाच अनुभव हाता. एका इब्लिस मुलाने तर कहरच केला होता. एका टर्ममध्ये त्यानं दोन वेळा आई, अन् तीन वेळा बाबा वारल्याच्या घटना सांगून सुट्ट्या मागितल्या होत्या... त्याला अधिक खडसावून विचारल्यावर तो म्हणाला होता– तेही अतिशय निरागसपणे– "मॅम, पहिल्यांदा माझे सख्खे बाबा मरण पावले. आईनं दुसरा घरठाव केला. दुर्दैवानं ते बाबा वारले. मग आईनं तिसरा विवाह केला. अन् काही दिवसांत तीही वारली. माझ्या त्या सावत्र बाबांनी एका बाईशी– म्हणजे ती माझी आईच- लग्न केलं. ती दुसरी आई त्यानंतर वारली अन् सरते शेवटी तिसरे बाबा वारले... मग सांगा त्याला मी काय करू?"

कधी कध्धीही न हसणाऱ्या दाणी मॅडम त्या वेळी खळखळून हसल्या

होत्या.

त्या दोन-दोन वेळा म्हणत होत्या, अन् निम्फी एस.एम.एस. दाखवायला कांकू करीत होती. तिचे बाबा मरण पावल्याचा जर खरोखरच एस.एम.एस. आला असेल तर तो दाणी मॅडमला दाखवायला काय हरकत होती, असं वर्गातल्या प्रत्येकाला वाटत होतं. शेवटी "इफ यू आर नॉट रेडी टू शो मी दॅट एस.एम.एस., आय विल नॉट अॅलो यू टू लीव्ह द क्लास..." निम्फीपुढे आता मोठा पेच निर्माण झाला. काय करावे ? तिच्या मनाचा गोंधळ उडाला. मॅडमना एस.एम.एस. दाखवावा तर गीनं तो विचित्र वाटावा असा लिहिला. न दाखवावा तर मॅडम सुटी देत नाहीत... खरंतर बाबांसाठी तिचा तिच्या कळत्यापणापासून जीव तुटत होता. ती कळतेपणापासून कधीही बाबांना सोडून झोपली नाही. बाबा कोमात गेले त्या वेळी ती आठ दिवस झोपली नव्हती... शेवटी तिला दवाखान्यात न्यावं लागलं...

"येस यू, सिट डाउन" दाणी मॅडमनी निम्फीला आदेश दिला अन् डोळ्यांत आसू अन् गळ्यात हुंदका आणून निम्फी मोबाइल घेऊन दाणी मॅडमकडे आली. तिने डोळे पुसून इनबॉक्स ओपन केला. गीचा तो एस.एम.एस. काढून दिला. दाणी मॅडमनी तो वाचला... अन् त्यांना नवल वाटलं. त्यांनी थोडा आवाज वाढवून विचारलं, "व्हॉट्स धिस? इज धिस अ जोक ऑर रिआलिटी?"

"इट्स रिआलिटी मॅम."

"रिआलिटी अॅन्ड लाइक धिस?" दाणी मॅडमचा आवाज आणखी वाढला. अन् त्या वर्गाला उद्देशून म्हणाल्या, "क्लास, लिसन धिस एस.एम.एस. अॅन्ड टेल मी अबाऊट इट्स रिआलिटी. लिसन. द एस.एम.एस. इज- अ व्हेरी गुड न्यूज निम्फी, फादर इज डेड अॅट एट ए.एम... कम फास्ट.. गी..., कॅन यू इमॅजिन योर सेल्फ अबाउट धिस गुड न्यूज ऑफ फादर्स डेथ? विल यू अॅक्सेप्ट धिस?"

आता मंकीला सगळा उलगडा झाला. तिला आठवलं. गीचं बोलणं, "आय अॅम इगरली वेटिंग फॉर हिज डेथ... "

"हू आर दीज गी, अॅन्ड निम्फी?" दाणी मॅडमनं कपाळावर आठ्या पाडून विचारलं,

"आय मायसेल्फ इज निम्फी अॅन्ड गी? इज माय सिस्टर..." निम्फीनं स्पष्टीकरण दिलं.

"व्हॉट्स मीन बाय धिस निम्फी, धिस गी आर दीज योर रिअल नेम?"

दाणी मॅडमला जसा हा प्रश्न पडला, तसाच प्रश्न मंकीलाही पडला होता... तिनं गीलाच विचारलं, त्या दोघींच्या नावांचे अर्थ... ती गे म्हणून निम्फी तिला

गी म्हणायची. तर निम्फीचं तिनं स्पष्टीकरण दिलं तेही आगळंवेगळंच होतं. ती निम्फो होती. निम्फो म्हणजे पुरुषाचं अनैसर्गिक आकर्षण असणारी. निम्फीला गी म्हणून निम्फी म्हणायची. कळत्या वयापासून ती तिच्या बाबांजवळ झोपायची. ते कोमात गेल्यावर ती अस्वस्थ झाली. कारण घरात दुसरा कोणी पुरुष नव्हता. त्यामुळे तिची झोप उडाली. त्यातून ती आजारी पडली. डॉक्टरांकडे नेलं. त्यांनी उपचार केले. मानसोपचार तज्ज्ञांना दाखवायला सांगितले. एका नामवंत मानसोपचार तज्ज्ञाला डॉ. विवेक आळशी यांना दाखवल्यावर त्यांनी ती निम्फो म्हणजे अनैसर्गिक पुरुषाकर्षी असल्याचं निदान केलं. त्यासाठी त्यांनी उपाय सांगितला, तिला रात्री कोणा पुरुषाजवळ झोपवण्याचा... गीनं ही गोष्ट मनावर घेतली. कारण तिची विकृती निम्फीच्या अगदी उलट होती. तिला तिच्या मैत्रिणीचं-म्हणजे स्त्रीचं-आकर्षण होतं... निम्फी गीसाठी अधूनमधून मंकीसारख्या मुलींना रात्री घरी आणत होती अन् गीच्या ताब्यात देत होती. त्यामुळे गीची शारीरिक, मानसिक भूक भागवली जात होती. त्या रात्री गप्पा मारल्यावर गीनं मंकीला बराच वेळ झोपू दिलं नव्हतं... रेव्ह पार्टीतून एवढ्या टारगट पोरांच्या कचाट्यातून सहीसलामत निसटलेल्या मंकीवर गीनं आपली भूक मिटवून घेतली... म्हणूनच निम्फी म्हणाली होती, ''गी, सांभाळ तुझी ही गिफ्ट...'' एवढा एकमेकींच्या विकृतीचा विचार? एकमेकींच्या बाबतीत जणू त्या परतफेडीच करीत होत्या.

गीनं अशा पुरुषाचा शोध घ्यायला सुरुवात केली. ज्याच्या सोबत निम्फी रात्रभर शांततेत झोपू शकेल... पण असा पुरुष मिळणं वाटतं तितकं सोपं नव्हतं... एक कधीतरी वाचलेलं वाक्य गीच्या कायम स्मरणात होतं-पुरुष आणि घोडा कधीही थकत नाहीत... सत्तरी पार केलेल्या म्हाताऱ्या माणसांची वीर्यशक्ती कायम असते. त्यांनी एखाद्या तरुण मुलीशी लग्न केलं तर तिला मुलं झालेली समाजात बऱ्याच ठिकाणी दिसतात... निम्फीला पुरुषांचं आकर्षण होतं म्हणजे तिला नेमकं लैंगिक आकर्षण नसावं. कारण ती बाबांजवळ झोपत होती... परपुरुषाबरोबर झोपल्यावर तो तिच्याशी लैंगिक चाळे करणारच नाही याची काय गॅरंटी? त्यामुळे हा प्रश्न सोडवणं मोठं गुंतागुंतीचंच होतं.

ती पुन्हा त्या मानसोपचार तज्ज्ञाला भेटली. त्याला या अडचणी सांगितल्या. त्यावर त्याने सल्ला दिला, ''ज्या कोणासोबत तिला झोपवायचं असेल त्याला तिची हिस्ट्री स्पष्टपणे सांगा. ती तुमची मुलगी समजून तिच्याशी व्यवहार करा अशी विनंती करा... बघा, प्रयत्न करा...'' आणि गीनं पुन्हा प्रयत्न सुरू केले. त्याच काळात शेजारच्या एका घरात कोणी रिटायर्ड बिहारी राहायला आला. तो एकटाच होता. ना बायको ना मूलबाळ. एका रेल्वे अपघातात त्याची बायको अन् त्याची लग्नाला आलेली दोन मुलं ठार झाली. त्या धक्क्यानंतर त्याने पुन्हा लग्न

केले नाही. पुण्याला एका कंपनीत तो नोकरीला होता. तो परत गावाकडे गेला नाही. ही माहिती कळल्यावर गीनं त्याची भेट घेतली. पहिल्या वेळी तर नाही; पण दुसऱ्या वेळी तिनं त्याला निम्फीची अडचण सांगितली. ''तिला बरं करण्याचा दुसरा कोणताच इलाज नाही. तुम्ही आमचे बाबा व्हा. माझ्या बहिणीला म्हणजे तुमच्या मुलीला वाचवा...'' त्यानं त्या गोष्टीला सकारात्मक प्रतिसाद दिला. तेव्हापासून निम्फीचा प्रश्न मिटला. रात्री-बेरात्री घरी येणाऱ्या निम्फीसाठी तो बिहारी दार लोटून ठेवायचा. ही रात्री बाहेरून आली की शांतपणे त्याच्या कुशीत झोपायची... निम्फीचा प्रश्न सुटला. आता अडचण होती गीची. नेहमी नेहमी मंकीसारख्या मुली तिला रात्री वापरायला मिळणं शक्य नव्हतं. रात्र झाली की तिलाही अस्वस्थ व्हायचं... इंदोरच्या मैत्रिणीची तीव्रतेने आठवण यायची. तेवढ्या रात्री तिच्याकडे धावत जावं असं वाटायचं... पण अडसर होता कोमात गेलेल्या बाबांचा. आता बाबा मरण पावले. अन् गी सुटली. म्हणूनच तिनं निम्फीला ''अ व्हेरी गुड न्यूज निम्फी, फादर इज डेड ॲट एट ए.एम. कम फास्ट,'' असा एस.एम.एस. केला. हा एस.एम.एस. वाचून दाणी मॅडमच काय कोणालाही अविश्वसनीय, विचित्र वाटेल...

''व्हॉट्स मीन बाय धिस निम्फी, धिस गी?'' असाही दाणी मॅडमनं निम्फीला प्रश्न विचारला. काय उत्तर देणार ती? अलीकडच्या काळामध्ये अशा पद्धतीच्या शारीरिक, मानसिक विकृती, प्रकृती, रंग, रूप, स्वभाव इ.वरून अशी पोरापोरींची टोपणनावे माय-बाप, काके-मामे, मित्रमंडळी ठेवतात. मंकीचं 'मंकी' हे टोपणनाव तिच्या मामानं ठेवलं होतं. कारण लहानपणी ती माकडचेष्टा करायची. तशी आताही फारशी बदलली असे नव्हे. मंकीला आणखी काही गावाकडची बायका-माणसांची टोपणनावे आठवली– काळी, उंदरी, भोरी, लंगडी, हेकणी, चकनी, चभरी, बडबडी, ठेंगणी, ठुसकी, लंबाडी अशी कितीतरी... या नावांचं पुलिंग केलं की पुरुषांची नावं. मंकीच्या सध्याच्या वर्गात एका मुलीला डी.एम.सी. म्हणतात... त्याचं कारण त्या मुलीला दररोज एम.सी. असतो. तिला डेली एम.सी. म्हणून ती डी.एम.सी. अशा नावांपैकी काही नावांची स्पष्टीकरणं देणं सोपं असते... पण निम्फी, गी, डी.एम.सी. अशा नावांची स्पष्टीकरणं देणं किती अवघड आहे.

निम्फीलाही तिच्या अन् तिच्या बहिणीच्या टोपणनावाचं स्पष्टीकरण दाणी मॅडमसमोर करता आलं नाही. त्यावरून दाणी मॅडमनी ''हा सगळा तुझा बनाव आहे...'' असा निष्कर्ष काढून तिला जागेवर बसायला सांगितलं. तेव्हा मंकीला मनातून वाईट वाटलं. निम्फीचा तो एस.एम.एस. खरा असूनही तिला घरी जायला सुटी मिळत नाही. या गोष्टीनं मंकीचा जीव कळवळला. तिला राहावलं

नाही. ती उभी राहिली. अन् दाणी मॅडमला म्हणाली, ''मॅम, मे आय स्पीक?...''

''येस,'' दाणी मॅडमनी परवानगी दिली.

त्यावर मंकीनं तिला जमेल तशा इंग्रजीत स्पष्टीकरण दिलं. ''मॅम, आय न्यू निम्फीज फॅमिली मेंबर्स. हर फादर वॉज इन कोमा फ्रॉम लास्ट नाइन मंथ्स. बिकॉज ही वॉज व्हेरी बॅडली इंज्युअर्ड इन अ ॲक्सिडेंट हेल्ड ऑन २५ जानुअरी १२ बाय अ एस.टी. बस ड्रायव्हर ॲट स्वारगेट. दॅट्स व्हाय हर सिस्टर गी वॉज इन ट्रबल... शी वॉज ईगरली वेटिंग फॉर हर फादर्स डेथ... सो शी सेंट सच टाइप ऑफ एस.एम.एस...''

मंकीचं बोलणं ऐकून दाणी मॅडमसह सगळा वर्ग संभ्रमात पडला. भट्टीला तर याचं नवल वाटू लागलं की, निम्फीशी तिचा संबंध आला, ती निम्फीच्या घरी जाते हे किंवा यातलं काहीच कसं मंकीनं आपल्याला सांगितलं नाही. तर राणीला याचं कौतुक वाटलं की मंकी वर्गात पहिल्यांदा अन् तेही इंग्लिश बोलते आहे. आणि कोणाच्या तरी भल्याचं बोलते.

''वन मोअर थिंग मॅम, इन दॅट ॲक्सिडेंट निम्फीज मदर वॉज डेड.''

तिच्या या वाक्यानं संभ्रमात पडलेल्या दाणी मॅडमसकट सगळा वर्ग गंभीर झाला. कित्येकांच्या मनांत निम्फीबद्दल कळवळा दाटून आला. बरेच जण निम्फीकडे पाहू लागले. निम्फीच्या डोळ्यांना धारा लागल्या होत्या. ती आतल्या आत स्फुंदून रडत होती.

''आर यू टेलिंग लाय?'' एकाएकी दाणी मॅडमनी मंकीला प्रश्न केला. ''बिकॉज आय नो यू अ‍ॅन्ड दॅट रिमा वेलणकर...'' रिमा वेलणकर म्हणजे निम्फी. ''देअर इज अ प्रोव्हर्ब इन हिंदी - चोर चोर मौसेरे भाई...'' दाणी मॅडमचा हा शेरा ऐकून मात्र सगळा वर्ग स्तंभित झाला. निम्फीचे बाबा जर खरोखरच मरण पावले असतील तर दाणी मॅडमनी अशी शेरेबाजी करणं गैर आहे. एखाद्याच्या दुःखावर एवढं मीठ चोळणं म्हणजे...

''मॅम, सॉरी, आय मायसेल्फ डिडन्ट लाइक योर सच डिसग्रेसफुल कॉमेंट ऑन रिमाज फादर्स डेथ,'' राणी उभी राहून अतिशय कठोरपणे बोलली. त्यावर सगळ्या वर्गानं उभं राहून राणीला दुजोरा दिला... त्यामुळे दाणी मॅडमलाही त्यांनी दिलेल्या शेऱ्यातील कद्रूपणा लक्षात आला. आपण असं बोलायला नको होतं हे त्यांच्या लक्षात आलं... एकाएकी सूर पाडून त्या ''प्लीज, प्लीज... सीट डाउन, अ‍ॅन्ड बी काम...'' असं चार-चारदा आवाहन करूनही वर्गातला गोंधळ कमी होत नव्हता...

शेवटी दाणी मॅडमनी फळ्यावर खडूनं ''आय अ‍ॅम सो सॉरी... निम्फी कॅन गो. प्लीज सीट डाउन अ‍ॅन्ड बी काम...'' असं स्पष्टपणे लिहिलं. ते वाचून मग

कुठं हळूहळू वर्ग चूप झाला... खाली बसला...

''निम्फी, यू कॅन गो...'' पुन्हा दाणी मॅडम म्हणाल्या...

त्यावर निम्फी म्हणाली, ''सॉरी मॅम, आय विल गो आफ्टर योर पिरिअड इज ओव्हर...''

त्यावर राणीनं उभं राहून निम्फीला विनवलं, ''रिमा, डोन्ट बी अपसेट नाऊ. प्लीज, गो टू योर होम क्विकली... आय थिंक मंकी मस्ट हेल्प हर टू टेक हर अॅट हर होम...''

मग दाणी मॅडमकडे वळून राणीनं त्यांना विचारलं, ''मॅम, आर यू अँग्री विथ मी?'' दाणी मॅडमही पट्‌कन बोलल्या, ''येस शी कॅन...''

तरी निम्फी उठायला तयार नव्हती. तेव्हा राणी तिच्याजवळ आली. राणीनं स्वत:च्या हातानं तिचे डोळे पुसले. अन्‌ तिला पुन्हा रिक्वेस्ट केली. निम्फी तयार झाली. राणीनं मंकीलाही तिच्यासोबत जायला सांगितलं.

निम्फीनं पाय उचलला. अन्‌ तिला आतून प्रचंड वेगानं आलेला दु:खाचा आवेग रोखता आला नाही... तिनं मोठ्यानं हंबरडा फोडला अन्‌ मग राणीच्या गळ्यात पडली. कितीतरी वेळ ती रडत राहिली... राणीच्याही डोळ्यांत पाणी आलं.

ते दृश्य पाहून दाणी मॅडमचं काय सांगावं, पण सर्व वर्ग हेलावला. प्रत्येकाच्याच डोळ्यांत आसवं तरारली. काही वेळानं डबडबल्या डोळ्यांनीच वर्गानं निम्फीला निरोप दिला...

◆

३० नोव्हेंबर २०१२ रोजी शुक्रवार. कॉलेजचा शेवटचा दिवस. १ डिसेंबर पासून प्रिपरेशन लीव्ह. डिसेंबरच्या तिसऱ्या-चौथ्या आठवड्यांत फर्स्ट सेमिस्टर्सचे पेपर्स. आज म्हणजे दि. २४ नोव्हेंबर, शनिवारी दाणी मॅडमनी अशा आशयाची नोटीस वर्गात वाचून दाखवली. फर्स्ट सेमिस्टरची एक्झाम अगदी तोंडावर आली या जाणिवेने सगळा वर्ग धास्तावला. ज्यांचे ज्यांचे असिसमेंट, असाईन्मेंट्स, सबमिशन्स इनकम्प्लीट असतील त्यांना ते पूर्ण करून घेणं; खरंतर ही मोठी जिकिरीचीच गोष्ट असते. काही प्रॅक्टिकल्सचे इन्स्ट्रक्टर्स, प्रोफेसर्स या बाबतीत मुलांचा कधीकधी अतिरेकी छळ करतात. एखादी डायग्राम जीव तोडून, मेहनत करून एखाद्या मुलामुलीने काढली अन् तिच्याबद्दल संबंधित इन्स्ट्रक्टर, प्रोफेसरच्या मनात काही कारणाने राग असेल तर तो त्याला- तिला पुन:पुन्हा ती काढून आणण्याबद्दल त्रास देतो. दोन वर्षांपूर्वी जिल्ह्यातील एका नामवंत इंजिनिअरिंग कॉलेजमध्ये एका प्रोफेसर महाशयानं एका मुलीला चक्क विकृत स्वरूपाची मागणी घातली. त्या गोष्टीने ती एकाएकी भडकली. अन् तिने त्या महाशयाच्या श्रीमुखात ठेवून दिली. त्या प्रकरणाचा फार गवगवा होऊ नये म्हणून त्या महाशयाने तिचे चक्क पाय धरून माफी मागितली. तिनेही माफ केले. पुढे तिच्यासोबत त्या प्रसंगी हजर असणाऱ्या दोन मैत्रिणींमुळे त्या प्रकरणाचा कर्णोपकर्णी बराच गवगवा झाला... काही वेळा अशा मंडळींच्या मागण्यांचं स्वरूप पैसा, महागड्या भेटवस्तू अशा प्रकारचंही असतं. बरेच विद्यार्थी त्याला बळीही पडतात.

अशा विकृत वा अव्यवहार्य गोष्टींना या कॉलेजात थारा नसला तरी एखाद्यावरचा राग मात्र त्याला त्रास देऊन काढला जातो. तसा तो आधीही होताच. मंकी त्या बाबतीत तशी भाग्यवान ठरली, सुरुवातीला इंजि. ड्रॉइंगच्या होले सरांनी थोडाफार त्रास दिला; पण यावर भट्टीनं क्लिपिंगचा तोडगा काढल्यावर त्यांनी कधी सतावलं नाही... खरं म्हणजे याचं सगळं श्रेय वेदान्तला द्यायला हवं. तो तिची सगळीच्या सगळी प्रॅक्टिकल-जर्नल्स अप टू डेट करून देतो. तिच्यासाठी पेपरसेट्स मिळवणं, त्यांच्या उत्तरपत्रिका तयार करणं. खरं म्हणजे प्रॅक्टिकल जर्नल्सचाच त्याला-

म्हणजे त्याचं स्वत:चं अन् तिचं– लिहायचा त्रास होतो. बाकी पेपरसेट्स अन् त्यांच्या उत्तरपत्रिका तो स्वत:साठी तयार करतो. अन् तो तिला त्याच्या झेरॉक्स पुरवतो. त्याचा परिणाम म्हणून दुसऱ्या टेस्टच्या वेळी तिला बऱ्यापैकी मार्क्स मिळाले. म्हणजे दाणी मॅडमची ती पहिल्या टेस्टसारखी टार्गेट झाली नाही. तो तिच्यासाठी वेड्यागत एवढे कष्ट उपसतो तर ती त्याला या बदल्यात काय देते? सर्वच विषयांच्या प्रॅक्टिकल्ससाठी तिनं त्याला पार्टनर निवडलं. त्याच्यासोबत प्रॅक्टिकल्स करताना त्याच्याशी हसणं, वेगवेगळे म्हणजे सेक्शुअल, नॉनसेक्शुअल, पांचट, मोबाइल्सवर येणारे जोक्स सांगणं-दाखविणं, त्यालाही तसंच काहीतरी सांगायला प्रवृत्त करणं, वर्गातल्या मुलामुलींची असली-नसलेली अफेअर्स एकमेकांत शेअर करणं, अधूनमधून त्याला धक्के मारणं, दररोज दुपारच्या लाँग रेसेसमध्ये त्याच्याकडून कॉलेजसमोरच्या कॅन्टीनमध्ये नूडल्स खाणं, या वेळी मात्र ती भट्टीला सोबत नेत नाही. तिलाही तिचं वेदान्तला मूर्ख बनवणं माहीत असल्याने तिला त्याचं काही वाटत नाही. हे सगळं असंच वरवरच्या पाण्यावरच्या तरंगणाऱ्या फेसासारखं. त्याला ते सगळं खरंच वाटतं. दिवसा-रात्री तो तिला सतत एस.एम.एस. करत राहतो किंवा नेटवर तिच्याशी चॅटिंग करण्याचा प्रयत्न करतो. ती मात्र त्याला वेळ द्यायला टाळते. या सगळ्याचा परिणाम त्याच्या अभ्यासावर झाला. दुसऱ्या टेस्टमध्ये तो वर्गात लगेच पाचव्या क्रमांकावर घसरला. मंकीची प्रगती झाली... भट्टीनं अन् तिनं ही गोष्ट सिनेमा पाहून सेलिब्रेट केली होती... बिच्चारा!

पुढच्या आठवड्यात वेगवेगळ्या डिपार्टमेंट्समधून नो ड्यूज सर्टिफिकेट मिळवणं, ते मिळवताना कुठे काही ब्रेकेज वगैरे असेल तर त्याचे पैसे भरणं, ते झाल्यावर नो ड्यूज सर्टिफिकेट ऑफिसमध्ये सबमिट करणं, ऑफिसकडून इक्झामचं हॉल तिकीट मिळविणं, हे सगळं करण्यात चार-पाच दिवस जातात. नो ड्यूज मिळविणंही वाटतं तितकं सोपं नसतं. प्रत्येक डिपार्टमेंटकडून ''आज नाही उद्या या, उद्या नाही परवा या,'' अशी नकारघंटा ऐकायला मिळते. त्यामुळे सगळे जण त्रस्त होतात. त्यात दाणी मॅडमचा दट्ट्या वेगळाच. पहिल्या पिरिअडला हजर राहून ३० नोव्हेंबरपर्यंत प्रत्येकानं हजेरी दिलीच पाहिजे. जे देणार नाहीत त्यांना त्यांच्या विषयाच्या प्रॅक्टिकलच्या डिपार्टमेंटचे नो ड्यूज मिळणार नाहीत. म्हणजे ३० नोव्हेंबरपर्यंत त्या नो ड्यूज अडवून ठेवणार... डिसेंबरच्या एक तारखेनंतर देणार... म्हणजे प्रिपरेशन लीव्ह सुरू झाली तरी कॉलेजला येणं भाग... त्यामानाने जाधव सर एच.ओ.डी. असूनही– अन् बाकीचे सरही– ''नो ड्यूजसाठी फारसं ताणून धरणार नाही,'' असं वर्गात म्हणाले. दाणी मॅडमसारख्या खऊट बाईलासुद्धा मंकीनं एकावेळी बनवलं. पहिल्या टेस्टनंतर मॅडमनी दिलेल्या युनिव्हर्सिटी असाईन्मेंट्समध्येही तिला फारशी प्रगती करता आली नाही. तेव्हा त्यांनी इतर

मुलामुलींसमोर तिला तिच्या पप्पांचा नंबर मागितला होता. तिनं चक्क गावाकडच्या वेदान्तचा नंबर दिला होता. आधी तिनं त्याला तसं पढवून ठेवलं होतं. त्यानंही तिच्या पप्पांचा रोल व्यवस्थित अदा केला. अर्थात त्यानंतर तिला वर्गातल्या वेदान्तच्या कृपेने तशी पुन्हा वेळ आली नाही.

शॉर्ट रेसेसमध्ये मंकी एकटीच लायब्ररीकडे चालली असता मंकीला दुरूनच मंदार अन् तिच्यासोबत तिची एक मैत्रीण दिसली. मंकीनं तिला लायब्ररीच्या खिडकीसमोर गाठलं.

''मॅम, वन मिनिट. आय वॉन्ट टू डिस्कस समथिंग विथ यू...'' असं म्हटलं.

तेव्हा मंदार म्हणाली, ''ओ मंकी, नॉट नाऊ. आय ॲम इन हरी नाऊ. लेट अस टॉक डे आफ्टर टुमारो. ओके.?''

ती सीनिअर असल्यामुळे तिला मंकी फारसा आग्रह करू शकली नाही. ''ओके.'' म्हणून तीही बाजूला झाली. योगायोगानं लायब्ररीतून परतताना जिन्यावर डॉली, बंटी, जेनिफर, जुही हा ग्रूपही भेटला. ते पायऱ्या चढून येत होते. पायऱ्या उतरणाऱ्या मंकीला अडवून डॉली डोळ्यांत तीव्र विखार आणून मोठ्यानं म्हणाला, ''जेनिफर, बता दे इसे की अब कत्ल की रात आ चुकी है?'' मग मंकीच्या तोंडाजवळ आपलं तोंड आणून म्हणाला, ''तू और तेरी वो दोस्त मंदार सावधान रहे! गुडबाय'' आणि एवढं बोलून तो आपल्या ग्रूपसह ताडताड पायऱ्या चढून वर गेला.

क्षणभर मंकीला काय करावं ते कळलंच नाही. अन् मग तिला तीव्रतेनं वाटलं की आपण मंदारला हे सारं सांगितलंच पाहिजे. ती मागं वळली. डॉलीचा ग्रूप दुसऱ्या फ्लोअरच्या पायऱ्या चढायला लागला. अन् मंकी पायऱ्या चढून बाजूलाच असलेल्या मंदारच्या वर्गाकडे धावली; पण ती तिला नुकतीच लायब्ररीच्या खिडकीसमोरच्या रांगेत भेटली होती. म्हणजे ती आताही तेथेच असली पाहिजे. मंकी तशीच लायब्ररीकडे निघाली. जाताना आपला येणाऱ्या-जाणाऱ्या मुलामुलींना धक्का लागतो आहे याचंही तिला भान नव्हतं. तिचा ज्यांना ज्यांना धक्का लागला ते मागे वळून पाहत म्हणू लागले, ''पागल झाली काय? ऑलिम्पिकच्या ट्रॅकवर रनिंग रेसमध्ये धावत सुटलीय जणू.''

मंकी लायब्ररीसमोरच्या खिडकीजवळ आली. तिनं रांगेकडे पाहिलं. दोन रांगा होत्या. एकाही रांगेत मंदार नव्हती.

''मॅम, हॅव यू सीन मंदार मॅम?'' मंदार ज्या रांगेत उभी होती त्या रांगेतल्या एका मुलीला तिनं विचारलं. ''हू इज मंदार? व्हाट्स हर सरनेम? इन विच सेमिस्टर शी इज स्टडिंग...?''... मंदार... मंदार... तिचं आडनाव मंकीलाही

माहीत नव्हतं. तिचं कितवं सेमिस्टर? नेमकी कोणती विंग? काही काही मंकीला माहीत नव्हतं. त्या मुलीनं "कोणास ठाऊक?" या अर्थानं हात उडवले. तोंड वाकडं केलं तशी मंकी विंडोवर गेली. तिनं आत पाहिलं आतल्या खुर्चीवर अनन्या मॅडम होती. चेहऱ्यावर काळा गॉगल. दोन्ही गाल, नाक, ओठ, ॲसिडमुळं जळालेले. त्याचे खोल खोल व्रण जागोजाग तयार झालेले. तशाही परिस्थितीत मंकीला अनन्या मॅडमचं आधीचं रूप आठवलं... अन् सध्याचं विद्रूप रूप पाहून दु:खही झालं... त्यांची ती कहाणी सगळ्या कॉलेजला माहीत झाली होती. त्यांच्या शेजारच्या कोण्या एका अपंग मुलीला त्रास देणाऱ्या गुंड मुलांच्या तावडीतून सोडवण्याची ही अशी जीवघेणी सजा त्यांना भोगावी लागली... बिचाऱ्या!

"मॅम, हॅड मंदारमॅम इश्युड सम बुक्स नाऊ?" मंकीनं अनन्या मॅडमना विचारलं... अनन्यानं रजिस्टरवरून नजर फिरवली अन् वर मान न करताच म्हणाली, "नो..." अरे! म्हणजे "आय ॲम इन हरी" असं ती म्हणाली होती, तेच खरं. पुस्तक न घेताच-देताच ती निघून गेली असावी. कुठे गेली? मंकी धावतच तिच्या वर्गात आली. तिनं वर्गावरून नजर फिरवली, पण मंदार तेथेही नव्हती... आता कुठं पाहावं हिला?

तेवढ्यात शॉर्ट रेसेस संपली. सर्वजण आपापल्या वर्गात शिरू लागले. मंकी मंदारच्या वर्गाबाहेर मुद्दाम उभी राहिली; मंदारचे सर वर्गात गेले. त्यानंतरही पाच मिनिटे ती वाट पाहत तेथेच थांबली. पण वर्गात मंदार आलीच नाही. ही कुठे बाहेर गेली? कॅन्टीनमध्ये तर नसेल? मंकी कॅन्टीनकडे निघाली. कॅन्टीन समोर दोन-तीन मुली उभ्या होत्या. त्या सीनिअरच्या होत्या; पण त्यात मंदार नव्हती. पलीकडे चार-पाच सीनिअर्स उभे होते. त्यात तो होता– करिना कपूर सारखा नाजूक दिसणारा चंद्रपूरचा जिनिअस इसाक. तो इसाक त्या चार-पाच सीनिअर्समध्ये उभा होता. तशा अवस्थेतही तिनं त्याला डोळाभरून पाहून घेतलं. अन् इसाकसुद्धा पिरिअड बंक करतो, याचं तिला नवल वाटलं... पण ही वेळ तसले काही विचार करण्याची नाही. मंदारला कुठे ना कुठे शोधावंच लागेल. जिमखाना, ऑफिस, पुन्हा लायब्ररी, पुन्हा तिचा वर्ग... ती नेहमी मधल्या रांगेत पुढच्याच बेंचावर बसते हे तिला माहीत होतं... ती भिरभिर भिंगरीसारखी फिरत होती. शेवटी तिला खुद्द बाबासाहेबांनी चपराशाकरवी आपल्या ऑफिसात बोलावून घेतले. अन् "का फिरतेस? पिरिअड नाही का तुला?" असं विचारलं. त्यावर क्षणभर तिला वाटलं, बाबासाहेबांना डॉली अन् ग्रूपबद्दल, मंदारबद्दल सारं सांगावं? पण मग आणखी तिनं विचार केला की आपण सांगू, बाबासाहेब त्यावर ॲक्शन घेतील, अन् काहीही न करता त्या डॉली अन् ग्रूपला विनाकारण सजा भोगावी लागेल... भट्टी एकदा म्हणाली, गर्जेल तो बरसत नाही– असंच काही... या

वेळी तो नेहमीप्रमाणे गरजला असावा, बरसेलच याची निश्चिती नाही. मग उगाच आपण... तिनं स्वतःला सावरलं. अन् बाबासाहेबांना खोटं सांगितलं, "सर, माझं बी.टी. कार्ड हरवलं ते शोधते..."

"पिरिअड बुडवून पाहण्याइतकं बी.टी. कार्ड महत्त्वाचं आहे का? एक हरवलं तर दुसरं डुप्लिकेट मिळवता येईल. जा, पिरिअडमध्ये बस..." बरं झालं बाबासाहेब रागावले नाहीत. माणूस कडक शिस्तीचा; पण प्रेमळ आहे. आपण उगाच बाबासाहेबांबद्दल वाईट ग्रह करून घेतला होता. आपल्यासारखंच अनेक विद्यार्थ्यांचं असेल. असेलच."

मंकी ऑफिसातून बाहेर आली. ती तडक वर्गात गेली. तिसरा पिरिअड चालू होता. जाधव सरांचा. जाधव सरांनी तिला "उशीर का झाला?" असं विचारलं, तेव्हा त्यांनाही बी.टी. कार्ड हरवल्याचं कारण सांगितलं... त्यावर सर काही बोलले नाहीत. तिसरा पिरिअड संपला, चौथा संपला. लाँग रेसेस सुरू झाली. वेदान्तनं तिला "हॉटेलवर चल" म्हटलं; पण तिनं "बी.टी. कार्ड शोधते. आज नको" म्हणून टाळलं अन् ती मंदारच्या शोधमोहिमेवर निघाली. पुन्हा सगळं कॉलेज... अगदी कोपरा न् कोपरा छानून काढला. पण मंदारचा पत्ता नव्हता. तिच्या दोन मैत्रिणींना त्या भेटल्यावर विचारले; तर त्या म्हणाल्या, "तिला कुणाचा तरी कॉल आला होता, अर्जंट घरी बोलावल्याचा. त्यामुळे ती शॉर्ट रेसेसमध्येच घरी गेली..." झालं, म्हणजे इथं तिचा शोध घेणं व्यर्थ आहे... यानंतर तिचं भिरभिरणं थांबलं. थकल्यासारखं वाटलं म्हणून मग ती कॅन्टीनकडे चहा घ्यायला निघाली.

कॉलेज सुटलं. ती पार्किंग स्पॉटवर आली. तिनं स्कूटी बाहेर काढून स्टार्ट केली. तेवढ्यात तिच्या मोबाइलची रिंग वाजली. सॅकमधून तिनं मोबाइल काढला. मंदारचाच कॉल होता. घ्या. दिवसभर आपण तिला इथं कॉलेजात शोधत होतो अन् मॅम आता कॉलेज सुटल्यावर आपल्याला कॉल करताहेत. तिनं मोबाइल ऑन केला, "हॅलो, मॅम?"

पलीकडून आवाज आला, "हॅलो मंकी, मी मंदार बोलते."

आवाज काहीसा जड वाटत होता. "बोला मॅम, काय म्हणता?"

"अगं, एक काम आहे, तू मला आत्ता भेटायला येतेस का?"

"कुठं मॅम?"

"पत्ता नीट लिहून घे... किंवा मी तुला एस.एम.एस. करते... कसं कसं यायचं तेही त्यात लिहिते. ओके.?"

"ओ.के. मॅम."

काही वेळात एस.एम.एस. आला "४८३, अ, सौभाग्य, रविना प्लाझासमोर,

राणे ऑप्टिकल्सच्या बाजूला, सिंहगड रोड, पुणे. सिटी बसनेच ये... दुर्गामंदिर चौकात उतर...''

'सिटी बसनेच ये' म्हणजे काय? कॉलेजपासून मंदारनं सुचवलेलं स्थळ खूप दूर असेल का? आपल्या स्कूटीने तिथपर्यंत पोचणे शक्य होत नसेल का?

तिनं एका जणाकडे सिंहगड रोडची चौकशी केली. ''फारसं दूर नाही. स्कूटीनेही जाता येईल.'' असं कळलं अन् तिनं स्कूटीनंच जायचा निर्णय घेतला अन् ती निघाली. मात्र आधी फ्लॅटवर जाऊन सॅक ठेवू. मग जाऊ... असं तिनं मनाशी ठरवलं अन् स्कूटीला वेग दिला.

◆

२६ नोव्हेंबरला सोमवारी कॉलेजमध्ये हाहाकार माजला. महाद्वाराच्या पायऱ्यांवर एका तरुणीचे प्रेत पडलेले आढळले. सकाळी पाच वाजता ही घटना रखवालदाराच्या लक्षात आली. त्याने प्रिन्सिपॉल सरांना फोन केला. ते ऐकून प्रिन्सिपॉलही हडबडले. त्यांनी तेवढ्या सकाळी बाबासाहेबांशी कॉन्टॅक्ट केला. दोघेही आपापल्या कार्सनी साडेपाच वाजता कॉलेजवर आले. महाद्वारासमोर कारंज्याच्या हौदाला लागून असलेल्या उंच पोलवरच्या फोकसच्या शुभ्र प्रकाशात समोरचे चित्र स्पष्ट दिसत होते. ती तरुणी वरून खालच्या सातव्या-आठव्या पायरीवर पोटावर आडवी-तिडवी पडलेली होती... पाचव्या पायरीवर रक्ताचे थारोळे साचून ते काहीसे सुकले होते. त्याचा ओहळ, सहाव्या, सातव्या, आठव्या अन् नवव्या पायरीपर्यंत वाहत येऊन सुकला होता. युवतीच्या अंगावर केवळ जांग अन् वरचा गुलाबी रंगाचा शॉर्ट तेवढा होता. शॉर्टही उजव्या खांद्यावर फाटला होता. तिचा चेहरा पूर्णपणे छिन्नभिन्न झाला होता. कदाचित पहिला आघात तिच्या चेहऱ्यावर झाला असावा. तिच्या डाव्या हातात गोल्डन कलरचे सुंदर ब्रेसलेट होते. पायातली एक हाय हिल चप्पल खालच्या तेराव्या पायरीवर उपडी पडली होती.. दुसरी पायातच अडकलेली होती. केस बॉयकट, रक्तानं माखलेले... पाचव्या पायरीसह चौथ्या, तिसऱ्या, सहाव्या, सातव्या, आठव्या, नवव्या पायऱ्यांवर रक्ताचे लहान-मोठे शिंतोडे उडालेले होते...

हे सगळं पहाताक्षणीच बाबासाहेब अन् प्रिन्सिपॉलांच्या ध्यानात आले की, या मुलीने महाद्वाराच्या वरच्या सज्ज्यातून खाली उडी घेतली... म्हणजे तिनं आत्महत्या केली. किंवा कोणीतरी तिला वरून ढकलून दिले. म्हणजे तिचा खून केला असावा... नक्की काय घडले हे शोधणे अर्थात पोलिसांचे काम. दोघांनी आपसात चर्चा केली अन् बाबासाहेबांनी पोलीस स्टेशनला फोन लावला. पंधरा मिनिटांत पोलीसही तातडीने पोचले.

पोलिसांनी पंचनाम्यासह त्या तरुणीबाबत सूचना देणारा रखवालदार, इतर चार वेगवेगळ्या भागात रखवाली करणारे रखवालदार, प्राचार्य, बाबासाहेब इत्यादी

सर्वांना विचारपूस केली. पोलिसांचे एवढ्याने समाधान झाले नाही, त्यांनी कॉलेज परिसरातील बंगल्यांच्या दुसऱ्या, तिसऱ्या मजल्यांवर राहणाऱ्या मंडळींना त्यांनी रात्री कॉलेज-बिल्डिंगवर किंवा परिसरात काही वेगळे घडताना पाहिले का याचीही अनेकांना भेटून चौकशी केली. तरुणी कोण? कुठली? येथे रात्री कॉलेज बंद असताना कशी आली? तिला येथे दुसऱ्या कोणी आणले की ती स्वत: आली? स्वत: आली असेल तर तिने आत्महत्या का केली? आत्महत्या केली नसेल तर कोणी मारले? का मारले? मारेकरी एकटा की अनेक? ज्याअर्थी ती नुसत्या जांगवर आहे त्या अर्थी तिच्यावर मारेकऱ्याने काही अत्याचार केला असावा? तिची पॅन्ट, स्लॅक्स, फ्रॉक, किंवा खाली नेसलेले जे काही असेल ते याच परिसरात कुठेतरी असायला पाहिजे; पण कसून तपास करूनदेखील पोलिसांना काहीही संशयास्पद हाती लागले नाही. प्रेताचा पंचनामा करून तो पी.एम.साठी सरकारी दवाखान्यात पाठवायला सकाळचे दहा वाजले. तोपर्यंत कॉलेजबाहेर सकाळच्या कॉलेजसाठी आलेल्या मुलामुलींचा प्रचंड जमाव सगळे रस्ते अडवून जमा झाला. त्यात वेगवगळ्या अफवा पसरू लागल्या. नक्की काय झाले ते कोणालाच कळत नव्हते.

ट्रॅफिक जाम झाल्यामुळे वातावरणात तणाव निर्माण झाला. काही सुज्ञ मंडळींनी पोलिसांना कळवले. पोलीस आले. त्यांनी अतिशय शहाणपणाने परिस्थिती हाताळली. प्रिन्सिपॉल सरांनी गेटवर येऊन विद्यार्थ्यांना आपापल्या घरी परत जायला सांगितले. मुलामुलींनीही शहाणपणा दाखवला. कुठलीही गडबड न करता आपापल्या घरी परतले. घरी परतताना रस्त्याने, घरी गेल्यावरही चर्चा एकच, नेमके कॉलेजात काय झाले? जाम झालेली ट्रॅफिक जाणाऱ्या मुलामुलींना 'क्या हो गया?' 'काय झालं?' 'व्हॉट हॅपन्ड?' असे प्रश्न करू लागले. मुलं आपापल्यापरीने उत्तरं देत होती... ट्रॅफिक अफवांचं पेव घेऊन पांगत होती.

आणि दुपारी दीड-दोन वाजताच्या सुमारास एका मराठी वाहिनीवर खाली क्लिप दाखवली जाऊ लागली. 'अरिहंत इंजिनिअरिंग महाविद्यालयात तरुणीची आत्महत्या' आणि ही गोष्ट मोबाइलवरून अरिहंत इंजिनिअरिंग कॉलेजच्या जवळपास सर्व विद्यार्थ्यांपर्यंत पोचली. मग 'ही मुलगी कोण?' याची मोबाइल चर्चा सुरू झाली. संजनाकडून राणीला ही बातमी कळली तेव्हा पहिल्यांदा शंका आली ती मंकीबद्दल. कारण शनिवारी, रविवारी अन् आजही म्हणजे सोमवारी तीन वाजत आले तरीही मंकीचा पत्ता नव्हता. ती एवढा वेळ पहिल्यांदाच बाहेर राहिली. अनेकदा एका रात्रीसाठी, फारतर एक रात्र, एका दिवसासाठीही ती फ्लॅटबाहेर राहिली... पण तीन दिवस, दोन रात्री बाहेर राहण्याची तिची ही पहिलीच वेळ होती. तशी शनिवारी ती दाणी मॅडम आणि नंतर जाधव सरांच्या तिसऱ्या पिरिअडला–

लेट आलेली होती म्हणून– हजर होती हे राणीला नक्की आठवत होतं. प्रॅक्टिकलमध्ये राणीचं तिच्यावर लक्ष नव्हतं. म्हणजे मग आत्महत्या करणारी ती मुलगी मंकी तर नसेल? आणि नुसत्या विचारांनीच राणीच्या अंगावर काटे उभे राहिले. संजनाच्या लक्षात तिनं ही गोष्ट आणून दिली. तिलाही हे ऐकून धक्का बसला. मात्र ''तिचा कोणी बी.एफ. किंवा जी.एफ. असेल तर त्याच्याबरोबर गेली असेल...'' अशी संजनानं राणीची समजूत घातली.

''सध्याच इतक्या घाईनं आपण निर्णय घेऊ नये. वाट पाहू. तू रिलॅक्स राहा. आमच्या गावाकडे एक म्हण आहे, 'करडीला किडा अन् कर्तडाला मरण नसते.' मंकी इतक्या सहजासहजी स्वत:ला संपवेल असं मला तरी वाटत नाहीय.''

मग त्यावर राणीनं मंकीचं आठव्या वर्गापासूनचं वागणं कसं विक्षिप्त आहे ते संजनाला सांगितलं. वर्गातल्या वेदान्तसोबत तिचं वेगळं वागणं राणीपासून लपून राहिलं नव्हतं. कितीही नाही म्हटलं तरी अधूनमधून तिच्यावर डोळा असायचा. ती फ्लॅटवर जेव्हा जेव्हा आली नाही– तेव्हा तेव्हा तिला तिची चिंता वाटायची. अभ्यासाकडे लक्ष देण्यापेक्षा मोबाइलवर तिचं जास्त लक्ष असायचं, आई-पप्पांशी मोबाइलवरून संपर्क करण्यापेक्षा ती गावाकडच्या वेदान्तशी तासन्तास- रात्री २-२, ३-३ वाजेपर्यंत बोलत बसायची हे राणीनं स्वत: अनुभवलं होतं... मोबाइल चॅटिंग, एस.एम.एस. यातच तिचा जास्तीत जास्त वेळ जात असावा. कॉलेजात तिला जी.एफ. मिळाली ती भट्टी. मोस्ट व्हेगाबाँड. जी मुलगी जाहीर समारंभात आपली छाती उघडी करवून दाखवते ती कशी असावी? ती हिची फास्ट जी.एफ. 'ढवळ्याजवळ पवळ्या बांधला, वाण नाही पण गुण लागला म्हणतात तसं मंकीचंही झालं नसेल कशावरून? ही त्या भट्टीसोबत पुण्यात फिरायला जात असेल... भट्टीबद्दल वर्गात अशीही अफवा आहे की ती सुटीच्या दिवशी पुण्यातल्या थ्री स्टार, फाइव्ह स्टार हॉटेलात कॉलगर्ल म्हणून जाते. मध्यंतरी तर तिला एड्स झाल्याच्या अफवाही वर्गात उठल्या होत्या. तिच्यासारखीच मंकीची गत होते की काय अशी चिंता राणीलाही रात्रंदिवस लागली होती... 'जो करेगा सो भरेगा' असं म्हणून संजनानं राणीला त्या कुविचारातून बाहेर काढलं.

''सध्या चार वाजलेयत. आपण सहा वाजेपर्यंत तिची वाट पाहू या. मग काय करायचं ते पाहू या.'' संजनानं राणीला आणखी एक इशारा दिला, ''सध्याच आपल्या फ्लॅट्सवर या बाबतीत कोणाशी चर्चा करू नकोस. चल खाली...''

त्या दोघी टेरेसवरून खाली उतरू लागल्या. राणीनंच संजनाला कॉल करून टेरेसवर बोलावलं होतं. ''ठीक आहे'' म्हणत राणीनं त्या गोष्टीला मान्यता दिली.

राणीनं फ्लॅटचं दार लोटलं. अन् तिला बाथरूममधला नळ सुरू असल्याचा

आवाज आला. तिनं पाहिलं, मंकीच्या चपला, बुटीज, सॅन्डल्स यांच्या तिच्या दिवाणाला लागून असणाऱ्या ढिगाकडे– जवळपास दहा ते बारा जोड. आज तिनं त्यातलं काय पायात घालून नेलं असेल देव जाणे. तशाही स्थितीत राणीनं स्वत:ची तिच्याशी तुलना केली. राणीला एकच सॅन्डल, तीही ती अकराव्या वर्गात असताना तिनं स्वत: इतरांच्या शेतात मजुरी करून मिळविलेल्या पैशांनी घेतलेली. आता ती तळाला खूप घासली. बेल्टची शायनिंगही लगेच डीम झालेली. धनी टाकेना चोर नेईना, अशी तिची अवस्था... नळ बंद झाला. बाथरूममध्ये मंकीच असेल. तिच्याशिवाय दुसरं कोण येणार आपल्या फ्लॅटमध्ये? तरी राणी खात्री करून घेण्यासाठी बाथरूमपर्यंत गेली. तर मंकी डोकं-तोंड धुवायलेली. तिचे अंगावरचे कपडे पार चुरगळलेले, मळलेले. जणू काही कुठंतरी ती धुळीत लोळली असावी. दोन-तीन दिवस एकच ड्रेस अंगावर असल्याचा तो परिणाम असावा; पण ही आली हे बरं झालं. आपण तर समजत होतो, हिनेच कॉलेजात जीव दिला. हिनं जीव दिला नाही तर मग ती जीव देणारी कोण? अन् ही तीन दिवस दोन रात्री कुठं होती?

अर्थात, मंकीला असं काही विचारायची राणीला गरज वाटली नाही आणि समजा तिनं विचारलंही असतं तरी तिनं सांगितलं नसतं. त्यापेक्षा तेरी भी चुप मेरी भी चुप. राणीनं एक काम केलं. संजनाला कॉल करून "मंकी आली," असं सांगितलं... संजना लगेच राणीच्या फ्लॅटमध्ये आली... राणीनं इशाऱ्यानं 'ती बाथरूममध्ये आहे' असं सुचवलं. दोघी उगाच असंबद्ध गोष्टी करीत राहिल्या. थोड्याच वेळात मंकी बाथरूममधून बाहेर पडली... तर ती चालताना लंगडते आहे, हे दोघींच्या लक्षात आलं... दोघींनी एकमेकींकडे प्रश्नार्थक नजरेनं पाहिलं.

"ही का लंगडते?" राणीनं हळू आवाजात विचारलं.

"काय माहीत?" संजनालाही काही कळत नव्हतं. "चल, विचारू" संजना म्हणाली. अन् त्या दोघी हॉलमध्ये आल्या. मंकी कपडे बदलत होती. तिनं खाली पायघोळ झब्बा नेसला होता. वरचं शर्ट घालणं बाकी होतं. सध्या ती ब्राची पाठीमागची हूक फिट करत होती. तर राणी अन् संजनाला तिच्या उजव्या खांद्यावर काही तरी खरचटल्यानं तिथं रक्त गोठून काळंनिळं झाल्यासारखं वाटलं... आणि डाव्या हाताच्या कोपरालाही जखम. अरे, हिच्या स्कूटीचा ॲक्सिडेंट वगैरे झाला की काय?

"मंकी, तू लंगडते आहेस, तुझ्या उजव्या खांद्याला अन् डाव्या हाताच्या कोपराला जखमा झालेल्या दिसतात. काय झालं? तू स्कूटीवरून पडलीबिडलीस की काय?" राणीनं विचारलं.

त्यावर मंकी अंगात शर्ट घालीत बोलली, "मला डिस्टर्ब करू नको. लीव्ह

मी अलोन...''

मात्र संजनाला दम निघाला नाही. ती काळजीच्या सुरात बोलली, ''मंकी, तुझ्या बाबतीत तिकडे काय घटना घडली असेल ती जाणून घेण्यात आम्हालाही रस नाहीये, पण सध्या तू बरीच जखमी अवस्थेत दिसते आहेस. दवाखान्यात गेली नसशील तर चल, आम्ही तुला डॉक्टरांकडे नेतो. डॉक्टर काही औषधी देतील त्यामुळे तुला बरे वाटेल...''

''त्याची काही आवश्यकता नाही. मी माझं बघेन...''

''तरीपण...''

''नो, नॉट नेसेसरी'' मंकी छान इंग्लिश बोलते, याचं या वेळीही राणीला कौतुकच वाटलं...

''आपल्या कॉलेजात कोण्यातरी मुलीनं आत्महत्या केली हे तुला माहीत आहे?'' राणीनं उगीच लांबण लावली.

''हो, मला त्याविषयी फोन, एस.एम.एस. आले. आता तुम्ही मला जास्त बोलायला लावू नका प्लीज...'' मंकीच्या आवाजातील व्याकूळता दोघींच्याही ध्यानात आली. त्या दोघीही बाहेर आल्या. राणीनं फ्लॅटचं दार लावून घेतलं.

''काय झालं असावं हिला?'' राणीनं काळजीच्या सुरात प्रश्न केला.

संजना त्यावर विचार करून म्हणाली, ''चल, आपण खाली पार्किंगमध्ये हिची स्कूटी पाहू या. स्कूटीची मोडतोड, चेपचाप झाली तर त्यावरून हिचा नक्कीच ॲक्सिडेंट झाला हे लक्षात येईल...''

लिफ्टनं त्या दोघी खाली आल्या. पार्किंगमध्ये जिथे नेहमी मंकी स्कूटी ठेवते, तिथं स्कूटी नव्हतीच... दोघींनी एकमेकींकडे अर्थपूर्ण नजरेनं पाहिलं. याचा अर्थ हिच्या स्कूटीचा फार मोठा अपघात झाला. स्कूटीची जास्त मोडतोड झाली असावी. म्हणून हिनं ती आणली नसावी...

''आता राणी तू एक कर, तिच्यावर लक्ष ठेव. जर तिची तब्येत बिघडली-गिघडली तर आपण जबरदस्ती तिला दवाखान्यात नेऊ. चल, वर...''

त्या दोघी वर आल्या. संजना तिच्या फ्लॅटमध्ये गेली. राणी आपल्या फ्लॅटमध्ये आली. आता मंकी अंगावर डोक्यापर्यंत शाल घेऊन दिवाणवर पडली होती... हिनं आपल्याशी अन् आपणही हिच्याशी संबंध न ठेवल्यानं आज ही अवस्था आली. जर तिचं-आपलं जुळलं असतं तर तिनं आपल्याला सोबत घेऊन किंवा आपण जबरदस्ती तिला दवाखान्यात तर नेलंच असतं; पण काय झालं तेही विचारलं असतं... राणीचा मोबाइल वाजायला लागला. तिनं तो कबर्डमध्ये ठेवला होता. ती मोबाइल घेण्यासाठी फ्लॅटचं दार आतून कडी बंद करून धावली. मोबाइल घेतला. स्क्रीनवर भांगे सरांचं नाव आलं. तिनं उचलला,

“हॅलो राणी, कशी आहेस?”

“चांगली आहे सर...”

“आणि मंकी?”

“तीही चांगली आहे.” खरंतर ती खोटं बोलली. पण तिनं जर खरं सांगितलं असतं तर मंकी तिच्याशी भांडली असती.

सर म्हणत होते, “एका चॅनेलवर दुपारपासून एक क्लिप येते आहे... ‘पुण्यातल्या अरिहंत इंजिनिअरिंग महाविद्यालयात एका तरुणीची आत्महत्या’ अशा आशयाची... मला उगीच तुमची दोघींची काळजी वाटली... तुम्ही चांगल्या आहात हे ऐकून बरं वाटलं... ठीक... अभ्यास चांगला चालू आहे. पुढच्या महिन्यात परीक्षा असेल?”

“हो सर, अभ्यास चांगला चालू आहे.”

“ठीक आहे. ठेवतो,” म्हणत सरांनी मोबाइल ऑफ केला.

राणीच्या मनात विचार आला, जशी भांगे सरांनी चॅनेलवरची क्लिप पाहिली तशी आपल्या गावाकडे कोणी पाहिली तर ते आपल्या आईबाबांना सांगतील. अन् मग ते उगीच चिंता करतील. त्यापेक्षा आपणच शेजारच्या रमावैनींना कॉल करावा. तिनं रमावैनीला कॉल केलाही. त्यांच्याकडे आई, बाबा अन् अक्षयच्या तब्येतीची चौकशी केली. आपली तब्येतही चांगली असल्याचं सांगितलं.

“आमचं काही इच्याराना?” म्हणून रमावैनीनं तिची फिरकी घेतली.

“सांगा!” म्हणत राणीनंही थट्टा केली, “तुमचं काय? मी इकडं आल्यावर काही झालं का? कितवा महिना सुरू झाला?”

“तुम्ही कसं ओळखलं?”

“तुमच्या आवाजावरून...”

“चला काही तरीच!”

“कितवा महिना आहे?”

“चवथा संपला.”

“अस्सं! म्हणजे मी गावाकडून पुण्याला आली कीच तुम्ही चावटपणा केला.”

अन् यावर त्या दोघी खळाळून हसल्या. माय-बाबांना आपण खुशाल आहोत असं सांगायला लावून तिनं मोबाइल बंद केला.

राणीच्या मनात आणखी एक विचार आला, आपल्याला भांगे सरांनी फोन केला, तसाच मंकीला केला असेल का? तिच्या पप्पांचा तरी तिला आला असेल का? की हिनेच पप्पांना केला असेल? अर्थात तिला विचारायचीही सोय नव्हती...

काही वाचावं असा राणीचा मूड नव्हता. इकडच्या-तिकडच्या विचारांत ती

दिवाणावर लोळत राहिली... बराच वेळ म्हणजे अंधार पडेपर्यंत... एकाएकी फ्लॅटचं दार उघडल्याचा आवाज झाला... मंकीनं उघडलं असेल... बहुतेक खाली जाईल... जेवण करून येईल किंवा चहा घेईल... तरी उत्सुकता म्हणून ती किचनच्या गॅलरीत जाऊन उभी राहिली. थोड्या वेळानं गेटमधून मंकी बाहेर पडताना दिसली; पण तिनं रुमालानं चेहरा झाकून घेतला होता; तसा ती कधीच चेहरा झाकत नव्हती. शिवाय तिच्या हातात एक मोठी बॅग होती... अरे, म्हणजे हे काय? मंकीनं चेहरा का झाकून घेतला? अन् मोठी बॅगही तिच्या हाती आहे! म्हणजे ही कुठे चालली की काय? अन् चालली तर नेमकी कुठे? भट्टीकडे? एखाद्या बी.एफ.कडे? की गावाकडे? आणि का? चेहराही झाकून घेतला... त्याचं काही खास कारण असावं? पण नेमकं काय?

राणीनं पट्कन संजनाला कॉल लावला. तिला मंकीबाबत सांगितलं. संजनालाही नवल वाटलं... "नक्की काहीतरी भानगड आहे." तिनं अभिप्राय दिला. राणीलाही ते पटलं. भानगड म्हणजे नेमकी काय?

"काय करू? तिच्या मागंमागं जाऊन पाहू?" राणीनं संजनाला विचारलं.

"हो जा. मीही येते." राणी अन् संजना दोघीही रस्त्यावर आल्या. अन् आश्चर्य! मंकी झपाट्यानं म्हणजे जवळजवळ पळत पळतच परत येताना दिसली. आली तशीच त्या दोघींच्या अंगावरून ती लिफ्टने वर गेली. हे अवघ्या दोन मिनिटांत घडलं. का? ते दोघींनाही कळलं नाही. तेवढ्यात एक पोलिसांची व्हॅन त्यांच्यासमोर– मंकी धावत आली त्याच दिशेकडून हे विशेष– येऊन उभी राहिली. दोन पोलीस उतरले. ते मॅनेजरच्या ऑफिसात गेले. मॅनेजरशी काही बोलले. अन् परत व्हॅनमध्ये बसले. व्हॅन निघून गेली.

संजनानं म्हटलं, "पोलिसांची व्हॅन पाहून मंकी फ्लॅटवर परत गेली असावी... म्हणजे मंकीनं काही गुन्हा केला असावा... कदाचित तिच्या स्कूटीच्या धडकेने कोणी दगावला असावा किंवा जखमी झाला असावा; पण मग पोलीस मंकीचा शोध घेण्यासाठी वर फ्लॅटमध्ये गेले असते. ते आले अन् परत गेले नसते... "

यावर राणीनं सुचवलं, "आपण मॅनेजरला विचारू, पोलीस काय म्हणाले म्हणून..."

त्या दोघी ऑफिसमध्ये आल्या. मॅनेजरला पोलीस काय म्हणाले, ते त्याला विचारलं. तो बोलला, "त्यातला एक माझा भाऊ होता. माझी आई सांगलीवरून बसने येते आहे. तिला घ्यायला बसस्टॉपवर जा," असं सांगायला तो आला होता.

ऑफिसमधून बाहेर आल्यावर संजना म्हणाली, "याला म्हणतात चोराच्या मनात चांदणं..." राणीला तिचं बोलणं क्लिक झालं. तशी ती पट्कन म्हणाली,

"हेच वाक्य मंकीलासुद्धा लागू होईल का? ती कुठंतरी चालली होती अन् मग पोलिसांची गाडी बघून परत फिरली?"

"शक्य आहे; पण तिला भीती वाटावी अशा पद्धतीचा कोणता गुन्हा तिनं केला? ज्याअर्थी तिची स्कूटी नाही त्या अर्थी स्कूटीच्या संदर्भातच काहीतरी भानगड असावी. चल वर... अन् तरीही तिच्यावर लक्ष ठेव..."

"अगं, डबे आले असतील तर ते घेऊ." संजनाच्या सूचनेवरून त्यांनी ऑफिसातून आपापले डबे उचलले. अन् दोघी वर आल्या. राणी फ्लॅटमध्ये आली तर मंकी शाल अंगावर ओढून दिवाणवर पडलेली.

राणीनं काही वेळानं जेवण घेतलं. रात्री बराच वेळ म्हणजे तरी साडेअकरापर्यंत ती जागी राहिली. एवढ्या वेळात मंकी तीन-चार वेळा बाथरूमला गेली. एक-दोन वेळा किचनच्या गॅलरीतही जाऊन आली. अर्थात आता तिला बाहेर पडता येणार नव्हतं. कारण कधीचंच अपार्टमेंटचं गेट बंद झालं होतं... राणीलाही आता झोप येऊ लागली. ती बाथरूमला जाऊन आली अन् दिवाणवर पडली... थोड्याच वेळात तिला झोप लागली.

◆

२७ नोव्हेंबर, मंगळवार. कॉलेज पूर्ववत सुरू झालं. पण वातावरण फार तंग वाटत होतं. ती मुलगी कोण? तिनं आत्महत्या का केली? एवढ्या रात्री ती कॉलेजात कशी आली? महाद्वाराच्या सज्ज्यावर कशी चढली? तिची आत्महत्याच आहे की हत्या? हत्या असेल तर ती कोणी केली? का केली? महत्त्वाचं म्हणजे ती मुलगी याच कॉलेजमध्ये शिकणारी आहे की दुसऱ्या एखाद्या कॉलेजात? शंका-कुशंकांचं हे मोहोळ राणीच्याही मनात फार वेगानं घोंघावत होतं... ''मंकी जाधव? मंकी जाधव?'' दाणी मॅडम हजेरी घेता घेता मोठ्यानं म्हणाल्या... मंकी आली नव्हती. राणी फ्लॅटवरून कॉलेजला निघाली तेव्हा ती बेडवरच होती. तिचा डावा पाय उघडा पडला होता. त्याचा तळवा बराच सुजला होता... राणीला तेव्हाही वाटलं, तिला उठवावं, 'दवाखान्यात चल' म्हणावं... तिच्या दवाखान्यापायी कॉलेज बुडालं तरी हरकत नाही; पण तिला ते आवडणार नाही; म्हणून राणीनं टाळलं. राणी कॉलेजात आली... दाणी मॅडमनं हजेरी पुढे सुरू ठेवली.

दाणी मॅडमचा पिरिअड संपला. राणीनं मागे वळून पाहिलं. आज भट्टी एकटीच बसली होती. तिला मंकीबाबत काही माहिती असेल का? विचारावं का? विचारायला काय हरकत आहे? असा विचार करून ती जागेवरून उठून भट्टीजवळ गेली. अन् भट्टीला म्हणाली, ''हाय भट्टी, शार्ट रेसेसमध्ये आपण थोडसं बोलू. ओके.?'' त्यावर भट्टीनं कपाळावर आठ्या पाडीत म्हटलं. ''ओके.'' दुसरा पिरिअड घ्यायला मॅथ्स्‌चे देशपांडे सर वर्गात आले. राणी आपल्या जागेवर येऊन बसली.

देशपांडे सरांचा पिरिअड संपला. शॉर्ट रेसेस सुरू झाली. राणी भट्टीजवळ येत म्हणाली, ''चल थोडंसं बाहेर जाऊ...''

भट्टी तिच्या मागोमाग बाहेर आली. थोडासा एकांत पाहून त्या दोघी थांबल्या. राणीनं सरळच भट्टीला विचारलं, ''मंकीबद्दल तुला काही माहिती आहे?''

''ती आज आली नाही,'' भट्टी बोलली.

“तसं नाही. ते मलाही माहिती आहे. ती अन् मी एकाच फ्लॅटमध्ये राहतो...” अन् थोडक्यात तिचा अन् आपला कसा संबंध आला ते तिनं भट्टीला सांगितलं.

“अरे, हे तर मला माहीतच नाही. मंकीही कधी तुझ्याबद्दल बोलली नाही...” विशेषत: भट्टीला आठवला राणीवर गुदरलेला तो कॉलेजच्या जाळपोळीचा प्रसंग. राणीला पाठिंबा देण्यासाठी विद्यार्थ्यांनी एकत्र जमण्याचं आव्हान केलं तेव्हा मंकीनं यायचं टाळलं होतं...

“ते जाऊ दे. शनिवारपासून ती फ्लॅटवरून गायब होती. काल दुपारी तीन वाजता परत आली...” मग राणीनं तिची काय अवस्था आहे आणि ती रात्री कशी वागली ते सविस्तर भट्टीला सांगितलं. तिची स्कूटीही अपार्टमेंट्च्या पार्किंगमध्ये नाही. शिवाय तिला ‘दवाखान्यात चल’ म्हटलं तरी ती आली नाही... हे सारं ऐकल्यावर भट्टीला आधी धक्काच बसला.

“तिच्या स्कूटीला अपघात तर नाही ना झालाय? परवा रविवारी ती माझ्याकडे येणार होती... पण आली नाही. मीही तिच्याशी कॉन्टॅक्ट केला नाही; म्हटलं कंटाळा केला असेल...”

“मग ती तीन दिवस कुठं होती? तुझ्याकडे नाही तर...?” राणीचा हा प्रश्न भट्टीलाही पडला...

“ॲक्सिडेंट झाला असता तर तिला कोणीतरी दवाखान्यात भरती केलं असतं? किंवा ती स्वत:हून भरती झाली असती... पण तसं काही न करता ती फ्लॅटवर आली....” राणीचं हे विश्लेषण भट्टीलाही कळलं...

“थांब, मी तिला कॉन्टॅक्ट करून पाहते...” भट्टीनं मोबाइलवरचा तिचा नंबर काढला, क्लिक केला... बंद असल्याचा मेसेज आला. तिनं तिचा दुसरा नंबर काढला. तोही बंदच होता... त्यावर भट्टी म्हणाली, “फार विचित्र वागते मंकी. तिच्याजवळ जवळपास वीसेक सीम आहेत... त्यातले कुठले तरी तिनं मोबाइलमध्ये टाकले असतील; ज्यांचे नंबर्स मला माहीत नाहीत...”

राणीनं तिच्या ज्ञानात “तिच्याजवळ तीन मोबाइल आहेत,” अशीही भर घातली... तिच्या जवळचा एक मोबाइल राणीनं स्वत: गावाकडून पुण्याला येताना लक्झरीतून बाहेर फेकला होता... तेही तिला आठवलं...

“आता कसं?”

यावर राणीनं तोडगा काढला. “लाँग रेसेसमध्ये आपण आमच्या फ्लॅटवर जाऊ, येतेस? मला तर ती काही सांगत नाही. तुला सांगेल. तुझ्यासोबत दवाखान्यातही येईल.”

अर्थातच भट्टी तयार झाली. लगेच राणीनं संजनाशी कॉन्टॅक्ट केला, ‘मॅम,’ म्हणत तिला भट्टीसंबंधी माहिती दिली. लाँग रेसेसमध्ये आमच्यासोबत फ्लॅटवर

याल का?' विचारलं. तीही 'हो' म्हणाली.

लाँग रेसेसमध्ये तिघी फ्लॅटवर आल्या. राणीनं दार लोटलं. तर ते मंकीनं आतून बंद केलं होतं... राणीनं कडी वाजवली. आतल्या पावलांच्या हालचाली ऐकू आल्या; पण पळाल्यासारख्या त्या हालचाली होत्या. बहुतेक मंकी घाबरली असावी... मग राणीनं तिला नावानं हाका मारल्या. "मी राणी" म्हणून सांगितलं. तेव्हा कुठं मंकीनं दार उघडलं. तर तिचा चेहरा रुमालानं बांधलेला. समोर भट्टीला पाहताच मात्र "भट्टीऽऽऽ" म्हणत तिच्या अक्षरश: गळ्यात पडली अन् तिनं मोठ्यानं हंबरडा फोडला... राणीनं त्यांना आत व्हायला सांगितलं. संजना आत आली. राणीनं फ्लॅटचं दार आतून बंद केलं... मंकीचा रडण्याचा आवेग संपेपर्यंत भट्टी तिच्या पाठीवर थोपटत होती... कधीपासूनचा मंकीचा कोंडलेला दम भट्टीला पाहून मोकळा झाला. त्यामुळे राणी, संजनाला बरं वाटलं.

तिनं रडणं आवरल्यावर राणीनं तिला बाथरूममध्ये हाताला धरून नेलं. तोंड धुवायला लावलं. या वेळी मंकीनंही तिला झिडकारलं नाही. आपल्या जिवाचा झालेला कोंडमारा राणी, संजनानं जाणला, अन् त्यामुळंच त्यांनी भट्टीला आणलं, हे न कळायला ती काही लहान बाळ थोडीच होती...

चेहरा धुतल्यावर राणीनं पाहिलं... तिच्या चेहऱ्यावरही जखमा होत्या. तो सुजला होता. "मंकी, केवढा त्रास सहन केलास तू? रात्रीच जर तू हे मला, संजना मॅमला सांगितलं असतं, तर आम्ही तुला दवाखान्यात नेलं असतं. अगं मी अन् संजनामॅमही तुझ्या दुश्मन नाहीत."

त्यावर मंकी काहीच बोलली नाही. हलक्या हाताने चेहरा पुसत ती हॉलमध्ये परतली. तिचा सुजलेला, जखमी चेहरा पाहून भट्टीनं विचारलं,"काय गं, काय झालं? चेहऱ्यावरचा हा मार, तुझ्या खांद्याला, पायाला मार... काय भानगड झाली? तुझ्यावर कोणी हल्ला केला? की तुझ्या स्कूटीचा अपघात झाला? काय झालं ते तर सांगशील..."

"सारं सांगते... बसा... मला थोडं पाणी..." पण तिच्या सॅकमधल्या बाटलीत पाणी नव्हतं. तिच्या मग्ग्यातही पाणी नव्हतं... राणीनं स्वत:च्या सॅकमधून पाण्याची बाटली तिच्यासमोर धरली. पण तिला शंका आली, ही आपल्या बाटलीतलं पाणी पिणार नाही." मात्र मंकीनं सरळच बाटली तोंडाला लावली. राणीला नवल वाटलं. तिनं सहेतुक नजरेनं संजनाकडे पाहिलं. दोघींनाही बरं वाटलं.

चौघीही दिवाणवर बसल्या अन् मंकी सांगायला लागली –

शनिवारी मंदारचा फोन आल्यावर ती स्कूटीनेच सिंहगड रोडला त्या दुर्गामंदिर चौकात पोचली. तिथं तिनं एका जणाला तो एस.एम.एस. केलेला पत्ता दाखवला. तर त्याने त्या इमारतीपर्यंत कसं जायचं ते सांगितलं. त्याप्रमाणे ती त्या बिल्डिंगसमोर

पोचली. तर एक तरुण तिच्याजवळ आला. त्यानं विचारलं, ''आपण मंकी जाधव ना?'' तिनं त्याच्याकडे प्रश्नांकित चेहऱ्यानं पाहिलं. त्यावर तो बोलला, ''मी मंदार मॅमचा चुलतभाऊ. जतीन. त्या नुकत्याच एका मैत्रिणीकडे गेल्या. तुम्हाला तोपर्यंत बसायला सांगितलं...'' त्यानं सांगितलेलं मंकीला पटलं.

''या,'' म्हणत तो पुढे अन् ती त्याच्यामागे दोन जिने चढत तो दार उघडं असलेल्या एका घरात आला. ''वैनी, मंकीमॅम आल्या. त्यांना पाणी आण. अन् चहा ठेव त्यांच्यासाठी... बसा...'' ती बसली. थोड्याच वेळात एक अर्धवट वयाची बाई तिच्यासमोर ग्लास घेऊन उभी राहिली... मंकीला खरंतर तहान नव्हती, तरी तिनं पाणी पिलं...

''आणखी आणू?''

''नको'' ती हसून बोलली...

''चहा आणा... तोपर्यंत मी मंदारला मंकीमॅम आल्या म्हणून सांगून येतोय. बसा तुम्ही. हा आजचा पेपर...'' असं म्हणत मंकीच्या हातात पेपर देऊन तो बाहेर निघून गेला... मंकी उगीच पेपर चाळू लागली... जतीनच्या वहिनीनं चहा आणला... विशिष्ट वास, चव असणारा भरपूर दुधाचा चहा तिला आवडला. कपबशी वैनींच्या हाती देऊन मंकी पुन्हा पेपर चाळू लागली... पण काही वेळात आपल्याला गरगरल्यासारखं होत आहे हे तिच्या लक्षात आलं. ''वैऽऽ नीऽऽ'' म्हणत तिने आवाज दिला. तेवढ्यात जतीन बाहेरून आला. अन् त्यानं आतून दार लावून घेतलं. मंकीजवळ येऊन तिचं तोंड दाबलं... त्याच्या वैनीनं तिचे हात धरले. तिने सुटण्यासाठी धडपड केली; पण जमलं नाही. काही वेळात ती बेशुद्ध पडली.

ती शुद्धीवर आली तेव्हा एका खोलीत तिच्या बाजूला हात-पाय-तोंड बांधलेल्या अवस्थेत मंदारही पडलेली तिला दिसली. आपलीही गत या लोकांनी मंदारसारखीच केली हे तिच्या लक्षात आलं... कोण हे लोक? त्यांनी मंदारला, आपल्याला येथे का आणलं? बरं, आणलं तर आणलं हात-पाय-तोंड बांधून ठेवलं. का? कशासाठी? यांचा, आपला काय दुस्मानदावा? एकाएकी तिला आठवलं, डॉली-बंटी... दुपारी कॉलेजात डॉलीनं आपल्याला धमकी दिली. त्यानंतर आपण मंदारला शोधण्यासाठी वेड्यासारखे फिरलो... अन् मंदार इथे... या अवस्थेत तिलाही आपल्यासारखंच फसवून आणलं असावं? हे त्या डॉली-बंटीचे हस्तक तर नव्हते? काय हेतू आहे यांचा? ...

आपल्यासारखंच मंदारच्या डोक्यात काहूर माजलं असेल. आपलं म्हणणं तिनं ऐकलं असतं तर कदाचित... आताची ही गत प्राप्त झाली नसती. मंदार आधी फसली नसती. आणि आपणही फसलो नसतो. मघाशी तिनं केलेला कॉल

तिच्या आवाजात वाटला नव्हता... भारी आवाज वाटत होता... आपल्याला तसं वाटलंही होतं... पण असं काही होईल असं आपल्या स्वप्नातही आलं नाही. फसे तो बुरे फसे... असं आता हे झालं. यातून सुटका करण्यासाठी काहीही करणं शक्य नव्हतं... कारण हातपाय कापडानं गच्च बांधले होते. तोंडातही बोळा होता, वरून कापड बांधलं होतं... आता हवाला देवावर... कोणत्या देवावर? आपण अजूनतरी कोणत्याच देवाच्या दर्शनाला गेलो नाही. आपल्या अनसिंगला गावचं दैवत म्हणून प्रसिद्ध असणारं शृंग ऋषींचं मंदिर. रामायण कथेत त्यांचा उल्लेख... दरवर्षी चैत्रात मोठी यात्रा भरते... पण अजूनही आपण निदान कळते झालो तेव्हापासून त्या मंदिरात, यात्रेला गेलो नाही. आईनं पप्पांच्या हातानं घरात एवढा मोठ्ठा संगमरवरी देव्हारा सजवून घेतला. त्यात नानाप्रकारचे देव. त्यातल्या एकाही देवाला कधी आपण हात जोडले नाहीत. पुण्यातला दगडूशेट हलवाई गणपती असो की, इथली गणेश विसर्जनाची मिरवणूक असो... फ्लॅटवरच्या बहुतेक सगळ्या जणी जातात, पण आपल्याला त्यात इंटरेस्ट नाही. आता आपण संकटात पडलो, तर कोणत्या देवाला आपल्याला संकटातून बाहेर काढावं याबाबत इंटरेस्ट वाटेल? का वाटेल?

एकमेकींशी डोळ्यांच्या भाषांनी बोलल्याशिवाय त्या दोघींपुढे गत्यंतर नव्हतं... तोंड बांधल्यामुळे तहान, भूक, लागली तरी सांगायची सोय नव्हती. अन् तेही त्यातलं काही देत नव्हते. रात्री दहा वाजता एक जण आला. मंदारजवळ जाऊन तिचे केस लुचत बोलला, ओळखलं मला? मी धनंजय काळे. अरिहंत कॉलेजमधला सेवक. बी.ई. सेकंड इअरच्या तुमच्याच विंगला मी काम करत होतो. डॉली, बंटी, जुही, जेनिफर हे आपले खास फ्रेन्ड. त्यांच्यासाठी आपण तो कोपऱ्यावरचा हॉल– ज्यात त्यांनी तुमच्या या गर्लफ्रेन्डला नेलं होतं – तो आपण त्यांच्यासाठी नेहमीच उघडा ठेवायचो. जुही, जेनिफर या मॅमसारखं एखादं नवं पाखरू जाळ्यात ओढून आणत. त्याचा यथेच्छ उपभोग ते दोघं घेत– मात्र त्याआधी ते त्या पाखराच्या नाकाला क्लोरोफार्मचा रुमाल लावून बेशुद्ध करत. त्या दिवशी तुमच्या या जी.एफ.च्या नाकाला रुमाल लावण्याआधीच तुम्ही पचका केला अन् आमचं रॅकेट उघडकीस आणलं. मॅम, त्या दोघांची भूक मिटल्यावर ते निघून गेले की ते सावज माझ्याच ताब्यात असे. त्या दिवशी तुम्ही आक्रमक पवित्रा घेतला. अन् आमच्या हातून तुमची ही जी.एफ. सुटली... अन् पुढे चौकशीत मी अडकलो. 'तो हॉल उघडा का ठेवला?' म्हणून मला सेकंड इअर ईएक्ससीटीचे एच.ओ.डी. कारंथ यांच्या शिफारशीहून त्या नालायक बाबासाहेबानं सस्पेंड केलं. फार दिवसांपासून हा सल मनात होता. "आता तुमचा दोघींचा माज उतरवल्यावर मग त्या कारंथ, प्रिन्सिपॉल अन् बाबासाहेबाला पाहून घेईन..." एवढं बोलून एकाएकी त्यानं त्या

दोघींना बुटाच्या लाथा-बुक्क्यांनी मारायला सुरवात केली. आपण कुठं मारायलो हेही तो पाहत नव्हता. अगदी पायाच्या अंगठ्यापासून ते टाळूपर्यंत मागून, पुढून दोन्ही बाजूंनी तो हाणत होता... चेहऱ्यावर त्याने मारलेले बुटाचे ठोके असह्य झाले होते... त्या दोघी आतल्या आत आक्रंदत होत्या...

कितीतरी वेळ तो मारत होता. तो थकला तेव्हा त्यानं "बाबू ऽऽ" म्हणून आवाज दिला. तो मघाशी मंकीला स्वत:चं नाव जतीन सांगणारा बाबू आत आला. "मनसोक्त तुडव साल्यांना..." त्यानंही बूट घातलेला होता. त्यानंही धनंजयसारखंच मारायला सुरवात केली.

असा प्रकार त्या रात्री दोनदा, रविवारी दिवसा दोनदा, पुन्हा रात्री एकदा झाला. दोघींनाही असह्य वेदना होत होत्या... ग्लानी येऊन आपण बेशुद्ध पडू की काय असं त्या दोघींना वाटू लागलं; पण अधूनमधून वैनी येऊन त्या दोघींच्या चेहऱ्यावर पाणी मारत होत्या. पाणी झोंबत होतं. पण त्यानं नंतर बरंही वाटत होतं... रविवारी रात्री कधीतरी धनंजय अन् जतीन दोघं आले. दोघांनी त्या दोघींचे पाय सोडले. अन् त्यांना दोघांजवळचे धारदार, लांब चाकू दाखवून म्हटलं, "आपण आता दवाखान्यात जातो आहोत. तुमच्या जखमांवर उपचार करायला. याद राखा... घरातून निघून खाली उभ्या असणाऱ्या कारमध्ये जाऊन बसेपर्यंत काही हरकत केली किंवा पळून जाण्याचा प्रयत्न केला तर... हा चाकू तसं करणारीच्या छातीत आरपार गेलाच समजा." आणि त्यांनी खरेच त्या दोघींच्या डाव्या खांद्यावरून त्याचं धारदार पातं खसकन ओढलं... त्यानं त्या दोघींचेही जीव रसातळाला गेले. त्यांनी म्हटलं तसं निमूटपणे ऐकण्याशिवाय गत्यंतर नव्हतं.

किती वाजले असतील? अंदाज येत नव्हता. रस्त्यावरची वर्दळ कमी झाली होती. त्यांनी त्या दोघींच्या अंगावर, डोक्यांवरून शाली गुंडाळल्या... दोघींना गाडीत कोंबलं. जतीन त्या दोघींजवळ हातात चाकू घेऊन बसला. गाडी धनंजय चालवू लागला. ते कोणत्या भागातून कुठे जात आहेत हे कळू नये म्हणून त्यांनी गाडीत बसल्यावर दोघींच्या डोळ्यांवर पट्ट्या बांधल्या... त्यामुळे त्या दोघींना एरिया मागून एरिया मागे पडले तरी नेमके ते कोणत्या एरियातून जात आहेत ते कळलं नाही. साधारणत: पाऊणतास गाडी अनेक वळणं घेत एका जागी उभी राहिली... धनंजय खाली उतरला. त्यानं बाजूचं गेट उघडलं. हळू आवाजात म्हणाला, "घाई कर." जतीननं मंदारला चाकूचं टोक टोचत गाडीखाली उतरवलं.

पुन्हा त्यानं गाडीचं दार लावून घेतलं. दवाखाना आला वाटतं; पण मग एकट्या मंदारलाच कसं उतरवलं? आपल्याला का नेलं नाही? काही वेगळं कारस्थान असावं का दोघांचं? हे दोघे इथं नाहीत मग आपण सुटका करून

घेण्याची कोशिश का करू नये? तिनं पहिल्यांदा डोळ्याची पट्टी कशी काढता येईल याचा विचार केला. सीटच्या मागच्या भागाला खालून वर डोकं घासायला सुरुवात केली. अन् सुदैवाने चौथ्याच प्रयत्नात पट्टी बाजूला झाली. तिला आनंद झाला. हात बांधलेले होते ते मागच्या बाजूनं. पाय मोकळे होते. पायांनी तिनं गेट उघडण्याचा प्रयत्न केला; पण ते जमलं नाही. वेळ घालवण्यापेक्षा दुसरं काही... तिनं गेटच्या काचांवर लाथा मारायला सुरुवात केली; पण ती काच मजबूत असल्यानं फारसं यश येत नव्हतं. शेवटी तिनं समोरच्या काचेवर लाथा मारायचं ठरविलं. त्यासाठी ती मागच्या सीटवरून पुढच्या सीटवर मोठ्या कष्टानं आली. अर्थात सहजासहजी ते जमलं नाही. ड्रायव्हरच्या बाजूच्या सीटला पाठ लावून तिनं जोर खाऊन लाथांचा प्रहार केला... पहिला, दुसरा, तिसरा... पाचव्या वेळी काच तडकली... सहाव्या वेळी आणखी तडका उडाला... पुन:पुन्हा तिनं लाथा मारल्या... तिला सिनेस्टाइल वाटलं सारं हे... सिनेमा सिनेमाच्या जागी ठेवला तर वास्तवातही असं घडू शकतं, हे तिला आज प्रत्यक्षात पटलं. म्हणजे सिनेमे वाईट नसतात म्हणायचे. सिनेमात असं काही दाखवतात म्हणूनच आपणही ते करून पाहिलं. अर्थात त्यात यश आलं हा आपला सौभाग्याचा क्षण... काही वेळात ती पुढच्या काचेच्या मोकळ्या जागेतून रस्त्यावर उतरली.

काचांवर पाय आपटून आपटून पाय ठणकू लागले; पण त्याचा विचार न करता ती उभी राहिली. अन् रस्त्याने धावायला लागली. एकाच रस्त्याने धावणे धोक्याचे म्हणून छोट्या छोट्या रस्त्यांनी ती आडवी-तिडवी पळत राहिली. एका ठिकाणी एका घराचं अर्धवट बांधकाम झालं होतं. ती त्या घरासाठी बाजूला बांधलेल्या तात्पुरत्या शेडमध्ये घुसली. आत अंधार त्यामुळे काही दिसत नव्हतं... तरी ती तशीच कोपऱ्यात बसून राहिली. धनंजय अन् जतीन मंदारला घेऊन परत गाडीत येतील तेव्हा आपल्याला तेथे हजर नसल्याचं पाहून त्यांच्या अंगाचा तिळपापड होईल. आणि ते स्वाभाविकही आहे. जाळ्यात पडलेलं सावज जाळं तोडून पळाल्यावर शिकाऱ्याला आनंद थोडाच होणार? ते निश्चितच आपला शोध घेण्याचा प्रयत्न करतील. आणि जर त्यांनी आपल्याला शोधून काढलं तर मग आपलं काही खरं नाही... तिचा श्वास वाढला होता. त्यात त्या जागेत सिमेंटचा वास. त्यामुळे ठसका लागतो की काय असं वाटू लागलं. आपल्याला ठसका लागला अन् तो धनंजय अन् जतीन यापैकी एकानं किंवा दोघांनी ऐकला तर आपली शंभरीच भरली समजा... तिनं नाक दोन्ही टोंगळ्यांवर दाबलं... हळूहळू बरं वाटलं ...

कितीतरी वेळ ती तिथं बसून होती... पोटात भूक, डोळ्यांत झोप तरी ती जागीच होती... हळूहळू अवतीभोवती माणसांचे आवाज ऐकू येऊ लागले. म्हणजे

सकाळ होत असावी. आता मात्र त्या दोघांची येण्याची शक्यता नव्हती. त्यामुळे ती अधिक रिलॅक्स झाली अन् ती बसल्याजागीच काही वेळात झोपली... तिला जाग आली तेव्हा दिवस बराच वर आला असावा.. माणसांचे, गाड्या, मोटरसायकलींचे आवाज ऐकू येऊ लागले. ती उठून उभी राहिली. हात बांधलेला कपडा कशाने तोडता आला तर... तिनं भोवताली पाहिलं. बांबू, बांबूचे तट्टे वर टिन अशा वस्तूंपासून बनवलेलं ते शेड होतं... एका आडव्या बांबूला अणकुचीदार टोक होतं. त्या बांबूला असणारी फांदी छाटल्याने ते टोक निर्माण झालं असावं... तिनं मागच्या हाताला बांधलेला कपडा त्या टोकात अडकवण्याचा प्रयत्न केला... पण ते टोक थोडं वर असल्याने त्यात कपडा अडकवता येत नव्हता. काय करता येईल यासाठी तिनं त्या शेडचं निरीक्षण केलं... कोपऱ्यात एक सिमेंट-रेतीचा माल भरून द्यायचं पण बुडात फुटलेलं लोखंडी टोपलं पडलेलं होतं. तिनं ते पायांनी सरकवत त्या अणकुचीदार टोकाच्या रेषेत आणलं... त्याला तेथे उपडं केलं. त्यावर उभी राहिली. तर टोकाच्या वर ते कापड गेलं. म्हणजे त्यात अडकवणं सोपं झालं. हळूहळू थोडं थोडं कापड अडकवत ती धागे तोडू लागली. जवळपास पंधरा-वीस मिनिटांनी तिचे दोन्ही हात मोकळे झाले. पाठीमागे सतत बांधून राहिल्यानं हात आखडून गेले होते. तिनं हात झटकले. आळोखेपिळोखे दिले. मान मागे-पुढे, गोलाकार फिरवली. तोंडावरून हात फिरवले. चेहऱ्यावर सूज आली असावी. ठणकाही होताच. चेहऱ्याची नाजूक त्वचा आता कडक वाटत होती. पायही– त्यातल्या त्यात तळपाय विसावल्यामुळे सुजल्यासारखे झाले. गाडीच्या काचेवर धडकवल्याने तसे झाले... त्यावर उभं राहणं कठीण वाटत होतं. इथून जाणं अर्थात बाहेर पडणं मात्र कठीण वाटत होतं. कोणी बाहेर पडताना पाहिलं तर? विचार करताना तिच्या एक लक्षात आलं. सकाळी घराघरांत, रस्त्यावर माणसांची वर्दळ असते– नऊ साडेनऊ वाजता नोकरी करणारी माणसं, बायका, शाळा-कॉलेजात जाणारी मुलं घराबाहेर पडतात. दुपार झाली की रस्त्यावर, घरांमध्येही थोडीफार शांतता असते. तेव्हाच आपण यातून बाहेर पडू. ती तिथं शांतपणे पडून राहिली. टिनाच्या छिद्रातून उन्हाचा एक कवडसा तिच्या डाव्या पायाजवळ पडला... म्हणजे हा कवडसा उजव्या पायाच्या बराच दूर गेल्यावर आपण येथून बाहेर पडू. तेव्हा कदाचित दोन-अडीच वाजले असतील...

तिनं तसंच केलं. बाहेर पडताना तिला कोणी पाहिलं नाही. ती रस्त्यावर आली. चालणं अशक्य होतं. डोळे सुजल्याने उन्हात पाहायला त्रास होत होता. आपण नेमके कुठे आहोत हे तिला आधी जाणून घ्यायचं होतं...

तिनं एका आजीबाईला विचारलं, ''हा एरिया कोणता?''

तिनं सांगण्याआधी तिची अवस्था पाहिली... तिला मंकीचा कळवळा आला...

"हे काय झालं? तुझ्या तोंडावर सूज...?"

तिला काय सांगावं ते सुचेना... खोटं बोलणंही- आणि तेही खरंच वाटावं इतपत जमलं पाहिजे... तिनं काहीतरी सांगायचं म्हणून सांगितलं. "सकाळी सिंहगडला गेले होते... पायवाटेने उतरताना पाय घसरला... अन् गडगडत बरीच खाली आले. सुदैवाने एका झाडाला अडकले... जीव वाचला. जवळची पर्स, मोबाइल, कुठंतरी पडला.. जवळ खायप्यायला, रिक्षा, सिटीबसने घरी जायला काही नाही. म्हणजे पैसे नाहीत... एका काकांनी त्यांच्या बाइकवर इथपर्यंत आणून सोडलं. आता पैदल जाते आहे..."

ते ऐकून म्हातारी अधिकच व्याकूळली, "अगो, माझ बये, आधी घरामध्ये ये. पाणी पी... काही खा... मग पुढे जा... ये... माझी बाय..." इथे जाण्यात कसलाही धोका नाही हे ओळखून ती म्हातारीच्या मागे आत गेली. हॉलमध्ये एक आरसा लावलेला होता, त्यात तिनं आपला चेहरा पाहिला... फुगला होता... नाक, डोळे, ओठ कुठे आहेत तेही. ते पाहून तिला आतल्या आत हुंदका फुटला. पण तिनं स्वत:ला सावरलं.

"घे, पाणी पी..." आजीबाईनं पाणी दिलं. बसायला लावलं... दोन छोटे छोटे शेंगदाण्याचे लाडू असलेली प्लेट दिली. आधी मंकीनं पाणी पिलं. मग तीन-चार घासांत पण मोठ्या कष्टाने दोन्ही लाडू संपवले. आजीबाई हसल्या. "कधीपासून जेवली नव्हतीस?" ती सांगायला संकोचली. आजीबाईंनी पुन्हा दोन लाडू आणून प्लेटमध्ये ठेवले. तेवढ्याने तिला बरं वाटलं.

"हा एरिया कोणता?" तिनं पाणी पित पित विचारलं.

आजीबाईंनी "अरण्येश्वर" म्हटलं.

"म्हणजे अरिहंत इंजिनिअरिंग कॉलेज इथं कुठं आहे का?"

त्यावर आजीबाईंनी ते कॉलेज त्यांच्या घरापासून अर्ध्या कि.मी. अंतरावर असल्याचं सांगितलं. आणि वर म्हणाल्या, "अगो, तुला माहिती आहे काय? त्या कॉलेजमध्ये रात्री कोण्या मुलीनं आत्महत्या केली म्हणे... आमचा शुभम् त्याच कॉलेजात एफ.वाय.ला शिकतो. तो सांगत होता सकाळी. आज कॉलेज बंद होतं म्हणे..." या गोष्टीनं मंकीला झटका बसला. म्हणजे ती मंदार तर नव्हे? धनंजय आपल्याला म्हणाला होता दवाखान्यात जायचं. त्या दोघांनी मंदारला कॉलेजात नेऊन संपवलं की काय? कसं संपवलं? या आजीबाई म्हणतात, त्या मुलीनं आत्महत्या केली; पण ती निश्चितच आत्महत्या नाही. तो धनंजय अन् जतीन या दोघांनी मिळून केलेला खूनच आहे. कदाचित आपण गाडीतच पडून राहिलो असतो तर आपलंही तेच झालं असतं... तिची स्वत:ची त्या भयंकर प्रकारातून सुटका झाली, याचा तिला आनंद झाला, पण केवळ आपल्यामुळे

मंदारचा खून झाला याचं अतीव दुःखं झालं. मुळात आपण तो मालवणी ड्रेस घालून गेलो नसतो तर आपली मंदारची ओळख झाली नसती. म्हणजे मग डॉली, बंटीनं आपल्यासोबत केलेल्या त्या भानगडीत ती पडली नसती... त्यातून त्या धनंजय काळेला नोकरी गमवावी लागली नसती... अन् आज जे घडलं ते घडलं नसतं... या विचारानं ती अस्वस्थ झाली. अन् ती उठली. ''आजीबाई धन्यवाद. जाते मी.''

''अगो थांब, तशी कशी जाते? तू एवढी जखमी, लंगडतेस, जवळ पैसा नाही म्हणतेस... मी शुभम्ला सांगते... तो तुला पाहिजे तेथे बाइकवरून सोडून येईल...''

आंधळा मागतो एक डोळा अन् देव देतो दोन... 'पुणे तेथे काय उणे' म्हणतात, खरंच आहे ते... पण तरीही आजीबाईंनी आपल्यावर एवढी मेहेरबानी का करावी? आणि याचं उत्तर तिला लगेच मिळालं. ''बाईगो, मी तुझ्यावर उपकार करते असं काही वाटू देऊ नकोस. मागच्या महिन्यात असा जीवघेणा चटका आम्हाला बसला गो. माझी नात नगरला एका कॉलेजात बी.ई. करत होती. तिच्या मोपेडला रस्त्यावर अपघात झाला. त्यात ती गंभीर जखमी झाली. दीड तास जागेवरच पडून राहिली, पण येणारे-जाणारे नुसते पाहून गेले. कोणीही तिला उचलून दवाखान्यात नेण्याची माणुसकी दाखवली नाही. परिणामी तडफडून तडफडून तिचा...'' आजीबाईंना पुढे बोलता आलं नाही.

मंकीलाही ते ऐकणं असह्य झालं. ''आजीबाई शांत व्हा...'' ती म्हणाली. ''हो गो, आमच्या कुटुंबानं तो आघात शांतपणे सहन केलाय, पण तशी गत कोणाची न होवो असं मनातून वाटतंय. तू अशा जखमी अवस्थेत रस्त्यावर दिसलीस म्हणून तुला घरात घेतलं. खायला-प्यायला देऊन तुझा आत्मा शांत केलाय, त्याच कारणापायी मी शुभमला तुला तुझ्या ठिकाणी पोचवायला सांगतेय. थांब, मी त्याला बोलावते...'' आजीबाई वळल्या.

तेव्हा मंकी म्हणाली, ''आजीबाई, आधी माझ्यासाठी आणखी एक गोष्ट करा...''

''सांग.''

''मला माझ्या चेहऱ्यावर गुंडाळून घेता येईल असा एखादा रुमाल-कपडा द्या... म्हणजे बाइकवर जाताना हवा लागणार नाही...'' आजीबाईंनी तसा कपडा-म्हणजे ओढणी तिला दिली. ओढणी हाती घेऊन ती क्षणभर भावुक झाली. ही त्या मरण पावलेल्या मुलीची ओढणी तर नसेल? तिनं त्या ओढणीनं पूर्ण चेहरा झाकून घेतला.

शुभम् आला. त्यानं तिच्याकडे एक कटाक्ष टाकला. विचारलं, ''कुठं

सोडायचं?'' तिनं फ्लॅटचा पत्ता सांगितला. तो ''चल'' म्हणाला.

आजीबाई बोलल्या, ''बाई गो, तुझ्या जखमांसाठी दवाखान्यात जा...'' तिनं होकार दिला. आजीबाईंपुढे वाकली. तिला स्वत:चं नवल वाटलं. तिनं कधी पप्पा-आईचं दर्शन घेतलं नाही. अन् हे?... ''ये, हो,'' आजीबाईंनी म्हटलं अन् ती शुभम्‌सोबत निघाली.

रस्त्यानं तिनं कॉलेजात घडलेल्या प्रकाराविषयी विचारलं. त्यानं आजीबाई म्हणाल्या तसंच सांगितलं. मंदारच्या आठवणीने तिचा जीव व्याकूळला... पण ती मंदारच का? तिला शंका आली. तिनं शुभमूला कॉलेजभोवती एक चक्कर मारून मग फ्लॅटवर जाऊ,'' असं सुचवलं. त्यानंही बाइक तशी घेतली. ती रस्त्यावर ध्यान देऊन पाहत होती. एका जागी बारीक बारीक काचांचा तुकड्यांचा सडा पडला होता. तो पाहून तिची खात्री झाली. याच ठिकाणी त्या धनंजयनं कार उभी केली होती. ही कॉलेजची मागची बाजू होती. लोखंडी गेट कुलूपबंद होतं, पण त्याला लागून असणारं छोटं राउंडगेट उघडं होतं. यातून त्या दोघांनी मंदारला आत नेलं असावं अन् तिचा खून केला असावा... मंदारच्या आठवणीनं तिचं मन उफाळून आलं. डोळ्यांत गच्च आसवं दाटली, ''चल दादा फ्लॅटवर,'' ती कसंबसं बोलली. पुढच्या दहा मिनिटांत ती फ्लॅटवर पोचली...

तिच्या तोंडून संपूर्ण घटनाक्रम ऐकून राणी, संजना अन् भट्टी या तिघींच्या जिवांचा थरकाप उडाला. आत्महत्या केलेली मुलगी बी.ई. एस.वाय.ची कोणी मंदार नावाची मंकीची जी.एफ. आहे. तिची आत्महत्या नसून खूनच झाला... मंकी गाडीतून पळाली नसती तर त्या नराधमांनी तिलाही संपवलं असतं... नुसत्या कल्पनांनी त्यांची मनं थरथरली...

''याबाबत तू कोणाशी कॉन्टॅक्ट केला?'' राणीनं विचारलं.

''नाही, कारण त्यांनी माझा मोबाइल घेतला असावा; त्यामुळे काल तरी मी कोणाशी कॉन्टॅक्ट करू शकले नाही. फ्लॅटवर आल्यावर पप्पांशी दुसऱ्या मोबाइलवरून कॉन्टॅक्ट करावा असं अनेकदा वाटलं, पण केला नाही.''

''चला, ते ठीक झालं. आता आम्हाला हे सांग काल रात्री तू बॅग घेऊन अपार्टमेंटबाहेर पडलीस अन् लगेच धावत परतलीस? का?'' संजनानं प्रश्न केला. त्यावरचं मंकीचं स्पष्टीकरण होतं की ती गावाकडे जाण्याच्या दृष्टीने फ्लॅटमधून बाहेर पडली... पण चौकातून एक पोलीस व्हॅन इकडेच येताना दिसली. तिला वाटलं, पोलिसांना सगळी भानगड कळली असावी आणि ते तिलाच पकडायला येत आहेत. पोलिसांच्या भीतीनेच ती धावत परत आली. इतकंच नाही तर काल फ्लॅटवर आल्यापासून ती त्या भीतीमुळेच डोक्यावर पांघरूण घेऊन दिवाणावर पडून राहिली. त्या तिघी आल्यावर फ्लॅटचं दार

वाजलं तेव्हाही 'पोलीस आले' या भीतीनं तिची गाळण उडाली...

"आता पुढे काय?" या गोष्टीवर मंकी सोडून त्या तिघींनी बराच खल केला. अन् 'ही सगळी भानगड आधी प्रिन्सिपॉल सरांना आणि नंतर पोलिसांना सांगायची' असं ठरलं... त्यावर 'पोलिसांना नको' अशी मंकीनं भूमिका घेतली. पोलीस अटक करतील, मारहाण करतील अशी तिला मनोमन भीती वाटली. तर त्या तिघींनीही 'मंदारचा खून तुझ्यामुळे झाला असं तुला प्रामाणिकपणे वाटते ना. तर मंदारच्या खुन्यांना पकडून देण्यात मंदारच्या खुनाचा तुझ्या मनातला सल कमी होईल... त्यामुळं मंदारचा आत्मा जिथं कुठं असेल त्यालाही बरं वाटेल...' अशी तिची समजूत घातली.

"पप्पांना कळवू का?" असं मंकीनं विचारलं तर संजना म्हणाली, "नंतर कळव. आत्ताच नको." त्यावर राणीनं तिच्या जखमी अवस्थेबद्दल काळजी व्यक्त केली. तर त्यावर संजनानं आधी प्रिन्सिपॉल सर, पोलीस मग दवाखाना असा क्रम सांगितला. "एरव्ही गेले दोन दिवस मंकीनं कळा सहन केल्याच... आणखी काही काळ ती कळा सोसेल... चालेल ना गं?" असं विचारलं. मंकीनं होकार दिला. अन् त्या चौघी पुढच्या वीस मिनिटांत प्रिन्सिपॉल सरांच्या ऑफिसात होत्या... सुदैवानं प्रिन्सिपॉल सर होते...

संजनानं त्यांना थोडक्यात कल्पना दिली. त्यावर प्रिन्सिपॉल सर हादरले. ते संयम राखीत बोलले, "थांबा, आपण बाबासाहेबांच्या कार्यालयात जाऊ... त्यांच्यासमोर हे सारं सांगू द्या या मुलीला." प्रिन्सिपॉल सरांसह त्या बाबासाहेबांच्या ऑफिसात आल्या. बाबासाहेबांना प्रिन्सिपॉल सरांनी थोडक्यात कल्पना दिली. त्यांनाही धक्का बसला. स्वत:ला सावरीत त्यांनी त्या चौघींना समोर बसवून घेतले. अन् मंकी सारा घटनाक्रम सांगू लागली. अगदी मालवणी ड्रेस घालून आल्यापासून ते ती काल दुपारी फ्लॅटवर पोचेपर्यंत... ते ऐकताना प्रिन्सिपॉल सर अन् बाबासाहेबांच्या चेहऱ्यावरचे भाव सतत बदलत होते...

शनिवारी मंकी मंदारला शोधत फिरत होती. तेव्हा बाबासाहेबांनी तिला कार्यालयात बोलावून घेतले होते; त्यावर बी.टी. कार्ड हरवल्याचा अन् ते शोधण्याचा आपण बहाणा केला होता हेही तिनं सांगितलं. तेव्हा बाबासाहेब म्हणाले, "तेव्हाच तू मला सगळ्या गोष्टी सांगितल्या असत्या तर त्या मुलीचा जीव वाचवता आला असता... असू दे. जे झालं त्याला इलाज नाही. सर्वप्रथम मी तुझं यासाठी अभिनंदन करतो की तू त्या गुंडांच्या तावडीतून स्वत:ला सोडवून घेतलंस." प्रिन्सिपॉल सरांकडे वळून ते म्हणाले, "सर, नंतर एका जाहीर कार्यक्रमात हिला कॉलेजतर्फे शौर्यपदक प्रदान करा. ज्यामुळे हिच्यापासून इतर मुलींना प्रेरणा मिळेल... प्रिपरेशन लीव्ह लागण्याआधी हे करा..." प्रिन्सिपॉल सरांनी "येस सर" म्हणत

मान हलवली. "मी ठाणेदाराला फोन करून बोलावून घेतो... तुम्ही एखाद्या डॉक्टरांना बोलावून घ्या. हिच्यावर ट्रीटमेंट होणंही अत्यंत गरजेचं आहे..." बोलता बोलता त्यांना आठवण आली, "अन्, तुझी ती स्कूटी? तिचं काय?"

"सर, ती त्या धनंजय काळेच्या घरासमोर असेल... अर्थात कुणी पळवली नसेल तर..."

"तू तिची चिंता करू नको. मी माणूस पाठवून बघायला लावतो..." बाबासाहेब बाकीच्या तिघींना म्हणाले, "तुम्ही हिला आत माझ्या रेस्टरूममध्ये न्या. तिला बिस्किटं, चहा द्या. आराम करायला लावा. डॉक्टर आले की मी आत पाठवतो. नंतर ठाणेदारांशी आपण बोलू. ठीक."

तिघींनी "येस सर," म्हणून माना हलवल्या. त्या चौघी उठल्या अन् बाबासाहेबांच्या रेस्ट रूममध्ये आल्या अन् तिथला थाट पाहून दंग झाल्या. मंकीही आपल्या वेदना विसरली...

◆

पोलिसांनी मंकीचं बयाण घेतलं. अन् तिला घेऊन त्यांनी कॉलेजमागच्या रोडवरचे काचांचे तुकडे जमा केले. संपूर्ण परिसरात, कॉलेजचं, महाद्वारापर्यंत निरीक्षण केलं. कारमधून सुटका करून घेतल्यावर मंकी ज्या शेडमध्ये जाऊन लपली, त्या शेडला भेट दिली. तिथला तो बांबू, तिच्या हातांना बांधलेला कपडा जमा केला. पोलीस बारीकसारीक गोष्टींवर ध्यान देत होते. त्यात खूप वेळ जात होता. ती ज्या घरी गेली होती त्या घरी पोलिसांनी तिला नेलं; पण ते घर बंद होतं. शेजाऱ्यांकडे चौकशी केली तेव्हा असं कळलं की त्या घरात घाटपांडे नावाचे कोणी रिटायर्ड माध्यमिक शिक्षक राहत होते. ते आठ-दहा दिवसांपासून त्यांच्या कोकणातल्या गावी गेले आहेत. गेले तीन दिवस त्यांचे कोणी नातेवाईक त्यांचं घर उघडून राहिले; पण तेही आज सकाळीच घर बंद करून गेले. योगायोगाने एका जणाकडे घाटपांडेच्या मोबाइलचा नंबर मिळाला. पोलिसांनी फोन लावला. तर घाटपांडे म्हणाले की, त्यांचे कोणीही नातेवाईक त्यांच्या परवानगीने त्या घरात राहिले नाहीत. शिवाय धनंजय काळे नावाचेही त्यांचे कोणी पुण्यातच काय पण इतरत्रही नातेवाईक नाहीत. याचा अर्थ धनंजय काळेने घाटपांडेंचं घर उघडून त्या घराचा गैरवापर केला. पोलिसांना मंकीची स्कूटीही तेथेच उभी असलेल्या अवस्थेत मिळाली. ती त्यांनी व्हॅनमध्ये टाकली...

त्याच वेळी पोलिसांनी कॉलेजमधून प्रिन्सिपॉल सरांच्या परवानगीने डॉली, बंटी, जेनिफर अन् जुई या चौघांना ताब्यात घेऊन त्यांचा जबाब घेण्यासाठी पोलीस स्टेशनमध्ये गेले. त्या चौघांनीही धनंजय काळेशी ओळख असल्याचं कबूल केलं; पण मंदारच्या खुनाशी आपला दुरूनही संबंध नाही असं म्हटलं. डॉली आणि बंटी मंकीला वारंवार धमक्या देत असत. शनिवार, दि. २४ नोव्हेंबर रोजीही त्या चौघांनी जिन्यावर मंकीला अडवलं होतं आणि डॉलीनं पुन्हा धमकी देत म्हटलं होतं, 'जेनिफर, बता दे इसे की अब कत्लकी रात आ चुकी है?' मग मंकीला म्हणाला होता, 'तू और तेरी वो दोस्त मंदार सावधान रहे। गुडबाय.' त्यावर डॉलीसह त्या सर्वांचं म्हणणं, "आम्ही वारंवार धमक्या देऊन त्या दोघींना

फक्त घाबरवण्यात आनंद मानत होतो... खरोखर आम्ही आतापर्यंत कॉलेजातच काय इतरत्रही कोणाला थापडसुद्धा मारली नाही...'' पोलिसांना अर्थात ते पटणारं नव्हतं. यांना बाजीराव दाखवल्याशिवाय हे खरं बोलणार नाहीत हे पोलिसांनी ओळखलं.

धनंजय काळे त्यांच्यासाठी मुद्दाम एस.वाय. विंगचा रिकामा हॉल उघडा ठेवायचा. जेनिफर अन् जुही मंकीसारख्या मुलीला फसवून तेथे न्यायच्या. मग डॉली अन् बंटी त्या मुलीवर बलात्कार करायचे... त्यांचं झालं की धनंजय काळेही येऊन बलात्कार करायचा... या गोष्टीतला बलात्कार सोडून बाकी गोष्टींबद्दल त्यांनी खुलासा केला. एखादी नवीन मुलगी आणून आम्ही तिला फक्त घाबरवण्याचा प्रयत्न करायचो... धनंजय काळे आमच्यासाठी तो हॉल खुला ठेवत होता किंवा आम्ही बलात्कार केल्यावर तो बलात्कार करत असे, या गोष्टीत काहीही तथ्य नाही. जिथं आम्हीच बलात्कार करत नव्हतो, तिथं...

त्यासाठी पोलिसांनी बी.ई.एस.वाय.ई.एक्स सी.टी.चे एच.ओ.डी. कारंथ सर यांचीही जबानी घेतली. त्यांनीही त्या वेळी डॉलीने मंदारला 'पाहून घेण्याची' 'धमकी' दिली होती हे सांगितलं. त्यांच्याच शिफारशीहून प्रिन्सिपॉल सरांनी धनंजय काळेला नोकरीवरून कमी केल्याचंही त्यांनी मान्य केलं. 'सर, ज्या अर्थी धनंजय काळेनं मंकीसमोर तुम्ही, प्रिन्सिपॉल सर अन् बाबासाहेब यांना बघून घेण्याची धमकी दिली, तुम्ही शक्यतो स्वत:ची काळजी घ्या...' एवढी सूचनावजा इशारा देऊन पोलिसांनी त्यांची जबानी संपवली.

डॉली अन् बंटी यांना पोलिसी खाक्या दाखवला. तरी ते फारसं वेगळं काही सांगू शकले नाहीत. डॉली अन् बंटी यांचं, तसंच जेनिफर अन् जुही यांचं वर्गात वागणं कसं होतं याबद्दल वर्गातल्या मुलांना विचारणा केली. तर त्यांच्याकडूनही या प्रकरणात भर पडेल असं काही समजलं नाही.

प्रिन्सिपॉल सरांकडून धनंजय काळेचा फोटो, त्याच्या घराचा पत्ता मिळवून पोलीस तेथे धडकले. अर्थातच घर बंद होतं. शेजाऱ्यांना विचारलं तर ते म्हणाले, ''त्याची नोकरी गेल्यानंतर साधारण पंधराएक दिवसांनी त्यानं हे घर सोडलं. तेव्हापासून ते बंदच आहे...''

पोलिसांनी त्यांच्या पद्धतीनुसार धनंजय काळेच्या तपासाला गती दिली. एवढं सगळं व्हायला रात्रीचे आठ वाजले. पोलिसांनी तेवढ्या रात्री बाबासाहेब अन् प्रिन्सिपॉल सरांना स्टेशनमध्ये बोलावून मंकीला अन् राणीला त्यांच्या ताब्यात दिले. पोलिसांनी तपासासाठी कॉलेजातून मंकीला सोबत घेतले होते. तेव्हा तिनं सोबत माझ्या एका फ्रेन्डला घेते,'' असं पोलिसांना म्हटलं होतं. त्यांनीही परवानगी दिली होती. त्यावर तिनं राणी, संजना, भट्टीपैकी राणीला ''चल'' म्हटलं होतं.

त्याचं राणीलाही नवल वाटलं होतं.

"सर, काही दिवस म्हणजे हा धनंजय काळे अन् त्याचा साथीदार जतीन ऊर्फ बाळू पकडला जाईपर्यंत मंकीच्या सुरक्षेसाठी साध्या वेषातली एक हत्यारबंद लेडी पोलीस तिची फ्रेन्ड म्हणून सोबत राहील." त्याला त्या दोघांनीही मान्यता दिली. पोलिसांनी दुर्गा नावाच्या एका समवयस्क अशा लेडी पोलीसला बोलावून तिला तिची ड्यूटी समजावून सांगितली.

पोलीस मंकीच्या जखमांवर उपचार करण्यासाठी तिला कार्पोरेशनच्या हॉस्पिटलमध्ये भरती करणार होते. त्याला बाबासाहेबांनी विरोध केला. "आपली हरकत नसेल तर मी तिला खासगी हॉस्पिटलमध्ये भरती करतो." अर्थात पोलिसांनी मान्यता दिली. "मंकीचे रिपोर्ट्स त्या खासगी डॉक्टरांकडून आम्ही मिळवू," असं ते म्हणाले.

मंकी, राणी, ती दुर्गा अन् प्रिन्सिपॉल, बाबासाहेब असे सर्व जण बाहेर आले. "डॉ. अजय डुड्डाकडे घ्या मंकीला." बाबासाहेब म्हणाले. प्रिन्सिपॉल सरांनी "हो" म्हटलं. डॉ. डुड्डांचा दवाखाना हाय-फाय होता... पण मंकीला लवकर आराम मिळावा यासाठी बाबासाहेब कुठलीही तडजोड करायला तयार नव्हते.

डॉक्टरांनी तपासून मंकीला ॲडमिट करून घेतलं. काही गोळ्या आणून त्वरित द्यायला सांगितल्या. गरज पडली तर सलाईन लावू म्हणाले. तिला स्पेशल रूम देण्यात आली... राणीसाठीही त्या रूममध्ये दुसरी कॉट, गादी, चादर होतं... प्रिन्सिपॉल साहेबांनी तिथल्या पोऱ्याला पाठवून त्या दोघींसाठी– दुर्गानं नकार दिला- जेवणाचे डबे, बिसलरीच्या बाटल्या, बिस्किटाचे पुडे आणायला लावले. त्या दोघींची संपूर्ण व्यवस्था झाल्यावर राणीला आपला नंबर देऊन "काही अडचण आली तर कधीही कॉल कर," असं म्हणाले. अन् मंकीला "आता रिलॅक्स हो. टेन्शन घेऊ नको. सारं व्यवस्थित होईल. अच्छा. गुडनाइट," म्हणत प्रिन्सिपॉल सर निघून गेले...

मंकीसोबत फिरल्यानं राणीही खूप थकली होती. घोडी मेली वझ्यानं अन् शिंगरू मेलं येरझारीनं' ही गावाकडची म्हण किती सार्थ आहे ते आज तिला पूर्णतः अनुभवायला मिळालं. "तुम्ही जेवण करून आराम करा. मी इथंच जवळपास असेन. दोघीही माझा नंबर घ्या. काही कमीजास्त वाटलं तर पट्कन माझ्याशी कॉन्टॅक्ट करा. झोपताना दार नीट बंद करा... ओके.?" राणीनं ओके. म्हटलं. तिचा नंबर देऊन ती बाहेर पडली.

राणी बाथरूममध्ये जाऊन फ्रेश झाली. तिनं मंकीकडे पाहिलं. ती डोळे मिटून कॉटवर पडली होती. "मंकी, फ्रेश हो. जेवण करू..." लहान बाळानं

आईची आज्ञा पाळावी तशी तिनं राणीची आज्ञा पाळली. ती उठली. बाथरूमकडे निघाली... राणीला तिचं कौतुक वाटलं. मनात विचार आला, हीच का ती मंकी? आज अगदी दुपारी संजना, भट्टीसोबत तिची फ्लॅटवर भेट घेईपर्यंत आपल्या तोंडाकडेही न पाहणारी... कधीतरी तिनं एक फार जुनं गाणं रेडिओवर ऐकलं होतं. 'चाँद न बदला, सूरज न बदला, ना बदला आसमान, कितना बदल गया इन्सान?'... खरं आहे. 'दुनिया में आदमी बहोत हैं, इन्सान कोई नहीं.' हाही असाच एक फिल्मी डायलॉग; पण मंकीतला हा बदल इन्सानियतचा बदल आहे... तो पुढेही टिकला तर? तेवढ्यात मंकी बाहेर आली. राणीनं तिच्या कॉटजवळ स्टूल ओढला. मंकीसाठी जेवणाचा एक डबा, बिसलेरी ठेवली. दुसरा डबा, बिसलेरी तिनं स्वतःसाठी दुसऱ्या कॉटजवळ घेतली... तिनं डबा उघडायला सुरुवात केली तशी मंकी म्हणाली, "थांब..." राणीनं कपाळावर आठी पाडून तिच्याकडे पाहिलं. ती राणीजवळ आली. तिनं तिच्या समोरचा डबा अन् बिसलेरी उचलून बाजूच्या सेल्फवर ठेवली. राणीला पुन्हा शंका आली. ही पुन्हा पूर्वपदावर गेली की काय? आपण जेवावं असं तिला वाटत नाही की काय?

राणीकडे बघत अन् तिच्या कॉटजवळ ठेवलेल्या डब्याकडे हात करत तिनं थोड्या कठोर आवाजात विचारलं, "हे कोणासाठी ठेवलं?"

राणीनं पडत्या आवाजात उत्तर दिलं, "तुझ्यासाठी."

त्यावर आणखी आवाजात कठोरपणा आणत मंकी बोलली, "नाही, यापुढे माझ्यासाठी वेगळं असं काही असणार नाही..."

ती बोलायचं थांबली. राणी गोंधळली. तिला नक्की काय म्हणायचं ते तिला कळेना. मंकी चालत तिच्याजवळ आली. तिचे दोन्ही खांदे धरून तिला उभं करत म्हणाली, "राणी, माझं आत्तापर्यंतचं एकोणीस-वीस वर्षांचं आयुष्य वाया गेलं. यापुढचं मला तसंच गमवायचं नाही. आज दुपारपासून तू, संजनानं, भट्टीनं मला माणूस कसं ओळखायचं ते शिकवलं. त्या दोघींपेक्षा महत्त्वाचं तूच. तुलाच मनातून माझी काळजी वाटत होती, म्हणून रात्री उशिरापर्यंत तू माझ्यासाठी जागलीस, काल संजनाला घेऊन मला 'दवाखान्यात चल' म्हणालीस. मी ऐकत नाही असं पाहून शेवटी तू आज भट्टीला घेऊन आलीस... राणी, खरोखर तू आचार-विचारांनीही राणी आहेस. क्वीन आहेस. मला तुझ्या पायाचीही सर येणार नाही.. मात्र यापुढे माझ्यावर एक उपकार कर. जे माझं ते तुझं अन् जे तुझं ते माझं असू दे. माझ्या आई-पप्पांची शपथ तुला... मला माफ कर. मला आपली म्हण..."

बोलता बोलता ती गद्गद झाली. तिनं राणीला मिठी मारली. अन् घोगऱ्या आवाजात म्हणाली, "राणी, तू आज मला फार मोठ्या संकटातून वाचवलंस...

रात्री अन् दिवसा तू कॉलेजात गेल्यावर कित्येक वेळा अपार्टमेंटच्या सज्ज्यावर जाऊन खाली उडी मारून जीव द्यावा असं माझ्या मनात आलं. तुम्ही तिघी येण्याच्या आधी माझ्या मनाची तशी पूर्ण तयारी झाली होती. मी एका कागदावर 'माझ्या आत्महत्येस कोणास जबाबदार धरू नये,' असं लिहून ठेवलं. "पण माझं नशीब! नेमक्या वेळी तू त्या दोघींना घेऊन आलीस... तू मला जीवदान दिलंस..." आणि तिला रडं आवरता आलं नाही.

राणीनंही तिला तसंच रडू दिलं. मोकळं होऊ दिलं. तिचा आवेग कमी झाल्यावर मग तिचे डोळे पुसत म्हणाली, "चल, डोळ्यांवरून पाणी फिरव... मला फार भूक लागली..."

थोड्याच वेळात त्या दोघी एकाच डब्यात जेवत होत्या... मंकीच्या कानात अगदी पहिल्या दिवशीचं संजनाचं बोलणं घुमत होतं, 'ए, काय समजतेस स्वत:ला? अन्न हे पूर्णब्रह्म असते, हे शिकवलं नाही का तुला तुझ्या आईनं? घर सोडून इथं आलीस ती फ्यूचर घडवायला, की जेवायला? लक्षात ठेव इथं आल्यावर जेवण ही सेकंडरी बाब असते... करिअर महत्त्वाचं असते. जेवणापेक्षा लक्ष करिअरवर दे. त्यासाठी समोर येईल ते खा. त्यातून ऊर्जा मिळव. 'उदरभरण नोहे जाणिजे यज्ञकर्म' म्हणतात. शिक्षण घेणं हा यज्ञ आहे आणि हे असलं बेचव, जळकं-कच्चं अन्न हे त्यात टाकल्या जाणाऱ्या समिधा आहेत. करिअर घडल्यावर मग जिभेचे चोचले पुरव. जमत नसेल तर पुण्याचा नाद सोड... गावाकडे जा... काही न करता नुसती खाऊन खाऊन मर.... ' हे संजनाचं बोलणं आपण त्याच दिवशी ध्यानात घेतलं असतं तर... त्यासाठी चार महिन्यांचा काळ जावा लागला. त्याहीपेक्षा कालचा जीवघेणा प्रसंग भोगावा लागला...

विचार करता करता तिला ठसका लागला. राणीनं बाटलीचं सील तोडून तिच्या हाती बाटली दिली. तिनं डायरेक्ट तोंडाला लावली.

थोड्या वेळानं जेवता जेवता राणी उठली,

"का गं, संपलं जेवण?"

त्यावर राणी बोलली, "नाही, पाणी पिते..."

"उठू नको, याच बाटलीतलं पी अन् डायरेक्ट तोंड लावून पी..." राणीनंही अतीव समाधानानं बाटली तोंडाला लावली.

जेवल्यावर भट्टी, संजना यांना राणीनं फोन लावले. मंकीही बोलली. गोष्टी करता करता रात्रीचे अकरा वाजले. "चल झोप... तुला आरामाची सक्त जरूरत आहे..."

राणीनं दुसऱ्या पलंगावर अंग टाकलं. तिनं चादर अंगावरून घेत तोंड झाकलं. अन् मंकीनं तिचं चादर ओढून घेतलं. ती राणीजवळ झोपली. दोघींच्या

अंगावर तिनं चादर ओढून घेतली. ती राणीला बिलगली. राणीला आठवण झाली गावाकडून पहिल्यांदा ट्रॅव्हलमधून पुण्याला येतानाची. त्या वेळी आपल्याला बिलगून झोपलेली मंकी! आढ्यताखोर, आपल्याशी तुच्छतेने वागणारी, झोपी गेली म्हणून बिलगलेली. आजची मंकी? निरागस, लहान लेकरासारखी... मनातलं सारं मळभ धुऊन गेल्याने तनामनानं, विचारानं स्वच्छ, स्वच्छ झालेली... ट्रॅव्हलमधली मंकी त्या वेळी आपल्याला बिलगली, तरी आपण जागे असल्याने तिच्यापासून दुरावा कायम ठेवला. आजची मंकी अति विश्वासानं आपल्या कुशीत शिरली... आपणही तिचा विश्वास सार्थ आहे याची साक्ष द्यायला पाहिजे... नव्हे देऊच... लगेच राणीनंही कूस बदलली अन् मंकीकडे तोंड करून तिला जवळ ओढलं. दोन भिन्न श्वास... पण एकाच लयीत आत-बाहेर करणारे... जणू एकजीव झालेले...

"राणी?" मंकीनं आतल्या आत हाक दिली.

"हं," राणीनंही तसाच हुंकार दिला...

"फार काळानंतर आज मला आईच्या कुशीत झोपल्याचं समाधान मिळतं आहे..." ती आणखी... आणखी.. आणखी बिलगली... राणी नुसता हुंकार देऊन थांबली. आपल्याजवळ आईचं काळीज आहे, या प्रश्नानं तिच्या मनात संचार केला.

पाहता पाहता मंकी घोरायला लागली. राणीचा मात्र जराही डोळा लागत नव्हता.

◆

२७ नोव्हेंबर, मंगळवार.

मंकीच्या त्या प्रकरणात मंकीसोबत राणीही स्वेच्छेनं अडकली. सोमवारी रात्री मंकीला डॉ. अजय डुड्डाकडे प्रिन्सिपॉल सरांनी ॲडमिट केलं. राणी तिचं हवं-नको ते बघत होती. संजनाला सांगून तिनं सकाळीच स्वत:चे, मंकीचे कपडे, टॉवेल, ब्रश, टूथपेस्ट, स्वत:चं डोक्याचं तेल, मंकीचे सगळे लोशन्स... तिचं आणखी काय काय असेल ते दवाखान्यात आणून घेतलं. राणीच्या गरजा अन् मंकीच्या गरजा यांची तुलना करणंच हास्यास्पद होतं; पण चमत्कार झाला. मंकीनं सारी लोशन्स, डाय, आयशेड्स... असं सारं सटरफटर उचललं अन् राणीच्या, संजनाच्या साक्षीनं दवाखान्यात डस्टबिनमध्ये टाकलं. "यानंतर शरीराला हवं तेवढंच वापरीन. कसलेही अतिरिक्त सोपस्कार करणार नाही. शरीरापेक्षा मनाची मशागत होईल असं जे जे काही असेल ते मात्र नक्की वापरीन." या बदलाबद्दल संजनानं तिचं खास अभिनंदन केलं. मंकीचं रात्री बदललेलं रूप, राणीनं संजनाला रात्रीच मोबाइलवरून कळवलं होतं. संजनानं ते ऐकून त्याबद्दल आनंद व्यक्त केला होता.

आताच्या मंकीच्या या कृतीनं राणीच्या सर्व चित्तवृत्ती प्रफुल्लित झाल्या. अन् पट्कन तिच्या ओठांवर ओवी अवतरली –

"जेणे विवळतिये सवळें । लाहोनि आत्मज्ञानाचे डोळे ।
सांडिती देहाहंतेचिं अविसाळे । जीवपक्षी॥"

तिनं जे काही म्हटलं ते संजना अन् मंकीच्या कानांना गोड वाटलं, पण त्याचा अर्थ त्यांना कळला नाही. शिवाय ते कोण्या ग्रंथातलं तेही त्यांना माहीत नव्हतं. संजनानं तसं राणीला म्हटलं. तेव्हा राणी सांगू लागली -

"ज्ञानेश्वरांनी लिहिलेल्या ज्ञानेश्वरीतील १६व्या अध्यायातली ही तिसरी ओवी आहे. हा अध्याय दैवी व आसुरी संपत्तीच्या गुणांचे प्रामुख्याने वर्णन करतो. या ओवीत ज्ञानेश्वर म्हणतात, 'ज्या आत्मज्ञानाच्या उदयाबरोबर प्राप्त झालेल्या ज्ञानप्रकाशाच्या दृष्टीमुळे जीवपक्षी देह अहंकाररूपी घरटे सोडून जातो,' याचा

गूढार्थ असा की आपली जी सतत 'मी' 'मी'ची भावना असते, त्यालाच अहंकार म्हणतात व त्या 'मी'च्या इच्छा पूर्ण करण्यामुळेच आपण सतत दुःखात पडत असतो. परंतु आत्मज्ञान प्राप्त झाले की, 'मी' हा मर्यादित– म्हणजे 'मी' म्हणजे देह आहे अशी मर्यादित बुद्धी– न राहता सर्वत्र मीच आहे अशी व्यापक बुद्धी होते व मन निरिच्छ होते. म्हणजे मनात कोणतीही इच्छा निर्माण होत नाही.''

एवढं स्पष्टीकरण केल्यावर राणी म्हणाली, ''सध्या मंकीला ही अवस्था प्राप्त झाली आहे, ही आनंदाचीच गोष्ट आहे; पण ही अवस्था कायम टिकवून ठेवणे वाटतं तितकं सोपं नाही.''

''राणी, मी सदैव प्रयत्न करीन. कधी तसं होत नाही असं वाटल्यास मी तुझं मार्गदर्शन घेईन. त्या वेळी तू माझी ज्ञानेश्वर हो...'' मंकीच्या या अपेक्षेवर संजनाने हात वर करून ''तथास्तु'' म्हटले. अन् त्या तिघीही मनमोकळे हसायला लागल्या.

आजच्या वर्तमानपत्रांतच मंदारबद्दल व तिच्या खुनासंबंधात जे धागेदोरे मंकीकडून प्राप्त झाले ते पोलिसांनी मंकीचे नाव वगळता छापून आणले. आजच मंकीची स्कूटी तिच्या ताब्यात देण्यात आली.

सोमवारी डॉली, बंटी, जेनिफर आणि जुही यांच्या चार दिवसांची कस्टडी मिळवून त्यांना पोलिसांनी आत डांबले. डॉली अन् बंटीनी कबुली द्यावी म्हणून त्यांना त्या दोघींच्या समोर क्रूर पद्धतीने मारहाण केली गेली. ते पाहून जुही जागेवरच बेशुद्ध पडली. तिला पोलिसांनी कॉर्पोरेशनच्या दवाखान्यात भरती केले.

मंदारच्या प्राथमिक तपासणी अहवालानुसार तिचे हात, पाय, तोंड करकचून बांधल्याच्या खुणा तिच्या शरीरावर आढळल्याचेही वर्तमानपत्रांत छापले गेले. त्यावरून मंदारची आत्महत्या नसून तो खून असावा असा निष्कर्ष पोलिसांनी काढला. तिच्यावर बलात्कार झाला असावा अशी पोलिसांनी शक्यता वर्तवली.

२८ नोव्हेंबर, बुधवार - वेगवेगळ्या विद्यार्थी संघटनांनी पुण्यात भव्य मोर्चाचे आयोजन केले. मंदारच्या खुन्यांना त्वरित पकडावे, अशी मागणी करण्यात आली. तर मडगाव गोव्याच्या पोलिसांनी धनंजय व जतीन यांना दुपारी ४ वाजता अटक केली. पुणे पोलिसांची तुकडी त्यांना पुण्यात आणण्यासाठी रवाना झाली. मंकीची पोलीस सुरक्षा काढून घेण्यात आली.

२९ नोव्हेंबर, गुरुवार -

मंकीला डॉक्टरांनी सुटी दिली. विविध पक्ष-संघटनांनी अतिभव्य नागरी मोर्चा काढला. मोर्चाने हिंसक वळण घेऊन बसेस, कार्स, दुकाने यांची जाळपोळ, मोडतोड केली. मोर्चावर पोलिसांनी लाठीचार्ज केला. त्यात पन्नास स्त्री-पुरुष जखमी झाले.

३० नोव्हेंबर, शुक्रवार -

पोलिसांनी पुण्यात आणलेल्या धनंजय काळे, जतीन, धनंजयची बायको वृंदा– नंतर तिला पोलिसांनी पाषाणच्या एका वाडीतून ताब्यात घेतले– यांचे जबाब घेतले. ते असे -

धनंजय व जतीन हे मित्र. धनंजयची नोकरी गेल्याचा सल जतीनच्याही मनात डाचत होता. तो धनंजयला ज्या मुलींमुळे त्याच्यावर हा प्रसंग आला त्या मुलींना धडा शिकवण्यासाठी सतत भडकवत होता. तसेच त्या कॉलेजचे प्रिन्सिपॉल, बाबासाहेब, कारंथ सर यांचाही सूड घेण्याच्या गोष्टी करत होता. मात्र वृंदाचा या गोष्टीला सदैव नकार असे... अशात शनिवारी दुर्गा चौकातल्या एका बंद घराचे दार तोडून वृंदाला त्या घरात त्या दोघांनी सोडले. अन् ''यापुढे आम्ही म्हणू तसंच करा. अन्यथा...'' दोघांनीही चाकू काढून तिच्या गळ्याला लावले. ती मुकाट्यानं तयार झाली.

पहिल्यांदा त्यांनी मंदारला वृंदाच्या मार्फत फोन करून बोलावून घेतले. वृंदानं आपली ओळख मावसबहीण अशी सांगितली होती. अन् आपली तब्येत अत्यंत सिरिअस असल्याचे म्हटले होते. या आधी जतीनने मंदारबद्दल बरीच माहिती मिळवली होती. तिची एक मावसबहीण दुर्गा चौकात भाड्याने राहते; हेही त्याला कळलं होतं. त्या मावसबहिणीजवळूनच त्यानं मंदारचा नंबर घेतला होता.

मंदार तिथं आली तेव्हा त्यांनीच तिला वृंदापर्यंत पोचवलं. आधी ठरल्याप्रमाणे वृंदाने तिला ''तुझी मावसबहीण आत बेडरूममध्ये आहे,'' असं सांगून आत नेलं. इकडे जतीनच्या पाळतीवरच असणारा धनंजयही बाहेरून पट्कन घरात आला. जतीनने बाहेरचे दार लावून घेतले. अन् चाकूच्या धाकावर मंदारला नशेच्या गोळ्या टाकलेला चहा प्यायला दिला. ती बेशुद्ध झाल्यावर त्यांनी तिचे हात, पाय, अन् तोंडात बोळा कोंबून तोंडही बांधून घेतले. जतीनने तिची सॅक दुर्गामातेच्या मंदिरामागे असणाऱ्या विहिरीत नेऊन टाकली. नंतर ती पोलिसांनी गळ टाकून वर काढली. जतीनने मंदारच्या मोबाइलवरून मंकीचा नंबर काढून मोबाइल ऑन केला. अन् आधी पढवून ठेवल्याप्रमाणे वृंदाला मंदार हे नाव सांगून बोलायला लावले. त्यांच्या सापळ्यात काही वेळातच मंकीही आपोआप येऊन पडली. दोघींचे मोबाइल जतीनने जवळ ठेवले. त्यातील सिमकार्ड काढून गॅसवर जाळले. त्या मोबाइल अन् सिमकार्डची राख पोलिसांनी जप्त केली.

त्या दोघींना मारून-मारून भयभीत करणे या उद्देशाने दोघेही आल्या-गेल्या मारत होते. वृंदाला ते असह्य होत होते. ती त्या वेळी बाहेरच्या दाराला कडी लावून गॅलरीत उभी राही. त्यांचे मारणे झाले की ते आतून कडी वाजवत मग ती कडी उघडून आत जाई. तिला हे असह्यच झाले. तेव्हा म्हणजे शनिवारी रात्री

आठ वाजता त्या दोघांना न सांगता ती पाषाणला बहिणीकडे निघून गेली.

"ज्या कॉलेजमधून तुला या दोघींमुळे काम सोडावं लागलं, त्याच कॉलेजात वरच्या टेरेसवर नेऊन तेथून या दोघींना सरळ खाली फेकून देऊ. पण त्यासाठी मी कॉलेजमध्ये रात्री कसं जाता येईल ते पाहून येतो. तोपर्यंत तू रात्री या दोघींना घेऊन जाण्यासाठी कारची व्यवस्था कर." या जतीनच्या प्लॅनप्रमाणे दोघेही कामाला लागले... जतीन दोन घंटे कॉलेजात, कॉलेजबाहेर फिरला. मागच्या गेटमधून आत जाता येणं शक्य आहे, कारण राउंड गेटला लॉक नसते याची त्याने माहिती मिळवली. महाद्वाराच्या सज्जातूनच एकीला पुढच्या, एकीला पुढच्या पायऱ्यांवर फेकायचं हे त्यानं तिथं आल्यावर मनाशी ठरवलं. तर धनंजयनं त्याच्या मावसमेहुण्याची 'एका दिवसासाठी औरंगाबादला जाऊन येतो,' अशी थाप मारून कार आणली. ती कारही पोलिसांनी जप्त केली... धनंजयने कार आणल्यावरही त्या दोघींना कॉलेजात न नेता दुसरीकडे कोठेतरी नेऊ. अशी जतीनची सतत मनधरणी केली. पण तो एकाच विचारावर ठाम होता– त्या दोघींना महाद्वाराच्या सज्जातूनच दोन्ही बाजूंच्या पायऱ्यांवर फेकायचं, हे नक्की. त्याचं कारण या घटनेने प्रिन्सिपॉल, बाबासाहेब हे तर हादरलेच पाहिजेत; पण कॉलजचीही बदनामी झाली पाहिजे.

कॉलेजमागच्या गेटजवळ कार उभी करून त्यांनी आधी मंदारला उतरवलं. राउंड गेटमधून त्यांनी तिला महाद्वाराच्या सज्ज्याकडे नेले. तेथे गेल्यावर जतीनने आधी हिच्यावर बलात्कार करू मग खाली फेकू असा विचार मांडला; पण धनंजय घाई करत होता. कारण कॉलेजात रात्रपाळीचे पाच रखवालदार असतात हे त्याला माहीत होतं. त्यातल्या एखाद्याच्या हा प्रकार लक्षात आला तर मोठीच पंचाईत होईल; मात्र जतीनने ठरवलं म्हणजे ठरवलं.

त्या दोघांनी तिला खाली पाडलं. जतीनने मंदारचा स्लॅक्स खाली ओढून बाहेर काढला... काय होणार हे मंदारच्या लक्षात आले. त्यामुळे ती पाय झाडू लागली. तरीही जतीन जबरदस्ती करत होता. त्या प्रयत्नात तिची एक लाथ त्याच्या दोन्ही पायांमधल्या भागात बसली. तेवढ्याने तो कळवळला.

"साली थांब, तुला दाखवतोच," म्हणत तो एकाएकी तिच्या उरावर बसला. त्याने दोन्ही हातांनी तिचे नाक दाबले. तोंडात आधीच बोळा होता. नाक बंद झाल्याने मंदारचा श्वास गुदमरला. पाय झाडत काही क्षणातच ती शांत झाली. तिचा खातमा पडला याची खात्री झाल्यावर जतीनने तिचे हात सोडले. तोंड सोडले. तोंडातला बोळा काढला. हात, तोंड बांधल्याची कापडं अन् बोळ्याचं कापड मंदारच्या स्लॅक्समध्ये गुंडाळून ते पॅन्टच्या खिशात कोंबलं. दोघांनी आपापले चाकूही सुरक्षित ठेवले. मग त्याने तिच्यावर बलात्कार केला. नंतर एकाने मंदारचे पाय अन् दुसऱ्याने हात पकडून तिला महाद्वाराच्या सज्जातून आतल्या पायऱ्यांवर

फेकले. धप्पकन आवाज झाला... बस्स!

ते लगेच मंकीला वर आणण्यासाठी कारकडे परत फिरले. पाहतात तर कारमधून मंकी गायब...

"चल, तिला शोधू. ती जिवंत राहिली तर मागे-पुढे पोलीस आपल्याला पकडतील." पण जतीनच्या या प्रस्तावाला धनंजयनं मान्यता दिली नाही. त्यानं कार स्टार्ट केली. नाइलाजानं जतीनला आत बसावं लागलं.

तेथून ते कारने मावसमेहुण्याकडे गेले. तो जुन्या सांगवीत राहत होता. त्याच्या घराकडे जाताना जतीनने आपल्या खिशातील मंदारची स्लॅक्स, तिचे हात, तोंड बांधल्याचे, तोंडात बोळा कोंबल्याची कापडं अन् त्याचा स्वत:चा चाकू पुणे-मुंबई रोडवर एका ठिकाणी लघवीच्या निमित्ताने उतरून एका खड्ड्यात टाकला. पोलिसांनी त्या वस्तूंचा शोध घेतला. अन् त्या मिळवल्या... राहिला धनंजयचा चाकू... तर तो त्याने मावसमेहुण्याच्या कारच्या ड्रायव्हिंग सीटमध्ये फसवला. पोलिसांना तोही मिळाला. महाद्वाराच्या सज्ज्यात पोलिसांना मंदारच्या पाय घासल्याच्या खुणा तर मिळाल्याच पण तिच्या डोक्याचे केस, बो अन् कानातील एक सोन्याची रिंग मिळाली. पुढे मावसमेहुण्याची कार परत न करता त्यांनी पुणे सोडले.

धनंजयने डॉली, बंटीबाबत असे सांगितले की ते आपल्याला अधूनमधून पाच-पन्नास रुपये द्यायचे. त्या बदल्यात तो हॉल उघडा ठेवायला सांगायचे... त्यामुळे डॉली, बंटी अधिक गोत्यात आले.

पोलिसांनी वृंदाची स्वतंत्र जबानी घेतली. तिच्या सांगण्यावरून अरिहंत कॉलेजात चपराशी म्हणून लागण्यापूर्वी धनंजय एका कार गॅरेजवर मेकॅनिक म्हणून काम करायचा. त्या वेळी त्याला दीड हजार रुपये महिना असा पगार मिळायचा. तो वृंदाच्या आत्याचा पुतण्या. त्यामुळे वृंदा बारावीत असतानाच तिचं त्याच्याशी लग्न झालं. त्याला वडील नव्हते. ते आधीच कॅन्सरने वारले होते. आई आणि तो असे घरात दोघेच. आई चार-सहा घरी स्वयंपाक करायची. परिस्थिती बरी होती.

त्यात सर्व्हिसिंगसाठी कार घेऊन आलेल्या एका गिऱ्हाइकाने 'दोन लाख रुपये दे. तुला अरिहंत कॉलेजात नोकरी लावतो,' असे म्हटले. तेव्हा गॅरेजवर हात काळे करण्यापेक्षा कॉलेजातली चपराशाची का होईना नोकरी बरी असं त्याला वाटलं, पण दोन लाख रुपये आणायचे कोठून? तेव्हा जतीन त्याच्या कामी आला. जतीन तसा टुकारच होता. मॅटिक नापास झाल्यावर तो पुन्हा शाळेत गेला नाही. एका दादाकडे त्याचं जाणं-येणं होतं. त्यानं दादाजवळ धनंजयसाठी दोन लाखांची विचारणा केली. दादाचा तो धंदा होता. पण त्याचा व्याजाचा दर वीस टक्के असा तगडा होता. त्यानं होकार दिला. जतीननं धनंजयला

दादाकडे नेलं. दोन लाख रुपये घेतले. ते त्या नोकरी देतो म्हणणाऱ्या गिऱ्हाइकाला दिले. त्यानेही आपला शब्द खरा करून दाखवला.

ज्या दिवशी धनंजय कॉलेजमध्ये रुजू झाला, त्याच दिवशी त्याची आई अॅटॅकने वारली. शेजारी म्हणाले, ''मुलाला नोकरी लागल्यानं तिला हर्षवायू झाला.'' झालं. घरात एकटी वृंदाच राहू लागली. धनंजय कॉलेजात गेला की जतीन काहीबाही निमित्त काढून घरी यायचा. वृंदाशी आधी इकडच्या-तिकडच्या गप्पा करायचा. पुढं तो तिच्या रूपागुणांची स्तुती करू लागला. नंतर आपल्यामुळे धनंजयला नोकरी लागली याची जाणीव करून देऊ लागला. कधी चहा, कधी पाणी मागू लागला. ते घेतादेताना तिच्या बोटांना स्पर्श करणं, हसणं. मग सेक्सी गोष्टी करणं. एक दिवस त्यानं तिचा हात धरला. तिनं त्याला खडसावलं. धनंजयला सांगण्याची धमकी दिली. त्याचा तरी फारसा परिणाम त्याच्यावर झाला नाही. उलट तो वृंदा अमक्या-तमक्यासोबत बोलते असे धनंजयचे कान भरू लागला. त्यावरून धनंजय तिला अधूनमधून मारू लागला. पुढे या प्रकारात भर पडली दारूची... कॉलेजातून आला की जतीनबरोबर तो प्यायला जायचा. अन् जतीनला घेऊन घरी यायचा. दोघांना 'जेवायला वाढ' म्हणायचा. ती धनंजयचा अन् तिचा स्वयंपाक करून ठेवायची. ते दोघं जेवले की ती उपाशी झोपायची. पुढंपुढं ती मग रात्री तिघांचा स्वयंपाक करू लागली.

त्यांच्या लग्नाला दोन वर्षं उलटली तरी धनंजयला मूलबाळ होत नाही, ही गोष्ट का घडते? तर यात दोष वृंदाचा असावा... धनंजयने त्यासाठी दुसरं लग्न करावं असं सांगून सांगून तो धनंजयचे कान भरू लागला. धनंजयलाही ते पटू लागलं. रात्रीच्या वेळी धनंजयशी असं बोलणारा जतीन आता दिवसा वृंदाला येऊन म्हणायचा, ''तुला पट्‌कन मूलबाळ झालं तरच तुझा संसार तरेल... धनंजयकडून तुला मूलबाळ होणं शक्य नाही, त्यासाठी माझ्यासारखा मर्द माणूस हवा...'' असं म्हणून तो निर्लज्जपणे तिच्याशी खेटे घ्यायचा. हे सारं वृंदाला असह्य व्हायचं. तिनं धनंजयला तसं सुचवून पाहिलं; पण तो ऐकायला तयार नव्हता.

नाइलाजाने ती माहेराला निघून गेली. वर्षभर तिकडेच राहिली. मग जतीन धनंजयला घेऊन तिच्या माहेरी आला. तिच्याशी, आई-बाबांशी बोलला. त्यांना पटवून सांगितलं अन् त्यांना वृंदाला धाडायला भाग पाडलं. परत आल्यावर त्याचे पुन्हा नखरे सुरू... पुन्हा माहेर... पुन्हा मनधरणी... पुन्हा परत.. पुन्हा... असं चक्र जवळपास सहा-सात वर्षे चाललं.

या प्रकाराला वृंदा वैतागली. मागच्या उन्हाळ्यानंतर ती आली तर मनाशी निर्धार करूनच... एक दिवस जतीननं मागचंच नाटक सुरू केलं. अन् तिनं

पायातली चप्पल काढून त्याला मोठमोठ्यानं शिव्या देत हाणायला सुरुवात केली. लोक जमा झाले. जतीन निघून गेला. तिचा त्रास संपला; पण जतीन धनंजयला बाहेर भेटून त्याचे कान भरू लागला...

त्यातच एक दिवस धनंजयची नोकरी गेली. तो बेकार झाला. पैसेवाल्या दादाची भीती. कारण अजून त्याचं मुद्दल कायम होतं, घर चालवायची चिंता, दुसरा कोणता धंदा करण्यातली आर्थिक अडचण अन् त्यामुळं येणारी उदासीनता... धनंजयची चिडचिड वाढली, त्याला जतीन जास्तीत जास्त दारू पाजायचा...

एक दिवस जतीन घरी आला. त्यानं वृंदाच्या हातावर हजार रुपये ठेवले. म्हणाला, "बाहेर एक जण उभा आहे. त्याला आत पाठवतो, त्याला खूश करा. हे सुरू केलं तर मी तुला माणसं कमी पडू देणार नाही..." ती संतापानं थरथरली. नोटांचं बंडल त्याच्या अंगावर फेकून मारलं. अन् त्याला तोंड काळं करायला सांगितलं. त्यावर तो अतिशय खुनशीपणानं म्हणाला, "याद राख, तुझी अन् तुझ्या संसाराची राखरांगोळी करीन तरच नावाचा जतीन..." पुढं धनंजय पूर्णपणे त्याच्या आहारी गेला. त्यानं मग मंदार अन् मंकीच्या खुनांची योजना त्याच्या डोक्यात फिट्ट बसवली. मी विरोध केला तरी धनंजय माझं ऐकत नव्हता... अन् त्या दिवशी त्यानं मंदारचा खून करून आपली प्रतिज्ञा पूर्ण केली. संपलं. तिचे डोळे भरून आले. पोलिसांनी तिला माफीचा साक्षीदार बनवायचं आश्वासन देऊन आश्वस्त केलं.

◆

आज मंकीला कॉलेजात मुद्दाम बोलविलं गेलं. आजचा कॉलेजचा शेवटचा दिवस. दुपारी प्रॅक्टिकल्स बंद ठेवून जिम्नॅशिअम हॉलमध्ये पुण्याच्या पोलीस कमिशनरांच्या हस्ते मंकीला शौर्य पुरस्कार देण्याचा कार्यक्रम आयोजिला गेला. मंदारच्या खुनाच्या संदर्भात मंकीनं दाखवलेली हिंमत, स्वत: खुन्यांच्या तावडीतून सुटण्यासाठी तिनं केलेली प्रयत्नांची पराकाष्ठा... अशा प्रसंगात मुलींनी घाबरून न जाता मंकीसारखी हिंमत दाखवावी, अशी प्रेरणा मुलींना मिळावी यासाठी या कार्यक्रमाचं आयोजन होतं.

प्रास्ताविकात प्रिन्सिपॉल सरांनी मंदारच्या खुनाबद्दल दु:ख व्यक्त करून तिच्या आत्म्याला श्रद्धांजली अर्पण करण्याचं आवाहन सर्वांना केलं. नंतर कॉलेजचा लौकिक, शिस्त याबाबतचा बाबासाहेबांचा कटाक्ष, त्यासाठी बाबासाहेबांनी कठोरपणे आपल्या स्वत:च्या मुलावरदेखील कठोर कारवाई केल्याचा उल्लेख, डॉली, बंटी, जेनिफर अन् जुही या चौघांचं अशिष्ट वागणं, त्याबद्दल त्यांना पोलिसी कारवाईस तोंड द्यावं लागल्याची नामुष्की, शिवाय कॉलेज प्रशासनानं कारवाई म्हणून त्यांना डिबार्ड करणं, तसेच ते रात्रपाळीचे पाच रखवालदार आपल्या कार्यात कसूर केल्याबद्दल डिबार्ड होणं, मंकीला त्या चौघांनी खुल्या हॉलमध्ये नेल्यावर मंदारनं घेतलेली धाडसी भूमिका, त्यामुळे तिला आपल्या प्राणाचं द्यावं लागलेलं मोल, संकटाची डॉलीकडून पूर्वसूचना मिळताच मंदारला ते सांगण्यासाठी मंकीनं केलेली धडपड, त्यात तिला आलेलं अपयश... इत्यादी सर्व गोष्टींचा उल्लेख करत प्रिन्सिपॉल सरांनी मंदार आज हयात नसल्याचं दु:खं अन् मंकीचं कौतुक करण्यातलं समाधान अशा संमिश्र भावनेनं हा कार्यक्रम भरवल्याचं म्हटलं. फारशी लांबण न लावता त्यांनी आपलं निवेदन संपवलं.

नंतर टाळ्यांच्या कडकडाटात पोलीस कमिशनरांनी मंकीला प्रदान केलं शौर्यपदक, सन्मानपत्र अन् त्यांच्या स्वत:तर्फे रोख हजार रुपयांचं बक्षीस.

त्यानंतर मंकीचं छोटसं निवेदन. त्या वेळी ''या क्षणापर्यंत मी मंकी जाधव होते; पण या कॉलेजात आल्यावर मी ज्या माकडचेष्टा केल्या, त्यामुळे माझी

फास्ट जी.एफ. मंदारमॅम यांना जीव गमवावा लागला. त्यापुढे मी माझा जीव वाचवला ही फार नगण्य गोष्ट आहे. मला त्यांचा जीव वाचवता आला नाही. मला त्यामुळं स्वत:ची लाज वाटते. म्हणून मी आपणा सर्वांच्या साक्षीने माझ्यातलं दोषपूर्ण मंकीपण त्यागत आहे. यानंतर मी मंकी जाधव नसेन तर मृणाल जाधव असेन. या कामी मला श्रेय द्यावंसं वाटतं ते माझी ८व्या वर्गापासूनची क्लासमेट, माझी फ्लॅटमेट राणी आघाव हिला. पोलिसांपर्यंत पोचण्यासाठी तिनं मला हिंमत दिली. अर्थात संजना मॅम, भट्टी यांचीही मदत मोलाची ठरली. म्हणून मी त्यांचे, प्रिन्सिपॉल सरांचे, बाबासाहेबांचे, कमिशनर सरांचे मन:पूर्वक आभार मानते! धन्यवाद!''

ती स्टेजवरून उतरून तिच्या जागेवर येईपर्यंत टाळ्यांचा कडकडाट चालूच होता.

संजनानं कार्यक्रम संपल्यावर राणीचं अन् मृणालचं अभिनंदन करून म्हटलं, ''या सेमिस्टरची सुरुवात राणीनं गाजवली अन् समारोप आता मृणाल गाजवते आहे. धन्य तुमची ती शाळा, जिनं तुमच्यावर हे संस्कार घडवले...''

नंतर मृणाल मुलींच्या गराड्यात हरवली गेली. राणी तृप्त मनाने हे सारं पाहत होती...

◆

"राणी, मी गेल्या चार महिन्यांत महानगरीय मुलामुलींचे एवढे थरारक, विस्मयकारक अनुभव घेतले की ते ऐकून तुला भोवळ येईल. अनसिंगला असताना महानगरातल्या मुलींबद्दल काही अविश्वसनीय गोष्टी कळल्या होत्या. जसं की बाळाचा जन्म कसा अन् कोठून होतो? तर इकडच्या एका मुलीनं 'आईच्या बेंबीतून' असं उत्तर दिलं होतं म्हणे. तर एका मुलीला तिच्या बी.एफ.नं किस केलं तर ती मोठ्यामोठ्यानं रडायला लागली. तिला गप्प करून तिच्या जी.एफ.नं कारण विचारलं तर म्हणे, 'त्या मुलानं किस केल्यानं आता मी प्रेग्नंट होणार'... हे त्या वेळी मला पटलंच नव्हतं. कारण दूरदर्शनमुळे आत नुकत्याच वयात येणाऱ्या मुलामुलींनाही ही गोष्ट कळायला लागली. तुला खोटं वाटेल, आपल्या बरोबर श्वेता नावाची एक मुलगी होती. ती एकदा सांगत होती, तिचा पाच वर्षांचा भाऊ, शेजारच्या चार वर्षांच्या एका मुलीशी खेळताना तिच्या पोटावर बसून आपण बाळाला तुझ्या पोटात घालू... म्हणत होता. हे एक... दुसरी इथली टोकाची चित्रं सांगते. मी अशा मुली पाहिल्या– त्यातली एक अशी की आपल्या बहिणीच्या नवऱ्यासोबत बहिणीला सांगून डेटिंग करते. दुसरी रात्री झोप येत नाही म्हणून परपुरुषासोबत झोपते. अलीकडे मी एका रेव्ह पार्टीतही गेले होते... तेथे तर आपली नजर जाईल तेथे म्हणजे अगदी उघड्यावर मुलंमुली इंटरकोर्स करतात... माझ्या माहितीप्रमाणे ८व्या वर्गापासूनच इकडे मुली आपल्या सॅकमध्ये कंडोम वापरतात... 'नो इंटरकोर्स विदाउट कंडोम' हे इथलं सेक्सचं मध्यवर्ती सूत्र आहे... राणीऽऽऽ"

मृणाल बोलता बोलता थांबली. तिनं राणीकडे पाहिलं. राणीचं तिच्या बोलण्याकडे अजिबात लक्ष नव्हतं. ती मोबाइलवर काहीतरी पाहत होती. मृणालला ती एवढं काय पाहते, याचं नवल वाटलं. तिनं राणीच्या हातचा मोबाइल हिसकला. ते लक्षात आल्यावर राणी भानावर आली अन् तिच्या हातातला मोबाइल परत घेण्याचा प्रयत्न करू लागली; पण मृणालनं तो तिच्या हाती लागू दिला नाही.

"एवढं गुंग होऊन काय बघत होतीस? तुझ्या मोबाइलमध्ये नेटसिस्टिम

नसेलच. त्यामुळे पोर्नसाइटवर जाऊन अश्लील फोटोग्राफ्स वगैरे पाहणं शक्य नाही. मग एखादा तुला वेड लावणारा एस.एम.एस.? थांब मीच बघते... '' मृणालनं म्हटलं. तशी राणी, ''प्लीज, मोबाइल दे... काही नाही त्यात बघण्यासारखं. प्लीज.'' असं विनवू लागली. तरीही मृणालनं ऐकलं नाही.

मृणालनं इनबॉक्स उघडला. त्यात तिला फारसं शोधावं लागलं नाही. पहिलाच एस.एम.एस. तिनं ओपन केला. त्यात इंग्रजीत टाइप केलेलं होतं–

'Rani, let us go to Sinhgad on Sunday at 9.00 A.M. I will collect you before our college. -Bhavesh.'

''ओहोऽऽऽ, तुला अन् भावेशची ऑफर?'' मृणालला आश्चर्य वाटलं. ''काय ठरवलं? जाणार आहेस? याच्या आधी कधी गेली होतीस? याचा अर्थ ज्या गोष्टी मी खुल्लम खुल्ला करीत होती त्या तू छुप्या पद्धतीनं करतेस? गुड...'' तिनं असं हसत बोलून राणीकडे पाहिलं, तर राणीच्या डोळ्यांत टचकन पाणी आलेलं. तेवढ्यानं मृणालचा जीव गडबडला. तिच्याजवळ येत तिच्या खांद्यावर थापटत तिनं काळजीनं विचारलं, ''काय गं, काय झालं? डोळ्यांत पाणी?''

राणीनं डोळे पुसले. कसं सांगावं हिला, तिला प्रश्न पडला. अशा पद्धतीचा हा अगदी पहिलाच एस.एम.एस. होता तिला. आज दुपारी मृणालच्या सत्काराचा समारंभ संपल्यावर भावेश तिला जिमखान्याबाहेर भेटला. ''हाय राणी?'' म्हणत त्याने तिची चौकशी केली अन् ''तुला एक महत्त्वाचा एस.एम.एस. करतो. तुझा सेल नंबर दे.'' असं म्हटलं. राणीला वाटलं, असेल काही महत्त्वाचं काम... तिनं त्याला नंबर दिला. अन् त्यानंतर त्यानं काही वेळानं हा एस.एम.एस. केला. खरंतर तो पाहून तिला धक्का बसला... पण दुसरं मन तिला म्हणत होतं, 'राणी, बघ तुला वाटत असेल तू काळी-माळी, गावंढळ. तुला कोण कशाला विचारेल...? पण सौंदर्य काही केवळ बाह्यत: दिसण्यात नसते. भावेशला तू हवीशी वाटते, कारण तुझी हुशारी. ही सुवर्णसंधी तू दवडू नको...' मात्र मुलींच्या तोंडून बरेच वेळा तिनं ऐकलं होतं, की पुण्यातली कॉलेजची मुलं सिंहगडला डेटिंगसाठी जातात. डेटिंग म्हणजे काय हेही तिला मुलींकडूनच समजलं होतं. स्वत:च्या सॅकमध्ये सदैव कंडोम ठेवणाऱ्या वर्गातल्या काही मुलीही तिला माहिती होत्या. मृणालनं मंकीपण त्यागल्यावर काल राणीच्या समोर तिने तिच्या सॅकमधले पाच-सहा कंडोम अन् पिल्सची दोन-तीन पाकिटं डस्टबिनमध्ये फेकून दिली...

''माझ्या आई-पप्पांच्या पुण्याईमुळे म्हण; पण हे वापरायची वेळ माझ्यावर आली नाही. तसे प्रसंग आलेच नाहीत असं नाही; पण मी ते शर्थीनं टाळले. यापुढे तर तशा गोष्टींचा मनात विचारही येऊ द्यायचा नाही. म्हणून या कंडोमचा,

पिल्सचा त्याग...'' काय नशीब म्हणावं? मंकी आपल्यातला सगळा माकडपणा सोडून मृणाल झाली. अन् नेमका अशा वेळी सोज्ज्वळतेचं मूर्तिमंत प्रतीक असणाऱ्या राणीला तसला एस.एम.एस. आला.

कसं उत्तर द्यावं, या संभ्रमातच ती एस.एम.एस. पाहिल्यापासून बुडालेली. मनात अनेकदा आलं, संजना मॅमला, मृणालला दाखवावा; पण हिंमत झाली नाही. दुसरं असं की भावेशची एका वेळी तिला कीवही येत होती; आणि दुसऱ्या वेळी रागही येत होता... कीव यासाठी की एवढा गुणवान मुलगा अन् तोही असल्या वात्रट गोष्टी करतो? राग यासाठी की तो राणीला इतर मुलींसारखाच व्हल्गर समजला. प्रत्यक्ष फोन करून त्याची कानउघाडणी करावी की एस.एम.एस. करून, याचाच निर्णय होत नव्हता.

दिवस गेला. रात्रीचा डबा दोघींनी सोबत खाल्ला. मृणालनं तिचाही डबा समोरच्या खाणावळवाल्याकडेच लावला. डबे दोन येऊ लागले; पण दोघी एकाच डब्यात जेवत होत्या. झोपताना कालही अन् आजही मृणाल राणीच्या अंथरुणात येऊन झोपली. मृणालची सारखी बडबड चालू होती; पण भावेशचा एस.एम.एस. आल्यापासून राणी प्रचंड अस्वस्थ झाली. जणू तिचं भानच हरपलं. त्यामुळं मृणाल काय बोलते ते तिला ऐकू येत नव्हतं.

अन् आताही तेच झालं... ते मृणालच्या लक्षात आल्यावर तिनं राणीची ही चोरी पकडली... पण तिच्या डोळ्यांत आलेलं पाणी पाहून आपण जे बोललो तसं काही नाही हे मृणालच्या ध्यानात आलं. तरीही तिनं राणीला छेडलंच, ''राणी, तुला खरंच जायचं का भावेशसोबत? जाशील तर चार-पाच तरी कंडोम सोबत ने. मागे एकदा भट्टी त्याच्यासोबत गेली होती, तर ती म्हणे त्यानं दिवसभर पाच कंडोम वापरले. बघ, तुलाही...''

''मृणाल, प्लीज. हा विषय काढून माझ्या मनाला डागण्या देऊ नको. अगं, माझी औकात काय ते मला माहीत आहे. तुझ्या पप्पांच्या भरवशावर माझं इथलं अस्तित्व आहे. ज्यासाठी मी इथं वास्तव्य करते ते सोडून मी असले ढंगडे करायला लागली तर मी माझ्या आई,बाबांना, भांगे सरांना अन् तुझ्या पप्पांना तर फसवतेच, पण मी स्वत:लाही फसवते असा या सगळ्याचा अर्थ निघेल. भावेश कॉलेजचा स्कॉलर असूनही हे असले हलकट प्रकार करतो? त्याला खडसावावं असं मला मनातून वाटते; पण ते कसं? प्रत्यक्ष कॉल करून की मेसेज करून तेच कळेना.''

त्यावर मृणाल म्हणाली, ''राणी, सगळ्या जगाला दुरुस्त करण्याचा तू ठेका घेतला काय? टक्केटोणपे खाल्ल्यावर मंकी शहाणी झाली... तसंच भावेशचंही किंवा कोणाचंही. तेव्हा तुझ्या खडसावण्याने तो लगेच एकदम साधू-संत होईल

या भ्रमात राहू नको... तुला त्याच्यासोबत जायचं नसेल तर..."

"मृणाल, त्याच्यासोबतच काय पण कोणाहीसोबत जायची मला गरज वाटत नाही."

"मग झालं तर! एक नकाराचा एस.एम.एस. करून टाक," तिनं बोलता बोलता तिच्यासमोर मोबाइल धरला. मग "मीच करू?" असं तिनं विचारलं. राणीनं होकार दिला. मृणालनं क्षणभर विचार केला. अन् भावेशसाठी एस.एम.एस. टाइप केला. 'नो, नॉट, नेव्हर!' तिनं तो राणीला दाखवला. राणी ते पाहून प्रसन्नचित्त झाली. अन् म्हणाली, "कर सेंड"... मृणालनं सेंड केला. अन् तिनं राणीला एकाएकी मिठीत घेत म्हटलं, "माय गुड गर्ल!"

तेव्हाच मृणालचा मोबाइल वाजला. राणीला बाजूला करत तिनं पाहिला. अन् म्हणाली, "आईचा आहे." गेल्या शनिवारपासून मृणालला गावाकडे फोन करायला सुचलं नाही अन् तिचे आधीच्या मोबाइलमधल्या सिमचे नंबर लागत नसल्यानं तिच्या आईचाही नाइलाज झाला असावा. तिनं हा नंबर कोणाकडून तरी– कदाचित वेदान्तकडून– मिळवला असावा....

"हॅलो, कोण हवं?" तिला आईची गंमत करायची लहर आली.

"मंकी?" तिकडून आवाज आला.

"हा मंकीचा नंबर नाही..."

"मग कोणाचा?"

"मृणालचा... मृणाल प्रतापराव जाधवचा."

"अगं लबाडे!" आई हसली, "मंकी..."

"आई, मी आता खरंच मंकी नाही, मी आहे मृणाल..."

"कसं काय?"

आणि मग हे कसं घडलं ते तिच्या आईला सविस्तर सांगू लागली. ते ऐकताना तिच्या आईचा जीव कसा झाला असेल याची कल्पनाच न केलेली बरी....

❖❖❖

www.ingramcontent.com/pod-product-compliance
Lightning Source LLC
LaVergne TN
LVHW031609060526
838201LV00065B/4789
* 9 7 8 9 3 5 3 1 7 4 8 7 3 *